വിനോദ് കെ

പയ്യന്നൂരിനടുത്ത് അന്നൂരിൽ ജനനം. കണ്ണൂർ ജില്ലയിലെ ചെണ്ടയാ ട് ജവഹർ നവോദയ വിദ്യാലയത്തിൽ സ്ക്കൂൾ വിദ്യാഭ്യാസം. കണ്ണൂർ ഗവ. എഞ്ചിനീയറിങ് കോളേജിൽ നിന്നും ഇലക്ട്രോണിക്സ് & കമ്മ്യൂ ണിക്കേഷൻ എഞ്ചിനീയറിങ്ങിൽ ബിരുദവും, NITTTR ചണ്ഡീഗഡിൽനി ന്നും ബിരുദാനന്തരബിരുദവും കരസ്ഥമാക്കി. തൃക്കരിപ്പൂർ ഗവ. പോളി ടെക്നിക്കിൽ ഇലക്ട്രോണിക്സ് വിഭാഗം ലക്ചറർ ആയി സേവനം അ നുഷ്ഠിക്കുന്നു.

ഭാര്യ   : സജ്ന

മക്കൾ   : ദിയ, സാത്വിക്

വിലാസം : ഇതൾ, എം.വി. റോഡ്, അന്നൂർ, പയ്യന്നൂർ

ഫോൺ   : 9447686003

Malayalam Language
Seven Years
(Memories)
by
Vinod K.

♦

Published in August 2023
by Kairali Books Private Limited
Thalikkavu Road, Kannur.
Ph : 0497-2761200
Email : kairalibooksknr@gmail.com

♦

Cover Design
Prasanth Mangad

♦

Illustrations
P V Gopinathan

♦

36/23-24/Sl.No.1462/1000/NS 18.6
ISBN 978-93-93397-94-2

സെവൻ ഇയേഴ്സ്

നവോദയൻ ഓർമ്മക്കുറിപ്പുകൾ

വിനോദ് കെ

കൈരളി ബുക്സ്

ദിയക്കും സാത്വികിനും...

1

നവോദയ വിദ്യാലയത്തിലെ പഠനം ജീവിതത്തെ എങ്ങനെ മാറ്റി എ ന്ന ചോദ്യത്തിന് എന്റെ ജൂനിയറായി പഠിച്ച ഒരു കുട്ടി പറഞ്ഞ മറുപടി ഇപ്രകാരമായിരുന്നു.

'എന്റെ അച്ഛൻ ഒരു തെങ്ങുകയറ്റക്കാരനാണ്. നാട്ടിൽ പഠിച്ചിരുന്നെ ങ്കിൽ ഒരു പരിധിക്കപ്പുറത്തേക്ക് സ്വപ്നങ്ങൾ കാണാനും, വലിയ നേട്ട ങ്ങൾ നേടാനുള്ള കഴിവുണ്ടെന്ന ആത്മവിശ്വാസം നേടാനും എനിക്ക് കഴിയുമായിരുന്നില്ല. ഇന്ന് ലോകത്തിന്റെ ഏറ്റവും മികച്ച ഐ.ടി. കമ്പ നികളിൽ ഒന്നിന്റെ നേതൃത്വത്തിലേക്ക് ഉയരാനുള്ള ചിറകുകൾ എനി ക്ക് ലഭിച്ചിച്ചുവെങ്കിൽ അത് നവോദയയിലെ പഠനം ഒന്നുകൊണ്ടു മാ ത്രമാണ്.'

അതെ, സമൂഹം മനസ്സുകളിൽ സൃഷ്ടിക്കുന്ന മതിൽക്കെട്ടുകൾക്കു ള്ളിൽ ഒതുങ്ങാതെ വിശാലമായ ലോകത്തേക്ക് സധൈര്യം മുന്നേറാ നും, സാഹചര്യങ്ങൾ ഒരുക്കുന്ന പരിമിതികൾ മറികടന്ന്, സ്വന്തം കഴി വുകൾ പരമാവധി പുറത്തെടുക്കാനുള്ള ആത്മവിശ്വാസവും കരുത്തും സാധാരണക്കാരായ കുട്ടികൾക്ക് പകർന്നു കൊടുക്കുവാൻ നവോദയ വിദ്യാലയങ്ങൾക്ക് സാധിച്ചുവെന്നതിന്റെ ഏറ്റവും വലിയ തെളിവാണ് ഈ കൂട്ടുകാരന്റെ വാക്കുകൾ.

ഇപ്രകാരം അനേകായിരം പേരുടെ ഉയർച്ചയുടെ കഥകൾ നവോദ യ കുടുംബത്തിന് പറയാനുണ്ടാകും. 1985-86ൽ ആദ്യത്തെ നവോദയ വിദ്യാലയം തുടങ്ങിയതു മുതൽ ഇന്ത്യയിലെ അറുനൂറോളം ജില്ലക ളിൽ വിവിധ കാലഘട്ടങ്ങളിൽ ആരംഭിച്ച നവോദയ വിദ്യാലയങ്ങളിലൂ ടെ ലക്ഷക്കണക്കിന് വിദ്യാർത്ഥികളാണ് പഠനം പൂർത്തിയാക്കി മികവി ലേക്ക് ഉയർന്നുവന്നത്.

എന്നാൽ ഇവരിലാരുംതന്നെ നവോദയയെക്കുറിച്ചുള്ള ഓർമ്മക്കുറി പ്പുകൾ രേഖപ്പെടുത്താനോ, അവ ഒരു പുസ്തകരൂപത്തിൽ പ്രസിദ്ധീ കരിച്ച് മറ്റുള്ളവർക്ക് മാതൃകയാക്കാനോ ഉള്ള ശ്രമം നടത്തിയിട്ടില്ല. ആ ഉദ്യമം ഏറ്റെടുത്ത് ചരിത്രം സൃഷ്ടിക്കാൻ മുൻകൈ എടുത്തതിന്റെ മുഴു വൻ ക്രെഡിറ്റും വിനോദേട്ടനാണെന്നത് ഏറെ സന്തോഷം നൽകുന്നു.

നവോദയയിൽ പഠിച്ച ഓരോരുത്തരുടെയും സ്വകാര്യ അഭിമാനമാണ് കണ്ണൂർ നവോദയയിലെ രണ്ടാം ബാച്ചിലെ വിനോദേട്ടൻ എഴുതിയ 'സെ വൻ ഇയേഴ്സ്' എന്ന നവോദയൻ ഓർമ്മക്കുറിപ്പുകൾ.

2

കണ്ണൂർ നവോദയയിൽവെച്ച് രണ്ടാം ബാച്ച് നടത്തിയ പൂർവവിദ്യാർ ത്ഥി സംഗമത്തിൽ ഞാനും പങ്കെടുത്തിരുന്നു. അന്ന് ഈ പുസ്തക ത്തിലെ ചില അധ്യായങ്ങൾ വിനോദേട്ടൻ വേദിയിൽവെച്ച് വായിച്ചപ്പോൾ പ്രത്യേകിച്ചൊന്നും തോന്നിയില്ല. ഏകാന്തതയിൽ, വാക്കുകൾക്കിടയി ലൂടെ ഊളിയിട്ട് വായിക്കേണ്ട പുസ്തകം വായിച്ചു കേൾക്കുന്നതിനെ അംഗീകരിക്കാൻ സാധിക്കാത്ത മനസ്സിന്റെ സൂത്രമായിരിക്കാം. 'സെവൻ ഇയേഴ്സ്' കയ്യിൽ വന്നെത്തിച്ചേർന്ന് അത് വായിച്ചു തുടങ്ങിയപ്പോൾ ആദ്യം അത്ഭുതമാണ് തോന്നിയത്. നവോദയയിലെ പഠനം പൂർത്തി യാക്കി 27 വർഷങ്ങൾ കഴിഞ്ഞിട്ടും ഓരോ കാര്യങ്ങളും ഓർത്തെടുക്കു വാൻ എങ്ങനെ സാധിച്ചു എന്ന് ഓർത്തായിരുന്നു ആശ്ചര്യപ്പെട്ടത്.

നവോദയയിൽ പഠിച്ച ഏഴു വർഷക്കാലത്തെ ഒട്ടുമിക്ക പ്രധാന സം ഭവങ്ങളും ഓർമ്മയ്ക്ക് കോട്ടം തട്ടാതെ ഒപ്പിയെടുത്ത് 'സെവൻ ഇയേ ഴ്സ്' ലൂടെ അവതരിപ്പിക്കപ്പെട്ടപ്പോൾ, ഒരു നവോദയൻ പൂർവവിദ്യർ ത്ഥിക്ക് തോന്നുന്ന അഭിമാനവും സന്തോഷവും ഒരു വശത്തുണ്ട്. എ ന്നാൽ, അതിലേറെ എന്നെ ആകർഷിച്ചത്, ഈ അനുഭവങ്ങൾ അവത രിപ്പിക്കുന്നതിൽ വിനോദേട്ടൻ കൈക്കൊണ്ട സൂക്ഷ്മതയാണ്. ഓരോ സന്ദർഭവും, അതിന്റെ കൃത്യത ഒട്ടും ചോർന്നു പോകാതെ, അന്നത്തെ കുഞ്ഞുമനസ്സിൽ പതിഞ്ഞ ചിത്രങ്ങളും ചിന്തകളും അതുപോലെ പ കർത്തി നൽകാൻ ഈ പുസ്തകത്തിലൂടെ വിനോദേട്ടന് സാധിച്ചിരി ക്കുന്നു. നവോദയയിലെ ഓരോരുത്തരുടെയും ജീവിതത്തിലൂടെ ആഴ്ന്നിറങ്ങി പോകാൻ വായനക്കാരന് സഹായിക്കുന്നതും ഈ സൂക്ഷ്മത കൊണ്ടാണ് എന്ന് നിസ്സംശയം പറയാം.
' ദാണ്ടെ. അവന്റെ പിറകേ പോ..'
എന്ന് ബെന്നി സാറും
'ഇറ്റ് വാസ് മൈ മിസ്റ്റേക്ക് ഡാ.'
എന്ന് രാമനാഥൻ സാറും പറയുന്നത് പകർത്തിയതിന്റെ കൃത്യത യും സത്യവും നമ്മളെ ഒരു കാലഘട്ടത്തിന്റെ ഓർമ്മകളിലേക്കും സൗ

ഹാർദങ്ങളിലേക്കും കൈപിടിച്ചു നടത്തും.

'അമ്മ തിരിച്ചു പോകാനൊരുങ്ങുകയാണ്. തിരക്ക് നടിച്ച് തിടുക്ക ത്തിൽ അമ്മ പാത്തിപ്പാലത്തിലേക്കുള്ള ജീപ്പിൽ കയറിയിരുന്നു. എ ന്നെ തിരിഞ്ഞു നോക്കിയതേയില്ല. വണ്ടി പുറപ്പെട്ടു. കൺമറയുന്നതിന് മുൻപ് കണ്ണുനീർപാളികൾക്കിടയിലൂടെ ഒരിക്കലെങ്കിലും അമ്മ എന്നെ തിരിഞ്ഞുനോക്കിക്കാണും. തീർച്ച.'

എന്നെഴുതിയതിലൂടെ വിനോദേട്ടൻ ഒരു ആറാം ക്ലാസുകാരന്റെ കു ഞ്ഞു മനസ്സിന്റെ നൊമ്പരം സൂക്ഷ്മമമായി ഒപ്പിയെടുത്ത് ജീവിത യാ ഥാർഥ്യം തിരിച്ചറിവ് നൽകുന്ന ആ മനസ്സിന്റെ പ്രതിഫലനത്തിൽ തു ടങ്ങി, ഇന്നു പറഞ്ഞ 'ഗുഡ് ഈവനിംഗ്' നു പകരം സീതയിൽ നിന്നും അടുത്ത ദിവസം കിട്ടിയ 'ഗുഡ്മോണിങ്' നൽകിയ ദുഃഖവും സന്തോ ഷവുമെല്ലാം പകർത്തി, ഏഴു വർഷത്തിനുശേഷം കുന്നിറങ്ങുമ്പോൾ തോന്നിയ വേദന വരെയുള്ള കാര്യങ്ങൾ സൂക്ഷ്മതയോടെ പകർത്താൻ സാധിച്ചതാണ് വിനോദേട്ടന്റെയും പുസ്തകത്തിന്റെയും ഏറ്റവും വലി യ നേട്ടം!

3

നവോദയയുടെ ഓർമ്മകൾ ഒപ്പിയെടുത്ത് അവതരിപ്പിക്കുന്നതിലുപ രിയായി, നവോദയ കുടുംബത്തിന്റെ സ്വഭാവരൂപീകരണവും പൊതു വായ സവിശേഷതകളുമൊക്കെ അവതരിപ്പിക്കാൻ 'സെവൻ ഇയേർ സിലൂടെ' ശ്രദ്ധിച്ചിരിക്കുന്നു എന്നതും എടുത്തുപറയേണ്ട ഒരു കാര്യ മാണ്.

'ആഗ്രഹങ്ങളെ എന്നും ആഗ്രഹങ്ങളായി തന്നെ നിലനിർത്താനും പിടിവാശികളില്ലാതെ ആജ്ഞകൾ അനുസരിക്കാനും അവർ നമ്മളെ പഠിപ്പിച്ചു. അവകാശങ്ങളെകുറിച്ച് ചിന്തിക്കുന്നതേ തെറ്റ്. അല്ലെങ്കിലും 'ഞാൻ' എന്ന ഭാവം നഷ്ടപ്പെട്ട നമുക്ക് ആരുടെ അവകാശങ്ങളേക്കുറി ച്ചാണ് ചിന്തിക്കാൻ കഴിയുക?'

'ഈ യാത്രയെ ഞാൻ എങ്ങനെയാണ് വിവരിക്കേണ്ടത്? ഭൂമിയിൽ നിന്നും മറ്റാരു ലോകത്തേക്കുള്ള യാത്ര. അത് സ്വർഗമോ നരകമോ എ ന്തുമാവട്ടെ. ഇതുവരെ അനുഭവിച്ചിട്ടില്ലാത്ത ഒരിടം. ഈ യാത്രയിൽ വെ ച്ചാണ് എനിക്ക് എന്റെ ബാല്യം നഷ്ടപ്പെട്ടത്. ഇവിടെ വെച്ചാണ് എനി ക്കെന്റെ ഉറ്റവരെ നഷ്ടമായത്. ഇവിടെ എവിടെയോ വെച്ചാണ് എന്റെ വി കാരങ്ങൾ എന്റേത് മാത്രമായത്. ഞാൻ ചിന്തിക്കാൻ തുടങ്ങിയത്... ക

രയാൻ മറന്നത്.'

'ഒന്നും മനസ്സിലാകാത്ത കണക്ക് പിരിയഡിനെ കുറിച്ചും, പാത്രം കഴുകാൻ ഒരു ഗ്ലാസ് വെള്ളത്തിനു വേണ്ടിയുള്ള നീണ്ട ക്യൂവിനെ കുറിച്ചും വിശന്നു വലയുന്ന രാവിലെകളിൽ അഞ്ചു കഷ്ണം ബ്രെഡ് കൊണ്ട് വിശപ്പ് മാറുന്നില്ല എന്ന കാര്യവും നമ്മളാരും പറഞ്ഞില്ല. കാരണം നമ്മൾ പരാതികൾ പറയാൻ അർഹതയില്ലാത്ത കൂട്ടരാണെന്ന് സ്വയം തോന്നി.'

'തങ്ങൾക്കാവുന്ന വിധം മറ്റുള്ളവരെ സഹായിച്ചു കഴിച്ചുകൂട്ടുന്ന നമുക്കിടയിൽ എല്ലാവർക്കും അവരവരുടേതായ പ്രാധാന്യമുണ്ടായിരുന്നു. ഉറുമ്പുകളുടെ ചെറുലോകത്തിൽ ഓരോ കുഞ്ഞനുറുമ്പുകൾക്കും തന്റേതായ സ്ഥാനവും ഇടവുമുണ്ട് എന്ന് പറയുന്നതുപോലെ.'

ഇങ്ങനെ പല അദ്ധ്യായങ്ങളിൽ അല്പം തത്ത്വശാസ്ത്രത്തിന്റെ മേമ്പൊടിയോടെ, ചില വേദനകൾ അയവിറക്കിയും മറ്റും, നവോദയയുടെ ഓർമ്മകൾക്ക് കരുത്ത് പകരാനും, അവിടെ ജീവിച്ച ഒരു തലമുറയെ മുഴുവൻ അടയാളപ്പെടുത്താനും സാധിച്ചത് പുസ്തകത്തിന്റെ മാറ്റുകൂട്ടുന്നു.

4

'സെവൻ ഇയേഴ്സ്' ഒരു ദൗത്യമായിരുന്നു എന്ന് ഒറ്റവാക്കിൽ പറയാം. വലിയൊരു വെല്ലുവിളി ഏറ്റെടുക്കുകയും ഉജ്ജ്വല വിജയത്തോടെ ആ ചാലഞ്ച് പര്യവസാനിപ്പിക്കുകയും ചെയ്യാൻ വിനോദേട്ടന് സാധിച്ചിരിക്കുന്നു! 'ഗുരുവോളം വളർന്ന ശിഷ്യൻ' എന്ന് പറഞ്ഞുതുടങ്ങിയ കഥ ഓർമ്മകളിലെ വാക്കുകളിൽ ചെന്ന് പ്രതിധ്വനിക്കുമ്പോൾ വിനോദേട്ടനെപ്പോലെ ഞാനും അഭിമാനിക്കുന്നു.. സെവൻ ഇയേഴ്സിനെക്കുറിച്ച്.

കൂടാതെ, ഓർമ്മക്കുറിപ്പുകളിലൂടെ നവോദയയിൽ പഠിച്ച കാലത്തെ ചിന്തയുടെയും വളർച്ചയുടെയും കഥകൾ അനായാസമായും ലളിതമായും സുന്ദരമായും ഒരുക്കിത്തന്നതിന് ഒരായിരം നന്ദി പറയാൻ കൂടി ഈ അവസരം ഉപയോഗിക്കട്ടെ!

എസ്. ഹരികിഷോർ, ഐ.എ.എസ്.

കണ്ണൂർ നവോദയ വിദ്യാലയത്തിലെ
പൂർവവിദ്യാർത്ഥി (1991–1998)

ഉള്ളടക്കം

ആമുഖം

കുന്നിൻ മുകളിലെ തെളിനീർപ്പൊായ്കയെ സാക്ഷി നിർത്തി ഗുരു ശിഷ്യരോടായ് പറഞ്ഞു.

'ഇത്രയും കാലം നിങ്ങൾ ഒരേ കുടക്കീഴിൽ കഴിഞ്ഞു, ഒരേ പാത്ര ത്തിൽനിന്നും ഭക്ഷിച്ചു, ഒരു പോലെയുള്ള വസ്ത്രങ്ങൾ ധരിച്ചു, ഒരൊ റ്റ ഗുരുവിൽ നിന്നും വിദ്യ അഭ്യസിച്ചു. ഇപ്പോൾ നിങ്ങൾ സ്വതന്ത്രരാ ണ്. ഓരോരുത്തർക്കും ഓരോ നൗകയാണ് വാഹനം. തുഴയാൻ പങ്കാ യവും കുടിക്കാൻ വെള്ളവും കഴിക്കാൻ കായ്കറി ഫലങ്ങളും ഇതിലു ണ്ട്. ഈ നൗക ഉപേക്ഷിക്കുകയോ നീറ്റിലേക്ക് ചാടുകയോ ചെയ്യുന്ന ത് മഹാപരാധമാണ്. മരണത്തിനു തുല്യമാണത്. ഭീരുക്കൾക്ക് മാത്രം പറഞ്ഞിട്ടുള്ളത്.

നിങ്ങൾക്ക് ഇഷ്ടമുള്ളിടത്തേക്ക് പ്രയാണം ചെയ്യാം. സത്യവും സ ന്തോഷവും സ്നേഹവും അറിവും സമ്പത്തും തേടിയുള്ള ഈ യാത്ര യിൽ ഈ കുന്നിൻമുകളിൽ നിന്ന് ഇക്കാലമത്രയും കൈമുതലാക്കിയ ജീവിതമൂല്യങ്ങൾ നിങ്ങൾക്ക് വഴികാട്ടിയാകും.'

ശിഷ്യർ യാത്ര തുടങ്ങി.

പല ദിക്കുകളിലേക്ക്, വ്യത്യസ്ത വേഗതകളിൽ അവർ യാത്ര തു ടർന്നു.

മണിക്കൂറുകളും ദിവസങ്ങളും വർഷങ്ങളും തുടർന്ന യാത്രയിലെ വിടെയോ അവർക്ക് തിരിച്ചറിവുണ്ടായി. തങ്ങളിപ്പോഴും കുന്നിൻചെരി വിലെ താഴ്വരയിൽ ഏതോ ഒരു ജലാശയത്തിൽ തന്നെ ചുറ്റിത്തിരി യുകയാണെന്ന ബോധം അവരെ വേട്ടയാടി. അതിൽ നിന്നും പുറത്ത് കടക്കാനെന്നോണം അവർ പിന്നെയും തുഴഞ്ഞു. ചിലർ ഗതി മാറി കൈ വഴികളിലൂടെ അപ്രത്യക്ഷരായി. മറ്റു ചിലർ ചെറുനദികൾ കണ്ടെത്തു കയും അവയിലൂടെ പുറം ലോകത്തേക്ക് ഏകാകിയായി കുതിക്കുക യും ചെയ്തു. അവരോഹണങ്ങളും ആരോഹണങ്ങളും താണ്ടി അവർ പിന്നെയും യാത്ര തുടർന്നു.

പിന്നീടൊരു ആവേശമായിരുന്നു. പുതിയ തീരങ്ങൾ, പുതിയ വൃ ക്ഷത്തലപ്പുകൾ, പുതിയ ആകാശം..ആ പ്രസരിപ്പിൽ അവർ കുതിച്ചു.

പലനാളുകൾ അവർ യാത്ര തുടർന്നു.

ഒരു നാൾ, ആ പഴയ കുന്നിൻതാഴ്വരയിലെ നീർപ്പൊയ്കയിൽ അ വർ വീണ്ടും എത്തിച്ചേർന്നു. പ്രസരിപ്പ് പൊലിഞ്ഞു വിവശരായി ജലാ ശയത്തിലെ വിദൂര ബിന്ദുക്കളിൽ പലയിടത്തായി അവർ ചിന്നി ച്ചിതറി ക്കിടന്നു.

വീണ്ടും ഒരേ ആകാശം.. ഒരേ വായു.. ഒരേ മണ്ണ്.

കശുമാവിൻ തുമ്പുകളെ തഴുകിയെത്തിയ തണുത്ത കാറ്റിലും, നേർ ത്ത ചാറ്റൽമഴയിലും, കണ്ണീരിന്റെ ഉറവകൾ അലിഞ്ഞില്ലാതായി. അ വർക്കു മുന്നിൽ പുതിയൊരു ലോകം പിറന്നു. സാന്ത്വനത്തിന്റെ, കനി വിന്റെ, ആത്മാർത്ഥതയുടെ നൂലിഴകളാൽ അവർ തന്നെ നിർമിച്ച ഒരു ലോകം.

പ്രകൃതിയെ ആവോളം ആവാഹിച്ച്, മനസ്സുകൾ തിരിച്ചറിഞ്ഞ്, ഗു രുവോളം വളർന്ന ശിഷ്യരിൽ ഒരാൾ കഥ പറഞ്ഞു തുടങ്ങി.

1. റോൾകോൾ

അതിരാവിലെയാണ് ജംബുകന്റെ വാട്സ്ആപ്പ് മെസ്സേജ് കണ്ടത്.

'ഞങ്ങൾ 73 പേരിൽ 49 പേരും ആൺകുട്ടികളായിരുന്നല്ലോ. അതിൽ ഒരാൾ സ്വയം ജീവനൊടുക്കി. ചക്കരയുടെയും പണ്ഡിറ്റിന്റെയും രണ്ടു മാസത്തെ കഠിനപ്രയത്നത്തിനൊടുവിൽ ശേഷിക്കുന്നവരിൽ 45 പേ രെ കണ്ടെത്തിക്കഴിഞ്ഞു. പക്ഷേ മൂന്നുപേർ. അവരെവിടെയാണെന്ന് യാതൊരു വിവരവുമില്ല.

ഷിജു T.D

ജിൽജിത്ത്

രാജേന്ദ്രൻ

നീ വേണം അവരെ കണ്ടെത്താൻ. ഒരു പക്ഷേ നിനക്ക് മാത്രം സാ ധിക്കുന്ന കാര്യം.

മറ്റൊരു കാര്യംകൂടി. ഗൾഫിലുള്ള ഷാജിത്ത് വഴി വയനാട്ടിൽ ഒരു റിസോർട്ട് രണ്ടു ദിവസത്തേക്ക് ബുക്ക് ചെയ്തിട്ടുണ്ട്. ജൂൺ അവസാന വാരം, ഞാനും അതിനോടടുത്ത് നാട്ടിൽ വരും. നമുക്ക് എല്ലാവർക്കും ഒന്നിച്ച് കൂടണം..'

പലഘട്ടങ്ങളിലുള്ള ജീവിതാനുഭവങ്ങളാണ് പലപ്പോഴും മനുഷ്യനെ തളർത്തുന്നതും അതുവഴി അവനെ വളർത്തുന്നതും. ആ വളർച്ചയുടെ ഏതോ ഒരു പടവിലിരുന്നുകൊണ്ട് പിന്നിട്ട വഴികൾ നോക്കികാണുക യാണ് അവൻ. ഇന്ന് സാൻ ജോസ് എന്ന അമേരിക്കയിലെ സിലിക്കൺ വാലി നഗരത്തിൽ ആപ്പിൾ കമ്പനിക്കുവേണ്ടി ജോലിചെയ്യുകയാണ് ജംബുകൻ എന്ന കമ്പ്യൂട്ടർ എഞ്ചിനീയർ. യഥാർത്ഥ പേര് ജിബോ ജോൺ. മുപ്പതു വർഷം പഴക്കമുള്ള ജീവിതത്താളുകളിലേക്ക് തിരിഞ്ഞു നോക്കുമ്പോൾ പല അനുഭവങ്ങൾ ഓർമകളെ ക്രമേണ മായ്ച്ചുകള ഞ്ഞിട്ടുണ്ട്. അവനെ മാത്രമല്ല നമ്മളെയെല്ലാവരെയും മറവി ബാധിച്ചി ട്ടുണ്ട്. വരുംകാലങ്ങളിൽ ഏറ്റവും അവസാനത്തേത് ആദ്യം എന്നനില യിൽ ഓർമകളില്ലാതായിക്കൊണ്ടിരിക്കും.. പക്ഷേ ഏറ്റവുമൊടുവിൽ മാ

ത്രം മറക്കുവാൻ പാകത്തിൽ മനസ്സിന്റെ അടിത്തട്ടിൽ കുറിച്ചുവെച്ച ചി
ല കാര്യങ്ങളുണ്ട്.

ബാംഗ്ലൂരിലും ദുബായിലും ചിലപ്പോൾ യൂറോപ്യൻ രാജ്യങ്ങളിലു
മായി റോന്തുചുറ്റുന്ന ഏറോനോട്ടിക്കൽ എൻജിനീയറായ ചോട്ടു വല്ല
പ്പോഴുമാണ് നാട്ടിലെത്തുന്നത്. നാട്ടിലെത്തിയാൽ എന്നെ വിളിക്കും. ഒ
ന്നിച്ച് ഒരു സിനിമ കാണും. പഴയതും പുതിയതുമായ വിശേഷങ്ങൾ പ
ലതും പറയും. അതിനിടയിലാണ് വർഷങ്ങൾക്കുമുമ്പ് പയ്യന്നൂരിലെ ഏ
തോ ഒരു തീയേറ്ററിൽ വെച്ച് തിക്കും തിരക്കിനുമിടയിൽ ഷിജു ടി ഡി
യെ അവസാനമായി കണ്ട കാര്യം ചോട്ടു പറഞ്ഞിരുന്നത്. അലസമാ
യി വളർത്തിയ ചുരുണ്ട തലമുടിയും നരച്ച ഷർട്ടും ലുങ്കിയുമുടുത്ത അ
വനെ തിരിച്ചറിയാൻ നന്നേ പാടുപെട്ടു എന്ന കാര്യം അവനിപ്പോഴുമോർ
ക്കുന്നു. പിന്നീട് അവനെപ്പറ്റി ആരെങ്കിലും എന്തെങ്കിലും പറഞ്ഞതായ
റിയില്ല. പ്ലസ്ടുവിന് ഞങ്ങളുടെ കൂടെ സയൻസ് പഠിക്കാൻ അവനു
ണ്ടായിരുന്നില്ല. പകരം കോമേഴ്സ് പഠിക്കാൻ കാസർകോടേക്ക് പോ
യവരുടെ കൂട്ടത്തിലായിരുന്നു. അവിടെനിന്ന് പഠിച്ചിറങ്ങിയ അവനെക്കു
റിച്ച് 'വണ്ടി' എന്ന് വിളിപ്പേരുള്ള രാജീവൻ ടി അയച്ച ഒരു എഴുത്ത്
എന്റെ ഓർമയിലുണ്ട്. ഏതോ ഒരു കാല്പനിക നൊമ്പരത്തിൽപ്പെട്ടിരു
ന്ന അവൻ കിഴക്കൻ മലയോരത്തെ തന്റെ വീട് വിട്ട് ആരുമറിയാത്ത
ഏതോ ഒരു ദേശത്തേക്ക് ചേക്കേറിയ കാര്യമായിരുന്നു വണ്ടി പറഞ്ഞി
രുന്നത്.

ഷിജു ടി ഡിയെ കുറിച്ച് കൂടുതൽ എന്തെങ്കിലുമറിയണമെങ്കിൽ വ
ണ്ടിയെ തന്നെ കൂട്ടുപിടിക്കണം. പോലീസുകാരനായതിനാൽ സ്വല്പം
അന്വേഷണത്വരയും കാണും. വൈകുന്നേരം തന്നെ വണ്ടിയെ വിളിച്ചു.
ഷിജു ടി ഡിയെ കുറിച്ച് ഇപ്പോൾ അവന് യാതൊരു വിവരവുമില്ല എ
ന്നാണ് അറിയാൻ കഴിഞ്ഞത്. എവിടെയാണോ, എന്താണോ എന്നറി
യാനുള്ള അവസാനത്തെ വഴിയായിരുന്നു വണ്ടി. അതും ഇല്ലാതായി.

ഏകദേശം രണ്ടാഴ്ച കഴിഞ്ഞുകാണും. ദിവസങ്ങളായി പലവഴി അ
ന്വേഷിച്ചറിഞ്ഞ മറ്റൊരു കാര്യമറിയിക്കാനാണ് വണ്ടി വിളിച്ചത്. ജിൽ
ജിത്തിനെ കുറിച്ച്. അവൻ തളിപ്പറമ്പിനടുത്ത് ഒരു വർക്ക്ഷോപ്പ് നട
ത്തുന്നുണ്ടുപോലും. തളിപ്പറമ്പ് എന്നു പറഞ്ഞാൽ നമ്മുടെ തൊട്ടടു
ത്ത സ്ഥലം. അപ്പോൾ കാര്യങ്ങൾ എളുപ്പമായി.

തൊട്ടുത്ത ദിവസം ഉച്ചതിരിഞ്ഞ് വണ്ടിയെയും കൂട്ടി തളിപ്പറമ്പിലേ
ക്ക് പോയി. വർഷങ്ങൾക്കുശേഷം വീണ്ടുമൊരു കൂടിക്കാഴ്ചയ്ക്ക് വഴി
യൊരുങ്ങി. ഒരു ഞെട്ടലോടെയാണ് ജിൽജിത്ത് ഞങ്ങളെ കണ്ടത്. ആ

ദൃകാഴ്ചയിൽ വലിയ രൂപമാറ്റം തോന്നിയെങ്കിലും മുഖത്ത് ആ പഴയ ചി രി വിടർന്നപ്പോൾ നമ്മുടെ ജിൽജിത്തിന് ഒരു മാറ്റവുമില്ല എന്നു തോന്നി. പഴയ ആൾക്കാരെക്കുറിച്ച് സംസാരിക്കുന്നതിനിടയിൽ രാജേന്ദ്രനെകുറി ച്ചുള്ള വ്യക്തമായ വിവരം ജിൽജിത്തിൽ നിന്നുമറിഞ്ഞു. അവൻ അവി ടെത്തന്നെയുള്ള എംപ്ലോയ്മെന്റ് എക്സ്ചേഞ്ചിൽ ക്ലാർക്ക് ആയി ജോ ലി ചെയ്യുന്നുണ്ടെന്നും അവർ തമ്മിൽ ഇടയ്ക്കിടെ കാണാറുണ്ടെന്ന കാ ര്യവും കൂടിയറിഞ്ഞപ്പോൾ ശരിക്കും ഞെട്ടിയത് ഞങ്ങളാണ്. ഒട്ടും വൈ കിയില്ല. അപ്പോൾ തന്നെ മൂവരും രാജേന്ദ്രനെ കാണാൻ അവന്റെ ഓഫീ സിലേക്ക് തിരിച്ചു.

ഒട്ടിയ മുഖവും മെലിഞ്ഞുണങ്ങിയ കൈകാലുകളുമായി തളർന്നവ ശനായ രാജേന്ദ്രൻ തിരിച്ചറിയാൻ വയ്യാത്ത രീതിയിൽ മാറിപ്പോയിരി ക്കുന്നു. ആരോടും കീഴടങ്ങാത്ത സത്യവ്രതനെന്ന ഒട്ടക്കാരനെ ആ ദ്യാവസരത്തിൽതന്നെ തോൽപ്പിച്ചുകളഞ്ഞ മസിൽമാനായ നമ്മുടെ രാ ജേന്ദ്രൻ ജീവിതശൈലീരോഗങ്ങളാൽ വയ്യാതായിരിക്കുന്നു. ഡിഗ്രി പഠ നത്തിന് ശേഷം വീട്ടിലെ കഷ്ടപ്പാടുകൾ. നാടുനീളെ ജോലിയന്വേഷി ച്ചുള്ള നടപ്പ്. പിന്നീട് കുറേക്കാലം ആന്ധ്രാപ്രദേശിൽ അധ്യാപകവൃ ത്തി. അവിടുത്തെ അച്ചടക്കമില്ലാത്ത ആഹാരരീതി. ഇതെല്ലാംതന്നെ അ വനെ ശാരീരികമായും മാനസികമായും തളർത്തിയിരുന്നു. ഈ അടു ത്ത കാലത്താണ് ഒരു സർക്കാർ ജോലികിട്ടിയത്. ഇപ്പോൾ തിരിച്ചുവര വിന്റെ പാതയിലാണ്. ഷിജു ടി ഡിയെക്കുറിച്ച് അറിയുവാൻ സാധിച്ചി ല്ലെങ്കിലും മറ്റുരണ്ടുപേരെയും കണ്ടെത്തിയ സന്തോഷത്തിലായിരുന്നു ഞാൻ.

'Got two of them. Jiljith and Rajendran.'

പൊട്ടിച്ചിരിയുടെ സ്മൈലികളായിരുന്നു ജംബുകന്റെ മറുപടി. കൂ ടെ 73 പേരുടെ റോൾ നമ്പരും പേരും ചേർത്തുള്ള ഒരു പട്ടികയും അയ ച്ചു തന്നു. അവരിൽ പലരുമായി ഇപ്പോഴും ബന്ധമുണ്ട്. ചിലരെ കുറിച്ച് എനിക്ക് തീരെ അറിവില്ല. പ്രത്യേകിച്ച് പെൺകുട്ടികളെക്കുറിച്ച്. ആൺ കുട്ടികളെക്കുറിച്ചും പെൺകുട്ടികളെക്കുറിച്ചുമുള്ള വിവരങ്ങൾ ഏറ്റവും കൂടുതൽ അറിയാൻ സാധ്യതയുള്ള ഒരാളേയുള്ളൂ. സലിന. അതിനു കാരണമുണ്ട്. അവൾക്ക് ജീവിതപങ്കാളിയായ് കിട്ടിയത് ഞങ്ങളിൽ ഒ രാളിനെ തന്നെയാണ്. സലിനയെ വിളിച്ചു. ജംബുകൻ അയച്ചുതന്ന പ ട്ടിക അതേപടി അവൾക്ക് കൊടുത്തു. കാര്യങ്ങൾ പറഞ്ഞു. അറിയാവു ന്ന കാര്യങ്ങൾ വെച്ച് അടുത്ത ദിവസം വൈകുന്നേരത്തോടെ അവൾ വ്യക്തിവിവരങ്ങൾ അയച്ചു തന്നു. ജംബുകനും സലിനയും അയച്ചുത

ന്ന വിവരങ്ങൾ ഞാൻ നോട്ട്ബുക്കിൽ കുറിച്ചുവെച്ചു (അനുബന്ധം കാ
ണുക).

പേരുകളേക്കാൾ ഓർത്തിരിക്കുന്നത് അക്കങ്ങളാണ്. മുടങ്ങാത്ത
റോൾകോളുകൾക്കിടയിൽ ഉച്ചത്തിൽ വിളിച്ചു പറഞ്ഞിരുന്ന അക്കങ്ങൾ.
73, 74, 75.. ഉണ്ണുന്ന പ്ലേറ്റിലും കുടിക്കുന്ന ഗ്ലാസ്സിലും ഷർട്ടിലും ബെഡ്
ഷീറ്റിലും ബക്കറ്റിലുമടക്കം ഈ അക്കങ്ങൾ വിടാതെ പിന്തുടർന്നിരു
ന്നു.

പല വ്യക്തിത്വവികസന സെമിനാറുകളും ഗുണദോഷപാഠ ഉപദേ
ശങ്ങളും ഞാൻ കേട്ടിട്ടുണ്ട്. ഒരുപാട് മഹത് വചനങ്ങളും. പക്ഷേ ഇ
തിൽ നിന്നുമൊന്നും കിട്ടാത്ത ഒരു ഊർജ്ജം ആ ഒരൊറ്റ വിളിയിൽനിന്ന്
ലഭിക്കും.

'കമോൺ നമ്പർ വൺ തേർട്ടി എയ്റ്റ്..!'

2. പുറപ്പാട്

പാത്തിപ്പാലം.

അതാണ് ആ ബസ് സ്റ്റോപ്പിന്റെ പേര്. അമ്മ ഇടക്കിടെ അത് ഓർമ്മ പ്പെടുത്തിക്കൊണ്ടേയിരുന്നു. രാവിലെ തുടങ്ങിയതാണീ യാത്ര. ബസ്സു കൾ മാറിമാറിക്കയറി നന്നേ ക്ഷീണിച്ചു. അമ്മയ്ക്കിനി വന്ന വഴിയേ തിരിച്ച് യാത്ര ചെയ്യാനുമുള്ളതാണ്. അതും ഒറ്റയ്ക്ക്. കറുപ്പു നിറത്തി ലുള്ള ഒരു നമ്പർലോക്ക് സ്യൂട്ട്കേസിനു മുകളിൽ അഞ്ചു ഇംഗ്ലീഷ് അ ക്ഷരങ്ങളാൽ എന്റെ പേര് അടയാളപ്പെടുത്തിയിരുന്നു. അമ്മ അത് മു റുക്കെ പിടിച്ചിട്ടുമുണ്ട്.

ബസ് ഒരു ചെറിയ പുഴയും കടന്ന് പാത്തിപ്പാലം സ്റ്റോപ്പിലെത്തി. ഞങ്ങളിറങ്ങി. തികച്ചും അപരിചിതമായ സ്ഥലം. ഇനിയും നാലോ അ ഞ്ചോ കിലോമീറ്റർ യാത്രയുണ്ട് സ്ക്കൂളിലേക്ക്. പുതുതായി ചേരാൻ പോകുന്ന കുട്ടികളേയും രക്ഷിതാക്കളേയും കൊണ്ട് രണ്ടു ജീപ്പുകൾ നിൽപ്പുണ്ട്. ഞങ്ങൾ അതിലൊന്നിൽ കയറി.

വീണ്ടും യാത്ര.. ജീപ്പിൽ പത്തോ പതിനൊന്നോ പേർ കാണും. അതിൽ മൂന്നോ നാലോ കുട്ടികൾ. അവരെല്ലാം എന്റെ പ്രായക്കാർ. പ ത്തുപതിനൊന്ന് വയസ്. എന്താണിവരുടെ പേരുകൾ? ഇവർ ഏതു നാ ട്ടുകാർ.? ചോദ്യങ്ങൾ പലതുമുണ്ട്. ഒരു കാര്യം ഉറപ്പാണ്. ഇനി ഇവരാ ണ് എന്റെ കൂട്ടുകാർ. ആ വാക്കിന് ഞാൻ അറിഞ്ഞു വച്ച അർത്ഥം എ ത്രയോ ചെറുതായിപ്പോയി എന്ന് മനസ്സിലായത് വർഷങ്ങൾക്കു ശേഷ മാണ്.

കവുങ്ങിൻ തോപ്പുകളും കപ്പത്തോട്ടങ്ങളും താണ്ടി വണ്ടി വളഞ്ഞും നിവർന്നും നീങ്ങി. ടാറിട്ട റോഡു കടന്ന്, കുണ്ടുകൾ നിറഞ്ഞ ചരൽ റോഡിലൂടെയായി പൊടി പടലം പറത്തിക്കൊണ്ടുള്ള യാത്ര. ചുറ്റും ക ശുമാവിൻ തോട്ടം. ഇടക്കിടെ കറുത്ത പാറകൾ മാത്രം നിറഞ്ഞ തരിശു ഭൂമി. പരിസരത്തെങ്ങും ആൾക്കാരോ വീടോ, മറ്റു കെട്ടിടമോ കാണാ നില്ല. ഇതെവിടേക്കാണ് പോകുന്നത്? മനുഷ്യരാരും ഇതുവരെ കടന്നു

ചെന്നിട്ടില്ലാത്ത സ്ഥലത്തേക്കോ? അമ്മ വിഷമത്തോടെ ചുറ്റും നോക്കു ന്നുണ്ട്. എന്നെ ചേർത്തു പിടിച്ചു. തീരുമാനിച്ചുറച്ചതൊക്കെ തെറ്റിപ്പോ യി എന്നു തോന്നിക്കാണും പാവത്തിന്.

'മോനെ കേന്ദ്ര സർക്കാർ ദത്തെടുത്തിരിക്കുകയല്ലേ.. ആയിരങ്ങളാ പരീക്ഷയെഴുതിയത്. ഇതൊരു മഹാഭാഗ്യമെന്ന് കരുതുക. ഇനി ഒന്നും നോക്കാനില്ല. എല്ലാ ചെലവുകളും അവർ നോക്കിക്കോളും. വലിയ ജോ ലിക്കാരനായിട്ടേ പുറത്തിറക്കൂ..'

'എല്ലാ ദിവസവും സദ്യയാണെന്നാ കേട്ടത്.. ഭക്ഷണ കാര്യം പേടി ക്കയേ വേണ്ട.'

'അവിടെ സിനിമയിൽ കാണുന്നതുപോലെ കുളിക്കാൻ സ്വിമ്മിങ് പൂ ളൊക്കെയുണ്ടുപോലും.'

നാട്ടുകാരും അയല്പക്കകാരുമൊക്കെ പറയുന്നത് കേട്ടപ്പോൾ അ മ്മ കൂടുതലൊന്നും ചിന്തിച്ചു കാണില്ല. മറിച്ചു ചിന്തിച്ചാൽ സ്വാർത്ഥത ആയിപ്പോകും.

ഈ യാത്രയെ ഞാൻ എങ്ങനെയാണ് വിവരിക്കേണ്ടത്? ഭൂമിയിൽ നിന്നും മറ്റൊരു ലോകത്തേക്കുള്ള യാത്ര. അത് സ്വർഗമോ നരകമോ എന്തുമാവട്ടെ. ഇതുവരെ അനുഭവിച്ചിട്ടില്ലാത്ത ഒരിടം. ഈ യാത്രയിൽ വെച്ചാണ് എനിക്ക് എന്റെ ബാല്യം നഷ്ടപ്പെട്ടത്. ഇവിടെ വെച്ചാണ് എ നിക്കെന്റെ ഉറ്റവരെ നഷ്ടമായത്. ഇവിടെ എവിടെയോ വെച്ചാണ് എന്റെ വികാരങ്ങൾ എന്റേത് മാത്രമായത്. ഞാൻ ചിന്തിക്കാൻ തുടങ്ങിയത്... കരയാൻ മറന്നത്. ശരീരം മാത്രമേ പഴയതായയുള്ളൂ. 'ആത്മാവ്' എന്ന ത് 'ഞാൻ' എന്ന പദത്തെ സൂചിപ്പിക്കുന്നതാണെങ്കിൽ ഈ ഞാൻ പിറ വിയെടുക്കുന്നതും ഈ യാത്രയിൽ തന്നെ.

അങ്ങ് കിഴക്ക്, കണ്ണവം കാടുകൾക്ക് അപ്പുറത്ത് നീല നിറമാർന്ന മൂന്നു വയനാടൻ മലകൾ നിവർന്നു നിൽക്കുന്നു. അടുക്കും തോറും അത് ചെറുതായിക്കൊണ്ടേയിരുന്നു. ചെറിയൊരു കയറ്റിറക്കത്തിനുശേ ഷം ദൂരെയായ് ഒരു കോൺക്രീറ്റ് കെട്ടിടം പ്രത്യക്ഷപ്പെട്ടു. അതിനടു ത്തായി അധികം ദൂരെയല്ലാതെ ഒരു ഓടുമേഞ്ഞ കെട്ടിടവും. ഇവ രണ്ടി നുമിടയിൽ ചുവന്ന മിനുത്ത കല്ലുകൾ മാത്രം നിറഞ്ഞ ചെങ്കടൽപോ ലുള്ള സമതലം. സമയം ഉച്ചതിരിഞ്ഞ് മൂന്നുമണിയായിക്കാണും. ജീപ്പ് നിർത്തി. കോൺക്രീറ്റ് കെട്ടിടത്തിന്റെ ഉള്ളിലായാണ് പ്രിൻസിപ്പാളിന്റെ ഓഫീസ്.

എനിക്കു മുൻപേ എത്തിച്ചേർന്ന ചിലർ അവിടെ നില്പുണ്ട്.
'പേര്?'

'എൻറെ പേര് ബാലകൃഷ്ണൻ. മകൻ ഷാജി.'
'എവിടുന്നാ?'
'സ്ഥലം പാപ്പിനിശ്ശേരി. നിങ്ങൾ?'
'പയ്യന്നൂരിലാ.'

അമ്മ എന്നെയും കൂട്ടി പ്രിൻസിപ്പാളിന്റെ റൂമിലേക്ക് കടന്നു. ചില സംസാരങ്ങൾക്കുശേഷം കോൾ ലെറ്റർ, ഡോക്ടറെ കണ്ടു വാങ്ങിയ ഫി റ്റ്നസ് സർട്ടിഫിക്കറ്റ്, നാട്ടിലെ അന്നൂർ യു പി സ്കൂളിൽ നിന്നും വാ ങ്ങിയ വിടുതൽ സർട്ടിഫിക്കറ്റ്, എന്നിവ അമ്മ മേശപ്പുറത്ത് വെച്ചു.

എന്നെ സ്കൂളിൽ ചേർക്കുകയാണ്. ആറാംക്ലാസിലേക്ക്. ജീവിത ത്തിലെ നിർണായക കാര്യങ്ങളെല്ലാം സംഭവിക്കുന്നത് യാന്ത്രികമായ മനസ്സിന് മുന്നിലായിരിക്കും. കഴിഞ്ഞതും വരാൻപോകുന്ന കാര്യങ്ങൾ ഒന്നും ആലോചിക്കാതെ എന്നാൽ വർത്തമാനത്തിൽ മനസ്സ് കൊടുക്കാ നും കഴിയാത്ത നിർവികാരമായ ഒരവസ്ഥ. എനിക്ക് സന്തോഷമോ ദു:ഖ മോ തോന്നിയില്ല. ഞാൻ ചിരിച്ചില്ല. കരഞ്ഞുമില്ല. ഇടക്ക് ആരോ ചായ യും ചെറുപയറ് പുഴുക്കും കൊണ്ടു വന്നു തന്നു.

'നിനക്കിഷ്ടമുള്ള സാധനമാണല്ലോ ഇവിടെ തിന്നാൻ..'

അമ്മ എന്നെ സന്തോഷിപ്പിക്കാൻ പറഞ്ഞതാവണം. സ്യൂട്കേസ് എ ന്നെ ഏൽപ്പിച്ചു. ഇനി ഈ പെട്ടിയാണ് എന്റെ സ്വത്ത്. കുറച്ചു ഷർട്ടു കൾ. ട്രൗസറുകൾ. കുറെ ഇൻലന്റുകൾ. ഈ നീലക്കടലാസുകളാണ് ഇനി ഞാനും വീടുമായുള്ള ഏകബന്ധം.

അമ്മ തിരിച്ചു പോകാനൊരുങ്ങുകയാണ്. തിരക്ക് നടിച്ച് തിടുക്കത്തിൽ അമ്മ പാത്തിപ്പാലത്തിലേക്കുള്ള ജീപ്പിൽ കയറിയിരുന്നു. എന്നെ തിരി ഞ്ഞു നോക്കിയതേയില്ല. വണ്ടി പുറപ്പെട്ടു. കൺമറയുന്നതിന് മുൻപ് ക ണ്ണുനീർപ്പാളികൾക്കിടയിലൂടെ ഒരിക്കലെങ്കിലും അമ്മ എന്നെ തിരിഞ്ഞു നോക്കിക്കാണും. തീർച്ച.

ഒരു നല്ല നാളെയെ സ്വപ്നംകണ്ട് ഇന്നിനെ ബലികൊടുക്കുകയാ യിരുന്നു. എന്റെ വികാരങ്ങൾ നഷ്ടപ്പെട്ടിട്ടില്ലായിരുന്നെങ്കിൽ, ഭൂമിയിലെ എല്ലാ വാത്സല്യസ്രോതസ്സുകളെയും ഈ നിമിഷം മുതൽ ഞാനെന്നെ ന്നേക്കുമായി വെറുത്തേനേ.

3. ആരംഭം

എനിക്കു മുമ്പേ വന്നു ചേർന്നിട്ടുള്ള ചില കുട്ടികൾ ചിരിച്ചും കളി ച്ചും സൗഹൃദം സ്ഥാപിച്ചുകഴിഞ്ഞു. പലർക്കും പല ഭാഷകൾ. ചിലർ സിനിമകളിൽ മാത്രം കേട്ടു പരിചയമുള്ള മലയോര അച്ചായൻമാരുടെ ശൈലിയിൽ സംസാരിക്കുന്നു. ചിലർ എന്നേപ്പോലെ അതിചടുലതയിൽ അക്ഷരങ്ങൾ വിഴുങ്ങി ആർക്കും മനസ്സിലാകാത്ത പയ്യന്നൂർ ഭാഷയിൽ. മറ്റു ചിലർക്ക് സംസാരത്തിനിടെ ഇംഗ്ലീഷ് വാക്കുകൾ പ്രയോഗിക്കാനാ ണ് താൽപര്യം.

ആ കോൺക്രീറ്റ് കെട്ടിടത്തിന് ഒരു പേരുണ്ട്. നെതർലാന്റ് ഹൗസ്. സത്യത്തിൽ അതാരു ഓഡിറ്റോറിയം ആയിരുന്നു. ഷെൽഫുകളും പ്ലൈ വുഡ് തട്ടികളും ഉപയോഗിച്ച് അവ പല ചെറുഹാളുകളായി വേർതിരി ച്ചിരിക്കുന്നു. ഓഡിറ്റോറിയത്തിലെ സ്റ്റേജ് പ്രിൻസിപ്പാളിന്റെ ഓഫീസ് ആക്കി മാറ്റിയിരിക്കുന്നു. ഒരു ഹാൾ ആൺകുട്ടികളുടെ ഹോസ്റ്റൽ. മ റ്റൊന്ന് പെൺകുട്ടികളുടേത്. വേറൊന്ന് ക്ലാസ് മുറി. എല്ലാറ്റിനും കൂടി പുറത്ത് നീണ്ട ഒരു വരാന്ത. അങ്ങനെ ഒരു 'ആൾ ഇൻ വൺ' ആണ് ആ കെട്ടിടം.

വിദ്യാലയത്തെ കുറിച്ച് പലതും കേട്ടറിഞ്ഞിട്ടുണ്ട്. നിലവാരമുള്ള ക്ലാ സ് മുറികൾ.. കളിക്കാൻ മൈതാനങ്ങൾ, സ്വിമ്മിങ് പൂൾ.. അങ്ങനെ പ ലതും. സത്യം അതൊന്നുമല്ല എന്ന് വ്യക്തം. പക്ഷേ ആ സങ്കൽപ്പ ങ്ങൾക്ക് പിറകെ വെച്ചുപിടിച്ചല്ല ഞാൻ ഇവിടെയെത്തിയത്. ഇവിടുത്തെ പരിമിതികളെല്ലാം നാട്ടിലെ സ്കൂളുമായി താരതമ്യം ചെയ്യുമ്പോൾ സൗ കര്യക്കുറവുകളിൽ എനിക്ക് ഒരു വിഷമവും തോന്നിയില്ല. ഒരുപാടുപേർ എഴുതിയ പരീക്ഷയിൽ കുറച്ചുപേർ മാത്രമേ ജില്ലയിൽ പാസ്സായുള്ളൂ. അതിൽ വളരെ കുറച്ചു പേർക്കു മാത്രം ലഭിക്കുന്ന സൗഭാഗ്യമാണിതെ നാണ് പഴയ സ്കൂളിലെ അദ്ധ്യാപകരും നാട്ടുകാരും പറഞ്ഞത്. ആ ചിന്ത മനസ്സിൽ മുഴച്ചു നിന്നതുകൊണ്ടാകാം ഇവിടുത്തെ പോരായ്മക ളൊന്നും എന്നെ അലോസരപ്പെടുത്തിയതേയില്ല എന്നതാണ് സത്യം.

അധ്യാപകരായി എട്ടുപേരാണ് ഇവിടെ ഉള്ളത്. ഇംഗ്ലീഷ് കൈകാ ര്യം ചെയ്യുന്നത് പ്രഭാവതി മിസ്സ്. കണക്കിന് രതിമിസ്സ്. സാമൂഹ്യശാസ് ത്രത്തിന് ഐസക് സാർ. മലയാളവിദ്വാൻ സുധാകരൻ സാർ. ഹിന്ദി ത ത്ക്കാലം കൈകാര്യം ചെയ്യുന്നത് പ്രിൻസിപ്പാൾ കൃഷ്ണപ്പിള്ള സാറു തന്നെ. അതുപോലെ സയൻസ് തത്ക്കാലം പിടി സാറായ നെൽസൺ സാർ. മ്യൂസികും ലൈബ്രറിയും മോഹനൻ സാർ. ചിത്രകലാ അധ്യാ പകനായി ഗോപിനാഥൻ സാർ. ഇത്രയും ആൾക്കാർ ചേർന്നാൽ ഒരു സ്കൂൾ ആയി. ഇനി അങ്ങോട്ട് ഞങ്ങളുടെ ഗുരുജനങ്ങളായും മാതാപി താക്കളായും വഴികാട്ടിയായും കാരണവരായും ഇവർ കാണും ഈ കു നിന്മേൽ. ഇവർ മാത്രമേ കാണൂ.

ഹോസ്റ്റൽ ഹാളിന്റെ ഒരു ഭാഗത്തായി പല നിറത്തിലുള്ള കുറെ കി ടക്കകൾ അട്ടിയായി കൂട്ടിയിട്ടിരിക്കുന്നു. രാത്രി ഭക്ഷണത്തിനുശേഷം ഓരോ കിടക്കകളും ഞങ്ങൾ തന്നെ എടുത്ത് സിമന്റ് തറമേൽ നിര ത്തി. പുതുതായി കിട്ടിയ തവിട്ടു വരകളുള്ള വെള്ള ബെഡ്ഷീറ്റുകൾ വിരിച്ചു. കണ്ടാൽ സീബ്രാ കൂട്ടങ്ങളെന്ന് തോന്നുമാറ് എല്ലാവരും നിര നിരയായി കിടന്നു.

അങ്ങനെ വ്യത്യസ്ത ദേശക്കാർ, വ്യത്യസ്ത സംസ്ക്കാരം കൈമു തലുള്ളവർ ആ ഒരു രാത്രിയിൽ ഒരേ മേൽക്കൂരക്കു കീഴിൽ പലനേര ങ്ങളിലായി നിദ്രയിലാണ്ടു. പെറ്റമ്മയേയും വാൽസല്യനിധിയായ അച്ഛ നേയും കൂടപ്പിറപ്പുകളേയും വേർപിരിഞ്ഞ ആ രാത്രിയിൽ, നേരം പുല രുവോളം, അടക്കിപ്പിടിച്ച തേങ്ങലുകൾ കേൾക്കാമായിരുന്നു.

4. സംഖ്യാവത്ക്കരണം

നമുക്ക് പ്രിയപ്പെട്ടവരും പരിചയമുള്ളവരുമായ ആരെയും കാണാ തെ, അപരിചിതമായ ഒരു സ്ഥലത്ത്, ചെയ്യേണ്ട കാര്യങ്ങളേക്കുറിച്ച് ഒ രു ധാരണയുമില്ലാതെ ഉണർന്നെഴുന്നേൽക്കുമ്പോൾ ഒരു പത്തുവയസു കാരന്റെ ഇടനെഞ്ചിലുറയുന്ന വിങ്ങൽ അനുഭവിച്ചവർക്കേ അതേക്കുറി ച്ച് സങ്കൽപിക്കാൻ പോലും കഴിയു. വീട്ടിൽ അമ്മയുടെയും ചേച്ചിയു ടെയും കൂടെയുണ്ടായിരുന്ന പ്രഭാതത്തിന് ഇരുപത്തിനാല് മണിക്കൂറി ന്റെ പഴക്കമേയുള്ളൂ എന്ന് ചിന്തിക്കാനേ വയ്യ. ഭൂലോകം അതിന്റെ അ ച്ചുതണ്ടിൽ ഒരു തവണയേ പ്രദക്ഷിണം ചെയ്തുള്ളൂ. പക്ഷേ എന്റെയു ള്ളിലതു താണ്ടിയത് യുഗങ്ങളായിരുന്നു. കാലം മുന്നിൽ തുറന്നിട്ടത് നിശ്ശബ്ദതയുടെയും യാന്ത്രികതയുടെയും അന്തമില്ലാത്ത അന്ധകാരവും.

പി ടി മാഷ് നെൽസൺ സാറാണ് ഞങ്ങളുടെ ഹോസ്റ്റൽ വാർഡൻ. ഇനി മുതൽ ഞങ്ങളുടെ എല്ലാ കാര്യങ്ങളുടെയും ചുമതലക്കാരൻ. ഞങ്ങ ൾ എപ്പോൾ എഴുന്നേൽക്കണം, എപ്പോൾ ഉറങ്ങണം, എപ്പോൾ കുളി ക്കണം, എത്രമണിക്കൂർ പഠിക്കണം, എപ്പോൾ ഭക്ഷണം കഴിക്കണം, അത് എത്ര നേരത്തിനുള്ളിൽ കഴിച്ചുതീർക്കണം, എല്ലാം തീരുമാനി ക്കുന്നത് സാറുതന്നെ. അതിരാവിലെ സാറിന്റെ ഒരു വിസിലടിയുണ്ട്. അതിന് മുൻപേ എഴുന്നേൽക്കുന്നവരുണ്ട്. കമലിനെയും പണ്ഡിറ്റിനെ യും പോലുള്ള ചിലർ. കക്കൂസിനു മുന്നിലെ ക്യൂവും താണ്ടി, അവിടു ത്തെ കർമ്മങ്ങൾ മുഴുവൻ കഴിഞ്ഞ്, എന്തിനും തയ്യാറായ ചാവേറുക ളെ പോലെ അസംബ്ലിയിൽ നിരനിരയായ് നിൽക്കുമ്പോൾ എവിടെനി ന്നോ വന്ന ഒരു വിജയഭാവമായിരിക്കും എല്ലാവരുടെയും മുഖത്ത്. പര സഹായമില്ലാതെ പലതും കൈകാര്യം ചെയ്തതിന്റെ സംതൃപ്തി. രാ വിലെ എഴുന്നേറ്റ് അമ്മയുടേയോ ചേച്ചിയുടെയോ മേൽനോട്ടമില്ലാതെ ഒറ്റയ്ക്കു പല്ലുതേച്ചു. ഒറ്റയ്ക്കു കുളിച്ചു. ഞാൻ തന്നെ തല തോർത്തി. തലമുടിയിലെ വെള്ളം മുഴുവനും തോർത്തിയെടുത്തു എന്ന് ഉറപ്പുവരു ത്തി. മുടിചീകി. വസ്ത്രങ്ങൾ ധരിച്ചു.

'ഇതെല്ലാം ഞാൻ ഒറ്റയ്ക്കാണ് ചെയ്തത് അമ്മേ..'

1988 സെപ്റ്റംബർ 21. എന്റെ സ്വത്വം റോൾ നമ്പർ 138 എന്ന മൂന്നക്ക ങ്ങളാൽ നാമകരണം ചെയ്യപ്പെട്ടിരിക്കുന്നു. NTK എന്ന പന്ന്യന്നൂർകാ രൻ ഇന്നു മുതൽ റോൾ നമ്പർ 73, കണ്ണൂർക്കാരൻ കോശി 74. തലശ്ശേ രി മിത്തുട്ട് 75. ഈ പേരുകളെല്ലാം തന്നെ പിന്നീട് കൈവന്ന വിളിപ്പേരു കളാണ്. യഥാർത്ഥ പേരുകൾ ഞങ്ങൾതന്നെ മറന്നുപോയി. അതിനി വിടെ പ്രസക്തിയുമില്ല. പ്രവേശന വാതിൽ ഇനിയും കൊട്ടിയടക്കാത്ത തിനാൽ അവസാന നമ്പറുകാരൻ വരാൻ പോകുന്നതേയുള്ളു. 138 എ ന്ന ഈ ഞാൻ എല്ലാ സ്ഥാവര ജംഗമ വസ്തുക്കളിലും ഈ അക്കങ്ങൾ ആലേഖനം ചെയ്യേണ്ടതാണ്. സിനിമയിൽ ജയിൽപ്പുള്ളികളെ നമ്പർ വൽക്കരിച്ചു കണ്ടിട്ടുണ്ട്. അമിതാഭ് ബച്ചനും മോഹൻലാലുമാക്കെ ആ ശ്രേണിയിൽ വരുമെന്നതാണ് ഒരു ആശ്വാസം. അതിജീവനസാമഗ്രിക ളായി കേന്ദ്രസർക്കാർ നമുക്ക് അനുവദിച്ച വസ്തുക്കൾ ഇവയാണ്.

വെള്ള യൂണിഫോം ഷർട്ട്	2
ചാരനിറമുള്ള ട്രൗസർ	2
ബെൽറ്റ്	1
ഷൂ (കറുത്തത്)	1 ജോഡി
കാൻവാസ്ഷൂ (വെള്ള)	1 ജോഡി
സോക്സ് (വെള്ള)	2
ബാത്തിങ്ങ് ടർക്കി ടവൽ	1
ലൈഫ് ബോയ് സോപ്പ്	1
501 ബാർ സോപ്പ്	പകുതി
വെളിച്ചെണ്ണ	100 ml
പ്ലേറ്റ്	1
ഗ്ലാസ്	1

ഇത്രയും സാമഗ്രികൾ കൈവശം വന്നുചേർന്നപ്പോൾ ഞാനും ചില്ല റ സ്വത്തുകാരനായി. ഇവയൊക്കെ സൂക്ഷിക്കേണ്ട ഉത്തരവാദിത്തവും വന്നു ചേർന്നു. പക്ഷെ സർക്കാർ തരാൻ മറന്നുപോയി എന്ന് തോന്നി യ ചിലതുമുണ്ട്.

കത്തെഴുതാൻ ഇൻലന്റ്
അടിവസ്ത്രങ്ങൾ
ടൂത്ത് ബ്രഷ്
ചീപ്പ്
പൗഡർ
കണ്ണാടി

കിട്ടിയ സാധനങ്ങളിൽ റോൾനമ്പറെഴുതാൻ കഴിയുന്നതിലൊക്കെ അക്കമിട്ടു. അതിനിടെ സന്തോഷ് ഓ സി എന്ന പറശ്ശിനി സ്വദേശി പുതുതായി ജോയിൻ ചെയ്തു. വെറുതെയിരിക്കുന്ന നേരത്തൊക്കെ റോൾ നമ്പർ ചോദിച്ച് കളിക്കുന്നത് ഞങ്ങൾക്ക് ഒരു ശീലമായിരുന്നു..

ചോദ്യം : നമ്പർ 86?

ഉത്തരം: സുനിൽ കെ കെ.

നമ്പർ 128?

നിഷാ അഗസ്റ്റിൻ.

ദിവസങ്ങൾക്കുള്ളിൽ എല്ലാവരുടെയും റോൾ നമ്പറുകൾ മനഃപാഠമായി. അതിരാവിലെ പി ടിക്കു മുമ്പ്.. പി ടിക്ക് ശേഷം. രാവിലെ അസ്സെംബ്ളിക്ക് മുൻപ്. മെസ്സിൽ. രാത്രി ഡിന്നറിനു ശേഷം. എല്ലായിടത്തും മുടങ്ങാതെ റോൾകാൾ ഉണ്ടാകും. എല്ലാവരും സ്വന്തം നമ്പറുകൾ ഉച്ചത്തിൽ വിളിച്ചുപറയണം. 73 മുതൽ പുതുതായി വന്നുചേർന്ന 146കാരൻ വരെ ഒളിച്ചോടാതെ തളർന്നുവീഴാതെ ജീവനോടെയുണ്ടോ എന്ന് തിരിച്ചറിയാനുള്ള വഴി.

ഈ നമ്പർവൽക്കരണത്തിന്റെ ഫലമായി ഞങ്ങളിൽ ജാതിമതവർഗ്ഗ, പ്രാദേശിക ചിന്തകളൊന്നുംതന്നെ ഉടലെടുത്തില്ല എന്നതാണ് സത്യം. ഏതായാലും സ്വന്തം റോൾ നമ്പർ കേട്ടാൽ ഏതു പാതിരാത്രിയിലും 'present sir' എന്ന് പറയാൻ പ്രാപ്തരായി ഞങ്ങളെല്ലാം.

5. ഭഗവദ്പാദപുരി

ഭഗവദ്പാദപുരി എന്നാണ് ഈ പ്രദേശത്തിന്റെ പേര്. പേരിനു പിന്നി ലെ കഥകൾ പലതുമുണ്ട്. ശ്രീകൃഷ്ണ ഭഗവാന്റെ പാദമുദ്ര പതിഞ്ഞ പ്രദേശമെന്നതാണ് അതിലൊന്ന്. YVMFT (Yoga Vedantha Mandir Foundation Trust) എന്ന സംഘടനയുടെ പേരിൽ ഏതാനും വർഷങ്ങൾ ക്കു മുമ്പ് വരെ ഇവിടെ ഒരു ആശ്രമം പ്രവർത്തിച്ചിരുന്നു. യൂറോപ്പിലെ ഹോളണ്ടുകാരുമായി അടുത്ത ബന്ധം പുലർത്തിയിരുന്ന അവർ ഗുരു നിത്യചൈതന്യയതിയുടെ കീഴിൽ യോഗയിൽ അധിഷ്ഠിതമായ ജീവി തശൈലി മുൻനിർത്തിയുള്ള പ്രവർത്തനങ്ങളുമായി ബന്ധപ്പെട്ട് ഇവി ടെ താമസമാക്കി. അതിന് വേണ്ടിയുള്ള സൗകര്യാർത്ഥം ഇവിടെ മൂന്നു കെട്ടിടങ്ങൾ പണിതു. അതിലൊന്ന് കോൺക്രീറ്റ് കെട്ടിടവും മറ്റൊന്ന് ഓടു മേഞ്ഞ ഭക്ഷണശാലയും. നെതെർലാൻഡുകാരുമായുള്ള ബന്ധ മാണ് കോൺക്രീറ്റ് കെട്ടിടത്തിന് നെതർലാന്റ് ഹൗസ് എന്ന പേര് വ ന്നു ചേരാൻ കാരണം.

മൂന്നാമത്തെ കെട്ടിടം YVMFT എന്ന് എഴുതിവെച്ച ചെറിയൊരു കോൺക്രീറ്റ് ഔട്ട്ഹൗസാണ്. അവിടെയാണ് പ്രിൻസിപ്പാൾ കൃഷ്ണ

പ്പിള്ള സാറും കുടുംബവും ഇപ്പോള്‍ താമസിക്കുന്നത്.

കേരളത്തില്‍ നിന്നുള്ള ആദ്യത്തെ വൈമാനികനും പിന്നീട് ഐഎ എസ് പദവി ലഭിക്കുകയും ചെയ്ത ശ്രീ. മൂര്‍ക്കോത്ത് രാമുണ്ണിയുടെ നിര്‍ദ്ദേശപ്രകാരമാണ് നവോദയ വിദ്യാലയത്തിന് കണ്ണൂര്‍ ജില്ലയില്‍ ഏ റ്റവും അനുയോജ്യമായ പ്രദേശമായി ഭഗവദ്പാദപുരി കുന്നിന്മേലുള്ള YVMFT യുടെ ഈ പ്രദേശം തിരഞ്ഞെടുത്തത്. പുറം പ്രദേശങ്ങളില്‍ നിന്നും വേറിട്ട് അകന്നുനില്‍ക്കുന്ന പ്രശാന്തമായ ഇവിടുത്തെ അന്തരീ ക്ഷം ശാസ്ത്രീയവും ആധ്യാത്മികവുമായ വിദ്യാഭ്യാസത്തിന് എന്തു കൊണ്ടും അനുയോജ്യമാണു പോലും. ഇതൊക്കെ രാമുണ്ണി സാറുത ന്നെ പലപ്പോഴായി പറഞ്ഞിട്ടുള്ളതാണ്. അല്ലാതെ ഈ വക കാര്യങ്ങ ളുടെ വിശദാംശങ്ങളെ കുറിച്ച് ഇവിടെ ആര്‍ക്കെങ്കിലും കൂടുതല്‍ അറി വുള്ളതായി എനിക്കറിയില്ല. അറിയാന്‍ ശ്രമിച്ചതുമില്ല.

കേരളവര്‍മ്മ പഴശ്ശിരാജ വയനാടന്‍ മലനിരകളിലെ ഗോത്ര പോരാ ളികളുമായി സഹവസിച്ചിരുന്ന കാലത്ത് ബ്രിട്ടീഷുകാരില്‍ നിന്നും ര ക്ഷനേടി ഒളിച്ചു പാര്‍ക്കാന്‍ ഈ പ്രദേശം ഉപയോഗിച്ചു പോന്നിരുന്നു എന്നും പറഞ്ഞു കേള്‍ക്കുന്നു. വയനാടന്‍ മലകളില്‍ നിന്നും ഇറങ്ങിവ ന്ന പഴശ്ശി ഇവിടുത്തെ പാറപ്പുറത്ത് ദീര്‍ഘനേരം പത്മാസനത്തില്‍ ഇ രിക്കാറുണ്ടെന്നും അങ്ങനെ പാറ തഴമ്പിച്ച് ഉണ്ടായതാണ് ഈ കുഴി എന്നും പറഞ്ഞ് മെസ്സ് ജീവനക്കാരനായ ചന്ദ്രേട്ടന്‍ കശുമാവിന്‍ തോ പ്പുകള്‍ക്കിടയിലെ പാറപ്പുറത്തെ ഒരു ചെറുകുഴി കാണിച്ചു തന്നിട്ടുണ്ട്. പഴശ്ശിയെ ചുറ്റിപ്പറ്റിയുള്ള ഈവക ഐതിഹ്യങ്ങളുടെ ഓര്‍മയ്ക്കാണ് പിന്നീട് സ്ക്കൂള്‍ മുറ്റത്ത് പഴശ്ശിയുടെ ഒരു പ്രതിമ സ്ഥാപിക്കാന്‍ തീരു മാനിച്ചത്.

കിഴക്ക് കാണുന്ന ഉയരമുള്ള നീലമലകള്‍ വയനാടന്‍ കാടുകളാ ണ്. വടക്ക്, കുത്തുപറമ്പും അതിനുമപ്പുറത്തുള്ള അതിദൂര പ്രദേശങ്ങള്‍ വരെ കാണാന്‍ പാകത്തിലാണ് ഈ സമതല പ്രദേശത്തിന്റെ നില്‍പ്പ്. സ്ക്കൂളിന് ചുറ്റും നാലുഭാഗത്തുമായി പറങ്കിമാവിന്‍ തോപ്പുകളാണ്. പ ടിഞ്ഞാറു ഭാഗത്തെ തോപ്പുകള്‍ക്കപ്പുറത്ത് ആഴമേറിയ ഒരു കൊക്ക യുണ്ട്. താഴേ ദൂരെയായി ചെണ്ടയാട് എന്ന ചെറുഗ്രാമം. അതിദൂരെയാ യി ചക്രവാളത്തോടു ചേര്‍ന്ന് തലശ്ശേരിഭാഗത്തെ കടല്‍ കാണാം. ചില നേരങ്ങളില്‍ സൂര്യപ്രകാശം തട്ടി ഒരു സ്വര്‍ണ്ണരേഖപോലെ കടല്‍ വെ ട്ടിത്തിളങ്ങും. ഇങ്ങനെയൊരു വിദ്യാലയം ഇവിടെ ഇല്ലായിരുന്നെങ്കില്‍ ഇവിടുത്തെ ഭൂമിശാസ്ത്രമനുസരിച്ച് ഒരു വിമാനത്താവളത്തിന് വേണ്ടി യുള്ള സാധ്യതാ പഠനം നടത്തിക്കഴിഞ്ഞിരിക്കുമെന്ന് ഉറപ്പാണ്.

രാവിലെ എഴുന്നേൽക്കുമ്പോൾ ആകെയുള്ള പ്രതീക്ഷ പ്രഭാത ഭ ക്ഷണമാണ്. അഞ്ചു കഷണം മോഡേൺ ബ്രഡ്. കൂടെ മുട്ടറോസ്റ്റ്. അ ല്ലെങ്കിൽ ചെറുപയറോ കടലയോ കറിയുണ്ടാകും. ചിലപ്പോൾ ഉപ്പുമാ വ്, അവിലുപ്പുമാവ്, പൊങ്കൽ, അല്ലെങ്കിൽ ദോശ. പറയപ്പെടാവുന്ന വി ശിഷ്ടമായ സ്വാദൊന്നും ഇവയ്ക്ക് അവകാശപ്പെടാനില്ലെങ്കിലും വിശന്നു വലയുന്ന അനേകം വയറുകളുടെ പ്രതീക്ഷയാണിതെന്ന സവിശേഷ തയുണ്ട്.

മെസ്സിലെ ത്രിമൂർത്തികളെക്കുറിച്ച് പറഞ്ഞില്ല. ചന്ദ്രൻ, രാമകൃഷ്ണൻ, ശങ്കരൻ. പേര് അന്വർത്ഥമാക്കാനെന്ന പോലെ രാമകൃഷ്ണനും ശങ്കര നും ഭഗവാൻമാരുടെ പര്യായനാമങ്ങളായി ഭഗത്പാദപുരിയിലെ ഈ മെ സ്സിൽ വിലസുന്നു. ചന്ദ്രേട്ടനാണ് കൂട്ടത്തിൽ ചെറുപ്പം. നമ്മളോട് കൂടു തൽ അടുപ്പം സൂക്ഷിക്കുന്നതും മൂപ്പരു തന്നെ. രാമകൃഷ്ണേട്ടനാണ് ഇവരുടെ ക്യാപ്റ്റൻ. ശ്രീമാൻ ഉറച്ച ശരീരമുള്ള ഒരു ദൃഢഗാത്രനാണെ ന്നു പറയാം. മോഡേൺ ബ്രഡിന്റെ വലിയ ഇരുമ്പുപെട്ടികൾ മൂപ്പർ ടെമ്പോവാനിൽ നിന്നിറക്കുന്നതും കയറ്റുന്നതും കൗതുകകരമായ കാ ഴ്ചയാണ്. വെള്ളം സൂക്ഷിക്കുന്ന കൂറ്റൻ വീപ്പ തലയ്ക്കു മീതെ ഇരു കൈകളിലുമേന്തി നിവർത്തിപ്പിടിച്ചൊരു വരവുണ്ട്. സാക്ഷാൽ ഹീമാ നേപ്പോലെയുണ്ടാവും.

ശങ്കരേട്ടൻ കാഴ്ചയിൽത്തന്നെ തനി പാചകക്കാരനാണ്. ഭക്ഷണ ത്തെ സ്നേഹിക്കാത്ത ഒരാൾ എങ്ങനെ നല്ല പാചകക്കാരനാവും? അ തുകൊണ്ടുതന്നെ വീർത്ത കുടവയർ പ്രദർശിപ്പിച്ച് ശങ്കരേട്ടൻ ഒരു നല്ല പാചകക്കാരന്റെ രൂപത്തിൽ ചമഞ്ഞു നടന്നു. വിരസതയാർന്ന ഭക്ഷ ണം പലരുടേയും ഉള്ളിൽ പരിഭവമുണർത്തിയെങ്കിലും അത്തരം പരാ തികൾ ഞങ്ങൾ കുട്ടികളുടെ സ്വകാര്യ സംഭാഷണത്തിനപ്പുറത്തേക്ക് വളർന്നില്ല. വളർത്താൻ ഞങ്ങൾക്കറിയുകയുമില്ലായിരുന്നു.

ജലക്ഷാമം അതിരൂക്ഷമായ ഒരു വേനൽക്കാലത്ത് ഞങ്ങൾ വളരെ ക്ലേശിച്ചതോർക്കുന്നു. ഭക്ഷണം കഴിക്കേണ്ടുന്ന പ്ലെയ്റ്റ് കഴുകാൻ വീ പ്പയിലുള്ള വെള്ളത്തിനായി ക്യൂ നിൽക്കണം. ഭക്ഷണത്തിനു മുമ്പ് ഒ രു ഗ്ലാസ് വെള്ളം. ഭക്ഷണ ശേഷം മൂന്നു ഗ്ലാസ്. ആ മൂന്നു ഗ്ലാസുകൊ ണ്ട് കയ്യും വായും പാത്രവും കഴുകണം. കൂടുതൽ വെള്ളം ചോദിക്കു ന്നവരെ ഉപദേശിക്കാനും പാത്രം വൃത്തിയായോ എന്നു പരിശോധിക്കാ നും നെൽസൺ സാർ എപ്പോഴും ചുറ്റുവട്ടത്തു കാണും. അദ്ധ്യാപകർ കുട്ടികളേക്കാൾ കൂടുതൽ വെള്ളം ഉപയോഗിക്കുന്നുണ്ടോ എന്നറിയാൻ ഞങ്ങൾ അസൂയയോടെ ചുഴ്ന്ന് നോക്കുകയും ചെയ്തു.

ആഗ്രഹങ്ങളെ എന്നും ആഗ്രഹങ്ങളായി തന്നെ നിലനിർത്താനും

പിടിവാശികളില്ലാതെ ആജ്ഞകൾ അനുസരിക്കാനും അവർ ഞങ്ങളെ പഠിപ്പിച്ചു. അവകാശങ്ങളെക്കുറിച്ച് ചിന്തിക്കുന്നതേ തെറ്റ്. അല്ലെങ്കിലും 'ഞാൻ' എന്ന ഭാവം നഷ്ടപ്പെട്ട നമുക്ക് ആരുടെ അവകാശങ്ങളേക്കുറി ച്ചാണ് ചിന്തിക്കാൻ കഴിയുക?

'കഴിഞ്ഞുപോയതും നടന്നുകൊണ്ടിരിക്കുന്നതുമായ കാര്യങ്ങളെ കു റിച്ച് ചിന്തിച്ച് നിങ്ങൾ വേവലാതിപ്പെടരുത്. അതിൽ യതൊരു അർത്ഥ വുമില്ല. ഭാവിയെ കുറിച്ച് മാത്രം ചിന്തിക്കുക. ഭാവി. അതുമാത്രമാക ണം ചിന്ത.'

ഉപദേശങ്ങൾ പലഭാഗത്തുനിന്നും പലരൂപത്തിൽ വന്നുചേർന്നു. ഞ ങ്ങൾ മറ്റൊന്നും ചിന്തിക്കാതെ വർത്തമാനകാലത്തിൽ മാത്രം മുഴുകി.

6. വള്ള്യായി

അല്ലെങ്കിലും ഈ 49 കുട്ടികളെ ഒരു കുടുസ്സു ഹാളിൽ കുത്തിനിറച്ച് കിടത്തിയുറക്കുന്നത് കുറച്ചുപാടുതന്നെയാണ്. 'ഭഗവദ്പാദപുരിയിലെ ഹോസ്റ്റൽ ട്രാജഡി' എന്ന തലക്കെട്ടോടെ പത്രങ്ങളിൽ വാർത്തകൾ നിറയും. ഇവിടുത്തെ ദുരവസ്ഥകൾ റിപ്പോർട്ട് ചെയ്യാൻ മാധ്യമങ്ങൾക്ക് അടുത്തകാലത്തായി ശ്രദ്ധ കൂടുതലുണ്ട്. അതിന് കാരണവുമുണ്ട്. തി കച്ചും രാഷ്ട്രീയപരമായ ഒന്ന്. അതിന്റെ ഭാഗമായി രണ്ടു തരം പൗരന്മാ രെ സൃഷ്ടിക്കുന്നു എന്നാരോപിച്ച് ഒരു കൂട്ടം യുവാക്കൾ ചെങ്കൊടികളു മേന്തി നമ്മുടെ നെതർലാന്റ് ഹൗസിനു മുമ്പിൽ സമരം ചെയ്യാൻ തുട ങ്ങിയിട്ട് ദിവസങ്ങളേറെയായി. അവരുടെ ഉച്ചത്തിലുള്ള മുദ്രാവാക്യങ്ങൾ കാരണം ക്ലാസുകൾ മുറയ്ക്ക് നടക്കാറില്ല. മുദ്രാവാക്യങ്ങളേക്കാൾ ഉച്ച ത്തിൽ സംസാരിക്കാൻ കഴിവുള്ള ഐസക് സാറിന്റെ സാമൂഹ്യശാസ് ത്രം ഒരു തടസ്സവുമില്ലാതെ തുടർന്നു.

പുറത്തെ പോലീസും ബഹളവും നമ്മളെ വേവലാതിപ്പെടുത്തിയ തേയില്ല. മറിച്ച് ഒഴിവു പീരീഡുകൾ കിട്ടുന്നതിലുള്ള സന്തോഷമായിരു ന്നു. പലതരം കളികളിലേർപ്പെട്ട് ഞങ്ങൾ ഒഴിവു നേരങ്ങൾ നന്നായി ആസ്വദിച്ചു. അതിലൊന്നാണ് ക്ലാസ്സിലെ കാരംസ് കളി. പുസ്തകങ്ങൾ ഡെസ്കിന്റെ മൂന്നു വശങ്ങളിൽ അട്ടിയായിവെയ്ക്കും. ഒരുഭാഗം കളി ക്കാനായി തുറന്നിരിക്കും. ഡെസ്ക് തന്നെയാണ് കാരംസ് ബോർഡ്. പ ഴയ ബട്ടണുകൾ ആയിരിക്കും ബോർഡിലെ കോയിൻസ്. സ്ട്രൈക്ക റായി റബ്ബർ ഇറേസർ. തോറ്റവർ ജയിച്ചവർക്ക് നോട്ട് ബുക്കിൽ നിന്നും വെള്ളപേപ്പർ കീറി കൊടുക്കണം. ഫൈനൽ മത്സരങ്ങളിൽ ജയിച്ചാൽ മെസ്സിൽ വെച്ച് വിലപ്പെട്ട ഒരു പീസ് ബ്രഡ് സമ്മാനമായി കൊടുക്കേ ണ്ടിവരും. അതായത് ഫൈനലിൽ തോൽക്കുന്നവൻ ചന്ദ്രേട്ടന്റെ കയ്യിൽ നിന്നും ലഭിക്കുന്ന അഞ്ച് ബ്രെഡ്പീസിൽ നിന്ന് ഒന്നു കുറഞ്ഞ് നാ ലെണ്ണം കൊണ്ട് വയറുനിറക്കണം. ജയിച്ചവന് കുശാൽ. അന്നവന് ബ്രേ

ക്ഫാസ്റ്റിന് ആറ് ബ്രഡ്പീസ്.!

നെതർലാൻഡ് ഹൗസിലെ വീർപ്പുമുട്ടൽ കാരണം ഞങ്ങളിൽ മുപ്പ തോളം പേരെ കുന്നിന് താഴെയുള്ള വള്ള്യായിയിലെ ഒരു വാടക വീ ട്ടിൽ താമസിപ്പിക്കാൻ തീരുമാനിച്ചു. ഞാനും അക്കൂട്ടത്തിലുണ്ടായിരു ന്നു. ഇക്കാര്യത്തിൽ എനിക്ക് സന്തോഷമുണ്ട്. തെല്ലു വിഷമവുമുണ്ട്. കരിമ്പാറയും ചെങ്കൽപ്പരപ്പും നിറഞ്ഞ ഈ വരണ്ട സ്ക്കൂൾ ചുറ്റുപാ ടിൽ നിന്നും പുറം ലോകത്തേക്ക് ദിവസേന സഞ്ചരിക്കുക എന്നത് സ ന്തോഷമുള്ള കാര്യം തന്നെ. പോരാത്തതിന് വള്ള്യായിയിലെ കപ്പ കൃ ഷിയും തെങ്ങും, കവുങ്ങും, തോടും, ജീപ്പും, സൈക്കിളും, ഓട്ടോറിക്ഷ യും ഒക്കെ കാണാമല്ലോ. പുറംലോകം കാണുക എന്നത് കുന്നിന്മുകളി ലുള്ളവർക്ക് സ്വർഗം കിട്ടുന്ന പ്രതീതിയാണ്. അത് വള്ള്യായി പോലു ള്ള ഒരു തനി ഗ്രാമപ്രദേശമാകുമ്പോൾ പറയുകയും വേണ്ട. ആകെയു ള്ള വിഷമം എന്തെന്നാൽ നമ്മുടെ ഹോസ്റ്റൽ വാർഡൻ കർക്കശക്കാര നായ നെൽസൺസാർ ആണെന്നതു തന്നെ.

രാത്രി ഭക്ഷണത്തിനു ശേഷം ഞങ്ങൾ മുപ്പതു പേർ ഡ്രൈവർ മോ ഹനേട്ടന്റെയും നെൽസൺ സാറിന്റെയും നേതൃത്വത്തിൽ ഇളം പച്ച നി റത്തിലുള്ള മാറ്റഡോർ വാനിൽ യാത്ര തിരിക്കും. പത്തുപതിനഞ്ച് മിനി ട്ടു ദൈർഘ്യമുള്ള യാത്ര. ഇരുട്ടായതുകാരണം ആസ്വദിക്കാൻ ദൃശ്യഭം ഗികളൊന്നുമില്ല. പാറക്കൂട്ടങ്ങളും കശുമാവിൻ തോപ്പുകളും താണ്ടി കുന്നിറക്കങ്ങളോടെ വള്ള്യായിയിലെത്തും. പക്ഷേ രാവിലെ ഏഴരയ് ക്കുള്ള മടക്കയാത്രയിൽ പുറംലോകത്തെ കാഴ്ചകൾ കാണാം. ഇതേ വഴിയിലൂടെയാണ് ഞാൻ അമ്മയോടൊപ്പം ആദ്യമായി ഇവിടെ വന്നു ചേർന്നത്. ഈ പാതയുടെ കിലോമീറ്റുകൾക്കപ്പുറത്തുള്ള മറ്റേ അറ്റ ത്ത് എന്റെ വീടുണ്ട്, അവിടെ അമ്മയും ചേച്ചിയുമിരിപ്പുണ്ട് എന്ന യാ ഥാർത്ഥ്യം ഇടക്കിടെ മനസിൽ തികട്ടി വരും.

ശനിയാഴ്ച രാത്രി ഡ്രൈവർ മോഹനേട്ടൻ തന്റെ നാട്ടിലേക്ക് തിരി ക്കും. അന്ന് ഞങ്ങൾക്കു വാഹനമില്ല. കാൽനടയായാണ് യാത്ര. പാമ്പു കളും കുറുക്കന്മാരും യഥേഷ്ടമുള്ള കുറ്റിക്കാട് നിറഞ്ഞ കശുമാവിൻ തോപ്പുകൾക്കിടയിലൂടെയുള്ള ഈ കൂട്ടനടത്തത്തിന് മെസ്സിലെ ചന്ദ്രേ ട്ടനും കാണും.

'ഞാൻ കൂടെയുള്ളിടത്തോളം നിങ്ങളാരും ധൈര്യപ്പെടേണ്ടതില്ല' എന്നുച്ചത്തിൽ വിളിച്ചു പറഞ്ഞുകൊണ്ട് നമ്മെ ചിരിപ്പിക്കുകയും പേടി പ്പിക്കുകയും ചെയ്യും ചന്ദ്രേട്ടൻ. കുറ്റിക്കാടുകൾക്കിടയിൽ നിന്ന് കൊ മ്പൻ മുയലുകൾ ഇടക്കിടെ റോഡിനു കുറുകെ മിന്നൽ വേഗത്തിൽ ഓ

ടി മറയും.

കുന്നിൻ ചെരിവിലെ ആദ്യ വളവിനെ 'പെട്രോൾ പമ്പ്' എന്നാണ് വിളിക്കാറ്. അവിടെയെത്തുമ്പോൾ എല്ലാവരും വരിവരിയായി നിന്ന് റോഡ്സൈഡിൽ മൂത്രമൊഴിക്കും. പിന്നെയും നടത്തം. താഴേയ്ക്ക്...

വള്ള്യായി എന്ന ഗ്രാമത്തിലെ മറ്റൊരു വാടകവീട്ടിലാണ് ഞങ്ങളു ടെ സീനിയേഴ്സിനെ താമസിപ്പിച്ചിരുന്നത്. ഞങ്ങളിൽ നാലോ അഞ്ചോ പേരും അവരുടെ കൂടെയുണ്ടായിരുന്നു.. ആനക്കുട്ടിയും(84), കാക്കയു മൊക്കെ (86) അക്കൂട്ടത്തിൽപ്പെടും. മ്യൂസിക് സാറായ മോഹനൻ സാ റിനാണ് അവിടുത്തെ വാർഡൻ ചുമതല. വേനൽക്കാലത്ത് ചില ദിവ സങ്ങളിൽ കുളിക്കാനായി ഞങ്ങളിൽ കുറച്ചുപേരെ അവിടേക്ക് കൊ ണ്ടുപോകുന്നതോർമ്മയുണ്ട്. ഞങ്ങളൊക്കെ കുളിച്ചു തീരുമ്പോഴായി രിക്കും ഒരു ഗസൽ പാട്ടും മൂളി മോഹനൻ സാർ കുളിക്കാൻ വരിക. പാട്ടു കേട്ട് ഞങ്ങൾ അടുത്ത് ചെന്നാൽ സാർ ഞങ്ങളുടെ മുഖത്തുനോ ക്കി പുഞ്ചിരിതൂകി കൂടുതൽ സംഗതികൾ കലർത്തി ഒന്നുകൂടി ശബ്ദമു യർത്തി നീട്ടിപ്പാടും.

'ചുപ്കേ.. ചുപ്കേ രാത് ദിൻ

ആംസു ബഹാനാ യാദ് ഹേ..'

മഴക്കാലം വന്നാൽ വള്ള്യായിയിലെ ജീവിതം കുറച്ചുകൂടി രസകര മാകും. എന്നെ ഏറ്റവും ആകർഷിച്ചത് അവിടത്തെ ചെറിയ പുഴയിലി റങ്ങിയുള്ള കുളിയാണ്. അതിന് മഴക്കാലം തന്നെ വേണം. നാട്ടിലെ കുളത്തിൽ നീന്തി പരിചയമുള്ളതിനാൽ നീന്താനറിയുന്ന കേമൻമാരു ടെ കൂട്ടത്തിൽ ഞാനുമുണ്ട്. ഒഴുക്കിനെതിരെ ദ്രുതഗതിയിൽ നീന്തി ചൂ ത്തനും സാപ്ലിയും ഏവരുടെയും കയ്യടി നേടുക പതിവാണ്. ഇതൊ ക്കെ കണ്ട് അസൂയ പൂണ്ട കോശി ഒരു ദിവസം ഒഴുക്കുള്ള വെള്ള ത്തിൽ തുള്ളി ശ്വാസം കിട്ടാതെ മുങ്ങിത്താഴ്ന്നു. ഇരുണ്ട നിറമുള്ള ചു രുള മുടിക്കാരൻ എന്ന് മലയാളം അധ്യാപകനായ സുധാകരൻ സാർ വിശേഷിപ്പിച്ച മോഹൻദാസ് പിന്നാലെ ചാടി കോശിയുടെ തലമുടി പി ടിച്ചുപൊക്കി രക്ഷപ്പെടുത്തിയത് ഹോസ്റ്റലിൽ പാട്ടായി. അതോടെ മോ ഹൻദാസിന് നമുക്കിടയിൽ ഒരു ഹീറോ പരിവേഷവും കിട്ടി. നമ്മുടെ വാടക വീട്ടിലെ മുതലാളിയുടെ മകളുടെ മേൽ മോഹൻദാസിന് ഒരു നോട്ടമുണ്ടെന്നും പറഞ്ഞ് കോശി കളിയാക്കിയപ്പോൾ കള്ളനോട്ടത്തോ ടെ മൂളിപ്പാട്ടും പാടി പുഞ്ചിരി തൂകി അവൻ ഒഴിഞ്ഞു മാറി. മോഹൻദാ സ് ഞങ്ങൾ ആൺകുട്ടികൾക്കിടയിൽ ഒരു ഹീറോ ആയിരുന്നെങ്കിൽ അധ്യാപകർക്കിടയിൽ ഒരു പ്രശ്നക്കാരനായിരുന്നു. അച്ചടക്കമില്ലാത്ത,

പഠിക്കാൻ കൂട്ടാക്കാത്ത, അനുസരണക്കേട് കാട്ടുന്ന ഒരു പ്രശ്നക്കാ രൻ. അതുകൊണ്ട് തന്നെ നെൽസൺ സാറിന്റെയും മറ്റും ചൂരലടി ഒരു പാടു കിട്ടിയിട്ടുമുണ്ട്.

കാക്ഷൻ, പണ്ഡിറ്റ്, ജംബുകൻ തുടങ്ങിയ ചില ശുദ്ധഗതിക്കാരുമു ണ്ട്. അതിരാവിലെ എഴുന്നേറ്റ് കക്കൂസിൽ പോകും. വേഗം കുളിച്ച്, ഉ ജാല മുക്കിയ നല്ല പളപളാന്ന് വെളുത്ത യൂണിഫോമുമിട്ട് വിജയശ്രീ ലാളിതരായി വാൻ വരുന്നതും കാത്തിരിക്കും. നെൽസൺ സാറിന് എ ന്നേപ്പോലെയുള്ളവരുടെ മേൽ കുതിര കയറാൻ മറ്റൊന്നും വേണ്ടല്ലോ. അങ്ങനെ അച്ചടക്കമുള്ളവർ എന്നും നല്ലവരാവുകയും മറ്റുള്ളവർ അവ രെ കണ്ട് പഠിക്കേണ്ടവരുമായി.

ഞങ്ങളിൽ മറുപകുതി ഇപ്പോഴും പഴയ ആ ഷെൽഫുകൾ ഭിത്തിക ളായ ഹോസ്റ്റലിൽ തന്നെയാണ് താമസം. അവർക്ക് സന്തോഷം കണ്ടെ ത്താൻ ഷെൽഫുകൾക്കിടയിലുള്ള നേരിയ വിടവുകളുണ്ട്. അതിനപ്പുറ ത്താണ് പെൺകുട്ടികളുടെ ഹോസ്റ്റൽ. കാഴ്ചശക്തി കൂടുതലുള്ളവർ ക്ക് കൂടുതൽ ആസ്വാദ്യകരം. ചിലർ ഷെൽഫിനിടയിൽ ചെവികൂർപ്പിച്ച് ഏകാഗ്രനായി മറുവശത്തെ ശബ്ദവീചികൾക്ക് കാതോർത്തു ആസ്വദി ച്ചു നിൽക്കും. അപ്പുറത്തെ ശബ്ദങ്ങൾ തിരിച്ചറിഞ്ഞ് ഊറിച്ചിരിക്കും.

ഇതിനിടെ ഒരു ഭ്രാന്തൻ മനുഷ്യൻ എവിടെ നിന്നോകയറി വന്ന് ചി ല അന്തേവാസികളുടെ തുണികൾ കത്തിച്ചു. ഉച്ചത്തിൽ മന്ത്രോച്ചാര ണം ഉരുവിട്ട് പൂജാ നാടകം നടത്തി ബഹളം സൃഷ്ടിച്ച വാർത്ത ക്ലാ സിൽ പാട്ടായി. സെക്യൂരിറ്റിക്കാരൻ ബാലേട്ടൻ അദ്ദേഹത്തെ കയ്യോടെ പിടികൂടി പുറത്തേക്ക് കൊണ്ടു പോയി കണക്കിന് മർദ്ദിച്ചു എന്നതാണ് ബാലേട്ടൻതന്നെ പറഞ്ഞു ഫലിപ്പിച്ച തുടർക്കഥ.

ബാലേട്ടൻ ഒരു തിരുവിതാംകൂർകാരനാണ്. ഒരു വിമുക്ത ഭടൻ. ഇ രുണ്ട നിറവും കൊമ്പൻ മീശയും കണ്ടാൽ ആരും ഒന്നു പേടിച്ചു പോ കും. ആള് ഒരു പഞ്ചപാവമാണെന്ന് സംസാരത്തിൽ നിന്നറിയാം. ബാ ലേട്ടന്റെ പൊടിപ്പും തൊങ്ങലും ചേർത്ത അതിശയോക്തി നിറഞ്ഞ ചി ല പട്ടാളക്കഥകളുണ്ട്. ഒരഞ്ചു മിനുട്ട് സംസാരിച്ചിരുന്നാൽ മതി നമുക്ക് പാക്കിസ്ഥാൻ അതിർത്തിയിൽ നിൽക്കുന്ന അനുഭവമായിരിക്കും.

മാറ്റഡോർ വാനിൽ വള്ള്യായി ഹോസ്റ്റലിലേക്കുള്ള പോക്കുവരവ് എന്നും സുഖമുള്ള ഒരു ഓർമ്മയാണ്. മോഹനേട്ടൻ എന്ന ഡ്രൈവറു ടെ അതുല്യ പാടവത്തേക്കുറിച്ചാവും മിക്കവാറും ചർച്ച. ഗിയറുകൾ മാ റ്റി യന്ത്രശബ്ദങ്ങളിലൂടെ അദ്ദേഹം എല്ലാറ്റിനും മറുപടി പറയും.

ഞാനൊരു പാട്ടു പാടാം എന്നും പറഞ്ഞ് ചക്കര എന്നു വിളിപ്പേരു

ഉള്ള ഷാജി. കെ. കഴുത്തിലെ ഞരമ്പുകൾ വരിഞ്ഞുമുറുക്കി പാടിത്തുട ങ്ങും.

'മാമാങ്കം... പലകുറി കൊണ്ടാടി.. നിളയുടെ തീരങ്ങൾ നാവായിൽ..'

വേറൊരു പാട്ടു പാടാൻ പറഞ്ഞാൽ ഉടനേ തുടങ്ങും...

'വൈശാഖ സന്ധ്യേ ... നിൻ ചുണ്ടിലെന്തേ ..'

പിന്നെയും മാറ്റിപ്പാടാൻ പറഞ്ഞാൽ വീണ്ടും

'മാമാങ്കം.. പലകുറി കൊണ്ടാടി...'

കൂട്ടത്തിൽ മോഹൻ ദാസിന്റെ പാട്ടുകൾക്ക് എന്നും ഒരു ആർദ്രത യുണ്ടായിരുന്നു.

'കണ്ണാം തുമ്പി പോരാമോ.. എന്നോടിഷ്ടം കൂടാമോ
നിന്നെ കൂടാതില്ലല്ലോ ഇന്നെന്നുള്ളിൽ പൂക്കാലം..'

7. പേരന്റ്സ് ഡേ

മാസത്തിലെ ആദ്യത്തെ ഞായറാഴ്ച. വീട്ടുകാർക്ക് സ്ക്കൂളിലേക്ക് വരുവാനും തങ്ങളുടെ കുട്ടികളെ കാണുവാനും അനുവദിച്ച ഒരേയൊരു ദിനം. മറ്റെല്ലാ ദിവസവും കലണ്ടറിലെ ദിനങ്ങൾ എണ്ണി ഞങ്ങൾ ആ കാംക്ഷയോടെ കാത്തിരിക്കുന്നത് ഈ ഒരുനാളിനു വേണ്ടിയാണ്. അ ധ്യാപകരുടെ ശാസനകളും അങ്ങേയറ്റം ആംഗലേയവൽക്കരിച്ച, ഒന്നും മനസ്സിലാവാത്ത ക്ലാസുകളും, ഉറക്കം വരാത്ത രാത്രികളും, അതിരാവി ലെ ഉണർന്നെഴുന്നേറ്റതു മുതൽ തുടങ്ങുന്ന ഭയപ്പാടും മുറ പോലെ തു ടർന്നു കൊണ്ടേയിരുന്നു. ഈ ചുറ്റുപാടിലും ജീവിച്ചിരിക്കുവാൻ പ്രേരി പ്പിക്കുന്ന പ്രതീക്ഷയുടെ ഒരേയൊരു പുൽനാമ്പാണ് ഈ ഞായറാഴ്ച. പേരന്റ്സ് ഡേ.

അമ്മയും വരും. എന്താവും അമ്മ എനിക്കായി കൊണ്ടുവരിക? ബി സ്ക്കറ്റുകൾ? മിഠായി? പഴംപൊരി? ചിലപ്പോൾ തോന്നും, ഒന്നും വേ ണ്ട.. അമ്മ വന്നാൽ മാത്രം മതി.

എല്ലാം പറയണം അമ്മയോട്. ഇവിടുത്തെ ക്ലാസ് ഒന്നും മനസ്സിലാ

കുന്നില്ലെന്നും, എനിക്ക് പേടിയാണെന്നും പറയണം. അതിരാവിലെ എ ഴുന്നേൽക്കാനും നെൽസൺസാറിനോടൊപ്പം അതിദൂരം ഓടാനും, തു ണികൾ അലക്കാനും, പാത്രങ്ങൾ കഴുകാനും, പഠിക്കാനുമൊന്നും എ നിക്കു വയ്യ എന്നു പറയണം.

രാവിലെ തന്നെ എഴുന്നേറ്റു. പ്രൈവറ്റ് വേഷം ധരിക്കാൻ അനുവാദ മുള്ള ആഴ്ചയിലെ ഒരേയൊരു ദിവസമാണ് ഞായറാഴ്ച. ഉള്ളതിൽ ഏ റ്റവും നല്ല വേഷമിട്ട് ബ്രേക്ക് ഫാസ്റ്റും കഴിച്ച് ഞങ്ങൾ കാത്തിരുന്നു. ദൂ രെ പൊടി പറത്തിക്കൊണ്ട് ഒരു ജീപ്പ് വരുന്നു. മോഹനേട്ടന്റെ മാറ്റഡോർ വാനല്ലാതെ മറ്റാരു വാഹനം വരുന്നത് മാസത്തിലെ ഈ ഒരു ദിനം മാ ത്രമാണ്. ജീപ്പ് പാത്തിപ്പാലത്തു നിന്നും വരുന്നതായിരിക്കും. അമ്മയു ണ്ടാവും അതിൽ. ജീപ്പ് നെതർലാന്റ് ഹൗസിനു മുന്നിൽ നിന്നു. ആളു കൾ പുറത്തിറങ്ങി. അമ്മയെ കണ്ടില്ല. മിനിട്ടുകൾക്കു ശേഷം വീണ്ടു മൊരു ജീപ്പ്. പ്രതീക്ഷയോടെ നോക്കിയെങ്കിലും അതിലും ഇല്ല.

വാഹനങ്ങൾ പിന്നെയും വന്നു കൊണ്ടേയിരുന്നു. പലരുടെയും അ ച്ഛനമ്മമാർ വന്നു. കോശിയുടെ ഉപ്പയും ഉമ്മയും ചേട്ടനും വന്നു. മാ ക്രിയുടെ (96) വീട്ടുകാർ വന്നു. പപ്പൂസിന്റെയും (111) വന്നു. അമ്മ എ ന്താ വരാത്തത്? കയ്യിൽ യാത്രയ്ക്കുള്ള കാശ് കാണില്ലേ? അല്ലെങ്കിൽ.. അമ്മ മറന്നു കാണുമോ..?

രക്ഷിതാക്കൾ കുട്ടികളേയും കൂട്ടി കശുമാവിൻ തോട്ടത്തിലേക്ക് പോ യി. ഓരോ മരത്തിനു കീഴിലും രണ്ടോ മൂന്നോ കുടുംബങ്ങൾ ഓരോ ഭാഗത്തായി ഇരിക്കുന്നു. അമ്മമാർ ഭക്ഷണപ്പൊതികൾ തുറന്ന് വീട്ടിൽ നിന്നും കൊണ്ടു വന്ന വിഭവങ്ങൾ മക്കൾക്ക് കൊടുത്തു. അവർ കൊ തിയോടെ അവയെല്ലാം തിന്നു. ചിലർ പൊട്ടിക്കരഞ്ഞു. ചിലർ മരങ്ങൾ ക്കു കീഴെ ശ്മശാന മൂകരായി ഇരുന്നു. കൂട്ടത്തിൽ ഒരാൾ ഇതിലൊ ന്നും ശ്രദ്ധകൊടുക്കാതെ ഈറനണിഞ്ഞ കണ്ണുകളോടെ പറങ്കിമാവിൻ തോപ്പിലേക്ക് ഒറ്റയ്ക്ക് നടന്നു നീങ്ങി. ചിലർക്ക് ഈ ദിവസം അങ്ങനെ യാണ്. ഷാജി എനിയെനി (120)യെ പോലെയുള്ളവർക്ക്. പ്രതീക്ഷിച്ചി രിക്കാൻ ആരുമില്ല. എല്ലാറ്റിൽ നിന്നും ഒളിച്ചോടുവാൻ സ്വയം ഒറ്റപ്പെട്ട് ആരോടും പരിഭവമില്ലാതെ മണിക്കൂറുകളോളം ഏതെങ്കിലും മരത്തി നു മുകളിൽ അവൻ ഒറ്റയ്ക്കിരിക്കും. പ്രകൃതിയിൽ അങ്ങനെ അലി ഞ്ഞില്ലാതാവും.

നേരം ഉച്ചയോടടുത്തിരിക്കുന്നു. എന്റെ കാത്തിരിപ്പിന് അന്ത്യം കുറി ച്ചു കൊണ്ട് അമ്മ വന്നു. കൂടെ ചോട്ടു (103), ചൂത്തൻ (113) എന്നിവരു

ടെ രക്ഷിതാക്കളും. വേദനയാർന്ന കാത്തിരിപ്പിന് ഇത്രയും സുഖമുള്ള ഒരന്ത്യം ഉണ്ടാവുന്നത് ജീവിതത്തിൽ ആദ്യമായാണ്. സന്തോഷം കൊണ്ട് എന്റെ കണ്ണുകൾ നിറഞ്ഞു.

ഇരിക്കാൻ പാകത്തിലുള്ള നല്ല തണൽ മരങ്ങളൊക്കെ എല്ലാവരും കൈക്കലാക്കിയിരിക്കുന്നു. ഞാനും അമ്മയും ഒരു ചെറിയ മരത്തിനു കീഴിലേക്കൊതുങ്ങി. അമ്മയുടെ സാമീപ്യം എനിക്കു തരുന്നത് കഴി ഞ്ഞു പോയ എന്റെ കാലം മുഴുവനുമാണ്. എന്റെ വീട്, നാട്, നാട്ടിലെ ഇടവഴികൾ, കളിസ്ഥലങ്ങൾ, ഭാഷ.. എല്ലാം ചിന്തകളിൽ തികട്ടി വന്നു. അമ്മയുടെ ചെരുപ്പിൽ പറ്റിപ്പിടിച്ചിരിക്കുന്ന മണ്ണ്.. എന്റെ വീട്ടുമുറ്റത്തെ മണ്ണ്... വരണ്ട പാറപ്പുറങ്ങളിൽ ഞാൻ മറന്നു തുടങ്ങിയ നൈർമല്യമാ യ ഭൂമിയുടെ അംശം.

അമ്മയുടെ സാരിത്തലപ്പിൽ ഞാൻ തൊട്ടു. അതിന്റെ തണുപ്പും മൃ ദുലതയും എന്നും എന്നെ ഓർമിപ്പിക്കുന്നത്, ഉൽസവപ്പറമ്പുകളിൽ തെ യ്യക്കോലങ്ങളേയും കാത്തിരുന്ന് അമ്മയുടെ മടിയിൽ ഉറങ്ങിപ്പോകുന്ന രാത്രികളേയാണ്.

വീട്ടിൽ നിന്നും കൊണ്ടു വന്ന നേന്ത്രപ്പഴം പുഴുങ്ങിയത് ഞാൻ ആർ ത്തിയോടെ തിന്നു.

'നിനക്കിവിടെ വിഷമമൊന്നുമില്ലല്ലോ?'

'ഇല്ല'

എന്നു ഞാൻ തലയാട്ടി. മറുത്തൊന്നും പറയാൻ തോന്നിയില്ല. അ മ്മ നാട്ടിലേയും വീട്ടിലേയും വിശേഷങ്ങൾ പലതും പറഞ്ഞു. ഞാൻ എല്ലാം തലയാട്ടി കേട്ടിരുന്നു.

എനിക്കിവിടുത്തെ കാര്യങ്ങളൊന്നും പറയാൻ തോന്നിയില്ല. അമ്മ എന്നെ കാണാത്ത വിഷമം സഹിക്ക വയ്യാതെ എന്നെ കൂട്ടിക്കൊണ്ടു പോകുമെന്ന നേരിയ പ്രതീക്ഷ എന്റെ ഉള്ളിലെവിടെയോ ഒളിഞ്ഞിരി പ്പുണ്ടായിരുന്നു. അങ്ങനെ പോവുകയാണെങ്കിൽ ഇന്നു രാവിലെ കഴു കിയിട്ട തുണികൾ എടുക്കണ്ടേ? അത് ഉണങ്ങിക്കാണുമോ? എന്റെ പ്ലേ യ്റ്റും ഗ്ലാസും എങ്ങനെ തിരിച്ചേൽപ്പിക്കും?

പക്ഷേ .. ഒന്നും സംഭവിച്ചില്ല. അമ്മ പോകാനൊരുങ്ങി. മറ്റുള്ളവരേ ക്കാൾ ദൂരെ നിന്നും വരുന്നതു കൊണ്ടായിരിക്കും വൈകി എത്തിയ തും നേരത്തേ പോകേണ്ടി വരുന്നതും. മറ്റു രക്ഷിതാക്കൾ മൂന്നും നാ ലും മണിക്കൂറുകൾ ചിലവഴിക്കുമ്പോൾ നമുക്ക് കിട്ടുന്നത് കഷ്ടിച്ച് ഒരു മണിക്കൂർ മാത്രം.

അമ്മ പോയി..

ഞാൻ കരഞ്ഞില്ല. ഒരിറ്റു കണ്ണുനീർ എന്റെ കണ്ണിൽ നിന്നുതിർന്നി ല്ല. പക്ഷേ, പറയാൻ വാക്കുകൾ നഷ്ടപ്പെട്ട എന്റെയുള്ളിൽ ഒരു മഹാ സാഗരം നിശബ്ദം തുളുമ്പാതെ വിങ്ങി നിന്നു.

പ്രതീക്ഷകൾ മുഴുവൻ തകർന്നു. ജീവിതം പിന്നെയും പഴയപടി ത ന്നെ. മുടങ്ങാത്ത ക്ലാസ്സുകൾ, ശാസനകൾ. ചിട്ടകൾ.. ഇടനെഞ്ചിനക ത്ത് വലിയൊരു ഭാരം കുമിഞ്ഞു കൂടി. കണ്ണിൽ നിന്നും ദൂരേക്ക് മറ ഞ്ഞു പോകുന്ന ആ ജീപ്പിനു പിറകെ അവസാന ശ്വാസം വരെ നിർ ത്താതെ ഓടാൻ തോന്നി. ലോകം മുഴുവൻ കേൾക്കുമാറ് ഒന്ന് പൊട്ടി ക്കരയാൻ തോന്നി. പക്ഷേ.. ഞാൻ നിശബ്ദനായിരുന്നതേയുള്ളൂ. എ ന്നെപ്പോലെ മറ്റ് എഴുപത്തിമൂന്നു കുഞ്ഞു മനസ്സുകളും യാന്ത്രികതയി ലേക്ക് വലിച്ചെറിയപ്പെട്ട ആ ദിനത്തിൽ, കരയാതെ എങ്ങനെയൊക്കെ യോ പിടിച്ചു നിന്നു.

ഒരുപാട് പ്രതീക്ഷകളും കാത്തിരിപ്പും നിറഞ്ഞ അതിറ്റ സന്തോഷ വും അതിനേക്കാൾ പതിന്മടങ്ങ് വേദനയും സമ്മാനിച്ച ഈ ഒരു ദിവ സം മതി, ഭഗവദ്പാദപുരിയിലെ ഏതൊരന്തേവാസിക്കും ഇനിയുള്ള ജീ വിത പ്രതിസന്ധികളെ തളരാതെ നിർവികാരനായി നേരിടുവാൻ. മനോ വിഷമങ്ങൾ പങ്കുവെയ്ക്കാൻ ആരുമില്ലാതെ വരുമ്പോൾ ഞങ്ങൾ ഒറ്റ യ്ക്കിരുന്ന് സ്വയം സംവദിക്കാൻ തുടങ്ങും. ഏകാന്തതയെ സ്നേഹി ക്കുവാനും.

അന്നു രാത്രി വള്ള്യായിലേക്കുള്ള നടത്തത്തിൽ ആരും പാട്ടുകൾ പാടിയില്ല. പൊട്ടിച്ചിരികളുണ്ടായില്ല. ഹോസ്റ്റലിൽ എത്തിയപാടെ കിട ത്തവുമായി. നിലാവെളിച്ചത്തിൽ കുറുക്കൻമാരുടെ ഓരിയിടലും ഇളം തെന്നലിൽ ഓലത്തലപ്പുകളിളകുന്ന മർമരവും കാതോർത്ത് നനവാർ ന്ന മനസ്സുമായി, കൂരിരുട്ടിൽ കണ്ണുകൾ തുറന്ന് ഞങ്ങൾ കിടന്നു. വെളു ക്കുവോളം..

ജീവിത അസൗകര്യങ്ങളുടെ കഷ്ടപ്പാടിനിടെ, കടുത്ത മാനസികപീ ഡനത്തിന്റെ പിരിമുറുക്കത്തിനിടെ, വേർപാടിന്റെ വികാരത്തള്ളിച്ചകൾ ക്ക് ഒരു സ്ഥാനവുമില്ല. മനസ്സുതകർന്നു പോയേക്കാവുന്ന തുടരെത്തു ടരെയുള്ള ഇത്തരം ആവലാതികൾക്കിടയിൽ പ്രശ്നങ്ങളെ നിസ്സാരവ ത്ക്കരിക്കാനും പുതിയ സന്തോഷങ്ങൾ കണ്ടെത്താനും മനുഷ്യമന സ്സുകൾക്കുള്ള കഴിവ് അപാരം തന്നെയാണ്. ചിന്താശേഷി പതിന്മടങ്ങ് വർധിച്ചുവെന്നു കരുതുന്ന ഈ നാൽപ്പത്തിയഞ്ചാം വയസ്സിൽനിന്ന് തി

രിഞ്ഞുനോക്കുമ്പോൾ ആ കാലയളവിൽ ഞാൻ അനുഭവിച്ച മാനസിക പരീക്ഷണങ്ങളുടെ ഏഴയലത്ത് വരില്ല കൗമാരയൗവനകാലത്തെ ഒരനുഭവവും. ഇന്ന് എന്റെ പ്രിയപ്പെട്ടവർക്ക് മനസ്സിലാക്കാൻ കഴിയാത്ത, അവർക്ക് മുന്നിൽ അനാവരണം ചെയ്യാൻ സാധിക്കാത്ത നിഗൂഢമായ, എന്നെ പോലുള്ളവരുടെ വ്യക്തിത്വത്തിന്റെ ഉറവിടം അവിടെ നിന്നുതന്നെയാവണം.

8. ഗോപിസാറും മോഹനൻസാറും

പേരെന്റ്സ് ഡേ കഴിഞ്ഞ് നാലോ അഞ്ചോ ദിവസത്തിനകം കശു മാവിൻചോട്ടിലെ ആ പുഴുങ്ങിയ പഴത്തൊലി അഴുകി, ഓർമ്മകളവ ശേഷിക്കാതെ മണ്ണിൽ ലയിച്ചില്ലാതായി.

ക്ലാസുകൾ മുറപോലെ തുടർന്നു. സയൻസ് പഠിപ്പിക്കുവാനായി എൽ സി എന്നുപേരുള്ള പുതിയ ടീച്ചർ വന്നു. പഠിപ്പിക്കുവാൻ വരുന്നവരുടെ യൊക്കെ പ്രധാന പ്രശ്നം എന്നു എനിക്ക് തോന്നിയത് അവർ ഇംഗ്ലീ ഷിൽ മാത്രമേ സംസാരിക്കൂ എന്നതാണ്. ഇംഗ്ലീഷ് ടീച്ചറായ പ്രഭാമി സ്സിന്റെ ക്ലാസ് എനിക്കെന്നും പേടിസ്വപ്നമായിരുന്നു.

'വാട്ട് ഡിഡ് ആസ്മ ആസ്ക് ഗപ്പു?'

മൂന്നാം പാഠത്തിലെ ഗപ്പുവും ആസ്മയും എന്താണ് പരസ്പരം സം സാരിച്ചതെന്ന് ഇന്നുമെനിക്കറിയില്ല. ഈ അറിവില്ലായ്മയുടെ പേരിൽ അന്ന് കുറെ ഇമ്പോസിഷൻ കിട്ടിയതുമാണ്. പഠിപ്പിച്ചതൊക്കെ എന്നെ ങ്കിലും മലയാളത്തിൽ പറഞ്ഞുതരും എന്ന് പ്രതീക്ഷിച്ചിരുന്ന ഞാൻ, ടീച്ചർ മലയാളമറിയാത്ത തമിഴത്തിയാണെന്നറിഞ്ഞതോടെ ഒരു നല്ലന മസ്കാരം പറഞ്ഞ് ഇംഗ്ലീഷ് പുസ്തകമങ്ങ് മടക്കിവെച്ചു.

പഠിച്ചതൊക്കെയും മറന്നുപോയാലും പിന്നെയും നമ്മിൽ അവശേ ഷിക്കുന്നതെന്താണോ, അതാണ് വിദ്യാഭാസമെന്നാരോ പറഞ്ഞുകേട്ടി ട്ടുണ്ട്. അതിന്റെ ഭാഷ സ്നേഹത്തിന്റേതാണ്. ചിത്രങ്ങൾ വരയ്ക്കാൻ പഠിപ്പിക്കുന്നതിനിടെ ഗോപിസാർ നമുക്ക് പകർന്നു നൽകിയതും ഇതു തന്നെ. മനുഷ്യനും പ്രകൃതിയും തമ്മിലുള്ള പൊക്കിൾകൊടി ബന്ധ ത്തെക്കുറിച്ച്..

ഉള്ളിൽ എന്നെന്നും കാത്തുസൂക്ഷിക്കേണ്ട ഗ്രാമീണതയുടെ വറ്റാ ത്ത നിർമ്മലതയെകുറിച്ച്.. നന്മയെകുറിച്ച്.. എല്ലാം സരസമായ ഭാഷ യിൽ ഗോപിസാർ പറഞ്ഞു. ചീകാതെ അലസമായി ആടിക്കളിക്കുന്ന നീണ്ട മുടിയും താടിയും. നിർത്താതെ അനർഗളം പ്രവഹിക്കുന്ന തമാ ശയും കഥകളും. അതിൽ ഒളിപ്പിച്ചുവെച്ചിരിക്കുന്ന മാനുഷിക മൂല്യങ്ങൾ..

രൂപത്തിലും ഭാവത്തിലും അടിമുടി കലാകാരനായിരുന്നു ഗോപിസാർ. ചുരുങ്ങിയ കാലയളവിൽ ഞങ്ങളുടെയെല്ലാം ഉള്ളിൽ അദ്ദേഹം സ്നേ ഹത്തിന്റെ പേമാരി ചൊരിഞ്ഞ് ഞങ്ങളുടെ ഏറ്റവും പ്രിയപ്പെട്ട അധ്യാ പകരിലൊരാളായി.

സംഗീതാധ്യാപകൻ മോഹനൻസാറും അതേ ഗണത്തിൽപ്പെടും. ക് ളാസ്സുമുറികൾക്ക് പുറത്ത്, കശുമാവിൻ ചോട്ടിൽ അദ്ദേഹം ഹൃദയത്തിൽ ചാലിച്ച പാട്ടുകൾ പാടി അമ്പരപ്പെടുത്തി. സാർ തന്നെ എഴുതി ചിട്ടപ്പെ ടുത്തിയവയാണ് പലതും. എല്ലാറ്റിലും വിരഹത്തിന്റെ ശോകവും, നി സ്സംഗതയും കിനാക്കളും ആവോളം മുറ്റിനിന്നു. ഞങ്ങൾ ഓരോരുത്തർ ക്കും അവ ഞങ്ങളുടെ തന്നെ വേദനകളായിട്ടാണു തോന്നിയത്. അ ക്കാലത്ത് സാറിന്റെ വരികളിൽ വേർപാടും സ്നേഹവും നിറഞ്ഞുനിന്ന തിനു പിറകിൽ തള്ളിക്കളയാനാകാത്ത ഒരു കാരണമുണ്ടായിരുന്നു. അ ത് ഞങ്ങൾ തിരിച്ചറിഞ്ഞത് വർഷങ്ങൾക്കു ശേഷമാണെന്ന് മാത്രം. പ്ര ണയത്തിന്റെ നിർവചിക്കാനാകാത്ത ഒരു വസന്തകാലത്തിലൂടെ സഞ്ച രിക്കുകയായിരുന്നു അക്കാലത്ത് മോഹനൻ സാർ. പ്രഭാവതി മിസ്സുമാ യി പ്രണയത്തിലായിരുന്നു സാറെന്ന് ഞങ്ങൾക്ക് വിശ്വസിക്കാനേ കഴി ഞ്ഞിരുന്നില്ല. അതിന്റെ ഒരു സൂചനയും അവരുടെ പെരുമാറ്റത്തിൽ ക ണ്ടതുമില്ല.

ഒറ്റപ്പെടലിൽനിന്നുമുടലെടുത്ത, ഈ ലോകത്തോടു മുഴുവനുമുള്ള വിദ്വേഷം ഒരു നീറ്റലായി ഞങ്ങളുടെയുള്ളിൽ തളംകെട്ടിനിന്നിരുന്ന കാ ലത്ത്, മുറിവേറ്റ പിഞ്ചുമനസ്സുകളെ വീണ്ടും വേദനിപ്പിക്കുകയായിരുന്നു ആ പാട്ടുകൾ.. ലഹരിപിടിപ്പിക്കുന്ന വേദനയോടെ ആ വരികൾ ഞങ്ങൾ ഏറ്റുപാടി.

'കുഞ്ഞു പൂവിനുള്ളിലൊരു ചെറു മഞ്ഞുതുള്ളി..
വിണ്ണിൽനിന്നുമുതിർന്നുവീണൊരു മഞ്ഞുതുള്ളി.'

അങ്ങനെ ചില അധ്യാപകരുടെ കാർക്കശ്യതക്കിടയിലും അധ്യയന പിരിമുറക്കങ്ങൾക്കിടയിലും ആശ്വാസമായി താങ്ങായും തണലായും നി ന്നത് ഗോപിസാറും മോഹനൻ സാറുമായിരുന്നു. നെൽസൺ സാറി നോട് എനിക്കെന്നും ഒരുതരം ഭയമായിരുന്നു. സ്നേഹത്തിനും ബഹു മാനത്തിനും അപ്പുറത്ത് ആ ഭയം എന്നിൽ മുഴച്ചുനിന്നു. കാരണം, പ്രി യപ്പെട്ടതൊക്കെയും ഉപേക്ഷിച്ച് ഇവിടെയെത്തിച്ചേർന്ന ഞങ്ങൾക്ക് അ ച്ഛനായും അമ്മയായും നിന്ന് വാത്സല്യം ചൊരിയേണ്ടതിനു പകരം സാർ അറിഞ്ഞോ അറിയാതെയോ നൽകിയത് ഒരു കാർക്കശ്യക്കാരനായ മാ തുലന്റെ രീതിയിലുള്ള ശിക്ഷയും ശകാരവുമാണ്. സാർ ഈ ചെയ്യു

ന്നതത്രയും ഞങ്ങൾക്കുവേണ്ടിയാണെന്ന തിരിച്ചറിവ് ഉടലെടുക്കാത്ത പ്രായമായിരുന്നു അത്. ഒരുപക്ഷേ എളുപ്പത്തിൽ നേടിയെടുക്കാവുന്ന സ്നേഹവും ചങ്ങാത്തവും സാർ നഷ്ടപ്പെടുത്തിയത് ഞങ്ങൾക്ക് വേണ്ടി മാത്രമായിരിക്കും.

ഞങ്ങളുടെയൊക്കെ സ്വഭാവവത്ക്കരണത്തിൽ ഇവയ്ക്കൊക്കെ ആ കാലത്ത് ഒഴിച്ചുകൂടാൻ കഴിയാത്ത പങ്കുണ്ടായിരുന്നു. നന്മയുടെ ഉറവ പകരാൻ ഗോപിസാറിനെയും മോഹനൻസാറിനെയും പോലുള്ളവർ ഇല്ലായിരുന്നെങ്കിൽ ഭഗവത്പാദപുരിയിലെ ഇരുൾമറവിൽ ഹൃദയമറ്റു പോയ കുഞ്ഞുതീവ്രവാദികളുടെ ആക്രോശങ്ങൾ കേട്ടേനെ.

9. വിളിപ്പേരുകൾ

ഇടയ്ക്കിടെ വീണുകിട്ടുന്ന ചെറുതും വലുതുമായ തമാശകൾ പല പ്പോഴും വൻപൊട്ടിച്ചിരികളായ് പരിണമിക്കുന്നത് ഇവിടെ സാധാരണ മാണ്. ഏതെങ്കിലുമൊരുത്തന്റെ അബദ്ധമോ വീഴ്ചയോ ആവാം ഇതി ന്റെയൊക്കെ ഉറവിടം. അഹംഭാവവും അഹങ്കാരവും ആദ്യ ആഴ്ചക ളിൽ തന്നെ ഉന്മൂലനം ചെയ്യപ്പെട്ടതുകൊണ്ട് ഇത്തരം കളിയാക്കലുക ളിൽ ആർക്കും പരിഭവമോ പ്രതികാരബുദ്ധിയോ തോന്നിയില്ല.

വള്ള്യായി ഹോസ്റ്റൽ മുറികളിൽ ഞങ്ങൾ ഉറങ്ങാൻ വൈകുന്നത് പ തിവാണ്. ക്ളാസ്സ്മുറികളിലെ തമാശകളും കോശിയുടെ ബഡായിയും അടുത്ത ദിവസത്തെ യൂണിഫോം തയ്യാറാക്കലും നാട്ടിലെ സംഭവങ്ങ ളും ഒക്കെ പറഞ്ഞു കഴിയുമ്പോഴേക്കും രാത്രി പതിനൊന്നു മണിയാ കും. നെൽസൺ സാർ പെട്ടെന്ന് തന്നെ ഉറങ്ങാൻ ഉത്തരവിടുന്നതുവ രെ ഈ വർത്തമാനങ്ങൾ തുടർന്നുകൊണ്ടേയിരിക്കും. എല്ലാവരും ഉറ ങ്ങിക്കഴിഞ്ഞാൽ ഹോസ്റ്റൽ തികച്ചും ശാന്തമാണ്. ചീവീടുകളുടെയും കുറുക്കന്മാരുടെയും ശബ്ദത്തോടൊപ്പം മുപ്പതു ശ്വാസോച്ഛ്വാസവും മാ ത്രം.

പാതിരാത്രി കഴിഞ്ഞു കാണും. പുലരാൻ രണ്ടോ മൂന്നോ മണിക്കൂ റുകൾ അവശേഷിക്കേ ഞാൻ ഏതോ സ്വപ്നം കണ്ട് ഞെട്ടിയുണർന്ന താണ്. പിന്നീട് ഉറക്കം വന്നില്ല. കണ്ണുകൾ പാതി മിഴിച്ച് തുറന്നിട്ട വാ തിലിലൂടെ ഞാൻ ഹാളിലേക്കു നോക്കിയപ്പോൾ ഇരുട്ടിൽ ഒരു കുറിയ രൂപം പതിയെ നടന്നു നീങ്ങുന്നു. കയ്യിൽ എന്തോ ചെറിയ സാധനവും ഉണ്ട്. ആ രൂപം നേരെ നടന്നു നീങ്ങുന്നത് നെൽസൺ സാറിന്റെ മുറി യിലേക്ക്. ഉയരം കണ്ടിട്ട് ഞങ്ങൾ മുപ്പതുപേരിൽ ആരോ ഒരാളാണെ ന്ന കാര്യം എനിക്ക് ഉറപ്പായി. സാറിന്റെ മുറിയിൽ നിന്ന് പുറത്തുവന്ന രൂപം പിന്നെയും ഹാളിലേക്കു കടന്ന് അവിടെ അങ്ങോട്ടുമിങ്ങോട്ടും ക റങ്ങിത്തിരിഞ്ഞു നടക്കുകയയാണ്. പിന്നെ അത് മെല്ലെ മറ്റൊരു മുറിയിൽ കയറി. പിന്നീട് പുറത്തുവന്നതേയില്ല.

നേരം പുലർന്നപ്പോളാണ് സംഗതി വ്യക്തമായത്. ദിവസവും അതി രാവിലെ അലക്കുക എന്ന വൃത്തികെട്ട സ്വഭാവമുള്ള കാക്ഷനും (115) പണ്ഡിറ്റും (105) അഞ്ഞൂറ്റിയൊന്നു ബാർസോപ്പിന്റെ കഷ്ണം മുറിച്ചെ ടുക്കാൻ ഉപയോഗിക്കുന്ന കത്തി അന്വേഷിച്ചപ്പോൾ, അത് യഥാസ്ഥാന ത്ത് കണ്ടില്ല. അവർ പലയിടത്തും പരതിനോക്കി. കണ്ടില്ല. കുറച്ചു കഴി ഞ്ഞപ്പോഴാണ് കയ്യിൽ ഒരു കത്തിയും മുറുകെ പിടിച്ച് മലർന്നുകിടന്നു റങ്ങുന്ന ചുരുണ്ട മുടിയുള്ള ഇരുണ്ട നിറമുള്ള ആ കുറിയ മനുഷ്യനെ അവർ ശ്രദ്ധിച്ചത്. ഷിജു. ടി.ഡി..!

നെൽസൺ സാർ നേരത്തെ ഉണർന്നുകഴിഞ്ഞെന്നും കത്തിയിൽ ചുവന്ന പാടുകളൊന്നും തന്നെയില്ലെന്നും അറിഞ്ഞപ്പോഴാണ് ഭാഗ്യത്തി ന് ഒന്നും സംഭവിച്ചില്ലെന്ന് വ്യക്തമായത്.

ഷിജു ടി.ഡി പിന്നെയും പല സ്വപ്നാടനങ്ങൾ നടത്തി. ഉറങ്ങിക്കിട ന്ന ബിജു സി.കെയുടെ (125) നെഞ്ചത്തു ചവിട്ടി നിന്ന് സല്യൂട്ട് ചെയ്ത തും ഉണക്കാനിട്ട ടർക്കി ടവലുമായി ഗുസ്തികൂടിയതുമെല്ലാം അതിൽ പ്പെടും. എന്നാൽ ഹോസ്റ്റലിനോട് ചേർന്നുകിടക്കുന്ന മുതലാളിയുടെ മ കളുടെ മുറി ലക്ഷ്യമാക്കി പാതിരാത്രി അവൻ നടന്നത്, കണ്ണുകൾ തു റന്ന് സ്വബോധത്തോടെ തന്നെയാണെന്നാണ് മോഹൻദാസ് പറയുന്ന ത്.

നമ്മുടെ കൂട്ടത്തിൽ രസികന്മാരല്ലാത്തവരായാരുണ്ട് എന്നതാവും ര സകരമായ ചോദ്യം. തനിക്കോ മറ്റുള്ളവർക്കോ പിണഞ്ഞ അബദ്ധങ്ങൾ നർമ്മത്തിൽ ചാലിച്ച് അവതരിപ്പിക്കുന്നതിൽ വൈദഗ്ധ്യം നേടിയ ചില രുണ്ട്. ഇത്തരക്കാരെ ചുറ്റിപ്പറ്റി നാലോ അഞ്ചോ പേർ എപ്പോഴും ചിരി ക്കാൻ തയ്യാറായ് വട്ടംകൂടി നിൽക്കുന്നുണ്ടാകും. റസ്ലിമും(87) വിമൽദാ സും(141) ശിവപ്രകാശുമെല്ലാം (124) ഇങ്ങനെ ആരാധകരെ സൃഷ്ടിക്കു ന്നതിൽ ചെറുപ്രായത്തിലേ വിജയം കൈവരിച്ചവരാണ്.

കൂട്ടുകെട്ടുകളുടെ ആഴം കൂടുംതോറും മേന്മയേറിയ തമാശകൾ, ചി രിക്കണോ കരയണോ എന്നറിയാൻ പാടില്ലാത്ത 'ചളി'വിട്ടുകൾക്ക് വ ഴിമാറികൊടുത്തു. ഓസിയും(146) ചോട്ടുവുമൊക്കെ ഈ മേഖലയിൽ ആളുകളെ ആകർഷിക്കുകയും അകറ്റുകയും ചെയ്യുന്ന ചളിരാജാക്ക ന്മാരായി വിലസി.

ഞങ്ങളുടെ ഇടയിൽ ഇരട്ടപ്പേരില്ലാത്തവരായി ആരുമില്ലെന്നുതന്നെ പറയാം. ഇവയിൽ ചിലത് വാക്കുകൾ കൊണ്ട് എഴുതി ഫലിപ്പിക്കാൻ കഴിയാത്ത ശബ്ദശകലങ്ങൾ മാത്രമാണ്. 'തോട്തി' (89), 'പേഷ്കാര്' (93), 'മിത്തൂട്ട്' (75) ... ഇങ്ങനെ പോകുന്നു. ഇവയുടെയൊക്കെ ഉറവിടം

തേടി പോകുന്നത് തികച്ചും നിരർത്ഥകമായ കാര്യമായിരിക്കും.

ഒരിക്കൽ തോട്തി മോഹനേട്ടന്റെ വാനിന്റെ മുൻവശത്ത് കൊണ്ടു പോയി എന്നോട് ചോദിച്ചു.

'നിനക്ക് ഒരു കാര്യമറിയോ.., വണ്ടിയുടെ ഈ മുൻവശത്തുക്കൂടി ആരും കയറില്ല. പിറകിലൂടെ മാത്രമേ കയറൂ. എന്താന്നറിയോ?'

'അറിയില്ല.'

'കാരണം.. ആരെങ്കിലും കയറാൻ വന്നാൽ മറ്റേ ഡോർ ആണ് തുറ ക്കേണ്ടതെന്ന് കമ്പനി തന്നെ ഇവിടെ എഴുതി വച്ചിട്ടുണ്ട്.'

സഗൗരവം അവനതുപറഞ്ഞപ്പോൾ ഞാൻ ചിരിച്ചുമില്ല കരഞ്ഞുമി ല്ല. അതിനു ശേഷമാവണം മാറ്റഡോർ കമ്പനിക്കാർ ആ മോഡൽ വാ ഹനങ്ങളുടെ നിർമാണം നിർത്തിയത്.

മറ്റൊരിക്കൽ ഓസി ഞാനെല്ലാം തുറന്നുപറയുവാൻ പോവുകയാ ണെന്നും പറഞ്ഞ് ജനാലകൾ തുറന്നപ്പോൾ സാപ്പ്ളി അവനെ അടി ക്കാൻ പിറകെ ഓടി. നൈമിഷികമായ ഇത്തരം തമാശകൾ ദശാബ്ദ ങ്ങൾക്കിപ്പുറവും ഓർമ്മയിൽ തങ്ങിനിൽക്കുന്നു എന്നുള്ളത് അൽഭുത ത്തോടെയേ കാണാനാകൂ.

ഏതോ ഒരു സിനിമയിൽ നായികയെ രക്ഷപ്പെടുത്താൻ പ്രേംനസീർ കുതിരപ്പുറത്തു കുതിച്ചുപായുന്ന ഒരു പാട്ടുസീനുണ്ട്.

'കാറ്റായ് വരുന്നു.. കടലായ് വരുന്നു..'

ഞാനെപ്പെഴോ ഇത് ചോട്ടുവിന്റെ മുന്നിൽ പാടാനിടയായി.

'കാറ്റായ് വരുന്നു കെങ്കെങ്കേ...

കടലായ് വരുന്നു കെങ്കെങ്കേ..

കാറ്റായ് വരുന്നു കടലായ് വരുന്നു

കെങ്കെങ്കേ... കെങ്കെങ്കേ...'

'കെങ്കെങ്കേ...' എന്നുള്ളത് വരികൾക്കിടയിലെ പശ്ചാത്തലസംഗീത മാണ്. ഇതിലെ ഹാസ്യം കണ്ടെത്തിയ ചോട്ടു എന്നെകൊണ്ടിത് പലത വണ പാടിച്ചു. ഇതിന്റെ ഫലമായി എന്നെ ചിലർ 'കെങ്കെങ്കേ' എന്ന് വി ളിക്കാൻ തുടങ്ങി. കാലക്രമേണ ഇത് 'കെങ്കെ' എന്നായും പിന്നീടിത് 'കെൻക്ര' എന്നായും പരിണാമപ്പെട്ടു. ഒരു ആഫ്രിക്കൻ വനാന്തരങ്ങ ളെയോ, ഹിമാലയൻ താഴ്വരകളേയോ ഓർമ്മപ്പെടുത്തുന്ന 'കെൻക്ര' എന്ന കൗതുകകരമായ ഈ പേര് ഞങ്ങൾക്കിടയിൽ പെട്ടെന്നുതന്നെ പ്രശസ്തമായി.

10. അസംബ്ലി

വൈകുന്നേരത്തെ കായികപരിശീലനങ്ങൾക്കായി ഓരോ ഗ്രൂപ്പുക ളായി ഞങ്ങളെ വേർതിരിച്ചു. ഞങ്ങളുടെ സീനിയർ ആയി ഒരേയൊരു ബാച്ചുമാത്രമേ ഇവിടെ ഉള്ളു. പ്രായം കൊണ്ട് മൂത്തവരാണെങ്കിലും അവരെ ഞങ്ങൾ ചേട്ടന്മാർ എന്നു വിളിക്കാറില്ല. സന്തോഷ്, രാജീവൻ, പ്രതീഷ്, ബൈജു.. അങ്ങനെ പോകുന്നു.

സന്തോഷും ബൈജുവും ഫുട്ബോൾ, വോളീബോൾ, ക്രിക്കറ്റ്, ഓ ട്ടം, ചാട്ടം, അങ്ങനെ എല്ലാവിധ ഗ്രൗണ്ടിനങ്ങളിലും ചാമ്പ്യന്മാർ. സ് കൂൾ ലീഡറായ രാജീവൻ ഭംഗിയായി ഇംഗ്ലീഷിൽ സംസാരിക്കും. നർ മപ്രിയനായ ദീപക്കും സുമേഷും അഭിലാഷും. ഗായകനായ സിറിൽ. ഗായിക സുജാത, പ്രവീണ..

അതിരാവിലെ എഴുന്നേറ്റ് അഞ്ചേമുക്കാൽ ആകുമ്പോഴേക്കും പല്ലു തേപ്പും മറ്റും കഴിഞ്ഞ് സ്പോർട്സ് കുപ്പായവുമിട്ട് ഗ്രൗണ്ടിൽ റോൾ കോളിന് നിൽക്കണം. പിന്നെ മൂന്നോ നാലോ കിലോമീറ്റർ ഓട്ടമാണ്. ജോഗിങ് എന്ന ഓമനപ്പേരിലറിയപ്പെടുന്ന ഈ ഓട്ടം പലപ്പോഴും വ ള്ള്യായിയിലേക്കോ ചെണ്ടയാടിലേക്കോ ആയിരിക്കും. ചക്കരയും പണ്ഡി

റ്റും പാനുവും ജംബുകനുമൊക്കെ ഇത്തരം ജോഗിംഗുകളെ ഒറ്റമത്സ രമായിക്കണ്ട് മുൻനിരയിലുണ്ടാകും. കയറ്റങ്ങളും ഇറക്കങ്ങളും താണ്ടി യുള്ള ഈ ഓട്ടത്തിൽ നെൽസൺ സാർ കാണാതെ തെല്ലിട നടക്കാൻ ശ്രമിക്കുന്നത് പലപ്പോഴും വിഫലമാവാറാണ് പതിവ്. അവനവനുവേ ണ്ടിയാണ് ഈ ഓടുന്നത് എന്ന ചിന്ത ഞങ്ങൾക്കൊരിക്കലും ഉണ്ടായി രുന്നില്ല. ഓടിയത് മുഴുവൻ നെൽസൺ സാറിനു വേണ്ടിയായിരുന്നു. ഈ ഓട്ടമെല്ലാം കഴിഞ്ഞ് തിരിച്ചു വന്നാൽ അടുത്ത പരിപാടി തുടങ്ങും. കയ്യും കാലും കഴുത്തും കണ്ണും വിരലുകളുമെല്ലാം ഇളക്കികൊണ്ടുള്ള അതിഗംഭീരമായ കായികാഭ്യാസ പ്രകടനം. മന്ദവും ചടുലവുമാർന്ന വ്യ ത്യസ്ത അംഗചലനക്രിയകളിലൂടെ ഏഴുമണിയാവുമ്പോഴേക്കും തളർ ന്ന് നീരൂറ്റിയ വാഴപ്പിണ്ടികളായ് മാറിയിട്ടുണ്ടാകും എല്ലാവരും.

ഇനിയുള്ള മുപ്പത്തിയഞ്ചു മിനുട്ട് സമയം വളരെ നിർണ്ണായകമാണ്. തിരക്കേറിയ കുളിസ്ഥലങ്ങൾ കയ്യേറി അതിവേഗത്തിൽ കുളിക്കുക എ ന്നതാണ് ആദ്യം ചെയ്യേണ്ടത്. ചെറിയ സിമന്റ് ടാങ്കിലോ വീപ്പക്കുറ്റിയി ലോ വെള്ളം നിറച്ചിട്ടുണ്ടാകും. അതിനു ചുറ്റും നിന്ന് മഗ്ഗ് മുക്കി ഒരു കു ളി പാസ്സാക്കും. അത്രതന്നെ. പിന്നെ യൂണിഫോം ഡ്രസ്സ്, ഷൂസ്, ബെൽ റ്റ് ഒക്കെയും ധരിച്ച് അസ്സംബ്ലിക്ക് എത്തിച്ചേരണം. ഇതൊക്കെ തന്നെ നേരത്തെ നടത്തിയ കായികാഭ്യാസത്തിന്റെ തുടർച്ചയായിട്ടാണ് എനി ക്ക് അനുഭവപ്പെടാറ്. ഈ കുളിമത്സരത്തിന്റെ തിരക്കിനിടെ സ്വല്പം മ നഃശാന്തിതേടി കുറച്ച് ദൂരെയായി മാറിനിൽക്കുന്ന ചില സമാധാനപ്രി യരുണ്ട്. തൽഫലമായി അസ്സംബ്ലിക്ക് വൈകിയെത്തുന്നവരുമായ മി ത്തൂട്ടിനെയും (75) ചൂത്തനെയും (113) പോലുള്ളവരെ അസ്സംബ്ലിയിൽ ഒരുഭാഗത്ത് മാറ്റിനിർത്തി ആംഗലേയവിശേഷണങ്ങൾ ചാർത്തി ശകാ രിച്ച് ചൂരൽപ്രയോഗം നടത്താൻ ചില അധ്യാപർക്കുള്ള പ്രത്യേക താ ല്പര്യം എടുത്തുപറയേണ്ടതാണ്.

ഇവിടുത്തെ അസ്സംബ്ലിയെന്നത് പലവകയിനങ്ങൾകൊണ്ട് സംഭവ ബഹുലവും ഏറെ നേരം നീണ്ടുനിൽക്കുന്നതുമായ ഒരു പ്രക്രിയയാ ണ്. ഓരോ ദിവസവും ഓരോ ഭാഷയിലാണ് അസ്സംബ്ലിയിലെ പരിപാടി യവതരണം. തിങ്കളാഴ്ച ഹിന്ദി, ചൊവ്വ ഇംഗ്ലീഷ്, ബുധൻ മലയാളം. വീ ണ്ടും ഹിന്ദി, ഇംഗ്ലീഷ്, മലയാളം... ഇങ്ങനെ പോകുന്നു.

ആദ്യം ഈശ്വര പ്രാർത്ഥന. കുമാരനാശാന്റെ

'ചന്തമേറിയ പൂവിലും ശബളാഭമാം ശലഭത്തിലും..'

എന്നതാവും മലയാളദിനത്തിലെ പ്രാർത്ഥന. മറ്റുദിനങ്ങളിൽ

'ഹം നവയുഗ് കീ നയീ ഭാരതീ നയീ ആരതീ...' എന്ന നവോദയ ഗീതവും.

പ്രാർത്ഥന കഴിഞ്ഞാൽ അടുത്തയിനം ദേശീയപ്രതിജ്ഞയാണ്. റോൾനമ്പർ പ്രകാരം ഞങ്ങളിൽ ഓരോ ആളാണ് ഓരോ ഇനവും അവതരിപ്പിക്കേണ്ടത്. മാസത്തിൽ ഒരുതവണയെങ്കിലും ഇങ്ങനെ അവസരം കിട്ടും.

ഒരുപാട് തവണ ചൊല്ലിപ്പഠിച്ച് ഹൃദിസ്ഥമാക്കിയ പ്രതിജ്ഞ ഏവരുടെയും മുന്നിൽ വെച്ച് പറഞ്ഞുകൊടുക്കുമ്പോൾ തെറ്റിപ്പോകുന്നത് പതിവാണ്. ഒരിക്കൽ സുരേഷ്ബാബു എന്ന സീനിയർ വിദ്യാർത്ഥി ഒരു ഇംഗ്ലീഷ് ദിനത്തിൽ പറഞ്ഞുതുടങ്ങിയതിങ്ങനെ.

'India is my country. I love you.....!'

വ്യക്തിത്വവികസനം ലാക്കാക്കിയുള്ള 'ഇന്നത്തെ ചിന്താവിഷയം' എന്ന ഇനമാണ് അടുത്തത്. പ്രശസ്തരുടെ ഉദ്ധരണികളോ പഴഞ്ചൊല്ലോ ആയിരിക്കും ഇവിടെ അവതരിപ്പിക്കുക. അവതരണങ്ങളിൽ ആവർത്തനം നിഷിദ്ധമാണെങ്കിലും ഓരോ ദിവസവും പുതിയയിനങ്ങൾ കണ്ടെത്താനുള്ള ബുദ്ധിമുട്ടും, സൗകര്യക്കുറവും മടിയും പിന്നെ അദ്ധ്യാപകരുടെ ശ്രദ്ധക്കുറവും കാരണം വാർത്താവായന ഒഴികെയുള്ള ഇനങ്ങളിൽ ആവർത്തനം ഒരു പതിവാണ്.

'ജനനീ ജന്മ ഭൂമിശ്ച സ്വർഗ്ഗാതപി ഗരിയസി: അമ്മയും ജനിച്ച നാടും സ്വർഗ്ഗത്തേക്കാൾ ശ്രേഷ്ഠമാണ്.' മലയാളദിനങ്ങളിൽ ഞാൻതന്നെ യിൽ രണ്ടോ മൂന്നോ പ്രാവശ്യം പറഞ്ഞിട്ടുണ്ട്.

'Honesty is the best policy'

'ഹിംസാ സേ ഭീ അധിക് ഭയാനക് ഹേ അഹിംസാ കാ...'

'അൽപജ്ഞാനം അപകടം.'

ഇവയൊക്കെ പത്തിൽ കൂടുതൽ തവണ ആവർത്തിച്ചിട്ടുള്ള ചിന്താവിഷയങ്ങളാണ്. ഈ ചിന്താവിഷയങ്ങൾ ഒന്നും തന്നെ നമ്മുടെ വ്യക്തിത്വത്തെ വികസിപ്പിച്ചിട്ടുണ്ട് എന്നെനിക്കു തോന്നുന്നില്ല. മറിച്ച് ഇവ എങ്ങനെ അവതരിപ്പിക്കും എന്നുചിന്തിച്ച് വിഷമിച്ചു എന്ന് പറയുന്നതാവും ശരി.

അടുത്തയിനം വാർത്താവായനയാണ്. ഏറ്റവും പുതിയ വാർത്തകൾ അന്വേഷിച്ചു കണ്ടെത്തി വായിക്കുക എന്നത് ഓരോരുത്തർക്കും ശ്രമകരമായ ജോലിതന്നെ. പിന്നെ കവിതാലാപനം. അതുകഴിഞ്ഞ് പ്രസംഗം. ഏതെങ്കിലും ഒരു വിഷയത്തെ ആസ്പദമാക്കി ഒരു ചെറിയ പ്രസംഗമങ്ങു കാച്ചണം. പിന്നീട് കഥ പറച്ചിൽ. കഥാന്ത്യത്തിൽ ഒരു ഗുണപാഠവും വേണം. ഈ സമയംകൊല്ലികളെല്ലാം ഓരോ ദിവസവും ഓരോ ഭാഷയിലാവുമ്പോഴുള്ള ബുദ്ധിമുട്ട് ചെറുതല്ല. ഇംഗ്ലീഷ് മീഡിയത്തിൽ പഠിച്ച ആനക്കുട്ടിയും കുര്യാക്കോസും കാക്കയുമൊക്കെ ഇംഗ്ലീ

ഷ് ദിനത്തിൽ വല്ലാതങ്ങ് നന്നായിപ്പോയി നമ്മളെയൊക്കെ വേദനിപ്പി
ക്കാറുമുണ്ട്.

ഈ വക പരിപാടികൾക്ക് ശേഷമാണ് പ്രിൻസിപ്പലിന്റെ ഉപദേശവ
ധം. മെസ്സിലും ക്ലാസ്സ് റൂമിലും വരാന്തകളിലും പാലിക്കേണ്ട മര്യാദക
ളെ കുറിച്ച് സാർ വാതോരാതെ സംസാരിക്കും. ചിലപ്പോൾ കൃത്യവി
ലോപം നടത്തിയ വിദ്യാർത്ഥികളെ പേരെടുത്ത് വിളിച്ച് ഉപദേശിക്കുക
യും ചെയ്യും. ഒരു ദിവസം രാവിലെ നടത്തിയ ഹോസ്റ്റൽ ഇൻ
സ്പെക്ഷനിൽ എന്റെ ബെഡ്ഷീറ്റ് ശരിയായ രീതിയിൽ മടക്കിവെയ്
ക്കാത്തത് സാർ കണ്ടുപിടിച്ചു. അസ്സംബ്ലിയിൽ അത് ഉച്ചത്തിൽ വിളി
ച്ചുപറയുകയും ചെയ്തു.

'Someone named like Vinod Khanna did not keep his bedsheet
neatly.'

എന്റെ തൊലി ഉരിഞ്ഞുപോയി. അസംബ്ലി ഗ്രൗണ്ടിൽ നിന്ന നില്
പിൽത്തന്നെ ഒരു വലിയ കുഴിമാന്തി അതിൽ ചാടി സ്വയം മണ്ണിട്ടു മൂട
ണമെന്ന് തോന്നിപ്പോയി. ഈ സംഭവത്തിന്റെ നാണക്കേടും മനോവേദ
നയും മാസങ്ങളോളം എന്റെയുള്ളിൽ നീറിപ്പുകഞ്ഞിരുന്നു.

രാവിലത്തെ ഓട്ടവും, പിന്നെയുള്ള കായികാഭ്യാസവും, കുളിടാങ്കി
നു മുന്നിലെ മത്സരവും കഴിഞ്ഞ് അവശരായി വെറുംവയറ്റിൽ നിൽക്കു
ന്നവോരടാണീ ശകാരവും ഉപദേശവുമൊക്കെ എന്നോർക്കണം. ഇങ്ങ
നെ നിന്നുതളർന്ന ചിലർ ബോധംകെട്ടു മലർന്നുവീഴുന്നത് സ്ഥിരം കാ
ഴ്ചയാണ്. ഒരിക്കൽ ഡുബ്ലുവിന്റെ ശബ്ദം പിറകിൽ നിന്ന് കേട്ടു.

'സാറെ.. എനിക്ക് കണ്ണുകാണാൻ മേലാ..'

പിന്നെ കാണുന്നത് ഏവരും നോക്കിനിൽക്കെ തലചുറ്റിവീഴുന്ന ഡു
ബ്ലുവിനെയാണ്. മോഹൻദാസും വികാസും കൂടി അവനെ വിശ്രമമുറി
യിൽ കൊണ്ടുപോയി. പിന്നെ അവർ രണ്ടുപേരും അസ്സംബ്ലിക്ക് തിരി
ച്ചു വന്നില്ല. പോരേ പൂരം. അടുത്തദിവസം അസ്സംബ്ലിയിൽ അവരെ ക
ണക്കിന് ശകാരിച്ചു. തല്ലും കിട്ടി. അവർ ചെയ്തത് വലിയ കുറ്റമായിട്ടു
തന്നെയാണ് തോന്നിയത്. പക്ഷേ സ്വാതന്ത്ര്യത്തിനു വേണ്ടിയുള്ള അട
ങ്ങാത്ത ആവേശമായിരുന്നു ഈ ചെയ്തികു പിറകിലെന്ന് മനസ്സിലാ
ക്കാൻ ഞങ്ങൾക്ക് കഴിഞ്ഞില്ല എന്നതാണ് സത്യം. പിൽക്കാലത്ത് ചു
ത്തനും പാനുവുമൊക്കെ ഈ അതിവിപ്ലവശ്രേണിയിൽ ചേർന്ന് ഞങ്ങ
ളെ ഹരം കൊള്ളിച്ചു.

11. ചോട്ടുവിന്റെ കൃഷ്ണപൂജ

വള്ള്യായിയിൽ നിന്നും ഞങ്ങളൊക്കെ വീണ്ടും നെതെർലാൻഡ് ഹൗസിലേക്ക് തിരിച്ചു വന്നിട്ട് കഷ്ടിച്ച് രണ്ടു മാസമേ ആയിട്ടുള്ളൂ. അ തിനിടയിൽ മാറ്റങ്ങൾ പലതും സംഭവിച്ചു. മെസ്സ് ഒരു പുതിയ കെട്ടിട ത്തിലേക്ക് മാറി. ആസ്ബെസ്റ്റോസ് കൊണ്ടാണ് അതിന്റെ മേൽക്കൂര പ ണിതിരിക്കുന്നത്. കണ്ടാൽ ഒരു എഫ് സി ഐ ഗോഡൗൺ ആണെ ന്നേ തോന്നൂ. മെസ്സിനു വേണ്ട സ്ഥലം കഴിഞ്ഞ് ബാക്കിയുള്ള സ്ഥലം ഞങ്ങളുടെ ക്ലാസ്സുകൾക്ക് വേണ്ടി നീക്കിവെച്ചു. മെസ്സിനും ക്ലാസ്സിനും ഇടയിൽ വേർതിരിവായി നേരിയ പ്ലൈവുഡ് തട്ടികൾ മാത്രം. കുന്നി മ്മേൽ ഓടിട്ട മേൽക്കൂരയുള്ള ഒരേയൊരു കെട്ടിടമേ ഉള്ളൂ. അവിടെ പ്ര വർത്തിച്ചിരുന്ന ഭക്ഷണശാല പുതിയ കെട്ടിടത്തിലേക്ക് മാറ്റിയതുകാര ണം ആ സ്ഥലം ഹോസ്റ്റൽ ആയി ഉപയോഗിക്കാൻ തുടങ്ങി. ഞങ്ങളു ടെ സീനിയേർസും ഞങ്ങളിൽ കുറച്ചുപേരും അവിടെയായി താമസം. ആരൊക്കെ എവിടെയൊക്കെ താമസിക്കണം എന്നൊക്കെ തീരുമാനി ക്കുന്നത് നെൽസൺ സാർ തന്നെ. ഏതായാലും അതുവരെ തിങ്ങിവി ങ്ങി കഴിഞ്ഞ നെതെർലാൻഡ് ഹൗസിന് ആൾക്കാർ കുറഞ്ഞതോടെ ചെറിയൊരാശ്വാസം കിട്ടി.

ഇതിനിടയിൽ ഞങ്ങൾക്ക് കട്ടിലുകൾ കിട്ടി എന്നതാണ് ഏറ്റവും പു തിയ സന്തോഷവാർത്ത. ചാരനിറത്തിലുള്ള സ്റ്റീൽ കൊണ്ടുണ്ടാക്കിയ രണ്ടുനിലകളുള്ള ഡബിൾകോട്ട്. താഴെ കിടക്കുന്നവന് സ്വന്തം പെട്ടി സാമഗ്രികൾ കൈകാര്യം ചെയ്യാനും വെറുതെ ഇരിക്കാനുമൊക്കെ സൗ കര്യം തന്നെ. പക്ഷെ മുകളിൽ കിടക്കുന്നവൻ താഴെ വീഴാതെയിരിക്കു ന്നത് നാല് സ്ക്രൂകളുടെ ബലത്തിലാണെന്നാലോചിക്കുമ്പോൾ തെല്ലു പേടി തോന്നാതുമില്ല. മുകളിലേക്ക് മൂന്നോ നാലോ പടികളുണ്ട്. അവി ടെ കിടന്നാൽ കൊച്ചുകുഞ്ഞുങ്ങൾ തൊട്ടിലിൽ കിടക്കുന്നതുപോലെ തോന്നും. നാലുഭാഗത്തും കൈവരികൾ കെട്ടി ബന്ധസ്ഥമാക്കിയിട്ടു ണ്ടാകും. പക്ഷെ മുകളിലുള്ളവൻ ഒന്നു നിവർന്നുനിന്നു പടിഞ്ഞാറോ

ട്ടു നോക്കിയാൽ ഷെൽഫുകൾക്കപ്പുറം മറ്റൊരു ലോകം കാണാം. പാ
മ്പും യക്ഷിയും കൊതുകുമൊക്കെയുള്ള പെൺലോകം. എല്ലാം പെൺ
കുട്ടികളുടെ വിളിപ്പേരുകളാണ്.

'മഹേഷ് പാട്ടു പാടും. മോഹൻദാസും പാടും. ചൂത്തനും ചക്കരയു
മൊക്കെ നന്നായി അഭിനയിക്കുകയും ചെയ്യും. നമുക്കെല്ലാവർക്കും കൂ
ടി ഒരു പരിപാടി അവതരിപ്പിച്ചാലോ?' ശിവപ്രകാശ് (124) അത് ചോദി
ച്ചപ്പോൾ എല്ലാവർക്കും സമ്മതം.

'തരംഗ്' എന്നാണു ശിവപ്രകാശിനെ വിളിക്കാറ്. വടിവൊത്ത അ
ക്ഷരത്തിൽ പുസ്തകത്താളുകളിലും ഡെസ്കിനു മുകളിലും അവൻ
'തരംഗ്' എന്നെഴുതും. എന്താണീ 'തരംഗ്' എന്ന് ചോദിച്ചാൽ അവൻ
ഒന്നും പറയില്ല. അന്നുകളിക്കാനുള്ള നാടകമെഴുതുന്നതിനു മുമ്പും പേ
പ്പറിനുമുകളിൽ അവനാ പേരെഴുതി. 'തരംഗ്'. ഗോപാലകൃഷ്ണൻ, ര
മേശ് എന്നിങ്ങനെ മൂന്നോ നാലോ കഥാപാത്രങ്ങളുള്ള, സ്കിറ്റ് എ
ന്നോ, ചെറുനാടകമെന്നോ വിളിക്കാവുന്ന ഒരു സംഗതി അവനെഴുതി
യുണ്ടാക്കി. അരമണിക്കൂർകൊണ്ട് അഭിനേതാക്കളെ നിശ്ചയിക്കുകയും
റിഹേഴ്സൽ നടത്തുകയും ചെയ്തു. അതീവ രഹസ്യസ്വഭാവത്തോടെ
ആയിരിക്കും ഇത്തരം റിഹേഴ്സലുകൾ.

ഡബിൾകോട്ടിന്റെ രണ്ടുഭാഗത്തായി രണ്ടു ബെഡ്ഷീറ്റുകൾ കെട്ടി.
താഴ്ത്താനും ഉയർത്താനും കഴിയുന്ന കർട്ടനായി മറ്റൊരു ബെഡ്ഷീറ്റ്
മുൻവശത്തും. അതായത് വേദിയുടെ മുൻഭാഗത്ത്. ഈ കോട്ടിനും പി
റകിലെ ഷെൽഫിനും ഇടയിലുള്ള ഇടുങ്ങിയ സ്ഥലമാണ് പരിപാടികൾ
അവതരിപ്പിക്കാനുള്ള വേദി.

ചൂത്തനും, ചക്കരയും കോശിയും അരങ്ങിൽ തകർത്തു.
മഹേഷ് പാട്ടുപാടി.
'പണ്ടുപാടിയ പാട്ടിലൊരെണ്ണം വീണ്ടുമോർക്കുമ്പോൾ...'
ചിലർ പാരഡിപ്പാട്ടുകളും മിമിക്രിയും മോണോആക്റ്റും അവതരി
പ്പിച്ചു. തോട്ത്തിയുടെ (89) പാരഡിപ്പാട്ടുകൾ ഹോസ്റ്റലിൽ ഹിറ്റായിരു
ന്നു. 'ഹവാ.. ഹവാ..' എന്ന ഹിന്ദി പാട്ടിന് അവന് ഏതു വിഷയം കൊ
ടുത്താലും അതുമായി ബന്ധപ്പെട്ട് പാരഡി ഉണ്ടാക്കി പാടും. ഉദാഹരണ
ത്തിന് 'മെസ്സ്' എന്നാണ് കൊടുത്ത വിഷയമെങ്കിൽ അവൻ പാടുന്നത്

'ചായ.. ചായ.. ഹേയ് ചായ..
മെസ്സിൽ കിട്ടുവല്ലോ..
രാവിലെണീറ്റാൽ കിട്ടുവല്ലോ.
ബ്രേക്ക്ഫാസ്റ്റിനും കിട്ടുവല്ലോ..

ചന്ദ്രേട്ടൻ തരുവല്ലോ..'

എന്നൊക്കെ ആയിരിക്കും. ഹവാ ഹവാ പാട്ടിന്റെ ശ്രുതിയും താള വും തെറ്റാതെ സൂക്ഷിക്കുകയും ചെയ്യും.

അങ്ങനെ അധ്യാപകർ ആരും അറിയാതെ, കൂടുതൽ ബഹളത്തി ന് ഇടനൽകാതെ ഞങ്ങൾ ഞങ്ങളുടേതായ ഒരു ലോകം കണ്ടെത്തി. ഈ കലാപരിപാടികളുടെ മുഖ്യകാരണം മറ്റൊരു വ്യക്തിയുടെ അഭാ വമാണ്. വള്ള്യായിയിൽ നിന്നും നമ്മൾ ഇങ്ങോട്ട് മാറിയപ്പോൾ മുതൽ നെൽസൺ സാർ ഓടുമേഞ്ഞ ആ പഴയ മെസ് ഹോസ്റ്റലിലെ കുട്ടിക ളോടൊപ്പമാണ് താമസം.

അന്ന് രാത്രി മറ്റൊരു സംഭവം കൂടി നടന്നു. വലിയ ദൈവഭക്തനെ ന്നു സ്വയം അവകാശപ്പെടുന്ന ചോട്ടു തന്റെ ഇരുമ്പുപെട്ടിക്കുള്ളിൽ ഒ ട്ടിച്ചുവെച്ച കൃഷ്ണഭഗവാനോട് ദിവസേന പ്രാർത്ഥിക്കുമായിരുന്നു. രാ വിലെയും, ഉച്ചക്കും, രാത്രിയിലും അങ്ങനെ പലനേരങ്ങളിൽ പെട്ടിതുറ ന്നു ഈ കൃഷ്ണപൂജ നടത്തും. രാത്രിനേരങ്ങളിൽ ഉറങ്ങുന്നതിനുമു മ്പ് ഈ പൂജക്കൊപ്പം ചന്ദനത്തിരി കത്തിക്കുകയും കണ്ണടച്ച് ചില മ ന്ത്രങ്ങൾ ഉരുവിടുകയും ചെയ്യും. നെൽസൺ സാറിനെയോർത്തുള്ള ശ ത്രുസംഹാരത്തിനോ, ഘോ ഘോ കളിയിൽ ഉദ്ദിഷ്ടകാര്യ ഫലപ്രാപ്തി ക്കോ, തൊട്ടുമുകളിൽ കിടക്കുന്ന ഞാൻ സ്ക്രൂകൾ ഇളകി താഴെ വീ ഴാതിരിക്കാനോ വേണ്ടിയോ മറ്റോ ആയിരിക്കും ഈ പ്രാർത്ഥന എ ന്നാണ് എന്റെ വിശ്വാസം.

ആ രാത്രി പരിപാടികൾ കഴിഞ്ഞ് പതിവിലും വൈകിയാണ് എല്ലാ വരും ഉറങ്ങിയത്. രാത്രി ഭക്ഷണശേഷം ഞാനും ചൂത്തനും ബാലേട്ട നോടൊപ്പം മെസ്സിനുപുറത്ത് കുറച്ചുനേരം സംസാരിച്ചു നിന്നിരുന്നു. പ ത്തു മിനുട്ടോളം നീണ്ട ആ പട്ടാള കഥകൾ കേട്ടാണ് ഞങ്ങൾ ഹോസ്റ്റ ലിലേക്ക് തിരിച്ചത്. പൊതുവേ സ്വപ്നപ്രേമിയായ ഞാൻ അന്നും നേ രം പുലരാറായപ്പോൾ ഒരു സ്വപ്നം കണ്ടു. ബോംബുകൾ വീണ യുദ്ധ ഭൂമിയിൽ പൊട്ടിത്തകർന്ന കെട്ടിടാവശിഷ്ടങ്ങൾക്കിടയിലൂടെ ഞാൻ നട ക്കുന്നു. എങ്ങും പുകയും പൊടിപടലവും മാത്രം. ശുദ്ധവായു കിട്ടാ തെ എനിക്ക് ശ്വാസംമുട്ടി. ഞാൻ ചുമയ്ക്കാൻ തുടങ്ങി. സ്വപ്നത്തിൽ നിന്നും ഞെട്ടി എഴുന്നേറ്റപ്പോൾ ചുറ്റും കറുത്തപുക. ഞാൻ ശരിക്കും യുദ്ധഭൂമിയിൽത്തന്നെയാണോ ഉള്ളത്? പക്ഷെ കട്ടിലുകൾ പഴയതു ത ന്നെ.

ഹോസ്റ്റലിന്റെ ഒരു ഭാഗത്തു മുഴുവൻ കറുത്തപുക നിറഞ്ഞുകൂടി യെന്നും എന്തിനോ തീ പിടിച്ചു കത്തിയതാണ് ഇതിന് കാരണമെന്നും

മനസ്സിലാക്കാൻ ഞാൻ കുറച്ച് സമയമെടുത്തു. തൊട്ടടുത്ത് കിടക്കുന്ന ഷിജു ടി ഡിയെ വിളിച്ചു. രാജീവനെ വിളിച്ചു. ചോട്ടുവിനെ വിളിക്കാൻ താഴേക്ക് നോക്കി. അവനെ കാണാനില്ല. അവിടം മുഴുവൻ കട്ടപ്പുകയയാണ്. ഞങ്ങൾ താഴെയിറങ്ങി നോക്കിയപ്പോൾ കണ്ടത് ചോട്ടുവിന്റെ കിടക്ക മുക്കാൽ ഭാഗവും കത്തിക്കരിഞ്ഞിരിക്കുന്നതാണ്. ബാക്കിയുള്ള കാൽഭാഗത്തായി ഇതൊന്നുമറിയാതെ ചുരുണ്ടുകൂടി കിടക്കുകയാണ് ചോട്ടു.

ഞങ്ങൾ കിടക്കയിൽ വെള്ളമൊഴിച്ചു തീ കെടുത്തി. ഇതെങ്ങനെ സംഭവിച്ചുവെന്ന് ആർക്കും ഒരെത്തുംപിടിയുമില്ല. ചോട്ടുവിനെ ജീവനോടെ കത്തിക്കാൻ മാത്രം ധൈര്യമുള്ളവൻ ആരുമില്ല. പിന്നെ ഇതെങ്ങനെ സംഭവിച്ചു.? പക്ഷെ ചോട്ടു നിശ്ശബ്ദനായിരുന്നു. അവനു കാര്യം മനസ്സിലായി. അവൻ പെട്ടിതുറന്നു കൃഷ്ണനെ നോക്കി.

അന്നുമുതൽ ആരും തന്നെ ഹോസ്റ്റലിൽ ചന്ദനത്തിരി കത്തിക്കുകയോ പിന്നീടതു കെടുത്തി ബെഡിനടിയിൽ തിരുകുകയോ ചെയ്തിട്ടില്ല. ചോട്ടു ചന്ദനത്തിരിയില്ലാതെ കൃഷ്ണപൂജ തുടർന്നുകൊണ്ടേയിരുന്നു. കൃഷ്ണാരാധന മൂത്തിട്ടെന്നോണം കാലാന്തരം ക്രമേണ അവൻ കൃഷ്ണഭഗവാന്റെ ലീലാവിലാസങ്ങൾ ജീവിതചര്യയിലേക്ക് ആവാഹിച്ചുകൊണ്ടേയിരുന്നു. ഇതൊന്നുമറിയാതെ ഷെൽഫുകൾക്കപ്പുറത്ത് രാധികമാർ വരുംകാലത്തേക്കായി അണിഞ്ഞൊരുങ്ങുകയും ചെയ്തു.

12. സന്ധ്യക്ക് വിരിഞ്ഞ പൂവ്

'കാടറിഞ്ഞ് മേടറിഞ്ഞ്
കല്ലറിഞ്ഞ് മുള്ളറിഞ്ഞ്
നോവറിയും ഭാരമേറി
നിരനിരയായ് ഒരു പൈതൽകൂട്ടം.'

ഇരതേടി നടക്കുന്ന നായാട്ടുകൂട്ടമോ ഊരുചുറ്റാനിറങ്ങിയ പര്യവേ ഷകരോ അല്ല. മറിച്ച് കഴിഞ്ഞ ഒരാഴ്ചയായി കഴുകാതെ സൂക്ഷിച്ചുവെ ച്ച മുഷിഞ്ഞ വസ്ത്രങ്ങൾ അലക്കിയെടുക്കാൻ ഞങ്ങൾ കാട്ടരുവിയി ലെ വെള്ളം തേടിയലയുന്ന യാത്രയാണ്. ശനിയാഴ്ച ഉച്ചകഴിഞ്ഞാണ് ഈ ഉദ്യമം. റോൾ നമ്പർ ആലേഖനം ചെയ്യപ്പെട്ട ബക്കറ്റിൽ നിറയെ വ സ്ത്രങ്ങളും പേറി ചെറുകാട്ടിലൂടെയുള്ള ഈ നടപ്പ് അധികം നേരം നീളാതെ പാറക്കൂട്ടങ്ങൾക്കിടയിലെ കൊച്ചരുവിയിൽ അവസാനിക്കും.

പാറക്കെട്ടുകളിൽ തട്ടി ചിന്നിച്ചിതറി വരുന്ന ചെറുവെള്ളച്ചാട്ടങ്ങൾ എന്നും ഒരു കൗതുകമാണ്. നല്ല മഴക്കാലമാണെങ്കിൽ പറയുകയും വേ ണ്ട. ഇവയ്ക്ക് ഗാംഭീര്യം കൂടും. ശുദ്ധമായ ഈ ജലസ്രോതസ്സിൽ വസ്

ത്രങ്ങൾ അലക്കി സോപ്പും അഴുക്കും പുറന്തള്ളുന്നതിൽ തെല്ലുവേദന ഇല്ലാതില്ല. കൂടുതൽ വെള്ളവും ആഴവുമുള്ള പ്രദേശങ്ങൾ തേടി വീ ണ്ടും താഴേക്ക് പോകുന്നവരുണ്ട്. പുതിയ തെളിനീർ കുണ്ടുകൾ ക ണ്ടുപിടിച്ച് ആർപ്പുവിളികളോടെ അവർ അലക്കാൻ തുടങ്ങും. മുകളി ലുള്ളവന്റെ അഴുക്കു ജലമാണ് താഴേക്ക് വരുന്നതെന്ന ചിന്തയൊന്നും ഇക്കൂട്ടർക്കില്ല. പരന്ന കല്ലുകൾ കണ്ടെത്തി സോപ്പ് തേച്ച്, ആവോളം പതയുണ്ടാക്കി തുണികൾ ചെറിയ തോതിൽ അടിച്ച് അലക്കുക എന്ന ത് പന്ത്രണ്ടു വയസ്സുകാർക്ക് അത്ര സുഖമുള്ള ഒരേർപ്പാടല്ലായെങ്കിലും അരുവിയുടെ ഒച്ചപ്പാടും കാടിന്റെ കുളിർമയും ഞങ്ങളെ വേദനിപ്പിച്ചില്ല എന്നുവേണം പറയാൻ. യാന്ത്രികതയ്ക്കും സ്വാതന്ത്ര്യത്തിനും ഇടയിൽ അല്പമാത്രമായുസ്സുള്ള ഒരിത്തിരി നേരം.

പക്ഷേ എല്ലാം കഴിഞ്ഞ്, നനഞ്ഞ തുണിയുടെ ഭാരവും പേറി കു ന്നിൻ മുകളിലേക്ക് ഒരു കയറ്റമുണ്ട്. ബക്കറ്റ് നിറയെ നനഞ്ഞ തുണിക ളുമേന്തി നേരത്തെ ഇറങ്ങിവന്ന പാറക്കെട്ടുകളെല്ലാം തിരിച്ചുകയറി മു കളിലെത്തുമ്പോഴേക്കും കാൽമുട്ടുകൾ തളർന്ന് നെഞ്ചിടിപ്പ് കൂടി എ വിടെയെങ്കിലും ഒന്നിരുന്ന് വിശ്രമിക്കാൻ തോന്നും. ഈ വേളയിലും മ നസ്സിനെ സന്തോഷിപ്പിക്കുന്നത് മണിക്കൂറുകൾക്കകം വരാനിരിക്കുന്ന ഒരു കാര്യമാണ്. സന്ധ്യാനേരത്തെ ടിവിയിലെ സിനിമാപ്രദർശനം. സ് കൂളിൽ എത്തി ഹോസ്റ്റലിനോട് ചേർന്ന് കിടക്കുന്ന കരിമ്പാറമേൽ ഈ വസ്ത്രങ്ങളെല്ലാം ഉണക്കാനിടും. അന്നു രാത്രിയും അടുത്ത പകലും ആ തുണികൾ ആ പാറപ്പുറത്ത് തന്നെ കിടക്കും.

ദൂരദർശനിൽ തിരുവനന്തപുരം ചാനൽ തുടങ്ങിയിട്ട് അധികകാലമാ യിട്ടില്ല. എല്ലാ ശനിയാഴ്ചയും വൈകുന്നേരം ആററക്ക് തുടങ്ങുന്ന ഈ സിനിമാ പ്രദർശനം സ്വപ്നം കണ്ടാണ് കഴിഞ്ഞ ഒരാഴ്ച തള്ളിനീക്കി യത്. ആറുമണിയാവുമ്പോഴേക്കും നെൽസൺ സാറും കൂട്ടരും BPL ക മ്പനിയുടെ 20 ഇഞ്ച് ടിവി പൊക്കിക്കൊണ്ടുവരും. നെതർലാൻഡ് ഹൗ സിന്റെ നീണ്ട വരാന്തയിലെ ഇരുത്തിയിൽ പുറത്തു ഗ്രൗണ്ടുഭാഗത്തേ ക്കായി സ്ക്രീൻ തിരിച്ച് വെയ്ക്കും. ടിവി ഓണാക്കിയാൽ പിന്നെ ഒ രാൾ ടെറസ്സിനു മുകളിൽ കയറി മീൻമുള്ളുപോലുള്ള ആന്റിന ചെറു ങ്ങനെ കറക്കാൻ തുടങ്ങും. ഏതോ ഒരു കോണിൽ ചിത്രങ്ങൾ ചെറു തായി കാണാൻ തുടങ്ങിയാൽ പിന്നെ ബൂസ്റ്റർ കണ്ട്രോൾ തിരിക്കാൻ തുടങ്ങും. ടിവി സ്ക്രീനിൽ മനസ്സിലാക്കാൻ പാകത്തിൽ ചിത്രങ്ങൾ തെ ളിഞ്ഞാൽ താഴെ ഗ്രൗണ്ടിൽ ചമ്രം പടിഞ്ഞിരിക്കുന്ന ഞങ്ങൾ ആർപ്പു വിളികളോടെ എല്ലാം ശരിയായി എന്നറിയിക്കും. അതോടെ മുകളിൽ

ആന്റിന തിരിക്കുന്നവൻ താഴെയിറങ്ങും.

'സന്ധ്യക്ക് വിരിഞ്ഞ പൂവ്'. അതായിരുന്നു ആദ്യം കണ്ട സിനിമ. പേര് അന്വർത്ഥമാക്കാനെന്നപോലെയാണ് പടിഞ്ഞാറ് ചെഞ്ചായം പൂ ശിയ ചക്രവാളത്തിന്റെ മനോഹാരിതയ്ക്കു കീഴെയുള്ള ഞങ്ങളുടെ ഈ ഇരുപ്പ്. ദിനംപ്രതി മുറപോലെ നടക്കുന്ന എല്ലാ തിരക്കുകളും ഒഴിഞ്ഞ്, അരുവിയിലെ അലക്കിനുശേഷമുള്ള കുന്നുകയറ്റത്തിന്റെ ക്ഷീണവും മറന്ന്, നാളത്തെ അവധിദിവസത്തിന്റെ സ്വാതന്ത്ര്യവുമോർത്ത്, കാ ണാൻ പോകുന്ന സിനിമയിലെ ആക്ഷൻ രംഗങ്ങൾ മനസ്സിൽകണ്ട്, ആ ഹ്ലാദചിത്തരായി ഒരിരുപ്പ്.

ഗാന്ധിമുള്ളുനിറഞ്ഞ പാറപ്പുറത്ത് പൃഷ്ഠഭാഗം വേദനിക്കുമാറ് എ ത്രനേരമിങ്ങനെ ഇരിക്കാറുണ്ടെന്നോർമ്മയില്ല. ഇടയ്ക്ക് കയറിവരുന്ന മലയാളവാർത്താനേരത്താണ് മൂത്രമൊഴിക്കാൻ പോകാറ്. അതിനും അ ധ്യാപകരുടെ അനുമതി വേണം.

സിനിമയിലെ അടിപിടിയും കാറോട്ട രംഗങ്ങളുമൊക്കെ സീൽക്കാര ശബ്ദങ്ങളോടെയാണ് ഷിജു ടി ഡിയും ജിൽജിത്തുമൊക്കെ ആസ്വദി ക്കുക.

'ദാണ്ടെ.. പിടിയവനെ..', 'അവന്റെ പിറകിൽകൂടി അടിക്ക്' എന്നൊ ക്കെ വിളിച്ചുപറയും ഇവർ.

പ്രണയരംഗങ്ങളിൽ ചിലർ പരസ്പരം കുശുകുശുക്കും. ചിലർ പെ ൺകുട്ടികളിരിക്കുന്ന ഭാഗത്തേക്ക് കണ്ണോടിക്കും. ഈ ചുരുങ്ങിയ കാല യളവിൽത്തന്നെ പെൺകുട്ടികളിൽ ചിലർ ഞങ്ങളിൽ ചിലരുടെയെങ്കിലും മനസ്സിൽ ഇടം പിടിച്ചുകഴിഞ്ഞിരുന്നു.

ആദ്യപ്രണയങ്ങൾ.. പരസ്പരം തിരിച്ചറിയാതെ, സംസാരിക്കാതെ, അവനവന്റെയുള്ളിൽ മാത്രമൊതുക്കിവെച്ച കടിഞ്ഞൂൽ പ്രണയം. പ്രി യപ്പെട്ടവരാൽ ഒറ്റപ്പെട്ടുപോയ ആ ബാല്യത്ത് സ്നേഹാർദ്രമായ ഒരു നോട്ടം മാത്രം മതിയാകും മനം കുളിർക്കാൻ.. പതിന്മടങ്ങ് സ്നേഹം തിരിച്ചുനൽകാൻ.. പ്രണയനിർഭരമായ സ്വപ്നങ്ങൾ കാണാൻ.. പ്രണ യനൈരാശ്യങ്ങൾക്ക് പുതുമയില്ല. പ്രസക്തിയുമില്ല. തിരിച്ചുലഭിക്കാത്ത ഈ സ്നേഹം ചൊരിയൽ ഞങ്ങളുടെയൊക്കെ ജീവിതത്തിന്റെ ഭാഗമാ യിക്കഴിഞ്ഞിരുന്നു.

13. ആന്വൽ ഡേ

അടുത്ത വ്യാഴാഴ്ച എല്ലാവരും പതിവിലും വൃത്തിയുള്ള യൂണി ഫോം ധരിക്കണം. ഷൂസുകൾ നല്ലതുപോലെ പോളീഷ് ചെയ്യണം. സോക്സുകൾ പുത്തനെന്ന പോലെ കഴുകി വെളുപ്പിക്കണം. പ്രിൻസി പ്പാൾ അസ്സംബ്ലിയിലത് പറഞ്ഞപ്പോൾ കാര്യമെന്തെന്നു മനസ്സിലായി ല്ല. മോഹനൻസാർ ചില കൂട്ടരെ വിളിച്ച് വൈകുന്നേരങ്ങളിൽ സംഘ ഗാനങ്ങൾ പ്രത്യേകം പഠിപ്പിക്കുന്നു.. സീനിയേഴ്സായ സിറിലും പ്രവീ ണയും സുജാതയും ഞങ്ങളുടെ കെസിയും പുതിയഗാനങ്ങൾ പഠിച്ചു.

വ്യാഴാഴ്ച ആന്വൽഡേ ആണ്. ആ ദിവസത്തിന്റെ പ്രത്യേകത എ ന്തെന്നറിയില്ല. എന്തൊക്കെയാണ് സംഭവിക്കാൻ പോകുന്നതെന്നും അ റിയില്ല. ഒന്നുമാത്രമറിയാം. എന്തോ മഹാകാര്യം നടക്കാൻ പോവുക യാണ്.

കമലും പണ്ഡിറ്റുമൊക്കെ കൂടുതൽ ഉത്സാഹഭരിതരായി. വെള്ള യൂ ണിഫോം ഷർട്ടുകൾ ഉജാലമുക്കി പളപളാന്ന് വെളുപ്പിച്ചു. ആരുടേതാ ണ് കൂടുതൽ വെളുത്തതെന്ന് ചർച്ചകൾ നടന്നു. അത്തരം ചർച്ചാപരി സരങ്ങളിൽ നിന്നും ഞാൻ ഒഴിഞ്ഞുമാറി. ഷൂസും സോക്സും ഷർട്ടും ട്രൗസറും എല്ലാം ഒരേസമയം വെടിപ്പായി നിർത്തുക എന്നത് എന്നെ സംബന്ധിച്ചോളം തികച്ചും അസാധ്യമായ കാര്യമായിരുന്നു. എങ്കിലും ഞാനും കിടഞ്ഞു പരിശ്രമിച്ചു. കറുത്ത പാറപ്പുറത്ത് ഉണക്കാനിട്ട ചില രുടെ വെളുത്ത സോക്സുകൾ മോഷണംപോയി. എന്നെപ്പോലെയുള്ള വരെ ഇത്തരം പ്രശ്നങ്ങൾ അലട്ടിയതേയില്ല. എന്റെ സാധനങ്ങൾ ആ രെടുക്കാൻ?

ഒടുവിൽ ആ വ്യാഴാഴ്ച വന്നു ചേർന്നു. ജില്ലാകളക്ടർ വന്നു. സത്യ നാരായണദാസ് ഐഎഎസ്. ഞങ്ങളെല്ലാം ഉജാലയുടെ പരസ്യംപോ ലെ വെട്ടിത്തിളങ്ങുന്ന യൂണിഫോം ധരിച്ച് പതിവിലും അച്ചടക്കത്തോ ടെ കാര്യപരിപാടികൾക്കായ് കാത്തിരുന്നു.

സിറിലും കൂട്ടരും സ്വാഗതഗാനം പാടി. പ്രിൻസിപ്പാളും കളക്ടറും

സംസാരിച്ചു. ഞങ്ങൾ ഇന്നേവരെയില്ലാത്ത അച്ചടക്കത്തോടെ എല്ലാം സശ്രദ്ധം കേട്ടിരുന്നു. പിന്നീട് സംഘഗാനങ്ങൾ പാടി.

'ഹിമഗിരികന്യകൾ നിങ്ങൾ
ഭാരത ഹൃദയകുമാരികമാർ
വരണ്ടമണ്ണിൻ ദാഹം തീർക്കാൻ
ഒരുങ്ങി വന്നവരോ..'

മിനിമോൾ (123) ഭാരതനാട്യമാടി. നിഷ (128) കവിത ചൊല്ലി. ചക്കര നാടകം കളിച്ചു. കൽപ്രതിമ സൃഷ്ടിച്ച ശിൽപിക്കുമുന്നിൽ ജീവൻ വയ് ക്കുന്ന ശിൽപത്തിന്റെ കഥപറയുന്ന നാടകം. 'ശിൽപി'. മോഹനൻ സർ തന്നെയാണ് സംവിധായകൻ.

കെസിയും കൂട്ടരും പിന്നെയും പാട്ടുകൾ പാടി.

'പുഞ്ചനെൽപ്പാടം നാം കൊയ്തുതീർക്കണം..

ഹൊയ്യാരെ..

നെഞ്ചിനുള്ളിൽ ആഹ്ലാദം തിരയടിക്കണം..'

പരിപാടികൾക്കുശേഷം കളക്ടർ ഞങ്ങളോട് നേരിട്ട് സംസാരിക്കാൻ വന്നു.

'ഇവിടെ നിങ്ങൾക്ക് എന്തെങ്കിലും ബുദ്ധിമുട്ടോ അസൗകര്യങ്ങളോ ഉണ്ടോ?'

'ഇല്ല സർ'

'ഭക്ഷണം?'

'നല്ലതുതന്നെ'

'താമസം?'

'ഒരു കുഴപ്പവുമില്ല'

'വേറെ എന്തെങ്കിലും ബുദ്ധിമുട്ട് ?'

'ഒന്നുമില്ല സർ'

രാജ്യത്തിന്റെ ഭാവി വാഗ്ദാനങ്ങളെ വാർത്തെടുക്കുന്ന മഹാപ്രക്രിയ തടസ്സങ്ങളില്ലാതെ മുന്നേറുന്ന സംതൃപ്തി കളക്ടർ സാറിന്റെ മുഖത്ത് തെളിഞ്ഞു.

ഒന്നും മനസ്സിലാകാത്ത കണക്ക് പിരിയഡിനെ കുറിച്ചും, പാത്രം ക ഴുകാൻ ഒരു ഗ്ലാസ് വെള്ളത്തിനു വേണ്ടിയുള്ള നീണ്ട ക്യൂവിനെ കുറി ച്ചും വിശന്നു വലയുന്ന രാവിലെകളിൽ അഞ്ചു കഷ്ണം ബ്രഡ് കൊ ണ്ട് വിശപ്പ് മാറുന്നില്ല എന്ന കാര്യവും നമ്മളാരും പറഞ്ഞില്ല. കാരണം ഞങ്ങൾ പരാതികൾ പറയാൻ അർഹതയില്ലാത്ത കൂട്ടരാണെന്ന് സ്വ യം തോന്നി. രാവിലെ എഴുന്നേൽക്കാൻ മടികാണിക്കുന്ന, അസ്സംബ്ലി

ക്ക് വൈകിയെത്തുന്ന വൃത്തിഹീനമായ യൂണിഫോം ധരിക്കുന്ന ഒരു തെമ്മാടിക്കൂട്ടം.

കളക്ടർ സർ ഇന്നുപോകും. പ്രിൻസിപ്പാളും അദ്ധ്യാപകരും ഞങ്ങളും ഇവിടെത്തന്നെകാണും. എത്ര നാൾ? എത്രമാസം? എത്രവർഷം? അ തിനെക്കുറിച്ചൊന്നും ഇപ്പോൾ ഞങ്ങൾ ആലോചിക്കാറേയില്ല. നമു ക്കു ഇന്നുമാത്രമേയുള്ളൂ. ഈനേരം .. വർത്തമാനത്തിൽ മാത്രം ജീവി ക്കുന്ന, ഇന്നലെകൾ നഷ്ടപ്പെട്ട, വരുംനാളുകളെ കുറിച്ച് സ്വപ്നങ്ങൾ കാണാത്ത, ബാല്യങ്ങൾ... രാജ്യത്തിന്റെ വരുംകാല സ്വപ്നങ്ങൾ..!

14. പ്രകൃതി

'പ്രകൃതിയിലെ ഓരോ വസ്തുവിലും ഒളിച്ചിരിപ്പുണ്ട്, മനോഹര ങ്ങളായ ചിത്രങ്ങൾ. ആകാശത്ത് വെൺമേഘങ്ങൾക്കിടയിലും, പൊടി ക്കല്ലുകൾ നിറഞ്ഞ ഇവിടുത്തെ മൈതാനത്തും, എല്ലാം മായ്ച്ചുകള ഞ്ഞ ഈ ബ്ലാക്ക് ബോർഡിലും ചിത്രങ്ങൾ ഒളിഞ്ഞിരിപ്പുണ്ട്. നിങ്ങളു ടെ കൈപ്പത്തി നോക്കൂ.. അതിലും കാണാം ചിത്രങ്ങൾ..' ഗോപിസാർ എന്നും ഇങ്ങനെയാണ്. ക്ലാസ്സുകളെ പലപ്പോഴും പ്രകൃതിയുമായി കൂ ട്ടിയിണക്കി ജീവിതഗന്ധികളാക്കിതീർക്കും. നമ്മളിൽ ചിലരെ വിളിച്ച് ബോർഡിൽ ചില വരകൾ വരപ്പിക്കും. ചില രേഖകൾ വളഞ്ഞത്.. ചി ലത് നേർരേഖകൾ. ഒരർത്ഥവും ഇല്ലാത്ത, വെറും വരകൾ.. അവയെ ല്ലാം സാർ നിമിഷങ്ങൾക്കുള്ളിൽ ഭംഗിയുള്ള ചിത്രങ്ങളാക്കി മാറ്റും. മുയലും ശ്രീകൃഷ്ണനും പൂക്കളുമൊക്കെ അപ്പോൾ ഒരു മാജിക് പോ ലെ ബോർഡിൽ തെളിഞ്ഞുവരും.

സാറിന്റെ ചിത്രങ്ങളെല്ലാം അപൂർണ്ണമായിരുന്നു. പക്ഷേ ആ അ പൂർണ്ണതയ്ക്കും ഏവരെയും ആകർഷിപ്പിക്കുന്ന, ലഹരിപിടിപ്പിക്കുന്ന, ഒരു മനോഹാരിതയുണ്ടായിരുന്നു. അശ്രദ്ധാപൂർവമെന്നു തോന്നിപ്പിക്കു ന്ന ലക്ഷ്യബോധമില്ലാത്ത വരകൾ.. ചിത്രരചന വളരെ ലളിതമെന്നു ത ന്റെ മുന്നിലിരിക്കുന്നവർക്ക് തോന്നിപ്പിക്കുന്നതായിരുന്നു സാറിന്റെ രീ തികൾ.

ആ ഞായറാഴ്ച ടിവിയിൽ മഹാഭാരതം സീരിയൽ കഴിഞ്ഞയുടനെ അടുത്ത പരിപാടി കാണാൻ കാത്തുനിൽക്കാതെ പെൻസിലും ബു ക്കുമായി ഞാൻ പുറത്തേക്കിറങ്ങി. ലക്ഷ്യം മറ്റൊന്നുമല്ല. ചിത്രങ്ങൾ വ രയ്ക്കണം. ഗോപിസാർ പറഞ്ഞതുപോലെ പ്രകൃതിയിൽനിന്നും പാഠ ങ്ങൾ ഉൾക്കൊണ്ട് ചിത്രങ്ങൾ വരയ്ക്കണം.

ഞാൻ പറങ്കിമാവിൻ തോട്ടത്തിലേക്ക് കടന്നു. ചീവീടുകളുടെ ശ ബ്ദമുഖരിതമായ, സൂര്യപ്രകാശം നന്നേ കുറച്ചുമാത്രം നിലത്തു പതി ക്കുന്ന തണൽമരം കണ്ടെത്തി അതിലൊരു കൊമ്പിലിരുന്നു. എന്താ ണ് വരയ്ക്കേണ്ടത്? പൂക്കൾ? മലകൾ? എവിടെത്തുടങ്ങണം? എങ്ങനെ തുടങ്ങണം? ഒന്നും തീരുമാനമായില്ല.

കുറേ നേരത്തെ ആലോചനകൾക്ക് ശേഷം പറങ്കിമാവിൻ പൂക്കളെ

വരയ്ക്കാൻ തീരുമാനിച്ചു. ആദ്യം രണ്ടു മൂന്നു ഇലകൾ വരയ്ക്കാൻ ശ്രമിച്ചു. ഇലകൾക്കിടെ ഇളം റോസു നിറത്തിൽ വെള്ള കലർന്ന പൂ മൊട്ടുകൾ.. പക്ഷേ എന്റെ വരകളൊന്നും തന്നെ ശരിയാവുന്നില്ല. മന സ്സിലുള്ളതൊന്നും പേപ്പറിൽ വരുന്നില്ല. ഇത്രയും ലളിതമായ സംഗതി പോലും വരയ്ക്കാൻ കഴിയാത്ത എനിക്ക് എങ്ങനെയാണ് ഗോപിസാറി നെ പോലെ വരയ്ക്കാൻ കഴിയുക?

ഒന്നും നമ്മൾ കാണുന്നത്ര ലളിതമല്ല.. കശുമാവിൻ പൂക്കളിൽ ചെ റിയ ചോണനുറുമ്പുകൾ വന്നിരുന്നു. ഇടയ്ക്കിടെ ചില വണ്ടുകൾ വ ന്നു. ഇവയൊക്കെ എവിടെനിന്നും വരുന്നു? എന്തിനുവന്നു? ഇവർ എ ങ്ങനെയറിഞ്ഞു ഇവിടെ ഈ പൂക്കളുണ്ടെന്ന കാര്യം? ആഴ്ചകൾക്ക കം ഈ പൂക്കളിൽ പലതും പറങ്കിമാങ്ങകളായി മാറും. പറങ്കിമാങ്ങക്കു ട്ടങ്ങളുണ്ടാകും. അതിൽ കശുവണ്ടികളുണ്ടാകും. ഓരോ കശുവണ്ടിയും അനേകായിരം പൂക്കൾ കിനിയുന്ന മരങ്ങളായ് പുനർജനിക്കും. ഇവയ് ക്കുള്ളിൽ എവിടെയാണ് ഈ രഹസ്യ ശക്തിയൊക്കെയും ഒളിപ്പിച്ചു വെച്ചിരിക്കുന്നത്? ഇവയൊന്നും തന്നെ ഞാൻ കരുതിയതു പോലെ നി സ്സാരക്കാരല്ല. എനിക്കറിയാത്ത ഒരുപാട് കാര്യങ്ങൾ ഈ ഭൂമിയിലുണ്ട്. ഒരുപക്ഷേ, ഈ ഉറുമ്പുകൾക്കും വണ്ടുകൾക്കും എന്നേക്കാൾ അറി യാമായിരിക്കും പ്രകൃതിയിലെ ജീവ രഹസ്യങ്ങൾ.

ജീവിതത്തിന്റെ യഥാർത്ഥ ലക്ഷ്യം പ്രകൃതിയെ തിരിച്ചറിയുക എ ന്നതാണ്. അതുതന്നെയാണ് ഗോപിസാറും മോഹനൻസാറും പറയാ തെ പറഞ്ഞിട്ടുള്ളത്..

സമ്പാദ്യവും സന്തോഷവും തമ്മിൽ ഒരു ബന്ധവുമില്ല. വിടർന്നു നിൽക്കുന്ന ഒരുപൂവ്.. കാട്ടിലേക്കൊരു യാത്ര.. പുഴയോരത്തുകൂടിയു ള്ള നടത്തം.. ജീവിതത്തിൽ പലപ്പോഴും യഥാർത്ഥ സന്തോഷം ലഭി ക്കുന്നത് ഈ വക ചെറിയ കാര്യങ്ങളിൽ നിന്നാകും. ഒരു ഉറുമ്പിനേ ക്കാൾ വലുതല്ല ഞാൻ. എന്നേക്കാൾ വലുതല്ല ഉറുമ്പും.

ഞാൻ കശുമാവിൻ കൊമ്പിൻമേൽ മലർന്നുകിടന്നു. പച്ചിലക്കുട്ടങ്ങൾ ക്കിടെ നീലാകാശം കണ്ടു. ദൂരേനിന്നും, ഇങ്ങടുത്തു നിന്നുമായി പ ക്ഷികളുടെ പല പല ശബ്ദങ്ങൾ. ഇളംകാറ്റ്. ഇതുതന്നെയാണ് ഭാഗ്യം. മഹാഭാഗ്യം. ഈ കാഴ്ചകൾ കാണാനും കേൾക്കാനും സാധിക്കുന്ന ത്.. പതിവു ഞായറാഴ്ചകളെപ്പോലെ ഇന്നും രാവിലെ ടിവി കാണാൻ ഇരുന്നിരുന്നെങ്കിൽ ഈ ചിന്തകളൊന്നും എന്റെ മനസ്സിലേക്ക് കടന്നുവ രില്ലായിരുന്നു.

ജീവിതം വളരെ ലളിതമാണ്. ക്ലാസ്സ്മുറികളിൽ അനുഭവിക്കുന്നത്ര

സങ്കീർണ്ണമല്ല പുറംലോകത്തെ ഒന്നും. ജനനത്തിനും മരണത്തിനും ഇ ടയിലെ ചിലനേരം. ഒരുപാട് ചിന്തിച്ചുകൂട്ടി മനോവിഷമം സൃഷ്ടിക്കേണ്ട ഒരുകാര്യവുമില്ല ഇതിനിടയിൽ. സന്തോഷം കണ്ടെത്തുക എന്നതാണ് പ്രധാനം. അതിനുള്ള വകകളെല്ലാം ഇവിടെത്തന്നെയുണ്ട്. കണ്ണും കാ തും തുറന്നിരിക്കണം എന്നുമാത്രം.

എന്റെ ചിന്തകൾ എന്നിൽ തുടങ്ങി എന്നിൽത്തന്നെ അവസാനിക്കു ന്നു. ഞാൻ നാളെ മരിച്ചുവീഴേണ്ടവനാണ്. എന്റെ മരണമാകട്ടെ ഈ പ്രകൃതിയിൽ ഒരു മാറ്റവും വരുത്താതെ കടന്നുപോകുന്ന തൃണസമാ നമായ സംഗതിയും. ഞാൻ ഉണ്ടെങ്കിലും ഇല്ലെങ്കിലും ഈ ഉറുമ്പുകൾ ഇവിടെക്കാണും. പൂക്കൾ വിരിയും. പക്ഷികൾ പറക്കും. മേഘങ്ങളും സൂര്യനും ആകാശവും ഇതേപടി ഇവിടെ കാണും.

ദൂരെ.. എല്ലാവരും വരിവരിയായി ഉച്ചഭക്ഷണത്തിനായി മെസ്സിലേക്ക് നടക്കുന്നത് കണ്ടു. അവരോടൊപ്പം എനിക്കും ചേരേണ്ടതുണ്ട്. ചിന്ത കൾ കുന്നുകൂടി മണിക്കൂറുകൾ പോയതറിഞ്ഞില്ല. ഇങ്ങനെ എത്രനേ രം വേണമെങ്കിലും തനിച്ചിരിക്കാൻ കഴിയും. ആരോടും സംസാരിക്കാ തെ.. എന്നോടുതന്നെ സംവദിച്ച്, ഏകനായ്, എത്രനേരം വേണമെങ്കി ലും. എനിക്കുമാത്രമല്ല. എന്നെപ്പോലെതന്നെ ഇവിടുത്തെ എന്റെ സഹ ജീവികൾക്കും.

15. വീണ്ടും എന്റെ നാട്ടിലേക്ക്

ഏപ്രില്‍ 30.

ജീവിതത്തില്‍ ഇന്നേവരെ ഇത്രയും ആകാംക്ഷയോടെ കാത്തുനി
ന്ന ഒരു ദിനം ഉണ്ടായിട്ടില്ല. എന്റെ പിറന്നാള്‍ ദിനമാണ് എന്നത് അതി
നൊരു കാരണമേയല്ല. മാസങ്ങളുടെ കാത്തിരിപ്പിനുശേഷം രണ്ടുമാസ
ത്തെ വെക്കേഷനായി ഞങ്ങള്‍ വീട്ടിലേക്ക് പോവുകയാണ്. വസ്ത്രങ്ങ
ളും പുസ്തകങ്ങളും ഷൂസും തുടങ്ങി സകലമാന സാധനങ്ങളും എ
ന്റെ ഇരുമ്പു പെട്ടിയില്‍ ഒതുക്കിവെച്ചു. സാധനങ്ങള്‍ എടുത്തുവെയ്
ക്കുന്ന ജോലി ഒരാഴ്ചമുമ്പേ തുടങ്ങിയതാണ്. തോര്‍ത്ത്, ബ്രഷ്, ഷൂസ്
പോലുള്ളവ എടുത്തുവെക്കുന്നത് അവസാന നിമിഷത്തേക്കായി മാറ്റി
വെച്ചിരുന്നു. രാവിലെ ബ്രേക്ക്ഫാസ്റ്റ് കഴിഞ്ഞയുടനെ തുടങ്ങിയ ഇരി
പ്പാണ് വരാന്തയില്‍.

ദൂരെ ചരല്‍ റോഡിലൂടെ പൊടിയും പറത്തിക്കൊണ്ട് ഇരമ്പിവരു
ന്ന ഓരോ ജീപ്പും ഒരുപാട് പ്രതീക്ഷയോടെ നോക്കി നില്‍ക്കും. അടു
ത്ത പ്രദേശങ്ങളില്‍ നിന്നുള്ളവരുടെ അച്ഛനമ്മമാര്‍ കാലത്തെതന്നെ
എത്തിച്ചേര്‍ന്ന് അവരുടെ കുട്ടികളെയും കൊണ്ടു പോയി.

സമയം കഴിയുന്തോറും വരാന്തയിലെ തിരക്ക് കുറഞ്ഞു വന്നു. പ
തിനൊന്നു മണിയായപ്പോഴേക്കും കോശിയും കാക്കയും പോഷ്ക്കാറു
മൊക്കെ വീട്ടിലേക്ക് പോയിക്കഴിഞ്ഞിരുന്നു.

പിന്നെയും ജീപ്പുകൾ പലതും വന്നു. പലരും പോയി. ഒടുവിൽ കാ
ത്തിരിപ്പിന്റെ മുൾമുനയിൽ നിൽക്കുന്നവർ ചുത്തനും ചോട്ടുവും ഞാ
നുമടങ്ങുന്ന ചെറുസംഘമായി ചുരുങ്ങി. സമയം ഏകദേശം പന്ത്രണ്ടര
ആയതോടെ ഞങ്ങളുടെ ജീപ്പും എത്തിച്ചേർന്നു.

തിരിച്ചുപോക്ക്.

ജീവിതത്തിൽ ഏറ്റവും ആനന്ദകരമായ കാര്യമിതാണ്. എനിക്കേറ്റ
വും പ്രിയപ്പെട്ട പയ്യന്നൂരിലെ കിഴക്കേകൈാവ്വൽ എന്ന ഗ്രാമത്തിലേക്ക്.
അവിടുത്തെ ഞാൻ കളിച്ചു വളർന്ന വീട്ടുമുറ്റത്തേക്ക്.. നാട്ടുപറമ്പുകളി
ലേക്ക്.. നാട്ടിലെ എന്റെ കൂട്ടുകാരുടെ അടുത്തേക്ക്.. ഒരു തിരിച്ചുപോ
ക്ക്. ഒരുതരം കൂടണയൽ.

അമ്മമ്മ വീട്ടുമുറ്റത്ത് തന്നെയുണ്ടായിരുന്നു. ബിന്ദുവേച്ചി തൊട്ടടു
ത്ത വീട്ടിൽ ഗീതേച്ചിയുടെ കൂടെ കൊത്തങ്കല്ലോ എട്ടാംകട്ടമോ കളിക്കു
ന്ന തിരക്കിലായിരിക്കും. എന്റെ വരവ് അറിഞ്ഞയുടനെ ഓടിവന്നു. ഏ
ച്ചി മുടിയൊക്കെ നീണ്ട് കുറച്ചുകൂടി വലുതായിരിക്കുന്നു. അമ്മമ്മയാ
ണേൽ എന്നെ കണ്ട പാടെ അടുക്കളയിൽ എന്തോ പലഹാരം എടു
ക്കാൻ പോയി.

ഇവിടെ ചുറ്റിലും മാറ്റമാണ്. വീട്ടുമുറ്റത്തെ ചെറുചെടികൾ വളർന്ന്
കുറ്റിച്ചെടികളായി. ഞാൻ പോകുമ്പോൾ ഉണ്ടായിരുന്ന പല പൂച്ചെടിക
ളും ഇപ്പോൾ കാണാനില്ല. പകരം പുതിയവ മുറ്റത്ത് ഇടംപിടിച്ചിരിക്കു
ന്നു. കിണറ്റിൻ അരികിലെ പനിനീർചെടി വളർന്നു വലുതായി ചില്ല
കൾ നീണ്ടുവളഞ്ഞ് ഒരു കുറ്റിക്കാടായി മാറി. കുട്ടൻ നായയ്ക്ക് മാത്രം
വലിയ മാറ്റമൊന്നുമില്ല. ഇടയ്ക്കിടെ ശരീരം എന്റെ കാലിൽ ഉരസിക്കൊ
ണ്ട് വാലാട്ടി ചുറ്റിപ്പറ്റി നടക്കുകയാണ് മൂപ്പർ. ഞാൻ വീട്ടിനകത്തു കയ
റി. മുറികളെല്ലാം കുറച്ചുകൂടി ചെറുതായത് പോലെ. ചുവരുകളിൽ ഞാൻ
പണ്ട് കോറിയിട്ട ചിത്രങ്ങൾ ഒരു ശിലായുഗ സ്മരണിക പോലെ അ
മൂർത്തങ്ങളായ കലാരൂപങ്ങളായി അവിടെ തന്നെയിരിപ്പുണ്ട്. അടുക്കള
യിലെ ചുവരുകളും മേൽക്കുരയിലെ ഓടും കഴുക്കോലും എല്ലാം കുറ
ച്ചുകൂടി ഇരുണ്ടിരിക്കുന്നു.

മണിക്കുറുകൾക്കു മുമ്പ് ഞാൻ ജീവിച്ചിരുന്ന ലോകത്തെക്കുറിച്ച് ഒ
രു നിമിഷം പോലും ചിന്തിക്കാൻ ഇഷ്ടപ്പെടുന്നില്ല. ഒരു ദുസ്വപ്നമെന്ന
പോലെ എല്ലാം മറന്നു കളഞ്ഞേക്കാം.

പുതിയ സ്കൂളിലെ വിശേഷങ്ങൾ ചോദിച്ചുകൊണ്ടാണ് പലരും സം

സാരിച്ചു തുടങ്ങുന്നത്.

'കുഴപ്പമില്ല.' എന്ന ഉത്തരത്തിൽ ഒതുക്കി ഓർമ്മകൾക്ക് ഞാൻ സ്വയം തടയിടും.

പൂവൻകോഴിയുടെ കരച്ചിൽ.. ഓട്ടോറിക്ഷയുടെ ശബ്ദം.. ദൂരെയെവിടെയോ മുത്തപ്പൻ വെള്ളാട്ടത്തിന്റെ ചെണ്ടകൊട്ടൽ.. കണ്ണടച്ച് പിടിച്ച് ഞാൻ കാതോർത്തിരുന്നു. മാസങ്ങളായി അന്യപ്പെട്ടു പോയത് എണ്ണിയാൽ തീരാത്ത ഇത്തരം ചെറുകാര്യങ്ങളാണ്. എന്നെ ഞാനാക്കിയ ചെറുകാര്യങ്ങൾ.

അടുത്തദിവസം രാവിലെ എന്നെയും കൂട്ടി അമ്മ ബന്ധുവീടുകളിലേക്ക് പോയി. വഴിനീളെ ആളുകൾ എന്നെ ഒരു അത്ഭുതബാലനെ പോലെ നോക്കിനിന്നു.

'ഇവന് ഇനി എന്നാ പോകേണ്ടത്?'

'രണ്ടു മാസം ലീവ് ആണ് അത് കഴിഞ്ഞാൽ തിരിച്ചു പോകണം.' അമ്മ പറയും.

വഴിയിൽ വെച്ചു കണ്ട സരോജിനി ടീച്ചർ നാളെത്തന്നെ പഴയ സ്കൂളിലേക്ക് വരാൻ പറഞ്ഞു.

'അന്നൂർ യുപി സ്കൂൾ' എന്നാണ് പേരിനു താഴെ നെയിം സ്ലിപ്പിൽ എഴുതാറ്. എന്നെക്കൂടാതെ, ചേട്ടുവും സീനിയറായ ജിതേഷും സുപ്രിയയും ഇതേ സ്കൂളിലാണ് പഠിച്ചത്. നാട്ടിൻപുറത്തെ ഒരു ചെറിയ സ്കൂളിനെ സംബന്ധിച്ചടത്തോളം അതൊരു വലിയ കാര്യമായിരുന്നു. സ്കൂളിൽ എത്തിയ ഉടനെ സരോജിനി ടീച്ചർ എന്നെയും കൂട്ടി ഹെഡ്മാസ്റ്ററുടെ റൂമിലേക്ക് പോയി.

'ഇവനാണ് ആ കുട്ടി.. നമ്മുടെ സ്കൂളിന്റെ അഭിമാനം.' ടീച്ചർ എന്നെ ചൂണ്ടിക്കാട്ടി പറഞ്ഞു.

'നമുക്ക് ഇവനെ എല്ലാ ക്ലാസിലും കൊണ്ടുപോയി കാണിക്കണം.' എന്ന് ഹെഡ്മാഷ്.

ഞാൻ പഠിച്ച ക്ലാസ്സിലും മറ്റു ക്ലാസ്സുകളിലേക്കും ഇരുവരും എന്നെ കൊണ്ടുപോയി പരിചയപ്പെടുത്തി.

'നോക്കൂ.. ഇവനെയാണ് നിങ്ങൾ കണ്ടു പഠിക്കേണ്ടത്. ഈ ചെറു പ്രായത്തിൽ തന്നെ ജീവിതത്തിൽ ലക്ഷ്യബോധം എന്തെന്ന് കാണിച്ചു തന്ന കുട്ടി.'

'കേന്ദ്ര സർക്കാരാണ് ഇപ്പോൾ ഇവന്റെ എല്ലാ ചിലവുകളും നോക്കുന്നത്. പഠിക്കുന്നതോ ഇംഗ്ലീഷ് മീഡിയത്തിലും.' സരോജിനി ടീച്ചർ കൂട്ടിച്ചേർത്തു. അഭിമാനത്തോടെ തല ഉയർത്തി തന്നെ ഞാൻ നിന്നു.

തെയ്യങ്ങളുടെ കാലമാണിത്. നാട്ടിലെ പുതിയങ്കാവ് ക്ഷേത്രത്തിൽ

ഉത്സവം കൊടിയേറി. തെയ്യങ്ങളോടൊപ്പം നാടകവും ഗാനമേളയുമൊ ക്കെ കാണും. രണ്ടുരാത്രികളിലും ഞാൻ പോയി. നാടകം തുടങ്ങുന്ന തിനു മുൻപെ ചെറുമഴച്ചാറൽ പുതിയങ്കാവിൽ പതിവാണ്. മഴതോരു ന്നതോടെ നനഞ്ഞ മണൽപ്പുരപ്പിൽ ഞങ്ങൾ ഇരിപ്പിടമുറപ്പിക്കും.

'കടലേ.. നിലക്കടലേ..' ഫാരെക്സ് ടിന്നിൽ നിലക്കടല വിൽക്കുന്ന പിള്ളേർ നീട്ടിപാടുകയാണ്. കഴിഞ്ഞവർഷം വരെ ഞാനും ഇതുപോ ലെ ഉത്സവപ്പറമ്പിൽ നിലക്കടല വിറ്റു നടന്നിട്ടുണ്ട്. അഞ്ചു പൈസക്ക് രണ്ടെണ്ണം. രണ്ടു രൂപയ്ക്ക് കടല വാങ്ങി മണലിലിട്ട് ചുടാക്കി വേവിച്ച് വിൽക്കും. അമ്പതു പൈസയോ എഴുപതു പൈസയോ ലാഭം കിട്ടും. ചിലപ്പോൾ ഒരു രൂപ വരെ കിട്ടിയേക്കാം.

ഉത്സവപ്പറമ്പുകളിൽ അമ്മയുടെ സാരിത്തലപ്പും പിടിച്ച് ആദ്യവസാ നം വരെ നാടകം കണ്ടു കഴിയുമ്പോഴേക്കും രാത്രി ഒരുമണിയാകും. അപ്പോഴേക്കും കുടിവീരൻ തെയ്യത്തിന് പുറപ്പാട് തുടങ്ങും. ചെണ്ടവാ ദ്യങ്ങൾക്കൊപ്പം ഓലച്ചൂട്ടുകളുടെ പൊൻ വെളിച്ചത്തിൽ കതിവന്നൂർവീ രന്റെ എല്ലാ ശോഭയോടുംകൂടി ചെമ്മരത്തിത്തറയ്ക്കുചുറ്റും ആടിത്തി മിർക്കുന്ന തെയ്യം. നേരം പുലരുമ്പോളാണ് വീട്ടിലേക്ക് തിരിക്കുന്നത്.

പകൽ മുഴുവൻ കളിയാണ്. ശ്രീജിത്തും പ്രിയേഷും അനിലും ഹരി യും എല്ലാവരുമുണ്ടാകും. ഗോട്ടിക്കളി, കുട്ടീംകോലും, ക്രിക്കറ്റ്, ഓട്ടുക ഷണങ്ങൾ അട്ടിയായി പെറുക്കിവെച്ച് പന്തുകൊണ്ട് എറിഞ്ഞുകൊള്ളി ക്കുന്ന കോരിക്കളി. കുംസ്.. അങ്ങനെ നീളും കളികൾ. ഓരോ പറമ്പും കളിയിടങ്ങളായി മാറും. ഓരോ വീടിന്റെയും അടുക്കള ദാഹശമനകേ ന്ദ്രങ്ങളാകും. കളികളുടെ ഇടവേളകളിൽ എന്റെ സ്കൂൾ വിശേഷങ്ങൾ ചോദിക്കും.

'പണ്ട് നിങ്ങൾ എവിടെയാണ് രാത്രിയിൽ ഉറങ്ങാറ്?'

'അത് വള്ള്യായിയിൽ.' ഞാൻ പറഞ്ഞു.

'വള്ള്യായിയോ അതെന്താ?'

'അതൊരു സ്ഥലം. സ്കൂളിൽ നിന്നും രണ്ടുകിലോമീറ്ററോളം താ ഴേക്ക് പോകണം.'

'താഴേക്കോ?'

ചോദ്യങ്ങൾക്ക് അവസാനമില്ല. ചില കുട്ടികൾ ഡബിൾ കോട്ടിലാ ണ് കിടത്തം എന്നുപറഞ്ഞാൽ..

'എന്താണ് ഡബിൾ കോട്ട് ?'

'എന്താ ഈ മെസ്സ്?'

'എന്താ റോൾകോൾ?'

ഇതൊക്കെ വെറും വാക്കുകളല്ല സുഹൃത്തേ. അവിടുത്തെ എന്റെ

ജീവിതം തന്നെയാണ്. ആർക്കും പറഞ്ഞു കൊടുക്കാൻ സാധിക്കാത്ത, ഓർക്കാൻപോലും ഇഷ്ടപ്പെടാത്ത ജീവിതചര്യകൾ.. വാക്കുകൾ കൊ ണ്ടുണ്ടാകുന്ന അന്തരം ചുറ്റുപാടിൽനിന്നുള്ള ഒരുതരം അകന്നുപോക ലാണ്. അതു സമ്മാനിക്കുന്നതോ ഈ ലോകം എന്റേതല്ല എന്ന വേദന യേറിയ തിരിച്ചറിവും.

ജൂൺമാസമായാൽ മറ്റുള്ളവർക്കെല്ലാം സ്കൂൾക്കാലമായി. ഇനിയു ള്ള ഒരുമാസക്കാലം കളികളില്ല. മഴയും തോടും കുളങ്ങളുമായി നന ഞ്ഞുകളിച്ചുനടക്കാനൊരുകാലം.

ശനിയും ഞായറും മീൻപിടിക്കാൻ പോകും. കുത്തിയൊലിക്കുന്ന തോട്ടിൽ കൊതുകുവലകൊണ്ട് അരിച്ചു പരൽമീനുകളെ പിടിക്കും. ചൂ ണ്ടയിൽ മണ്ണിരകോർത്ത് ചൂട്ടാച്ചിയെയും കുരുടൻമീനിനെയും ചുള്ളി ക്കോട്ടനെയും പിടിക്കാം. കൊതുകു വല ഉപയോഗിച്ച് മീൻ പിടിക്കുക എന്നത് അത്ര എളുപ്പമല്ല. രണ്ടുപേർ വേണം. ഒഴുക്കുവെള്ളത്തിൽ കു നിഞ്ഞുനിന്ന് വലയുടെ ഒരറ്റം ഒരു കൈകൊണ്ട് നിലത്തും മറ്റേയറ്റം മ റുകൈകൊണ്ട് വെള്ളത്തിന് മുകളിൽ പൊക്കിയും പിടിക്കണം. ഒരാൾ വേഗത്തിൽ തോട്ടിന്റെ കരഭാഗത്തേക്ക് വളഞ്ഞു നീങ്ങുമ്പോൾ മറ്റേ യാൾ നിന്നനിൽപ്പിൽ തന്നെ ചെറുതായി ഒന്ന് തിരിഞ്ഞു വന്നാൽമതി. വല്ല കാരണവശാലും വല വെള്ളത്തിനടിയിൽ നിലത്തുനിന്നു അല് പം പൊങ്ങിയാൽ മതി മീനുകളെല്ലാം അതിന് അടിയിലൂടെ രക്ഷപ്പെ ടും. ഇങ്ങനെ അരിച്ചു പൊങ്ങിയ ഉടനെ വലയിൽ പറ്റിച്ച പായലും പു ല്ലും നീക്കി തീരെ ചെറുതല്ലാത്ത മീനുകളെ മാത്രമെടുത്ത് ഈർക്കി ലിൽ കോർക്കും. ചെറു മീനുകളെ ജീവൻ പോകും മുമ്പേ വെള്ളത്തിൽ തന്നെ തിരിച്ചുവിടുകയും വേണം.

ഇനി ചൂണ്ടയിട്ട് മീൻ പിടിക്കുക എന്നതോ.. അങ്ങേയറ്റം ക്ഷമയും ഏകാഗ്രതയും വേണ്ട ജോലി തന്നെ. വെള്ളത്തിന്റെ രീതി അനുസരിച്ച് ചൂണ്ടയിടുന്ന ശൈലിയും മാറും. ഒഴുക്കുവെള്ളത്തിൽ ചൂണ്ടയിടുന്നത് പോലെയല്ല കെട്ടിനിൽക്കുന്ന വെള്ളത്തിൽ. തെളിഞ്ഞ വെള്ളത്തിലും കലങ്ങിയ വെള്ളത്തിലും മഴയെത്തും വെയിലത്തും ഓരോരോ രീതിക ളാണ്.

ഇതിനൊക്കെ പുറമേ ചിലർ പുല്ലുകളും കല്ലുകൾക്കും ഇടയിൽ കൈ തപ്പി വലിയ ഇരിമീനും കൈച്ചലുമൊക്കെ പിടിക്കും. ഒന്നിലധികം മീ നുകൾ കല്ലുകൾക്കിടയിൽ പെട്ടാൽ ഒന്നിനെ പിടിച്ച് വായയിൽ ഇറു ക്കിപ്പിടിക്കും. എന്നിട്ട് രണ്ടു കൈകളും കൊണ്ട് മറ്റേതിനെ കൂടി പിടി ക്കാൻ ശ്രമം തുടരും.

ചൂട്ടാച്ചികൾ കൂട്ടമായാണ് നീന്തുക. കരിമീനിന്റെ ഒരു ചെറിയ രൂ

പം. അടിഭാഗത്ത് മഞ്ഞനിറവും മേലാകെ കറുത്ത പൊട്ടുമുള്ളവ. എ ളുപ്പത്തിൽ ചൂണ്ടയിൽ കുടുങ്ങും. പക്ഷേ, കാലാവസ്ഥ അനുയോജ്യ മായിരിക്കണം എന്നു മാത്രം. മാത്രമല്ല ഇവയുടെ വായ ചെറുതായതി നാൽ ഉപയോഗിക്കുന്ന ചൂണ്ട അഥവാ കൊളച്ചം ചെറുതായിരിക്കണം. കുരുടൻമീനുകളെ എന്നും ഒറ്റയ്ക്കാണ് കാണപ്പെടുന്നത്. അധികം നീ ന്തി നടക്കാതെ വെള്ളത്തിനടിയിൽ മണ്ണിന്റെ അതേ നിറത്തിൽ സിനിമ യിൽ എംജി സോമൻ പോലീസ് ഓഫീസർ വേഷത്തിൽ എങ്ങനെ ഇ രിക്കും അതുപോലെ സഗൗരവം നിൽപ്പുണ്ടാകും. വലിയ വായ ആയ തിനാൽ വലിയ കൊളച്ചം തന്നെവേണം. ബാലേട്ടന്റെ പീടികയിൽ ചൂ ട്ടകൊളച്ചം, കുരുടൻകൊളച്ചം എന്നപേരിൽ തന്നെയാണ് ഇവ വിൽക്കു ന്നത്. ചൂണ്ടയിൽ കോർത്ത ഇരയിൽ അത്രവേഗമൊന്നും വീഴുന്നവരല്ല കുരുടൻമാർ. ഇരയുടെ അടുത്ത് ഒരുപാടുനേരം ചുറ്റിപ്പറ്റിനിന്ന് താൽപ ര്യമുണ്ടെങ്കിൽ മാത്രം ഒറ്റ വിഴുങ്ങൽ.!

എത്ര കലങ്ങിയ വെള്ളം ആണെങ്കിലും ചൂണ്ടയിൽ ഇര കൊത്തി യാൽ അത് ഏതു മീനാണ് എന്ന് തിരിച്ചറിയാം. കൊത്തുന്ന ശൈലി യും ഇടവേളയുമെല്ലാം ഓരോ മീനിനും ഓരോ രീതിയിലാണ്. പുല്ല നും ചൂട്ടാച്ചിയുമെല്ലാം ഇടയ്ക്കിടെ ആഞ്ഞു കൊത്തി വലിക്കും. ആ നി മിഷത്തിൽത്തന്നെ ചൂണ്ട വലിച്ചാലേ മീൻ കുടുങ്ങൂ. കുരുടനെ പോലു ള്ളവരാണെങ്കിൽ ഇര വിഴുങ്ങിയാൽ പിന്നെ പിടിവിട്ടില്ല. എന്റെ ശരീരം മാത്രമേ കരയിലുള്ളൂ. മനസ്സിൽ താഴെ വെള്ളത്തിനടിയിലെ ഒരു ജല ലോകം തന്നെ ഞാൻ മനസ്സിൽ കാണും.

പച്ച ഈർക്കിലിൽ ഇവയെല്ലാം കോർത്ത് വീട്ടിൽചെന്നാൽ അമ്മമ്മ മുളകും വെളുത്തുള്ളിയും ചതച്ചുചേർത്ത് വെളിച്ചെണ്ണ കാച്ചി പോർന്ന് കറിവെക്കും. സ്വന്തം അധ്വാനിച്ച് പിടിച്ച മീനും കൂട്ടിയുള്ള ചോറുണ് മ റ്റേതു ഭക്ഷണത്തേക്കാളും രുചികരംതന്നെ.

ജൂൺമാസത്തിലെ അവസാനത്തെ രണ്ടാഴ്ച കലണ്ടറിലേക്കുള്ള നോ ട്ടം നെഞ്ചിടിപ്പ് കൂടുകയേയുള്ളൂ. പത്രത്തിലെ ഓരോവാർത്തയും അരി ച്ചുപെറുക്കും. സ്കൂൾ തുറക്കാതിരിക്കാൻ എന്തെങ്കിലും കാരണമുണ്ടോ യെന്ന് വെറുതെ മോഹിക്കും. ഒരു മാസംകൂടി നീട്ടിവെച്ചിരുന്നെങ്കിൽ..? ഒരാഴ്ച?

ഒന്നോ രണ്ടോ ദിവസമെങ്കിലും.?

16. വിട

ഉള്ളിൽ ഭയം..
സങ്കടം.
ആരോടും ഒന്നും പറയാനില്ല.
പകൽ നീങ്ങി ഇരുട്ടിലേക്കുള്ള താദാത്മ്യം പ്രാപിക്കൽ..
വിട.
പൂക്കളോട്
ചെടികളോട്
വെള്ളക്കെട്ടിൽ തുളുമ്പുന്ന
നെൽപ്പാടങ്ങളോട്
അവിടങ്ങളിലെ പേക്രോംകരച്ചിലുകളോട്
തോടുകളോട്
പരൽമീനുകളോട്
മണ്ണിനോട്
കൂട്ടുകാരോട്
അമ്മമ്മയോട്
ചേച്ചിയോട്
അമ്മയോട്
വിട.

17. നീലപ്പൂക്കൾ

കണ്ണൂരിൽ ബസ്സിറങ്ങി കുത്തുപറമ്പിലേക്കുള്ള അടുത്ത ബസ്സിൽ കയറിയതുമുതൽ മനസ്സിൽ ഭയവും, പറഞ്ഞറിയിക്കാൻ പറ്റാത്ത ഒരു വിങ്ങലുമാണ്. പെരളശ്ശേരി കഴിഞ്ഞാൽ വലതുവശത്തായി ഓടുമേഞ്ഞ ഇരുനിലകെട്ടിടത്തിന്റെ ചുവരിൽ കരിപുരണ്ട് മങ്ങിയനിലയിൽ ആരോ വരച്ച നിപ്പോബാറ്ററിയുടെ പരസ്യചിത്രം കാണാം. ഇരുൾമൂടിയ വരും കാല ചിന്തകളുണർത്താൻ പാകത്തിൽ ആ ചിത്രം യാത്ര തീരുംവരെ മനസ്സിലങ്ങനെ തങ്ങിനിൽക്കും. പാത്തിപ്പാലത്തുനിന്ന് ജീപ്പുകയറി വ ള്ള്യായി വഴി കുന്നിൻ മുകളിലേക്ക്..

കല്ലും പൊടിയും നിറഞ്ഞ ചരൽറോഡിലൂടെയുള്ള യാത്ര സ്കൂ ളിൽ അവസാനിക്കുമുമ്പേ ദൂരെ കിഴക്കു ഭാഗത്തായി കണ്ണവം മലനിര കൾ കടുംനീല നിറത്തിൽ ആകാശത്ത് ഉയർന്നു തെളിഞ്ഞുനിന്നു. അ തു കണ്ട മാത്രയിൽ അടിവയറ്റിൽ നിന്നും ഒരു ഭയപ്പാട് ഇരച്ചുകയറി. ആദ്യത്തെ തവണ വന്നപ്പോൾ തോന്നിയത് ആകാംക്ഷയും അമ്പരപ്പും ആണെങ്കിൽ പിന്നീടുള്ള വരവുകളിൽ ഉള്ളിൽ ഭയവും സങ്കടവും മാ ത്രമാണ്. നിമിഷങ്ങൾക്കകം അമ്മ തിരിച്ചു പോകും. പിന്നെ ഞാൻ മാ ത്രമാണ്. കൂടെ ശാസനകൾ അനുസരിക്കാൻ മാത്രം വിധിക്കപ്പെട്ട വർ ത്തമാനത്തിന്റെ വേവലാതികളിൽ ജീവിക്കുന്ന ഭാവിയെക്കുറിച്ച് ഒരു ശുഭപ്രതീക്ഷയും വെച്ചു പുലർത്താത്ത ഒരു കൂട്ടം യന്ത്രമനുഷ്യർ. അ ടുത്ത ദിവസം മുതൽ തന്നെ ഏഴാം ക്ലാസിലെ പാഠങ്ങൾ തുടങ്ങി.

രണ്ടുമൂന്നു ദിവസമായി ആർക്കും പഴയ ഊർജ്ജസ്വലത ഇല്ല. ക്ലാ സിലും മൈതാനത്തും ഏവരും ഉത്സാഹശൂന്യരും ഉറക്കംതൂങ്ങികളു മായി. ക്ലാസ്സ്മുറികളിലെ തമാശകളും പരസ്പരം കളിയാക്കലുകളും പൊട്ടിച്ചിരികളും എല്ലാം രണ്ടുമാസത്തെ സുഖജീവിതത്തിൽ നിന്നുള്ള പറിച്ചുനടലിൽ ഇല്ലാതായി.

വീട്ടിൽ നിന്ന് വന്നപ്പോൾ പലരും പല ബിസ്കറ്റുകളും മറ്റു പലഹാ

രങ്ങളും കൊണ്ടുവന്നിട്ടുണ്ടായിരുന്നു. രാത്രിയായാൽ ഹോസ്റ്റലിൽ ആ രും കാണാതെ ഇവ തൊട്ടടുത്തു കിടക്കുന്നവർക്ക് മാത്രം കൊടുത്തു തിന്നും. ഞാനും കൊണ്ടു വന്നിട്ടുണ്ടായിരുന്നു. ചെറിയ പവിഴപ്പുറ്റ് പോ ലുള്ള മഞ്ഞനിറത്തിലുള്ള ബിസ്ക്കറ്റ്. നാട്ടിലെ കമലാ ബേക്കറിയിൽ നിന്നും അമ്മ വാങ്ങിയതാണ്. തൊട്ടടുത്ത കിടക്കയിലുള്ള ഷിജു ടിഡി അവലോസുണ്ട കൊണ്ടുവന്നിട്ടുണ്ടാകും. കാക്ഷൻ അരിമുറുക്ക്.. പണ്ഡി റ്റ് ചിപ്സ്..

എല്ലാവരും ഇവ പരസ്പരം പിശുക്കി കൈമാറും. ഓരോ പലഹാര ത്തിനും അച്ഛനമ്മമാരുടെയും നാട്ടിലെ കൂട്ടുകാരുടെയും വീടിന്റെയുമൊ ക്കെ ഓർമകളിൽ ചാലിച്ച രുചിയാണ്. പലഹാരങ്ങൾ തീരുന്നതോടെ ഓർമ്മകളിലേക്കുള്ള ആ ഒരു പാലംകൂടി ഇല്ലാതാകും. അതുകൊണ്ടു തന്നെ തിന്നുതീർക്കാൻ കൊതിയുണ്ടെങ്കിലും പലഹാരങ്ങൾ പിശു ക്കി കേടാകുന്നതുവരെ സൂക്ഷിച്ചുവെയ്ക്കും.

ആ ആഴ്ചതന്നെയാണ് കഴിഞ്ഞ വർഷം ആരംഭത്തിൽ കണ്ട ചുവ പ്പു കൊടിയും മുദ്രാവാക്യങ്ങളുമായുള്ള സമരം സ്കൂളിനു മുന്നിൽ വീ ണ്ടും തുടങ്ങിയത്. താഴെ വള്ള്യായിയിൽ നിന്നോ ചെണ്ടയാട് നിന്നോ കുന്നുകയറിവന്ന ഇടതുപക്ഷ പ്രവർത്തകരാണ്. രാജ്യത്ത് രണ്ടു തരം പൗരന്മാരെ സൃഷ്ടിക്കുന്നതാണ് കേന്ദ്രസർക്കാരിന്റെ ഈ വിദ്യാഭ്യാസ സമ്പ്രദായമെന്നും ഇത്തരം സ്കൂളുകൾ അടച്ചുപൂട്ടുക എന്നതാണ് അവരുടെ ആവശ്യമെന്നും മെസ്സിലെ ചന്ദ്രേട്ടൻ പറഞ്ഞാണ് അറിഞ്ഞ ത്. അങ്ങനെ മുദ്രാവാക്യങ്ങളാൽ ശബ്ദമുഖരിതമായ സ്കൂൾമുറ്റത്ത് ക്ലാ സുകൾ നടത്താൻ ബുദ്ധിമുട്ടായപ്പോൾ വെളിയിൽനിന്ന് പോലീസുകാ രും ചില ഉദ്യോഗസ്ഥരുമൊക്കെ വന്നു സമരക്കാരുമായി ചർച്ചയായി. ഇതൊക്കെത്തന്നെ ഞങ്ങൾ കൗതുകത്തോടെയും സന്തോഷത്തെയും നോക്കിക്കണ്ടു. പിന്നീടുള്ള ദിവസങ്ങളിൽ ഇത്തരം സമരങ്ങൾ കുറ ഞ്ഞുവന്നു. സമരം അവസാനിച്ചതോടെ സ്കൂൾ പൂട്ടുമെന്നും വീട്ടിലേ ക്ക് തിരിച്ചുപോകാം എന്നുമുള്ള എന്റെ പ്രതീക്ഷ എന്നെന്നേക്കുമായി അവസാനിച്ചു.

ആയിടെ ഒരു വൈകുന്നേരം പടിഞ്ഞാറുനിന്നും രാജദൂത് ബൈക്കിൽ കടകട ശബ്ദത്തോടെ ഒരാൾ കുന്നു കയറി വന്നു. ശെൽവരാജ്. നമ്മു ടെ പ്രിൻസിപ്പൽ കൃഷ്ണപിള്ള സാറിന്റെ അളിയനാണ് എന്ന് ആരോ പറഞ്ഞു ഞങ്ങളറിഞ്ഞു.

കഴിഞ്ഞ വർഷവും ഏതാണ്ട് ഇതേ സമയത്താണ് ശെൽവരാജ് ഇ വിടെ വന്നത്. സ്കൂളിൽ എത്തിയതിനു അടുത്തദിവസം മുതൽതന്നെ

മുപ്പർ പണിതുടങ്ങും. ഉപയോഗശൂന്യവും ചെറിയ തകരാറുകൾ സംഭ
വിച്ചതും ആയ പൈപ്പുകൾ ശരിയാക്കൽ, വൃത്തികേടായ ചുവരുകൾ
ക്ക് പെയിന്റ് അടിക്കൽ, വോളിബോൾ കോർട്ടിന് വല കെട്ടൽ, തകരാ
റായി കിടക്കുന്ന ഫാനുകളും ട്യൂബുകളും റിപ്പയർ ചെയ്യൽ അങ്ങനെ
സകലമാന പരിപാടികളും മുപ്പർ ഏറ്റെടുക്കും. ഇത്തരം റിപ്പയറിങ് പ
രിപാടികളിൽ താത്പര്യമുള്ള പ്രവീണും വിജയകുമാറും ജിൽജിത്തും
തുടങ്ങി ഒരുകൂട്ടം ആൾക്കാർ എന്നും ശെൽവരാജിന്റെ കൂടെ ചുറ്റിപ്പറ്റി
നിൽക്കുന്നുണ്ടാകും.

ബക്കറ്റിൽ പേരോ നമ്പറോ എഴുതേണ്ടവർക്ക് ശെൽവരാജിനെ ക
ണ്ടാൽ മതി. കറുത്ത പെയിന്റ് ഉപയോഗിച്ച് ഭംഗിയായി എഴുതിത്തരും.
കാക്ഷനും കോശിയുമൊക്കെ ഇങ്ങനെ നമ്പർ എഴുതിപ്പിച്ചു. 111 എന്ന
തന്റെ നമ്പർ എഴുതുവാൻ ബൈജുവും കൊടുത്തു അവന്റെ ഒരു നീല
ബക്കറ്റ്. പക്ഷേ ബക്കറ്റ് തിരിച്ചു വാങ്ങിയപ്പോൾ അതിൽ നമ്പർ എഴു
തിയിട്ടില്ല. പകരം പൂമ്പാറ്റ മാസികയിലെ പപ്പൂസ് എന്ന കഥാപാത്രത്തി
ന്റെ ചിത്രം വരച്ചിരിക്കുന്നു! ഈയിടെയായി മുടി മുറിച്ച് മൊട്ടയായ ബൈ
ജുവിനെ കണ്ടാൽ പപ്പൂസിനെ പോലെ തോന്നുന്നതു കാരണം ഞങ്ങൾ
പപ്പൂസ് എന്നാണ് വിളിച്ചിരുന്നത്. ഇതെങ്ങനെയോ ശെൽവരാജ് അറി
ഞ്ഞിരിക്കുന്നു.

ഒരു ദിവസം മെസ്സിൽ നിന്നും ചെവി തുളച്ചു കയറുന്ന രീതിയിൽ നിർ
ത്താതെയുള്ള ശബ്ദം കേട്ടാണ് ഞങ്ങൾ എല്ലാവരും അങ്ങോട്ട് ചെന്നത്.
വൈദ്യുതിയിൽ പ്രവർത്തിക്കുന്ന ഒരു മെറ്റൽ റൈറ്റർ ഉപയോഗിച്ച് ഞങ്ങളു
ടെയെല്ലാം പുതിയ പ്ലേറ്റുകളിലും ഗ്ലാസ്സുകളിലും റോൾ നമ്പർ കൊത്തി
യെഴുതുന്ന ശെൽവരാജിനെയാണ് കണ്ടത്. അന്നുമുതൽ ഞങ്ങളുടെ പ്ലേ
റ്റുകൾക്കും ഗ്ലാസ്സുകൾക്കും വ്യക്തമായ നമ്പറുകൾ വന്നു ചേർന്നു. എ
ന്റെ പ്ലേറ്റ് നമ്പർ 138.. അത് ഇനി ഞാൻ മാത്രം ഉപയോഗിക്കും.

ഞങ്ങളുടെ ബാച്ചിന്നായി കൊണ്ടുവന്ന പുതിയ പ്ലേറ്റുകൾ അഞ്ചു
കള്ളികൾ അല്ലെങ്കിൽ കുഴികൾ വീതമുള്ളതാണ്. ചോറും ഉപ്പുമാവും
ഒക്കെ കഴിക്കാൻ പാകത്തിൽ ദീർഘവൃത്താകൃതിയിലുള്ള ഒരു വലിയ
കുഴിയും കറികളും അച്ചാറും ഒക്കെ കഴിക്കാനുള്ള നാലു ചെറുകുഴിക
ളും. ചെറുകുഴികളിൽ രണ്ടെണ്ണം നടുവിലായി വൃത്താകൃതിയിൽ. അ
തിന് ഇരുവശത്തുമായി ത്രികോണാകൃതിയിൽ മറ്റു രണ്ടെണ്ണം. പ്ലേറ്റു
കൾ അട്ടിയായി വെച്ചാൽ എന്റെ പ്ലേറ്റ് കണ്ടുപിടിക്കാൻ ഒരു എളുപ്പ വ
ഴി ഞാൻ കണ്ടെത്തി.

പ്ലേറ്റിന്റെ വക്കിലായി ചെറിയൊരു പൊട്ടൽ വീണിട്ടുണ്ട്. എത്ര പ്ലേ

റ്റുകൾ അട്ടിയായി വെച്ചാലും വശങ്ങളിൽ കൈകൊണ്ട് ഒന്ന് തടവി യാൽ മതി എന്റെ പ്ലേറ്റ് കണ്ടെത്താൻ..!

കുന്നിൻമുകളിലെ കറുത്ത പാറപ്പുറത്, നീലനിറത്തിലുള്ള, മൂന്ന് ഇതളുകളുള്ള, കാക്കപ്പൂവിനേക്കാൾ ചെറുതുമായ ഒരു പൂവുണ്ട്. അ തു കണ്ടെത്തണം. ശെൽവരാജ് പറഞ്ഞതാണ്. കാര്യം എന്തെന്നറിയാ തെ ഞങ്ങളെല്ലാവരും മൂന്നു ഇതളുകളുള്ള നീലപ്പൂക്കൾ അന്വേഷിച്ചു ക രിമ്പാറകളിലൂടെ നടപ്പായി. ഭക്ഷണം കഴിക്കാൻ മെസ്സിലേക്കുള്ള യാത്ര യിലും വൈകുന്നേരം ഗെയിംസിനു ശേഷം സ്റ്റഡിടൈമിന് തൊട്ടു മുമ്പു ള്ള ചെറിയ ഒഴിവുനേരത്തും ഈ അന്വേഷണം തുടർന്നു. പലരും പല പൂക്കളും പറിച്ചു കാണിച്ചു. ഒന്നും മൂപ്പർ ഉദ്ദേശിക്കുന്നതല്ല പോലും.

മഴപെയ്തു കുതിർന്ന കുന്ന് നീലനിറത്തിലുള്ള കാക്കപ്പൂക്കളാൽ സമൃദ്ധമാണ്. കൂടെ ചെറുതായി വെളുപ്പു കലർന്ന കൃഷ്ണപ്പൂക്കളും പേരറിയാത്ത ഇളംവയലറ്റ് പൂക്കളും മഞ്ഞപ്പൂക്കളും എല്ലാം കൂടി കറു ത്ത പാറപ്പുറം ഒരു ചെറു വൃന്ദാവനമായി മാറും. പാറയിലെ കുഴികളി ലൊക്കെ വെള്ളം നിറയും. ചില വലിയ കുഴികൾ ഒരു ചെറുകുണ്ടുകു ളത്തിന്റെ രൂപത്തിൽ ചുറ്റും പുല്ലുകൾ മുളച്ച് പൂക്കൾ വിരിഞ്ഞ് തവള കളും ചെറുനീർക്കോലികളും കയറി ഒരു ചെറു ആവാസവ്യവസ്ഥ രൂ പപ്പെട്ടിട്ടുണ്ടാകും. ചില നേരങ്ങളിൽ ഇവ നമ്മുടെ പ്രഭാത കർമ്മങ്ങൾ ക്കും സഹായകരമാകാറുണ്ട്.

വെള്ളത്തിന്റെ വില നന്നായി അറിഞ്ഞ വേനലിനു ശേഷം വന്ന മഴ ക്കാലം ഇവിടെ മറ്റൊരു ലോകമാണ് ഞങ്ങൾക്ക് തന്നത്. ജലക്ഷാമം നേരിടുന്ന വേനലിൽ ടാങ്ക് വണ്ടിയിലാണ് വെള്ളം കൊണ്ടുവരാറെങ്കിൽ മഴ കനത്താൽ പാറയ്ക്കു മുകളിൽ വെള്ളം കയറി തെളിവാർന്ന പല കൊച്ചരുവികൾ രൂപംകൊള്ളും. മെസ്സിലേക്കുള്ള വഴിയിൽ അറിയാതെ യെന്ന പോലെ ഞങ്ങൾ പ്ലേറ്റ് താഴെയിടും. പാത്രങ്ങൾ കഴുകാനുള്ള പ്രകൃതിദത്തമായ വഴികൾ..

ദിവസങ്ങൾക്കുശേഷം ഒരു രാവിലെ മെസ്സിൽ ചെന്നപ്പോൾ കണ്ടത് ചുവരിൽ പലയിടത്തായി പലനിറങ്ങളിലുള്ള പൂക്കളുടെ വർണ്ണ ചിത്ര ങ്ങളാണ്. അതിലൊന്ന് മൂന്നിതളുള്ള ആ നീലപ്പൂവും. ഈ ചിത്രങ്ങൾ വരക്കാൻ ആണ് പൂക്കൾ തേടി നടന്നത് എന്ന് അപ്പോൾ മാത്രമാണ് ഞങ്ങൾക്ക് മനസ്സിലായത്.

ശെൽവരാജ് പിന്നെയും ചിത്രങ്ങൾ വരച്ചു. അതിലൊന്ന് മെസ്സിനുള ളിൽ തെക്കുവശത്തുള്ള ചുവരിൽ വരച്ച വലിയൊരു ആൺ സിംഹത്തി ന്റെതായിരുന്നു. തവിട്ടുനിറത്തിൽ നീണ്ട് ഇടതൂർന്നു കിടക്കുന്ന സട

യും ഗാംഭീര്യഭാവത്തോടും കൂടിയ ഒരു സിംഹരാജൻ. പക്ഷേ സിംഹ
ത്തിന്റെ ശരീരവലിപ്പത്തിനൊത്ത കാലുകളല്ല അവയ്ക്കുള്ളതെന്ന് ഗോ
പിസാർ പറഞ്ഞപ്പോൾ മാത്രമാണ് ഞങ്ങളുടെ ശ്രദ്ധയിൽ പെട്ടത്.

കുന്നിൻമുകളിലെ രണ്ടുമാസത്തെ ഇടക്കാല താമസത്തിനു ശേഷം
മറ്റൊരു വൈകുന്നേരം ചെഞ്ചായം പൂശിയ ആകാശം സാക്ഷിയാക്കി
തന്റെ രാജ്ദൂത് ബൈക്കുമായി ശെൽവരാജ് പടിഞ്ഞാറോട്ട് കുന്നിറങ്ങി.

18. ജുനിയേഴ്സ്

ഞങ്ങളെപ്പോലെത്തന്നെ ഒരുപാടു സ്വപ്നങ്ങൾ കണ്ടുകൊണ്ടാവണം ഞങ്ങളുടെ പിന്മുറക്കാരും സ്കൂളിൽ വന്നുചേർന്നത്. പത്തായക്കുന്നിൽ നിന്നും ജീപ്പുകൾ ഭഗവദ്പാദപുരിയിലേക്ക് വന്നും പോയ്ക്കൊണ്ടും ഇരുന്നു. ദിവസങ്ങൾ കൂടുതൽ കഴിഞ്ഞില്ല. ചിരികൾ വറ്റിയ കുഞ്ഞു മുഖങ്ങളിൽ പറിച്ചുമാറ്റലിന്റെ വേദനയും നിഷ്കർഷങ്ങളുടെ മുന്നിലെ അങ്കലാപ്പും തെളിഞ്ഞുവന്നു. ഞങ്ങൾ കടന്നുപോയ അതേ ദിനങ്ങൾ. ആ അനുഭവങ്ങൾക്ക് ഇന്ന് ഒരു വർഷത്തെ പഴക്കമേയുള്ളൂ എന്നു വിശ്വസിക്കാൻ വയ്യ. ഒരു യുഗത്തിന്റെ ദൈർഘ്യമുണ്ടതിന്.

അവർക്കിടയിലുമുണ്ടായിരുന്നു വിരുതന്മാർ. സ്കൂളിൽ ചേർന്നതിന്റെ മൂന്നാം ആഴ്ച്ച കുന്നിന്റെ പടിഞ്ഞാറ് ഭാഗത്തേക്ക് നീണ്ടുകിടക്കുന്ന ചരൽറോഡിലൂടെ സ്വന്തം വീട് ലക്ഷ്യമാക്കി ആരും കാണാതെ ഓടിപ്പോയ രജിൽ. അവൻ പിന്നീട് എങ്ങനെ, എപ്പോൾ തിരിച്ചുവന്നുവെന്ന് ആർക്കുമറിയില്ല. സ്കൂളിന് പേരുദോഷം വരുത്തുന്ന കാര്യങ്ങളൊന്നും തന്നെ കൂടുതൽ ചർച്ചകൾക്ക് വകനൽകാതെ മൂടിക്കെട്ടുവാൻ സ്ക്കൂൾ അധികൃതർ പ്രത്യേകം ശ്രദ്ധിച്ചിരുന്നു.

പറക്കോടനെപ്പറ്റി പറയാതെ വയ്യ. മനുഷ്യനിർമിതമായ ഒന്നിനെയും വകവയ്ക്കാത്ത, നിയമങ്ങൾ ഒരിക്കലും അനുസരിക്കാത്ത പറക്കോടൻ. ചെമ്മണ്ണു പുരണ്ട യൂണിഫോമും, ചീകിയൊതുക്കാൻ കഴിയാത്ത ചുരുളൻമുടിയുമായി, നഗ്നപാദനായി അവൻ എല്ലാവരോടും, എല്ലാറ്റിനോടും കയർത്തു. പറക്കോടന് ഇവിടെ സുഹൃത്തുക്കളില്ല. അടിപിടികൂടാത്ത ദിവസങ്ങളുമില്ല. ക്ലാസ്സ്മുറികളിൽ, വരാന്തകളിൽ, മൈതാനങ്ങളിൽ, എല്ലായിടത്തും അവൻ പ്രശ്നക്കാരനായി. ഒഴിവുനേരങ്ങളിൽ അവൻ കശുമാവിൻതോപ്പിലും മരത്തിൻ മുകളിലുമായി കറങ്ങിനടക്കും. അദ്ധ്യാപകർ അവനെ തല്ലിയും ഉപദേശിച്ചും മാറ്റിയെടുക്കാൻ നോക്കി. ഇതൊന്നും അവനെ ബാധിച്ചില്ല. അവന്റെ കണ്ണിൽ എന്നും ഒരു തീയുണ്ടായിരുന്നു. അതിനു പിന്നിൽ ഒരാഴക്കടലും.

ഹോസ്റ്റലിൽ കുറച്ചുകാലം എന്റെ തൊട്ടരികിലുള്ള കട്ടിലിലായിരു
ന്നു ഗിരിൻ ഗോവിന്ദ് കിടന്നിരുന്നത്. തികച്ചും ശാന്തസ്വാഭാവിയായിരു
ന്നു പുള്ളി.. അവന്റെ ഉറ്റതോഴൻ ജീവൻജിത്ത്. ഒട്ടക്കാരൻ ദിലീപ്..
അങ്ങനെ പലരുമുണ്ട് അവർക്കിടയിൽ.

എന്നാൽ ഇവരെക്കാളൊക്കെ കേമനൊരുത്തനുണ്ട്. മറ്റുള്ളവർ സ്
കൂളിൽ ചേരുന്നതിനു ആഴ്ചകൾക്കുശേഷമാണ് അവൻ വന്നുചേർന്ന
ത്. പേര് ലൗലിൻ. പേരിലുള്ള കോമളത്തവും നിർമലതയെന്നും അവ
ന്റെ പെരുമാറ്റത്തിലില്ല. എന്തിനെയും ചോദ്യം ചെയ്യുന്ന തനി വിപ്ലവ
കാരി. നമ്മെക്കാൾ, നമ്മുടെ സീനിയറേക്കാൾ പ്രിൻസിപ്പാലിനെയും അ
ധ്യാപകരെയും ചോദ്യം ചെയ്തത് ലൗലിനാണ്. അനീതി എവിടെക്ക
ണ്ടാലും പ്രതികരിക്കും. സ്കൂളിലെ എല്ലാകാര്യങ്ങളിലും അവൻ അടി
ച്ചമർത്തലിന്റെയും അനീതിയുടെയും അടിമത്തത്തിന്റെയും മുഖം ക
ണ്ടു. നമ്മൾ പ്രതികരിക്കാത്തതുകൊണ്ടാണ് ഇവിടെ ഇങ്ങനെയായി
തീർന്നതെന്ന് അവൻ എന്നെ കാണുമ്പോഴൊക്കെ പറയുമായിരുന്നു.
വഴക്കാളിയാണെങ്കിലും എനിക്ക് ലൗലിനെ ഇഷ്ടമായിരുന്നു. സഹജീ
വികളോടുള്ള അവന്റെ കരുതൽ കൊണ്ടാവണമത്.

ജുനിയേർസിലെ പെൺകുട്ടികൾക്കിടയിലുമുണ്ട് ശ്രദ്ധ പിടിച്ചുപറ്റി
യവർ. അവർ പല പേരുകളിലാണ് നമുക്കിടയിൽ അറിയപ്പെട്ടത്. പശു,
ലക്സ്, പപ്പി, ഭട്ടി, വേതാളം.. അങ്ങനെ പോകുന്നു.

പശുവിന് ആ പേരു വന്നതിന് പിന്നിൽ ഒരു കഥയുണ്ട്. ഒരിക്കൽ
രാത്രി മെസ്സിലേക്ക് നടന്നുപോകും വഴി നിലത്ത് എന്തോ കണ്ടു പേടി
ച്ച് തൊട്ടുത്ത ആളെ രക്ഷാർത്ഥം കയറിപ്പിടിച്ചെന്നും, പിടിച്ചത് ഒരു മ
നുഷ്യനെയല്ല, മറിച്ച് ഒരു പശുവിനെ ആണെന്നുമാണ് കഥ. അന്നുമു
തൽ ആളുകൾ വിളിക്കാൻ തുടങ്ങി.. പശു. അവൾ നല്ല ഒട്ടക്കാരിയാ
ണ്. ദേശീയതലത്തിൽ വരെ മത്സരിച്ച സമർത്ഥ. അതിനേക്കാളുപരി
പഠനത്തിൽ സമർത്ഥ.

സീത, ലക്സ് ആയതിനു പിന്നിലും കഥയുണ്ട്. അവരുടെ ക്ലാസ്സിൽ
ഒഴിവുനേരങ്ങളിൽ ക്വിസ് പരിപാടി നടത്താറുണ്ടായിരുന്നു. ആൺകുട്ടി
കളും പെൺകുട്ടികളും തമ്മിൽ. ആർക്കും ചോദ്യങ്ങൾ ചോദിക്കാം. എ
തിർ ടീം ഉത്തരം പറയണം. അവൾ എന്നും മുടങ്ങാതെ ഒരു ചോദ്യം
ചോദിച്ചിരുന്നു.

'ലക്സ് സോപ്പിന്റെ പരസ്യത്തിൽ അഭിനയിച്ച സിനിമാ നടി ആരാ
ണ്?'

ശ്രീദേവി ആണ് ഉത്തരം. ശ്രീദേവിയോടുള്ള അടങ്ങാത്ത ആരാധന യോ, മറവി ബാധിച്ചതോ എന്നറിയില്ല. അവൾ എന്നും ആ ചോദ്യം തു ടർന്നുകൊണ്ടേയിരുന്നു. ലക്സ് എന്ന പേര് വീഴും വരെ.

സുന്ദരിമാരായ ഈ പിന്മുറക്കാർക്ക് ഒരുപാട് ആരാധകരും ഉണ്ടായി രുന്നു. മെസ്സിലും മൈതാനത്തും വൈകുന്നേരങ്ങളിലെ ടിവി ഷോക്കിട യിലും ഞങ്ങൾ പല ആൺകുട്ടികളുടെയും ശ്രദ്ധ ഇവരുടെ നേർക്കാ യിരിക്കും. അങ്ങനെ പശുവും പപ്പിയും ലക്സുമൊക്കെ എന്നും ഞങ്ങളു ടെ വീക്ഷണ വലയത്തിൽനിന്നും മറയാതെ നിറഞ്ഞുനിന്നു. പലർക്കും പ്രിയം സീതയോടായിരുന്നു. എനിക്കും. അവളുടെ ഓരോ മുഖഭാവ വും വസ്ത്രധാരണത്തിൽ പുലർത്തിപ്പോന്ന നിറവൈവിധ്യവും എന്റെ ശ്രദ്ധയാകർഷിച്ചു. പലനിറങ്ങളിലുള്ള മിഡിയും ടോപ്പും അവൾ മാറി മാറി ധരിക്കും. ഒരുദിവസം ചുവപ്പാണെങ്കിൽ അടുത്തദിനം മഞ്ഞ. പി ന്നെ നീല.. പച്ച.. ഇങ്ങനെ ഒരു പൂമ്പാറ്റയുടെ നിറച്ചാർത്തായിരുന്നു അ വളിൽ കണ്ടത്. ഒരുപക്ഷേ എല്ലാ പെൺകുട്ടികളും അങ്ങനെതന്നെ ആ യിരിക്കാം. പക്ഷേ ഞാൻ ശ്രദ്ധിച്ചത് അവളെയാണെന്നുമാത്രം.

അസ്സംബ്ലിയിലും വൈകുന്നേരത്തെ ഗെയിംസ് സമയത്തും സീത യുടെ നേർക്കായിരുന്നു പലരുടെയും കണ്ണുകൾ. അവളുടെ ക്ലാസ്സിൽ ത്തന്നെ പലരും അവളുടെ പിറകെയാണെന്നു കേൾക്കുന്നു. ചിലരെ അവൾക്ക് ഇഷ്ടമാണെന്നും കിംവദന്തികളും പരന്നു. അവൾ ഒരിക്കൽ പോലും എന്നെ നോക്കിയതു പോലുമില്ല.

ആയിടെയാണ് പുതിയൊരു ഫാഷൻ തരംഗം അവർക്കിടയിൽ പ്ര ത്യക്ഷപ്പെട്ടത്. ജൂനിയേർസിലെ മിക്ക പെൺകുട്ടികളും മുടി ബോബു ചെയ്തിരിക്കുന്നു. മാത്രമല്ല സന്ധ്യാനേരത്ത് സ്റ്റഡിടൈമിലും രാത്രിഭ ക്ഷണനേരത്തും പാവാടക്ക് പകരം ജീൻസ് ധരിക്കാൻ തുടങ്ങി. ഇത് ഞങ്ങളിൽ വലിയ അത്ഭുതമുളവാക്കി. അങ്ങനെ പശുവും ലക്സും പ പ്പിയും വേതാളവും ജീൻസ് ധരിച്ച് ബോബുചെയ്ത് ആൺകുട്ടികളെ പോലെയായി.

മാർച്ച് ഏപ്രിൽ മാസങ്ങളിലെ ചുട്ടുപൊള്ളുന്ന വെയിലിൽ കടുത്ത ജലക്ഷാമം ഇവിടെ പതിവാണ്. കറുത്ത വലിയ വെള്ളം നിറച്ച പ്ലാസ്റ്റി ക് ടാങ്കുകൾ ലോറിയിൽ കയറ്റികൊണ്ടുവന്നാണ് മെസ്സിലെ ആവശ്യ ങ്ങൾക്കുള്ള ജലക്ഷാമം പരിഹരിച്ചത്. സാധാരണ ഉപയോഗിച്ചുപോന്ന ടാപ്പുകളെല്ലാം വെള്ളമില്ലാതെ ഉപയോഗശൂന്യമാകും.

മെസ്സിനു പിറകിൽ ഒരു ബോർവെൽ ഉണ്ട്. അതിൽ കൈകൊണ്ട് ആഞ്ഞടിച്ചാൽ വെള്ളം കിട്ടും. ഈ പൈപ്പിനുമുന്നിലും പാത്രം കഴു

കാനായി വലിയ ക്യൂ കാണും. പലർക്കും തങ്ങളുടെ കൈക്കരുത്ത് കാ
ണിക്കാനുള്ള വേദി കൂടിയാണ് ഈ കുഴൽക്കിണർ. വണ്ടിയും ചുത്ത
നും ഷിജു ടിഡിയുമൊക്കെ മറ്റുള്ളവർക്ക് സൗജന്യമായി ഇങ്ങനെ വെ
ള്ളമടിച്ചു കൊടുക്കും. പക്ഷേ ക്യൂവിൽ പെൺകുട്ടികൾ ഉണ്ടാവണമെ
ന്നുമാത്രം.

ഒരു രാത്രി അത്താഴത്തിനു ശേഷം ഞാനും കോശിയും ബോർവെ
ല്ലിൽ നിന്ന് പാത്രം കഴുകി മെസ്സിലേക്ക് തിരിച്ചുപോവുകയായിരുന്നു.
ഇരുൾനിറഞ്ഞ ഒരു കോണിൽ ചുവരോട് മുഖം ചേർത്ത് ഒരാൾ തേ
ങ്ങിക്കരയുന്നു. ജൂനിയർ ഏതോ ഒരുത്തനാണെന്നുറപ്പ്. എന്നിലെ സ
ഹാനുഭൂതിയുണർന്നു. ഞാൻ മെല്ലെ അടുത്ത് ചെന്ന് ചോദിച്ചു.

'ആരാ? എന്തിനാ കരയുന്നേ?'

മറുപടിയില്ല. മുഖം തിരിക്കാതെ കരച്ചിൽ തുടരുകയാണ്.

'ഇങ്ങോട്ട് നോക്ക്. എന്ത് പ്രശ്നമാണെങ്കിലും നമുക്ക് പരിഹാരമു
ണ്ടാക്കാം.'

ആൾ തിരിഞ്ഞുനോക്കുന്നേയില്ല. കരച്ചിലിന്റെ ശക്തി കൂടി.

'വാടാ. നമുക്ക് പോകാം.'

കോശി എന്നെ പിന്തിരിപ്പിക്കാൻ ശ്രമിച്ചു.

എന്തായിരിക്കും ഈ കരച്ചിലിന്റെ ഹേതു? അദ്ധ്യാപകർ ആരെങ്കി
ലും വഴക്കുപറഞ്ഞത്? വീട്ടുകാരെ കാണാത്ത വിഷമം? എന്തെങ്കിലും
അടിപിടി പ്രശ്നം? ഏതായാലും ഇതറിഞ്ഞിട്ടുതന്നെകാര്യം. ഞാൻ മൂ
പ്പരുടെ തലയിൽ തലോടി മുഖം തിരിക്കാൻ പിന്നെയും ഒരുശ്രമം നട
ത്തി. പെട്ടെന്ന് നമ്മുടെ നേർക്ക് തിരിഞ്ഞ് പൊട്ടിക്കരയാൻ തുടങ്ങി. ഇ
രുട്ടിൽ മുഖം വ്യക്തമല്ല.

'ആരാ?'

'സന്തോഷ്.' കരച്ചിലിനിടെ പതിയെപറഞ്ഞു.

'സന്തോഷോ? ഏത് സന്തോഷ്?'

'സന്തോഷല്ല. സന്തോഷിമ.'

ഇത്തവണ കേട്ടത് കുറച്ചുകൂടി നേരിയ ശബ്ദമാണ്. ജീൻസും ബോ
ബും ഇങ്ങനെയൊരു അബദ്ധത്തിൽ ചെന്നുചാടിക്കുമെന്ന് നമ്മൾ കരു
തിയതേയില്ല.

'വിട്ടോടാ കോശീ.'

ഞാൻ തിരിഞ്ഞുനോക്കി.. കോശി നേരത്തേ സ്ഥലംവിട്ടിരുന്നു.

19. ചക്കര

നെല്ല് കൊടുത്ത് പഞ്ചസാര വാങ്ങുക. പഞ്ചസാര കൊടുത്ത് മൺച
ട്ടി വാങ്ങുക എന്നൊക്കെ കേട്ടിട്ടില്ലേ? ബാർട്ടർ സമ്പ്രദായം. അതുത
ന്നെ. പക്ഷേ, ഒന്നുമെഴുതാത്ത ഒരു വെള്ളക്കടലാസ് കൊടുത്ത് പഴു
ത്ത നേന്ത്രപ്പഴം വാങ്ങിയിട്ടുണ്ടോ? ആ നേന്ത്രപ്പഴം വേറൊരാൾക്ക് കൊ
ടുത്ത് പകരം പുഴുങ്ങിയ കോഴിമുട്ട വാങ്ങിയിട്ടുണ്ടോ? ഇതല്ല, ഇതിന
പ്പുറവും ഇവിടെ നടക്കും. ഇവിടെയേ നടക്കൂ. ഈ നവോദയക്കുന്നി
ന്മേൽ.

ക്ലാസ് മുറിയിൽ മത്സരങ്ങൾ പലതുണ്ട്. ഡെസ്കിൽ ഒരു ചതുരം വ
രച്ച് അതിന്റെ മൂന്നുവശത്തും പുസ്തകങ്ങൾ വെച്ച് അതിന്റെ രണ്ടു
കോണുകളിൽ വിടവുകളുണ്ടാക്കി കാരംബോർഡ് കളിക്കുന്നത് ഇന്നോ
ഇന്നലെയോ തുടങ്ങിയതല്ല. മോഹൻദാസും രതീഷും ജിൽജിത്തുമൊ
ക്കെയാണ് ഇതിൽ അഗ്രഗണ്യർ. നോട്ട്ബുക്കിൽനിന്നും പറിച്ചെടുത്ത
പേപ്പറുകൾ സമ്മാനമായി ലഭിച്ചത് കൂടുതലും ജിൽജിത്തിനായിരിക്കും.

പിന്നെയൊരു ക്രിക്കറ്റ് കളിയുണ്ട്. ബാറ്റും ബോളുമില്ലാതെ ക്ലാസ്സ്

മുറിയിൽ ബെഞ്ചിലിരുന്ന് രണ്ടുപേർക്ക് കളിക്കാൻ പാകത്തിലുള്ള ക്രി ക്കറ്റ്. ഒരാൾ കടലാസിൽ ഏതെങ്കിലുമൊരു രാജ്യത്തിന്റെ കളിക്കാരു ടെ പേരെഴുതും. രവിശാസ്ത്രി, കപിൽദേവ്, കിരൺമൊറെ.. അങ്ങനെ പതിനൊന്ന് പേരും. മറ്റെയാൾ വേറെയൊരു രാജ്യത്തിന്റെ കളിക്കാരു ടെ പേരെഴുതും. മിക്കവാറും അത് പാക്കിസ്ഥാനോ ഇംഗ്ലണ്ടോ ആയിരി ക്കും.

ഒന്നാമത്തെ ബാറ്റ്സ്മാൻ റെഡിയായാൽ ഒരു ടെക്സ്റ്റ് ബുക്ക് പേജ് കണ്ണും പൂട്ടി തുറക്കും. എന്നിട്ട് അതിന്റെ ഇരട്ടസംഖ്യാ പേജ് നമ്പർ നോക്കും. ആ നമ്പറിന്റെ ഒന്നാം സ്ഥാനത്തുവരുന്ന സംഖ്യ; അത് 0,2, 4, 6, 8 ഇതിൽ ഏതെങ്കിലുമൊന്ന് ആയിരിക്കുമല്ലോ. അത് 0 ആണെ ങ്കിൽ ബാറ്റ്സ്മാൻ ഔട്ട്. അല്ലെങ്കിൽ കിട്ടിയ സംഖ്യ ആയിരിക്കും റൺ. 8 ആണെങ്കിൽ അത് ഒരുറണ്ണായി കണക്കാക്കും. ഒരു ബാറ്റ്സ്മാൻ ഔ ട്ടായാൽ അടുത്ത ആൾ. അങ്ങനെ പതിനൊന്ന് പേരും ബാറ്റ് ചെയ്യും. അങ്ങനെ കിട്ടുന്ന ടോട്ടൽ റൺ മറികടക്കുക എന്നുള്ളതാണ് എതിരാ ളിയുടെ ലക്ഷ്യം. അതേ ടെക്സ്റ്റ് ബുക്ക് എടുത്ത് അവനും തുടങ്ങും ബാറ്റിംഗ്. ഇവിടെയും ജയിച്ചാൽ പേപ്പർ തന്നെ സമ്മാനം.

ഇടക്കാലത്ത് പ്രചാരത്തിൽ വന്ന മറ്റൊരു കളിയാണ് ഡോമിനോ സ്. യഥാർത്ഥ ഡൊമിനോസ് കാർഡുകൾക്കു പകരം വെറും കാർഡ് ബോർഡ് കഷണങ്ങളായിരിക്കുമെന്നു മാത്രം. അതിൽ കേമൻ കാക്ഷ നും കുറുക്കനും.

ആർക്കും ഒരിക്കലും മറക്കാൻ കഴിയാത്ത ഒരു പോരാട്ടം നടന്നത് ചക്കരയും ഷിജു ടിഡിയും തമ്മിലാണ്. തികച്ചും വ്യത്യസ്തമായ മ റ്റൊരു കളിയിൽ. ഒരു വടിയെടുത്ത് കൈവിരൽ തുമ്പിൽ വീഴാതെ കു ത്തനെ ബാലൻസ് ചെയ്ത് നിർത്തുക. കണ്ടു നിൽക്കുന്നവർ എണ്ണാൻ തുടങ്ങും. വടി ബാലൻസ് തെറ്റി നിലത്ത് വീഴും വരെ.

പലരും ഈ കളിയിൽ കേമന്മാർ തന്നെ. ചിലർ നൂറ് എണ്ണുന്നതുവ രെ പിടിച്ചു നില്കും. ചിലർ ഇരുന്നൂറ്. ചൂത്തൻ മുന്നൂറ്റി അമ്പത് വരെ നിന്നു എന്നതായിരുന്നു ഒരു കാലത്തെ റെക്കോർഡ്. ചോട്ടു നാനൂറ്റി ഇരുപതിലെത്തിച്ച് ആ റെക്കോർഡ് ഭേദിച്ചു. ഷിജു ടിഡി അത് പൊട്ടി ച്ചത് അറുന്നൂറ്റി മുപ്പതിൽ എത്തിച്ചാണ്. ചക്കര അത് അറുന്നൂറ്റി എൺ പത് ആക്കി. പിന്നെ ചക്കരയും ഷിജു ടിഡിയും തമ്മിലായി പോരാട്ടം. ഒരുദിവസം ഷിജു ടിഡി എഴുന്നൂറാക്കും. ചക്കര അടുത്ത ദിവസം അത് എണ്ണൂറാക്കി തോൽപ്പിക്കും. പലപ്പോഴും രണ്ടുപേരും പല കോണുക ളിലായി വടിയും പൊക്കി മത്സരിക്കുന്നുണ്ടാകും. ആദ്യം വീഴുന്നവൻ

തോൽക്കും പലപ്പോഴും അത് വഴക്കിൽ കലാശിക്കും. മിക്ക ദിനങ്ങളി ലും കണ്ടുനിൽക്കുന്നവൻ മധ്യസ്ഥം വഹിക്കേണ്ടിവരും.

ഒരിക്കൽ ഒരു വെള്ളിയാഴ്ച രാവിലെ വാട്ടർ ടാങ്കിനു കീഴെയുള്ള കുളിക്കിടയിൽ ചക്കര ഷിജു ടിഡിയെ വെല്ലുവിളിച്ചു.

'ഇന്നു വൈകുന്നേരം അഞ്ചു മണിക്ക് നമുക്ക് മത്സരിക്കാം. എല്ലാരും കാൺകെ.'

ഷിജു ടി ഡിക്ക് എല്ലാ പ്രോത്സാഹനവും നൽകികൊണ്ട് കോശി മു ന്നോട്ട് വന്നു. കോശിയുടെ വാക്ക്ചാതുരിയിൽ വീണ ഷിജു ടിഡി ചക്ക രയുടെ വെല്ലുവിളി ഏറ്റെടുക്കുകയും ചെയ്തു. ഞൊടിയിടയിൽ കാ ക്ഷൻ അത് സ്കൂളിൽ പാട്ടാക്കി.

വൈകുന്നേരം അഞ്ചുമണി.

മത്സരം തുടങ്ങി. ആദ്യം ഷിജു ടി ഡിയുടെ ഊഴമായിരുന്നു. വടിയു ടെ മുകളറ്റത്ത് ഇമവെട്ടാതെ ദൃഷ്ടിയുന്നിയുള്ള പോരാട്ടത്തിൽ പലരും കാണികളായി. ചീക്കു എണ്ണാൻ തുടങ്ങി. എണ്ണി ആയിരം കടന്നു. കാ ണികളുടെ എണ്ണവും കൂടി. രണ്ടായിരവും മൂവായിരവും കടന്ന് എണ്ണൽ നാലായിരത്തിൽ എത്തി. നാലായിരം കടന്ന് ഏതോ ഒരു സംഖ്യയിൽ വെച്ച് വടി താഴെ വീണു. ഇതുവരെ ആരും എത്തിപ്പെടാത്ത സംഖ്യ. ഷിജു ടി ഡിയുടെ ജയം ഏകദേശം ഉറപ്പായി.

അടുത്തത് ചക്കരയുടെ ഊഴം. സ്വതസിദ്ധമായ വാശിയോടെ അ ങ്ങേയറ്റത്തെ എകാഗ്രതയിൽ ചക്കര തുടങ്ങി. ആയിരത്തി അഞ്ഞൂറ്,.... രണ്ടായിരം.. സമയം അഞ്ചരമണി. ഏവരെയും അതിശയപ്പെടുത്തി ച ക്കര മുന്നേറുകയാണ്. മൂവായിരം,.... മൂവായിരത്തി അഞ്ഞൂറ്. ആരു ജ യിക്കും? ചക്കരയോ ഷിജു റ്റിഡിയോ?

സമയം ആറുമണിയായി. ഒടുവിൽ നാലായിരം കടന്നു. ഷിജു ടിഡി യുടെ റെക്കോർഡ് മറികടക്കാൻ ഏതാനും നിമിഷങ്ങൾ മാത്രം. അതി നിടെ ചീക്കുവിന്റെ എണ്ണൽ തെറ്റിപ്പോയി എന്നും പറഞ്ഞ് ആൾക്കൂട്ട ത്തിലാരോ ഒച്ചപ്പാടുണ്ടാക്കി. ചിലർ അതിനെ എതിർത്തു. വാക്കേറ്റമാ യി. വാശിയായി. ഉന്തും തള്ളുമുണ്ടായി. പൊടുന്നനെയാണ് അത് സംഭ വിച്ചത്. ബഹളത്തിനിടെ ആരോ ചക്കരയുടെ കയ്യിലെ വടി തള്ളി താ ഴെയിട്ടു. അങ്ങനെ ഷിജു ടിഡിയെ പരാജയപ്പെടുത്താതെ രക്ഷപ്പെടു ത്തി. വടി തള്ളിയിട്ടത് കോശി ആണെന്നും പറഞ്ഞ് ചക്കര അരിശം മു ത്ത് കോശിയെ തള്ളി. കോശി തിരിച്ചും. ചക്കരയെ പിന്താങ്ങി കൊണ്ട് ചൂത്തൻ ബഹളം വെച്ചു. ആകെ മൊത്തം അടിപിടിയായി.

ഇതെല്ലാം സശ്രദ്ധം വീക്ഷിച്ചു കൊണ്ടിരുന്ന സമാധാന പ്രിയനായ

കാക്ഷൻ സംഭവം നെൽസൺ സാറിന്റെ ചെവിയിലെത്തിച്ചു. വിവരമറി
ഞ്ഞ നെൽസൺ സാർ രണ്ടു മത്സരാർഥികളേയും റൂമിലേക്ക് വിളിപ്പി
ച്ചു. അങ്ങേയറ്റം ദേഷ്യപ്പെട്ട സാർ കയ്യിലുള്ള ചൂരൽ വടികൊണ്ട് ചക്ക
രയെയും ഷിജു റ്റിഡിയെയും തല്ലി. ഗ്രൗണ്ടിൽ കളിക്കാൻ പോകാതെ
സ്റ്റഡി ടൈം തുടങ്ങുന്നതിനു തൊട്ടുമുൻപുവരെ ഇത്രയും ആൾക്കാർ
ഇവിടെക്കിടന്ന് ഇങ്ങനെ ബഹളം വെച്ചത് സാറിനെ ചില്ലറയൊന്നുമല്ല
ദേഷ്യപ്പെടുത്തിയത്. രണ്ടുപേരുടെയും ഇരുതുടകളിലും നല്ല അടികി
ട്ടി. അവർ ഒരുപാട് കരഞ്ഞു. വിവരമറിഞ്ഞ ഞങ്ങൾക്കും വിഷമമായി.

ഈ സംഭവത്തിനു ശേഷം ആരും പിന്നീട് ഈ കളിക്ക് മുതിർന്നില്ല.
ഇവിടെ നാം ചെയ്യുന്ന ഓരോ കാര്യവും ശരിയാണ് എന്ന് നൂറു ശതമാ
നം ഉറപ്പില്ലെങ്കിൽ അത് ചെയ്യരുത്. അത് എത്ര ആനന്ദം തരുന്ന കാര്യ
മാണെങ്കിലും. അതാണ് ഇന്നത്തെ പാഠം.

ആ ദിവസത്തിനു ശേഷം പാവം ഷിജു ടിഡി പാടെ തളർന്നുപോ
യി. എല്ലാവരുടെയും മുന്നിൽവെച്ച് അപമാനിതനായ ആ വൈകുന്നേ
രം അവന് മറക്കാൻ കഴിഞ്ഞില്ല.

ചക്കരയും ഏതാണ്ട് ഇതുപോലെ തന്നെ. അവന്റെ സംസാരം ആവ
ശ്യത്തിന് മാത്രമായി ചുരുങ്ങി. മറ്റുള്ളവരുടെ കാര്യത്തിൽ ഇടപെടാ
തെ ഒഴിഞ്ഞുമാറാൻ തുടങ്ങി. ആ ഒരു സംഭവം അവന്റെയുള്ളിൽ എ
ന്നും കെടാത്ത ഒരു തീക്കനലാണ് കോരിയിട്ടത്. കാലത്തിന്റെ കുത്തൊ
ഴുക്കിൽ അത് കെട്ടുപോയില്ല. അവന്റെ ഉള്ളിലത് പതിന്മടങ്ങ് ചുട്ടുപഴു
ത്ത്, ഒരു അഗ്നിജ്വാലയായ് മാറുകയായിരുന്നു. എന്തിനെയും വീറോ
ടെ, വാശിയോടെ, ദൃഢനിശ്ചയത്തോടെ അഹോരാത്രം കഠിനപ്രയത്
നം ചെയ്ത് കീഴടക്കാൻ പോന്ന മറ്റൊരു ചക്കര ഉരുത്തിരിയുകയായിരു
ന്നു.

20. കൃഷ്ണമണികൾ നഷ്ടപ്പെട്ട കണ്ണുകൾ

സിംഹത്തിന്റെ മടയിൽ ഒറ്റയ്ക്കു കയറുവാൻ ആർക്കെങ്കിലും ധൈ ര്യമുണ്ടോ എന്നുചോദിച്ചാൽ കൈപൊക്കുന്ന ഒരാളേയുള്ളൂ നമുക്കിട യിൽ. കോശി. ചെറുപ്പത്തിൽ ഒരിക്കലെങ്ങനെ ചെയ്തിട്ടുണ്ട് എന്നും വേ ണമെങ്കിൽ പറയും. ധൈര്യം കൂടിപ്പോയതു കൊണ്ടൊന്നുമല്ല. മറിച്ച് ആൾക്കൂട്ടത്തിൽ ഹീറോയിസം കാട്ടാനുള്ള ഒരവസരവും പാഴാക്കാത്ത തു കൊണ്ട്. പണ്ട് നീന്താനറിയാതെ ഒഴുക്കുവെള്ളത്തിൽ ചാടിയ അ തേ ആൾ തന്നെ.

ക്ലാസ് മുറിയിൽ ക്രിക്കറ്റ് കളിച്ചും കാരംസ് കളിച്ചും ശേഖരിച്ചുവെ ച്ച വെള്ളക്കടലാസുകൾ പല പുരോഗമനാശയങ്ങൾക്കും വഴിതെളിച്ചു. ചിലർ ആറോ എട്ടോ പേജുകളിൽ ബാലരമപോലെ ചിത്രകഥകളടങ്ങി യ കഥാപുസ്തകങ്ങളുണ്ടാക്കി. കാക്ഷനും(115) കോച്ചിറും(112) ചേർന്ന് നവോദയൻ വാർത്തകൾ പൊലിമയോടെ എഴുതി 'നവയുഗം' എന്ന പേരിൽ ഒരു കലാസൃഷ്ടി തുടങ്ങി. നാളിതുവരെ സോഡാക്കുപ്പി കണ്ണട യും വെച്ച് അധികമാരോടും സംസാരിക്കാതെ നടന്നിരുന്ന മെലിഞ്ഞു കൃശഗാത്രനായ കോച്ചിറിന് എവിടെനിന്നാണ് ഇത്രയും ആശയങ്ങൾ വരുന്നതെന്ന് ഞങ്ങൾ കൗതുകത്തോടെ നിരീക്ഷിച്ചു. മറ്റൊരു വശത്ത് തന്റെ ഡിറ്റക്റ്റീവ് ബുദ്ധിയും സാഹിത്യവൈഭവവും ഒരുപോലെ ചാലി ച്ച് ചൂത്തന്റെ കുറ്റാന്വേഷണ നോവൽ 'ചോരപുരണ്ട കത്തി'. എല്ലാവർ ക്കും ചിത്രങ്ങൾ വരച്ചുകൊടുക്കാൻ പോഷ്കാർ തന്നെ വേണം. സാ ഹിത്യകാരന്മാരും ചിത്രകാരന്മാരും മറ്റു ആശയസ്രഷ്ടാക്കളും തിളങ്ങി നിൽക്കുന്ന ആ കാലത്ത് കോശിക്ക് അടങ്ങിനിൽക്കാൻ പറ്റുമോ.. തുട ങ്ങി പുതിയൊരു മാഗസിൻ 'ഹംസധ്വനി'.

ബഡായിയും ഉണ്ടസാഹിത്യവും ചേർന്ന് 'ഹംസധ്വനി' ഹിറ്റായി. ഹി റ്റാവാൻ മറ്റൊരു കാരണം കൂടിയുണ്ട്. കോശിയുടെ പ്രത്യേക കലാവി

രുന്നായ 'കൃഷ്ണമണികൾ നഷ്ടപ്പെട്ട കണ്ണുകൾ'.. ആലീസെന്ന കേന്ദ്ര കഥാപാത്രം. കേട്ടിട്ട് ഒരു ശോകനോവൽ ആണെന്ന് ധരിച്ചവർക്ക് തെറ്റി. പല ഇക്കിളി പടത്തിൽ നിന്നും ഹോസ്റ്റലിലെ രാത്രികാല നുറുങ്ങു കഥകളിൽ നിന്നും കിട്ടിയ മസാലകൾ ചേർത്ത് പ്രായത്തിന്റെ ആവശ്യമനുസരിച്ചൊരു സൃഷ്ടി.

'കുളിക്കാനായി അവൾ കുളിമുറിയിൽ കയറി.. ഷൂസിട്ട പാദം തല പുറത്തേക്കിട്ടു. ശേഷം അടുത്ത ലക്കത്തിൽ..'

ഇതാണ് ശൈലി. ആർക്ക് എന്ത് എപ്പോൾ കൊടുക്കണമെന്ന് കൃത്യമായി അറിയാവുന്ന കോശിയുടെ മുന്നിൽ കോച്ചിറിന്റെ നവയുഗവും ചൂത്തന്റെ നോവലുമെല്ലാം മുട്ടുമടക്കി. പെൺകുട്ടികളാരും അറിയാതെ ആ കലാസൃഷ്ടി വൻഹിറ്റായി. ബാക്ക്ബെഞ്ചിൽ ഡുബ്ലൂവിന്റെയും (81) എന്റെയും നടുവിലിരുന്ന് കോശി സൃഷ്ടികൾ രചിക്കാൻ തുടങ്ങി. ഇതിനു പ്രത്യേക സമയമൊന്നുമില്ല. ക്ലാസ് ടൈമിലും ഇടവേളകളിലും രാത്രി സ്റ്റഡി ടൈമിലും അവൻ എഴുത്തുതന്നെ.

പൊതുവെ കണക്കിൽ മിടുക്കാനാണെങ്കിലും അജിത ടീച്ചർക്ക് കോശിയെ അത്രയ്ക്കങ്ങ് ഇഷ്ടമല്ല. അതിന് പലകാരണങ്ങളുമുണ്ട്.

ഒരിക്കൽ ടീച്ചർ ക്ലാസ്സിൽ കരണി എന്നറിയപ്പെടുന്ന സേർഡ്സ് പഠിപ്പിക്കുകയായിരുന്നു.

'ഇതൊക്കെ പഠിച്ചിട്ട് എന്താ ടീച്ചർ ഉപയോഗം?' കോശി ചോദിച്ചു.

ഒന്നു പരുങ്ങിയ ടീച്ചർ 'നിന്നെ പോലെയുള്ളവരെ പഠിപ്പിക്കാം..' എന്നു പറഞ്ഞു.

ഉത്തരമിഷ്ടപ്പെടാത്ത കോശി പിന്നീടും ക്ലാസ്സിൽ ചോദ്യങ്ങൾ ചോദിച്ചു കൊണ്ടേയിരുന്നു. മാത്രമല്ല അടുത്ത വെക്കേഷനിൽ വീട്ടിൽ പോയ പ്പോൾ തലശ്ശേരിയിൽ ഒരുമാസം സ്വകാര്യ ട്യൂഷനു ചേർന്ന് ഇനി വരാൻ പോകുന്ന കണക്കു ഭാഗങ്ങൾ ഏറെക്കുറെ പഠിച്ചുവരികയും മറ്റാ രേക്കാളും മുൻപേ ക്ലാസ്സിൽ ഉത്തരങ്ങൾ വിളിച്ചുപറയുകയും ചെയ്തു. കണക്കിനുവേണ്ടി അവൻ ഗൾഫിൽനിന്നും ഇറക്കുമതിചെയ്ത പെൻ സിലും ഇൻസ്ട്രുമെന്റ് ബോക്സും കൊണ്ടുവന്നു. ഞങ്ങളെല്ലാം മര ത്തിന്റെ സ്കെയിൽ ഉപയോഗിക്കുമ്പോൾ അവന്റേത് സ്വർണനിറമു ള്ള ഒരു ലോഹ സ്കെയിൽ ആയിരുന്നു.

ഒരു ദിനം അജിത ടീച്ചർ ക്ലാസ് എടുത്തുകൊണ്ടിരിക്കുമ്പോൾ പിറ ക് ബെഞ്ചിൽ കോശിയുടെ കഥാസൃഷ്ടി പിറവികൊള്ളുകയായിരുന്നു. സംശയം തോന്നിയ ടീച്ചർ അപ്പോൾത്തന്നെ അടുത്തുവരികയും ഇ തെന്താണ് എഴുതുന്നതെന്നു ചോദിച്ചു. ഒന്നുമില്ലെന്ന് പറഞ്ഞ് അവൻ

പേപ്പർ ഡെസ്കിനടിയിലേക്ക് ഒളിപ്പിച്ചപ്പോൾ ടീച്ചർ ഗോൾഡൻ സ്കെ
യിൽ എടുത്ത് അടിക്കാനോങ്ങി.

'മര്യാദയ്ക്ക് അതിങ്ങ് തന്നോ.. ഞാനും കൂടി വായിച്ചോട്ടെ..'

പെട്ടു. ഇനിയെന്തുചെയ്യും..? ഇപ്പോൾ ഇത് നമ്മുടെകൂടി പ്രശ്നമാ
യി. ടീച്ചറെങ്ങാനും അതുവായിച്ചാൽ.. പിന്നെ തീർന്നു. ഞങ്ങളെല്ലാം
പേടിച്ചിരിപ്പായി.

കോശി ഒന്നും ആലോചിച്ചില്ല. പേപ്പർ ചുരുട്ടി വായിലാക്കി ഒറ്റ വിഴു
ങ്ങൽ..!

കുളിക്കാൻ പോയ ആലീസ് ഇനിയെന്തുചെയ്യും?

ഹംസധ്വനിയും നവയുഗവുമെല്ലാം അതോടെ തീർന്നു.

21. കോശി

കാര്യങ്ങൾ ഇങ്ങനെയൊക്കെ ആയിത്തീർന്നെങ്കിലും എനിക്ക് കോ ശിയോട് തെല്ലൊരാരാധന തോന്നാതിരുന്നില്ല. ഒന്നുമില്ലേലും അജിത ടീച്ചർക്ക് പിടികൊടുക്കാതെ നമ്മുടെയൊക്കെ മാനം കാത്തവനല്ലേ.

തെല്ലുവാശിയും അഹംഭാവവുമുണ്ടെങ്കിലും ഉള്ളുകൊണ്ട് ഒരു പാ വമായിരുന്നു അവൻ. എന്റെ ബെഞ്ച്മേറ്റായതുകൊണ്ടാകാം എനിക്ക ത് പലപ്പോഴും അറിയാൻ സാധിച്ചു. ഒരുപക്ഷേ എനിക്ക് മാത്രമായിരി ക്കാം.

വളരെ അത്യാവശ്യ കാര്യങ്ങൾക്കുവേണ്ടി മാത്രം വീട്ടിലേക്ക് പോ കാൻ അനുവാദം തന്നിരുന്ന അക്കാലത്ത് ഏതോ ഒരു അടുത്തബന്ധു വിന്റെ കല്യാണത്തിന്റെ പേരും പറഞ്ഞ് കോശി രണ്ടുദിവസം നാട്ടിൽ പോയി. അവിടെവെച്ച് തീയേറ്ററിൽ പോയി 'കിലുക്കം' എന്ന സിനിമ കണ്ടിട്ടാണ് അവൻ വന്നതെന്ന് പറഞ്ഞപ്പോൾ ആരും വിശ്വസിച്ചില്ല. ബഡായിയുടെ ഉസ്താദല്ലേ.. പത്രത്താളുകളിൽ മാത്രം കണ്ട് പരിചയ മുള്ള സൂപ്പർഹിറ്റ് ചിത്രത്തിന്റെ കഥ കോശി എനിക്ക് പറഞ്ഞുതന്നു.

ഓരോ ദിവസവും സ്റ്റഡിടൈമിൽ കുറച്ചു കുറച്ചുഭാഗങ്ങളായി ജോ ജിയുടെയും നിശ്ചലിന്റെയും കഥ ഓരോ സീനും ഭംഗിയോടെ വിവരി ച്ചു തന്നപ്പോൾ സത്യത്തിൽ ഞാൻ വിശ്വസിച്ചിരുന്നില്ല. ഇതും അവന്റെ മറ്റൊരു തള്ള്സൃഷ്ടിയായേ ഞാൻ കരുതിയുള്ളൂ. ഏകദേശം ഒരു പ ത്തുദിവസം എടുത്തുകാണും കഥ മുഴുവൻ പറഞ്ഞുതീരാൻ.

'വെൽക്കം ടു ഊട്ടി.. നൈസ് ടു മീറ്റ് യു..' എന്നും പറഞ്ഞ് കഥ നിർ ത്തിയപ്പോൾ എനിക്കും സംശയമായി. ഇവൻ ശരിക്കും സിനിമ കണ്ടോ എന്ന്. വർഷങ്ങൾക്കുശേഷം നാട്ടിൽ ടീവിയിൽ ആ സിനിമ കണ്ടപ്പോ ഴാണ് കോശി പറഞ്ഞത് മുഴുവൻ സത്യമായിരുന്നെന്ന് ഞാൻ തിരിച്ചറി ഞ്ഞത്..

മെസ്സിലെ പാച്ചനും കോശിയും തമ്മിൽ വളരെയടുത്ത ഒരു സൗ ഹൃദമുണ്ടായിരുന്നു. തത്ഫലമായി കോശിക്ക് മെസ്സിലെ അടുക്കളയിൽ

നിന്നും പഴവും ബ്രഡുമൊക്കെ രഹസ്യമായി കിട്ടിയിരുന്നു.

അക്കാലത്ത് സന്ധ്യ കഴിഞ്ഞാൽ അരമണിക്കൂർ പവർകട്ട് ഉണ്ട്. ചി ലപ്പോൾ അത് ഒരു മണിക്കൂർ വരെ നീളും. സ്റ്റഡി ടൈമിന് ഇടയിലുള്ള ഈ ഇടവേള ഞങ്ങൾ നന്നായാസ്വദിച്ചു. ഇരുട്ടത്ത് ഒച്ചയും ചിരിയുമാ യി ഞങ്ങൾ അർമാദിച്ചിരുന്ന നേരം. ബഹളം കേട്ട് ഡ്യൂട്ടിയിലുള്ള സ്റ്റാ ഫുകൾ വന്നാലും ഇരുട്ടത്ത് ആളെ തിരിച്ചറിയാൻ വയ്യാത്തതു കാര ണം അതൊരു സ്വാതന്ത്ര്യാസ്വാദനം കൂടിയായിരുന്നു.

ഒരിക്കൽ ഒരു പവർകട്ട് വേളയിൽ എന്റെ അടുത്തിരുന്ന കോശി എ വിടേക്കോ എഴുന്നേറ്റുപോയി. കുറച്ചുകഴിഞ്ഞ് അവൻ തിരിച്ചെത്തിയ പ്പോൾ കൈനിറയെ മുട്ടത്തോരൻ!. ക്ലാസ്സിലെ പിൻബെഞ്ചിൽ ഇരുട്ടി ന്റെ മറവിൽ ഞങ്ങൾ ചൂടുള്ള മുട്ടത്തോരൻ ആർത്തിയോടെ വായ്ക്ക കത്താക്കി. ചെയ്യുന്നത് തെറ്റാണെന്ന് അറിയാമെങ്കിലും മുട്ടത്തോരന്റെ സ്വാദിനു മുന്നിൽ ഈവക മൂല്യബോധങ്ങളെല്ലാം കെട്ടടങ്ങി. അന്നുരാ ത്രി അത്താഴത്തിന് പതിവുപോലെ ചന്ദ്രേട്ടൻ മുട്ടത്തോരൻ പിശുക്കി വിളമ്പിയപ്പോൾ ഞങ്ങൾ ഉള്ളാലെ ഊറിച്ചിരിക്കുകയായിരുന്നു. എന്നാ ലും ആ ഇരുട്ടത്ത് ഇവൻ എങ്ങനെ മെസ്സിൽപോയി ഇതൊപ്പിച്ചു എന്ന തായിരുന്നു എന്റെ ചിന്ത.

ആത്മവിശ്വാസവും അഹങ്കാരവും മുറ്റിട്ടുനിന്നിരുന്ന കോശിയുടെ ചെ സ്സുകളിയിൽ വമ്പന്മാർ പലരും അക്കാലത്ത് തോൽവിയറിഞ്ഞു. സാ ക്ഷാൽ വിശ്വനാഥൻ ആനന്ദിനെ ഓർമിപ്പിക്കുന്ന ആകാരവും ചേഷ്ടയു മുള്ള ബുദ്ധിരാക്ഷസൻ കുര്യാക്കോസിനുപോലും (76) അവന്റെ കൗശ ലത്തിനുമുന്നിൽ അടിയറവു പറയേണ്ടി വന്നു.

നല്ല ആരോഗ്യമുണ്ടെങ്കിലും സ്പോർട്സിൽ അത്ര മിടുക്കനായിരു ന്നില്ല കോശി. വിമൽദാസും ചൂത്തനും കൊച്ചിയുമൊക്കെ അടക്കിവാ ണിരുന്ന ഫുട്ബോൾ ഗ്രൗണ്ട് അവനെന്നും അസൂയയോടെ നോക്കിക്ക ണ്ടു. വിട്ടുകൊടുക്കാൻ കൂട്ടാക്കാത്ത കോശിക്ക് എങ്ങനെയെങ്കിലും സ് കൂൾ ടീമിൽ ഇടംനേടണമെന്നായി. ഓടി മെനക്കെടാൻ വയ്യാത്തതുകൊ ണ്ട് ഫോർവേഡോ ഡിഫെൻഡറോ ആവാൻ കഴിയില്ല. പിന്നെ ആകെ യുള്ളത് ഗോളിയുടെ പോസ്റ്റാണ്. അതിനായി അവൻ വൈകുന്നേരങ്ങ ളിൽ എല്ലാവരും കാൺകെ ഗോളിയായി പ്രാക്ടീസ് ചെയ്യാൻ തുടങ്ങി. സീനിയറായ അഭയദേവും കോശിയും തമ്മിലായി സ്കൂൾ ടീമിലെ ഗോ ളിസ്ഥാനത്തേക്ക് വേണ്ടിയുള്ള മത്സരം. പോസ്റ്റിലേക്ക് അടിവരുമ്പോൾ ഏതെങ്കിലുമൊരു വശത്തേക്ക് ചാടുക എന്നതായിരുന്നു അവന്റെ പോ ളിസി. പലപ്പോഴും ഭാഗ്യം അവനെ കടാക്ഷിച്ചു. അങ്ങനെ കോശി കുറ

ച്ചുകാലത്തേക്കെങ്കിലും സ്കൂൾ ടീമിന്റെ ഗോളിയായി. കളിക്കാനുള്ള കഴിവിനേക്കാൾ അവന്റെ ആത്മവിശ്വാസം ചെലുത്തിയ സ്പോർട്സ് മാൻ സ്പിരിറ്റ് കണ്ടിട്ടാവണം അവനെ ടീമിലേക്ക് തെരഞ്ഞെടുത്തത്.

വർഷങ്ങൾക്കുശേഷം ഇതേ സ്കൂളിൽ ഇതേ മൈതാനത്തു വെച്ചാ ണ് ജോസ്റ്റൻ സാർ സികെ വിനീതെന്ന ഫുട്ബോൾ താരത്തെ വാർ ത്തെടുത്തത്.

ഒരു മഴക്കാലത്ത് പണ്ട് തുണിയലക്കാൻ പോയിരുന്ന തോട്ടിനരികി ലേക്ക് കോശി എന്നെയും വിളിച്ചുകൊണ്ട് പോയി. എന്തിനാണ് എവി ടേക്കാണ് എന്ന എന്റെ ചോദ്യങ്ങൾക്ക് പ്രസക്തിയില്ല.

'നീ എന്റെ കൂടെ വന്നാൽ മതി.'

ഒടുവിൽ കാട്ടിൽ ഒറ്റപ്പെട്ടു കിടക്കുന്ന ഒരു പ്ലാവിന്റെ ചുവട്ടിലെത്തി യപ്പോൾ നടത്തം നിർത്തി. വീണുകിടക്കുന്ന ഒരു ചക്കയുടെ തൊലി അവൻ ഇരുകൈകൾ കൊണ്ടർത്തിമാറ്റി. നല്ല ഓറഞ്ചുനിറത്തിലുള്ള തേൻ വരിയ്ക്ക. ഒരു പാടുകാലത്തിനുശേഷം വയറുനിറയെ പഴുത്ത ചക്ക തിന്നു.

ഇപ്രാവശ്യത്തെ ഗാന്ധിജയന്തിയാഘോഷം ഒരു ഞായറാഴ്ചയാണ്. ഗാന്ധിയെക്കുറിച്ച് അസ്സെംബ്ലിയിൽ പ്രസംഗിക്കണം. സീനിയറായ സ് കൂൾ ലീഡർ രാജീവൻ ഇംഗ്ലീഷിൽ പ്രസംഗിക്കും. ഉത്തർപ്രദേശുകാ രൻ സഞ്ജയ് ശുക്ല ഹിന്ദിയിൽ. മലയാളത്തിൽ ആര്? കൈ പൊക്കി യത് കോശി തന്നെ. ഞായറാഴ്ച ആയതുകൊണ്ട് യൂണിഫോം വേണ്ട.

ഒരു രാത്രികൊണ്ട് കുര്യാക്കോസിന്റെ സഹായത്താൽ ഒരു നീണ്ട ഗാന്ധിയൻ പ്രസംഗം തയ്യാറാക്കി പഠിച്ചു. രാവിലെയായി. ഇനിയാണ് കോശി സ്റ്റൈൽ. കോശി തന്റെ പെട്ടിതുറന്നു. ഒരു കോട്ടൺ ജുബ്ബ പു റത്തെടുത്തു. ഇളംമഞ്ഞ നിറത്തിലുള്ള നേർത്ത ജുബ്ബ. പറയൻ ഇ തൊക്ക കണ്ടുകൊണ്ടുതന്നെയാണ് പ്രസംഗിക്കാൻ കൈപൊക്കിയത്.

കോശി നന്നായി പ്രസംഗിച്ചു. ഒരുപാട് കൈയ്യടിയും കിട്ടി. പക്ഷേ വേഷം ലളിതമായ ഗാന്ധിയൻ ശൈലിയാണ് അവനുദ്ദേശിച്ചതെങ്കിലും നേർത്ത മഞ്ഞ ജുബ്ബാക്കുള്ളിൽ വ്യക്തമായി എടുത്തുകാട്ടുന്ന വെള്ള ബനിയൻ വേഷം ഒരു മീൻകാരന്റെ ലുക്കായിരുന്നു എന്നതാണ് സ ത്യം.

ഷിജു ടിഡിയുമായുള്ള മത്സരത്തിനുശേഷം ചക്കര വീറോടെ പഠി ത്തത്തിലും കളിയിലും ശ്രദ്ധതിരിച്ചിരുന്ന കാലം. അങ്ങനെ വാശിയോ ടെ നടന്നിരുന്ന ചക്കരയോടായിരുന്നു കോശിയുടെ അടുത്ത പരാക്രമം. മറ്റൊന്നുമല്ല. ഒരു തീറ്റമത്സരം.. മെസ്സിൽ ചപ്പാത്തി പരത്തിക്കൊടുത്തി

രുന്നത് ഞങ്ങൾ തന്നെയായിരുന്നു. ഇന്ന് കൂടുതൽ ചപ്പാത്തി കരുതി ക്കോളൂ എന്ന് കോശി പാച്ചനോട് പ്രത്യേകം പറഞ്ഞേൽപ്പിച്ചു.

രാത്രി എല്ലാവരും ഭക്ഷണം കഴിച്ചു പോയതിനുശേഷം മത്സരം തു ടങ്ങി. പരിപ്പുകറിയും ചപ്പാത്തിയും കൂട്ടി രണ്ടുപേരും തീറ്റ തുടങ്ങി. പ ത്തെണ്ണം തിന്നുകഴിഞ്ഞപ്പോൾ ഞങ്ങൾ ചുറ്റും കൂടിയവർ കയ്യടിച്ചു പ്രോത്സാഹിപ്പിച്ചുതുടങ്ങി. ഇരുപതായപ്പോൾ കോശിക്ക് വയറു നിറഞ്ഞു. ചക്കര നിർത്താൻ ഭാവമില്ലെന്നുകണ്ട കോശി പിന്നെയും തിന്നാൻ തുട ങ്ങി. ഒരു ഇരുപതെഴെണ്ണം ആയിക്കാണും.. തിന്നും വെള്ളം കുടിച്ചും വയറുവീർത്ത കോശി ഛർദിക്കാനായി വായും പൊത്തിപ്പിടിച്ചു പുറ ത്തേക്കോടി. അപ്പോഴേക്കും ചക്കര നാല്പതോളം ചപ്പാത്തികൾ അക ത്താക്കിയെന്നാണ് കേൾവി.

പലവിധ മത്സരങ്ങളിൽ തോറ്റുതൊപ്പിയിട്ടെങ്കിലും കോശി കാണി ച്ചൂപോന്ന ആത്മവിശ്വാസം എനിക്കെന്നും ഒരതിശയമായി നിലനിന്നു.

'അമ്മയുടെ മുലപ്പാൽ കുടിച്ചുവളർന്ന നമ്മളെന്തിനാടാ മറ്റുള്ളവരെ ഭയക്കുന്നത്..?'

ജീവിതത്തിൽ പലഘട്ടങ്ങളിൽ പരാജയം നുണഞ്ഞപ്പോഴൊക്കെ അ വൻ ഇടയ്ക്കിടെ എന്നോട് പറയാറുള്ള ഈ വാക്കുകൾ എന്റെ കാതു കളിൽ മുഴങ്ങും.

22. മാപ്പ്!

'ക്യു ക്യു ക്യു
വീ ആർ ഇൻ ദി ക്യു
ജനനം മുതൽ മരണം വരെ
വീ ആർ ഇൻ ദി ക്യു'

ഡിസംബറിലെ തണുപ്പിന് അതിരാവിലെ എഴുന്നേൽക്കുക എന്ന
ത് അങ്ങേയറ്റം വിഷമകരമായ കാര്യം തന്നെ. മാസങ്ങൾ കഴിഞ്ഞിട്ടും
ഈ ഒരു സംഗതി എന്നെ വല്ലാതെ അലട്ടി. വെളുപ്പിന് നാലരയ്ക്ക് നെൽ
സൺ സാറിന്റെ വിസിൽ വിളി. മൂന്നോ നാലോ വിസിലിലും ഉണരാത്ത
വർക്ക് കിടന്ന കിടപ്പിൽ ചൂരലടി. പല്ലുതേപ്പും പ്രഭാതകർമ്മത്തിനായു
ള്ള നീണ്ട നിരയും കഴിഞ്ഞ് കാൻവാസ് ഷൂസുമിട്ട് മൈതാനത്തെ
ത്തിയാൽ റോൾകോൾ. പിന്നെ പതിവുപോലെ ജോഗിങ്. രണ്ടുകിലോ
മീറ്റർ അകലെയുള്ള പടിഞ്ഞാറ് വള്ള്യായിലേക്കോ, തെക്ക് ചെണ്ടയാ
ടേക്കോ അല്ലെങ്കിൽ വടക്ക് മരപ്പാലത്തേക്ക്. അതുമല്ലെങ്കിൽ കിഴക്ക്
താമരക്കുളത്തിലേക്ക് ആയിരിക്കും ഈയോട്ടം. ഓട്ടം കഴിഞ്ഞ് തിരി
കെ എത്തിയാൽ ചെറുവ്യായാമങ്ങൾ. ഒന്നരമണിക്കൂറോളം നീണ്ടുനിൽ
ക്കുന്ന ഈ കായികാധ്വാനം കഴിഞ്ഞാൽ പിന്നെ ഹോസ്റ്റലിൽ തിരിച്ചെ
ത്തി അടുത്ത ക്യൂവിനുള്ള തിരക്കിലായി.

കുളികഴിഞ്ഞ് അസംബ്ലിയിൽ ക്യു..

ക്ലാസിലേക്കുള്ള വഴിയിൽ ക്യൂ.. മെസ്സിലേക്കുള്ള വഴിയിൽ.. അവി
ടെ ഭക്ഷണത്തിന് തിരിച്ചുള്ള യാത്രയിൽ. മലയാളം പഠിപ്പിക്കുന്ന സു
ധാകരൻ സാർ ഇടയ്ക്കിടെ പാടും..

'മുൻപേ ഗമിക്കുന്ന ഗോവുതന്റെ
പിൻപേ ഗമിക്കും ബഹു ഗോക്കളെല്ലാം..'

രാവിലെ അസംബ്ലിയിൽ പതിവു പരിപാടികളുടെ ഒടുവിൽ പ്രിൻ
സിപ്പൽ കൃഷ്ണപിള്ള സാർ സംസാരിക്കും. ഓരോ ദിവസവും സ്കൂളി
ലെ ഓരോ കാര്യത്തെക്കുറിച്ച് ആയിരിക്കും ഈ ഉപദേശംപ്രസംഗം . ഭ

ക്ഷണസാധനങ്ങൾ പാഴാക്കുന്നതിനെ കുറിച്ച്.. വൃത്തിയുള്ള യൂണി ഫോം ധരിക്കുന്നതിനെ കുറിച്ച്.. വസ്ത്രങ്ങൾ വൃത്തിയായി അലക്കു ന്നതിനെക്കുറിച്ച്.. സമയനിഷ്ഠയെക്കുറിച്ച്.. അങ്ങനെപോകും ഓരോദി വസത്തെ വിഷയങ്ങൾ.

ഇന്നത്തെ വിഷയം യൂണിഫോം വൃത്തിയായി സൂക്ഷിക്കുന്നതിനെ കുറിച്ചായിരുന്നു.

ഞാൻ മുഖമുയർത്തിയതേയില്ല. ഇനി എൻറെ പേരെങ്ങാനും ഉച്ച ത്തിൽ വിളിച്ചു പറഞ്ഞാലോ..

അന്നു വൈകുന്നേരം ഗെയിംസ് ഉണ്ടായിരുന്നില്ല. മറിച്ച് നെതർലാൻ ഡ് ഹൗസിനു മുന്നിൽ മറ്റൊരു അസംബ്ലി ആയിരുന്നു. എന്താണ് വി ഷയമെന്ന് ആർക്കുമറിയില്ല. ഒടുവിൽ നെൽസൺ സാർ കാര്യം വെളി പ്പെടുത്തി. എല്ലാവരേയും മൂന്ന് ഹൗസുകളായി ഭാഗിക്കുകയാണ്. നിള, ഗംഗ,കാവേരി എന്നിങ്ങനെ. എനിക്കൊന്നും മനസ്സിലായയില്ല. ഹൗസ് എ ന്ന് വെച്ചാൽ വീട്. അതായത് നമ്മെ സംബന്ധിച്ചിടത്തോളം ഹോസ്റ്റൽ. നമ്മളെയെല്ലാം മൂന്ന് ഹോസ്റ്റലുകളിലായി വേർതിരിക്കുകയാണോ? പ ക്ഷേ ഓരോ ഹൗസിലും ആൺകുട്ടികളും പെൺകുട്ടികളും ഉണ്ടല്ലോ. ഒന്നും മനസ്സിലാകുന്നില്ല.. പിന്നെയാണ് കാര്യങ്ങൾ വിശദീകരിച്ചത്. വ രാൻപോകുന്ന കലാകായികമത്സരങ്ങൾ ഈ മൂന്ന് ഗ്രൂപ്പുകൾ തമ്മിൽ ആയിരിക്കും. കൊള്ളാം. നല്ല ആശയം. കഴിഞ്ഞ വെക്കേഷനിൽ നാ ട്ടിൽ പോയപ്പോൾ ഹൈസ്ക്കൂളിൽ പഠിക്കുന്ന ബിന്ദു ചേച്ചി അവരുടെ സ്കൂളിലെ ബ്ലൂ, റെഡ്, റോസ് ഹൗസുകളെക്കുറിച്ച് പറഞ്ഞകാര്യം അ പ്പോഴാണ് ഓർത്തത്.

ഓരോ ഹൗസിനും സീനിയേഴ്സിൽ നിന്നും ഓരോ ക്യാപ്റ്റൻമാരെ നെൽസൺ സാർ നിയമിച്ചു. ഞാനടങ്ങുന്ന നിളാ ഹൗസിന് സന്തോഷ് ജോസഫ്. കാവേരിക്ക് ബൈജു. ഗംഗയ്ക്ക് ദീപക് എംപി. കൂടെ ഓരോ ഹൗസിനും ഓരോ നിറങ്ങളും പ്രഖ്യാപിച്ചു. നിളയ്ക്ക് പച്ച. കാവേരിക്ക് നീല. ഗംഗയ്ക്ക് മഞ്ഞ. എല്ലാം കൗതുകമുള്ള കാര്യങ്ങൾ..

ഓരോരുത്തർക്കും അവരവരുടെ ഹൗസിന്റെ നിറങ്ങളിലുള്ള ഷർ ട്ടെന്നോ ബനിയന്നോ വിളിക്കാൻ സാധിക്കാത്ത ഒരു മേൽവസ്ത്രം നെ തർലാൻഡ് ഹൗസിന്റെ ഉയർന്നു നിന്നിരുന്ന വരാന്തയിൽനിന്നും നെൽ സൺ സാർ താഴേക്ക് എറിഞ്ഞു തന്നു. എനിക്കും കിട്ടി ഒരെണ്ണം. പച്ച നിറത്തിലുള്ളത്. നാട്ടിൽ പാടത്ത് കൈക്കോട്ട് പണിയെടുക്കുന്ന കുഞ്ഞ മ്പുവേട്ടനും ഉണ്ട് ഇതുപോലൊരെണ്ണം. പക്ഷേ അത് മങ്ങിയ വെള്ളനി റത്തിലുള്ളതാണ്. തീർന്നില്ല. ഇനിയുമുണ്ട്. ആണെന്നോ പെണ്ണെന്നോ

വകഭേദം ഇല്ലാതെ എല്ലാവർക്കും ഓരോ കാക്കി ട്രൗസർ..!

ഞങ്ങളുടെ നിളാഹൗസ് ക്യാപ്റ്റൻ സന്തോഷ് ജോസഫ് ഒരു സ്പോർട്സ്മാനാണ്. ഓട്ടം, ഫുട്ബോൾ, വോളിബോൾ, ക്രിക്കറ്റ്, ബാഡ്മിന്റൻ അങ്ങനെ സകലമാനകളികളിലും കേമൻ. അതുപോലെ നമ്മുടെ സ്വന്തം കൊച്ചി, കോശി, ഫുട്ബോൾ ഡിഫൻഡർ വണ്ടിക്കാള, ചിത്രകാരൻ പോഷ്ക്കാർ.. അങ്ങനെ പല പ്രഗത്ഭരും നിളാഹൗസിലുണ്ട്. പക്ഷേ ഗ്രൗണ്ടിൽ ഇവരെക്കാൾ ഏറെ എല്ലാവരുടെയും മനംകവർന്നത് സീനിയറായ സത്യവ്രതനായിരുന്നു. ഓട്ടമത്സരം എന്നാൽ വെറുമൊരു കായികയിനം മാത്രമല്ല അതിനു പിന്നിൽ ഒരു കലകൂടി ഒളിഞ്ഞിരിപ്പുണ്ട് എന്ന് നമ്മെ കാണിച്ചു തന്നവൻ. തുടക്കത്തിൽ പതിയെ തുടങ്ങി ക്രമേണ വേഗതകൂട്ടി പിറകിൽനിന്ന് കുതിച്ചു മുന്നേറി വിജയിക്കുക എന്നതാണ് മൂപ്പരുടെ ഒരു രീതി. അതുപോലെതന്നെ ഫുട്ബോളിൽ അവന്റെ ഡ്രിബ്ലിങ് ഒരു കാഴ്ചതന്നെയാണ്. നിളാഹൗസിന് മൈതാനത്ത് ഏറ്റവും കൂടുതൽ പോയിന്റുകൾ വാങ്ങിച്ചു തന്നവനും അവൻ തന്നെ. പക്ഷേ ഗ്രൗണ്ടിന് പുറത്ത് നിരന്തരം ആവർത്തിച്ച അച്ചടക്കമില്ലായ്മ സത്യവ്രതന്റെ ഒരു പ്രശ്നം തന്നെയായിരുന്നു. നെൽസൺ സാറിന്റെ അതൃപ്തിക്ക് മറ്റുകാരണങ്ങളൊന്നും വേണ്ടല്ലോ. തത്ഫലമായി മേഖലാതല കായികമത്സരങ്ങളിൽ നിന്നും പലപ്പോഴും അവൻ പുറംതള്ളപ്പെട്ടു. ഒരുപക്ഷേ നല്ല അച്ചടക്കം പാലിച്ച് സാറിന്റെ വാസല്യത്തിന് പാത്രമായിരുന്നെങ്കിൽ, പ്രശസ്തധനായ ഓട്ടക്കാരൻ ആകുമായിരുന്നു സത്യവ്രതൻ.

ജൂനിയേഴ്സിന്റെ ക്യൂവിൽ കുറച്ചുനാളുകളായി ഏവരും ശ്രദ്ധിച്ചു പോന്ന ഒരാളുണ്ട്. പറക്കോടൻ. കാരണം മറ്റൊന്നുമല്ല. തലയുടെ ഒത്ത നടുവിലായി ഒരു വെള്ളപ്ലാസ്റ്റർ ഒട്ടിച്ചിട്ടുണ്ട്. ഏതു ക്യൂവിൽ നിന്നാലും ഇത് പ്രത്യേകം എടുത്തു കാണിക്കും. ഏതോ കോമഡി സിനിമയിലെ കഥാപാത്രത്തെ പോലുള്ള അവനെ തലകണ്ടാൽ ആർക്കും ചിരിവരും. എനിക്ക് ഒഴികെ..

മൂന്നുനാലു ദിവസം മുമ്പാണ് സംഭവം. വൈകുന്നേരം ആറു മണിയായി കാണും. നെൽസൺ സാറിന്റെ നീണ്ട വിസിൽ കേട്ടപാടെ മൈതാനത്തിന്റെ പലഭാഗത്തായി കളിച്ചുപോന്ന ഫുട്ബോളും വോളിബോളും ക്രിക്കറ്റുമെല്ലാം പൊടുന്നനെ നിർത്തി. ഏവരും സ്റ്റഡി ടൈമിന് മുമ്പേ കുളിച്ച് റെഡിയാവാനുള്ള തത്രപ്പാടിലേക്ക് ഓടിപ്പോയി. ഞാനടക്കം കുറച്ചുപേർ മാത്രം ചെറിയ ചെങ്കൽമണിക്കല്ലുകൾ നിറഞ്ഞ ഗ്രൗണ്ടിൽ അങ്ങിങ്ങായി ചിതറിക്കിടന്നു. ഒന്നോ രണ്ടോ പേർ ദൂരെ ഒരു

ക്രിക്കറ്റ്ബോൾ മുകളിലേക്ക് എറിഞ്ഞു കളിക്കുന്നു. അതുകണ്ട പ്രതി കരണമെന്നപോൽ, എന്തിനാണെന്നറിയില്ല കയ്യിലുണ്ടായിരുന്ന ചെറു കല്ലുകൾ എടുത്ത് ഞാനും ആകാശത്തേക്കുയർത്തിയെറിഞ്ഞു.

ആ..!

ഒരു നേരിയ നിലവിളിശബ്ദം കേട്ടു. കുറച്ചു ദൂരെയായി പറക്കോടൻ തലയിൽ തടവി നിൽക്കുന്നു. ആരാണ് എറിഞ്ഞത് എന്നറിയാൻ അവൻ ചുറ്റുംനോക്കി. ഞാനൊന്നും അറിയാത്തവനെ പോലെ നിന്നതേയുള്ളൂ. ഞാനാണ് എറിഞ്ഞത് എന്നറിഞ്ഞാൽ സാറിന്റെ അടി ഉറപ്പ്. പാവം.. നല്ലവണ്ണം വേദനിച്ചുകാണും.

അന്നുരാത്രി സാർ അവനെ വിളിച്ചു ചോദ്യം ചെയ്തു.

'ആരാണ് കല്ലെറിഞ്ഞത്?'

'അറിയില്ല സാർ.'

അവന്റെ ഉത്തരത്തിൽ വിശ്വാസം വരാത്ത സാർ അവനെ ശകാരിച്ചു.

'ഇനി മുതൽ ആരും ആറുമണിയുടെ വിസിലിന് ശേഷം ഗ്രൗണ്ടിൽ നിൽക്കേണ്ട..!'

അടുത്ത ദിവസം രാവിലെ ബ്രേക്ക്ഫാസ്റ്റിനുള്ള ക്യൂവിൽ അവനെ കണ്ടപ്പോഴാണ് തലയിലെ പ്ലാസ്റ്റർ ശ്രദ്ധിച്ചത്. കുറ്റബോധം വല്ലാതെ വിഷമിപ്പിച്ച അന്നു രാത്രിയിൽ പറക്കോടനെ നേരിട്ട് കണ്ടു സത്യം പറയാം എന്ന് ഉറച്ചു.

ഹോസ്റ്റലിൽ തെക്ക് ഭാഗത്തായിട്ടാണ് ജൂനിയേഴ്സിന്റെ ഡബിൾ കോട്ടുകൾ. പറക്കോടന്റെ അരികിലായി ലൗലിനും ഗിരിൻ ഗോവിന്ദും എന്തോ സംസാരിച്ചുകൊണ്ടിരിക്കുന്നു. ഇപ്പോൾ ചെന്ന് കാര്യം പറഞ്ഞാൽ പ്രശ്നമാകും. ഞാനൊന്നും പറയാതെ തിരിച്ചു പോന്നു. അതിനുശേഷം ഇന്നേവരെ ഞാൻ ആ സത്യം ആരോടും വെളിപ്പെടുത്തിയില്ല. എന്നെങ്കിലും പറക്കോടനെ നേരിട്ട് കാണുകയാണെങ്കിൽ പറയുവാനായി രണ്ടക്ഷരം കരുതിവെച്ചിട്ടുണ്ട്.

മാപ്പ്..

23. ഗോപുരാണം

സ്വന്തമായി പോറ്റിവളർത്താതെ അലഞ്ഞുതിരിയുന്ന പശുക്കളെ ന
മ്മളിലൊരാളെപ്പോലെ പരിഗണിക്കുകയും ബഹുമാനിക്കുകയും ചെയ്യു
ന്ന അനവധി സ്ഥലങ്ങൾ ഉത്തരേന്ത്യയിൽ കാണാം. പക്ഷേ നമ്മുടെ
ഈ മലയാളനാട്ടിൽ അത്തരത്തിൽ ഒന്നുണ്ടെങ്കിൽ അത് ഈ ഭഗവത്
പാദപുരി എന്ന കുന്നിൻപുറമാണ്. കറുപ്പും വെളുപ്പും തവിട്ടും നിറങ്ങ
ളിൽ ഒരമ്പതോളം കന്നുകാലികൾ കാണും രാപ്പകൽ വ്യത്യാസമില്ലാ
തെ ഈ പാറപ്പുറത്ത് കഴിച്ചു കൂട്ടുന്നവർ. കുന്നിനുതാഴെ വള്ള്യായിയി
ലും ചെണ്ടയാട്ടിലുമായി ഇവർക്ക് ഉടമസ്ഥരുണ്ടെന്നാണ് കേട്ടുകേൾ
വി. എന്നാൽ അത്തരമൊരാളു പോലും തങ്ങളുടെ പശുക്കളെ തേടിവ
രികയോ അന്വേഷിച്ചതായോ കണ്ടറിവില്ല. മാസങ്ങളോളം ഈ കുന്നി
ന്മുകളിലെ പുല്ലും ചെടികളും തിന്ന് കഴിച്ചുകൂടുന്ന ഇവർ പ്രസവ നേര
ത്തും അതിനു ശേഷമുള്ള കറവക്കാലത്തും മാത്രമാണ് കുന്നിൻ മുക
ളിൽനിന്ന് അപ്രത്യക്ഷമാകുന്നത്. അതു കഴിഞ്ഞാൽ ഉടമസ്ഥർ പിന്നെ
യും ഇവിടേക്ക് കൊണ്ടുവിടും. ഒരു തരത്തിൽ നമ്മെപ്പോലെ തന്നെ ഇ
വറ്റകളും. നാടും വീടും വിട്ട് ഈ പാറപ്പുറത്ത് കഴിച്ചുകൂട്ടാൻ വിധിക്ക
പ്പെട്ട ഒരുകൂട്ടം ജന്മങ്ങൾ.

ഫുട്ബാൾ ഗ്രൗണ്ടിലും, നടപ്പാതകളിലും, തുണിയുണക്കാനിടുന്ന
പാറപ്പുറത്തും, അസ്സംബ്ലി കൂടുന്നിടത്തും, മെസ്സിന്റെ വരാന്തയിലും തു
ടങ്ങി എല്ലായിടത്തും ഇവയെ കാണും. ഇവയിൽ ചില കൂട്ടർ സ്ഥിരമാ
യി ഒരു പ്രത്യേകസ്ഥലത്ത് വിശ്രമിക്കുകയും ചെയ്യും. മെസ്സിനു വെളി
യിൽ ഇടതുവശത്തായി സ്ഥിരമായി കിടക്കുന്ന ഒരു തവിട്ടുനിറമുള്ള പ
ശുവുണ്ട്. നീണ്ട വിടർന്ന കണ്ണും പരന്ന നെറ്റിയും കണ്ടിട്ടാണ് ആരോ
മീനാക്ഷി എന്നതിനു പേരിട്ടത്. കറുത്തിരുണ്ട ഒരു തള്ളപശുവിന് ക
ല്ല്യാണി എന്നു പേർ വീണു. വിളർച്ച ബാധിച്ചതുപോലെ വെള്ളയും ഇ
ളമഞ്ഞയും കലർന്ന ഒരുത്തന് പഠിപ്പിസ്റ്റ് ആയ നമ്മുടെ ഒരു സീനിയറി
ന്റെ പേരാണിട്ടത് 'ശ്രീകുമാർ'.

പാറപ്പുറത്തെ പുല്ലുകളും ചെറുചെടികളും മിക്കതും ഇവ തിന്നു തീർ ക്കും. വേനൽ കനക്കുന്നതോടെ ശേഷിക്കുന്ന പുല്ലും ഉണങ്ങി ഇല്ലാതാ കും. പിന്നെ കന്നുകാലികൾ ജീവൻ നിലനിർത്തുവാൻ കണ്ണിൽ കാ ണുന്നതൊക്കെ തിന്നാൻ തുടങ്ങും. കശുമാവിൻ തോട്ടങ്ങളിലേക്ക് ചേ ക്കേറുന്ന ഇവർ അവിടുത്തെ പഴുത്ത കശുമാങ്ങകളൊക്കെയും അക ത്താക്കും. പിന്നെ ഹോസ്റ്റൽ പരിസരത്ത് വന്ന് പാറപ്പുറത്ത് ഉണക്കാനി ട്ട തോർത്ത്, മറ്റുവസ്ത്രങ്ങൾ, സോക്സുകൾ, കാൻവാസ് ഷൂസുകൾ, തുടങ്ങി ലൈഫ്ബോയ് സോപ്പുവരെ തിന്നും. ഇവയൊക്കെ സഹിക്കാം. പക്ഷേ.. വെള്ളം നിറച്ച ബക്കറ്റുമായി കശുമാവിൻ തോട്ടങ്ങൾക്കിടയി ലെ പാറപ്പുറത്ത് പ്രഭാതകാര്യം സാധിക്കുന്നവൻ എഴുന്നേൽക്കുന്ന തും കാത്ത് പിറകിൽ കാവൽനിൽക്കുന്ന ഇവറ്റകളെ കാണുമ്പോൾ 'പശു ഏക് പാൽതു ജാൻവർ ഹേ..' എന്നു തുടങ്ങുന്ന പാങ്ങളൊ ക്കെയും വെറുമൊരു കാവ്യസങ്കല്പം മാത്രമായിരുന്നു എന്ന് തിരിച്ചറി യും. അങ്ങനെ ഗോമാതാവ് നമുക്ക് ആരും കാണാത്ത തന്റെ വരാഹവ താരവും കാണിച്ചുതന്നു.

ശെൽവരാജ് ഉണ്ടായിരുന്ന കാലത്ത് പശുക്കൾക്ക് കഷ്ടകാലമായി രുന്നു. സ്കൂൾ പരിസരത്ത് കാണുന്ന പശുക്കളെയൊക്കെയും മുപ്പർ വടികൊണ്ടടിച്ചു ദൂരേക്ക് പായിക്കും. എത്ര അടി കിട്ടിയാലും ഒഴിഞ്ഞു മാറാൻ കൂട്ടാക്കാത്തവയെ മെരുക്കാൻ ശെൽവരാജ് മറ്റൊരു വഴി ക ണ്ടെത്തി. ജാവലിൻത്രോയ്ക്ക് ഉപയോഗിച്ചിരുന്ന നീണ്ട കുന്തം പോലു ള്ള വടി, അതായത് ജാവലിൻ. ഇതിന്റെ കൂർത്ത മുന ഉപയോഗിച്ച് പ ശുക്കളെ കുത്തിനോവിക്കും. വേദനകൊണ്ട് ഇവ കരയുന്നത് കേട്ട് ശെൽ വരാജിനോട് അടങ്ങാത്ത ദേഷ്യം തോന്നിയിട്ടുണ്ട്.

മെസ്സിലേക്കുള്ള ചരൽ റോഡിൽ പലയിടത്തായി വെളുത്ത കാൻ വാസ് ഷൂസുകൾക്ക് വില്ലന്മാരായി പശുക്കളുടെ ചാണകം കാണും. ന മ്മുടെ കൂട്ടത്തിൽ ദിവസവും ഒരു നിർഭാഗ്യവാൻ എങ്കിലും കാണും ഇ തു ചവിട്ടാൻ. ചാണകം ചവിട്ടിയവൻ കൂട്ടത്തിൽ ഒറ്റപ്പെട്ടതുതന്നെ. ക ളിയാക്കാൻ വേറെ കാരണമൊന്നും വേണ്ടല്ലോ. ഇന്നലെ ഞാൻ.. ഇന്നു നീ.. നാളെ അവൻ എന്ന മട്ടിൽ ഇതു തുടരും.

രാത്രികാലങ്ങളിൽ കുന്നിൻമുകളിൽ ഇവരുടെ ഭരണമാണ്. ഇരു ട്ടിൽ കറുത്ത പാറപ്പുറത്ത് ഇവയെ തിരിച്ചറിയുകയേയില്ല. മൂത്രമൊഴി ച്ചു പകുതിയാവുമ്പോഴാകും തൊട്ടുമുന്നിൽ വലിയപാറ പൊങ്ങിവരു ന്നത് പോലെ ഇവറ്റകൾ എഴുന്നേറ്റ് നിൽക്കുന്നത്.

രാത്രിയിൽ ഈ പശുക്കളുടെ സ്വഭാവവും മാറും. പകൽസമയത്ത്

നമ്മൾ അടുത്ത ചെല്ലേണ്ട താമസം ഇവർ അകലേക്ക് മാറിപ്പോകാറു
ണ്ട്. പക്ഷേ ഇരുട്ടിൽ അടുത്തു ചെന്നാൽ കൊമ്പുകുലുക്കി കുത്താൻ
വരും. വഴിയിൽ കിടക്കുന്ന പശുക്കളെ അവിടെനിന്ന് മാറ്റുവാൻ പല
അടവുകളും ശ്രമിച്ചുനോക്കിയെങ്കിലും ഒന്നും ഫലം കണ്ടില്ല. മാത്രമല്ല
അതു ആക്രമിക്കാൻ വരികയും ചെയ്തു. ഇത് പതിവായപ്പോൾ ഇവറ്റ
കളെ നേരിടാൻ തന്നെ ഞങ്ങൾ തീരുമാനിച്ചു. അതും കായികമായി ത
ന്നെ. പ്രായത്തിന്റെ പക്വതയില്ലായ്മയോ ചോരത്തിളപ്പോ എന്നറിയി
ല്ല, അവറ്റകളുടെ കൊമ്പുപിടിച്ച് ഗുസ്തിമത്സരം നടത്താനാണ് ഞങ്ങൾ
തീരുമാനിച്ചത്. മോഹൻദാസും ജിൽജിത്തുവും പാനുവുമൊക്കെ ഇതിൽ
മുന്നിട്ടിറങ്ങി.

ചെറിയ, വലിപ്പം കുറഞ്ഞ പശുക്കളെ എളുപ്പത്തിൽ തോൽപ്പിക്കാം.
ആദ്യം കാലുകൾ നിലത്തു ഉറപ്പിച്ചു നിൽക്കണം. എന്നിട്ട് രണ്ടു കൊ
മ്പുകളും കൈകൊണ്ട് ശക്തിയായി മുറുകെപ്പിടിച്ച് കുറച്ചുനേരം അന
ങ്ങാതെ പിടിച്ചുനിൽക്കണം. ഇങ്ങോട്ടുള്ള തള്ളൽ സ്വല്പം കുറഞ്ഞെ
ന്നു തോന്നിയാൽ കുറച്ചുകൂടി ശക്തിയായി തള്ളി മുന്നോട്ടു നീങ്ങണം.
അതോടെ അവ തോറ്റ് സ്ഥലം കാലിയാക്കും. പക്ഷേ ചില ശക്തിമതി
കൾ പിടിതരാതെ കൂടുതൽ കരുത്തോടെ ആക്രമിക്കും. കൊമ്പുകളിൽ
പിടുത്തം കിട്ടിയിട്ടു വേണ്ടേ കീഴടക്കാൻ. നീണ്ട പോരാട്ടങ്ങൾ നടത്തി
ജിൽജിത്തും മോഹൻദാസും ഏകദേശം ഇമ്മാതിരി എല്ലായിനം പശു
ക്കളെയും കീഴടക്കിക്കാണും. ഒന്നിനെയൊഴികെ. കറുത്ത് തടിച്ച് നീ
ണ്ടകൊമ്പും പാറപോലെ ഉറച്ച ശരീരവുമുള്ള ഒരുത്തിയുണ്ട്. അതി
ന്റെ അടുത്തേക്ക് പോകാൻ തന്നെ പേടിയാണ്. എന്നിട്ട് വേണ്ടേ കൊ
മ്പുപിടിച്ച് ഗുസ്തികൂടാൻ..

ഒരു ദിവസം രാത്രി ഭക്ഷണം കഴിഞ്ഞ് ഏറെ വൈകി ഹോസ്റ്റലിലേ
ക്ക് തിരികെ നടക്കുന്ന സമയത്താണ് വഴിയിൽ ഒത്ത നടുവിലായി ഈ
വില്ലത്തിയുടെ കിടപ്പ്. വേറെ ഏതെങ്കിലും ഒന്നാണെങ്കിൽ ഒരു കൈ
നോക്കാം. പക്ഷേ ഇതിപ്പോൾ വഴിമാറി നടക്കുക എന്നല്ലാതെ വേറെ
നിവൃത്തിയില്ല. ഇതിനെ ഇങ്ങനെ വിട്ടാൽ ശരിയാവില്ല എന്ന് തീരുമാനി
ച്ചുറച്ച് ജിൽജിത്ത് എന്റെ കൂടെ നില്പുണ്ട്.

കാസറഗോഡിനടുത്ത് ബന്തടുക്കയിൽ നിന്ന് ഇവിടെയെത്തിപ്പെട്ടവ
നാണ് ജിൽജിത്ത്. റോൾ നമ്പർ 110. പവർകട്ട് മൂലം വോൾട്ടേജ് ക്ഷാമം
നേരിട്ടിരുന്ന അക്കാലത്ത് അറുപത് വാട്ട് ബൾബുകൾക്ക് പകരം സ
ന്ധ്യയാകുമ്പോൾ കൂടുതൽ പ്രകാശം തരുന്ന നൂറ്റിപ്പത്ത് വാട്ടിന്റേത്
മാറ്റിയിടണം. രാത്രി പതിനൊന്നുമണി ആയാൽ ഈ ബൾബുകളൊ

ക്കെ പഴയതുപോലെ മാറ്റിവെയ്ക്കണം. അല്ലെങ്കിൽ ഇവയൊക്കെയും ഫിലമെന്റ് കത്തി നശിച്ചുപോകും. നൂറ്റിപ്പത്തിന്റെ ഈ ബൾബ് മാറ്റി വെക്കൽ പരിപാടി ഉത്തരവാദിത്വത്തോടെ ചെയ്യുന്നവനാണ് 110 നമ്പറു കാരൻ ജിൽജിത്ത്.

അതുകൊണ്ടൊന്നും തീർന്നില്ല. അതിവേഗത്തിൽ കറങ്ങുന്ന ഫാൻ കൈവിരൽകൊണ്ട് പിടിച്ചുനിർത്തുന്നവൻ. കത്താതെ മിന്നിക്കളിക്കുന്ന ട്യൂബ് ലൈറ്റ് രണ്ടുവശങ്ങളിൽനിന്നും കൈകൾ കൊണ്ട് തടവി കത്തി ച്ചു കാണിക്കുന്നവൻ.

ഞങ്ങൾ പഴുത്ത കശുമാങ്ങകൾ തിന്നു നടന്നിരുന്ന കാലത്ത് പച്ച കശുമാങ്ങകൾ ചുട്ടുതിന്നവൻ. ആരും കയറാൻ മടിക്കുന്ന ഉയരമുള്ള മ രത്തിന്റെ കൊമ്പത്ത് വലിഞ്ഞു കയറുന്നവൻ.. ആൾ ഉയരം കുറഞ്ഞ് ഒരു കുറിയവൻ ആണെങ്കിലും പങ്കായം പോലുള്ള പരന്നകാലും വലി യ കൈപ്പത്തിയും ഉറച്ച ശരീരവും ഒരു കന്നുകാലിപ്പോരിന് പാകപ്പെട്ട തുതന്നെയായിരുന്നു.

നിലാവ് പോലും ഇല്ലാത്ത ആ ഇരുണ്ട രാത്രിയിൽ ആരും അടുത്തു ചെല്ലാൻ തന്നെ പേടിക്കുന്ന വഴിമുടക്കിയായ ജീവനുള്ള ആ കരിമ്പാറ യെ നേരിടാൻ തന്നെ ജിൽജിത്ത് തീരുമാനിച്ചു. ഞാനും കോച്ചിറും വി ജയകുമാറും (107) അടങ്ങുന്ന വളരെ കുറച്ചുപേർ മാത്രമേ സാക്ഷിക ളായിയുള്ളൂ. വിളിച്ചുകൂവാൻ പോലും അടുത്തെങ്ങും ആരും ഇല്ല. കൂ ടുതൽ ആളുകൾ അറിഞ്ഞാലും കുഴപ്പമാണ്. നാളെ അസംബ്ലിയിൽ ശിക്ഷ ഉറപ്പ്.

തൊട്ടടുത്ത് ചെന്നയുടനെ ജിൽജിത്ത് നിലത്ത് ആഞ്ഞുചവിട്ടി. കൊ മ്പുകൾ കുലുക്കിക്കൊണ്ട് അത് എഴുന്നേറ്റുനിന്നു.

'സൂക്ഷിക്കണമെടാ..'

എന്ന് കോച്ചിര് വിളിച്ചു പറഞ്ഞതൊന്നും അവൻ കേട്ടില്ല. കൺചി മ്മി തുറക്കുംമുമ്പേ കൊമ്പുകളിൽ പിടുത്തമിട്ടു കഴിഞ്ഞിരുന്നു. പശു അതിശക്തിയോടെ മുന്നോട്ടാഞ്ഞു. അതിന്റെ കരുത്തിൽ ജിൽജിത്തി ന്റെ കാലുകൾ ചരൽ നിറഞ്ഞ നിലത്തുരസി പൊടിപറന്നു. അവനെ സഹായിക്കാൻ ചെല്ലുന്നതിൽ അർത്ഥമില്ല. അതിന് ഇനി ഒരു വഴിയുമി ല്ല എന്നതാണ് സത്യം. കൊമ്പുകുലുക്കി ഭീതിപടർത്തും വിധം മുക്ര യിട്ടു കൊണ്ട് അത് ശക്തമായി തന്നെ അവനെ തള്ളി. ചരൽ നിലത്ത് കാൽ ഉറക്കാത്ത ജിൽജിത്ത് പിന്നെയും പിറകോട്ട് തെന്നിവന്നു.

എന്തോ വലിയൊരു ആപത്ത് സംഭവിക്കാൻ പോകുന്നു എന്ന പേടി യോടെ 'വിട്ടേക്കെടാ..' എന്ന് ഞങ്ങൾ വിളിച്ചലറി. കൊമ്പിൽ പിടുത്ത

മിട്ടാൽ പിന്നെ ശക്തിയോടെ തള്ളി തോൽപ്പിക്കുകയേ നിവൃത്തിയുള്ളൂ. അല്ലെങ്കിൽ പിറകോട്ട് മറിഞ്ഞു വീണ് അപകടം വന്നേക്കാം.

ചരൽ ഒഴിഞ്ഞ ഒരു പാറപ്പുറം ചവിട്ടാൻ കിട്ടിയതോടെ ജിൽജിത്തി ന്റെ കാലുറച്ചു. നിലത്തുറച്ച കാരിരുമ്പ് പോലുള്ള കാലുകളിൽ ശക്തി യൂന്നി അവൻ കുറച്ചുനേരത്തേക്ക് അനങ്ങാതെ നിന്നു. പൊടുന്നനെ സർവ്വശക്തിയുമെടുത്ത് 'ആ..' എന്നലറി കൊണ്ട് മുന്നോട്ട് ഒരൊറ്റ ത ള്ള്..! ആ തള്ളലോടെ കൊമ്പിൻമേലുള്ള പിടുത്തം വിട്ടതും കരഞ്ഞു കൊണ്ട് ആ കറുത്തമൃഗം ഇരുട്ടിലേക്ക് ഓടിപ്പോവുകയും ചെയ്തു.

ദൂരെയെവിടെയോ പെയ്യുന്ന മഴയുടെ തണുപ്പറിയിച്ച് പടിഞ്ഞാറുനി ന്ന് നേർത്ത കാറ്റുവീശി. മനുഷ്യൻ മൃഗത്തെ തോൽപ്പിച്ച ആ രാത്രിക്ക് ശേഷം ഞങ്ങൾക്ക് കീഴിലായിരുന്നു അവിടുത്തെ പക്ഷിമൃഗാദികൾ മു ഴുവനും.

24. ചന്തുവിന്റെ വിശേഷങ്ങൾ

ആദ്യമായാണ് പേരന്റ്സ് ഡേയ്ക്ക് അമ്മയുടെ കൂടെ ബിന്ദു ഏച്ചി യും ഇളയമ്മയും വരുന്നത്. കുന്നിൻ മുകളിലേക്ക് ചരൽ റോഡിലൂടെ യുള്ള യാത്രയും ഒരു വീടോ മറ്റു കെട്ടിടമോ കാണാത്ത ഇവിടുത്തെ വ രണ്ട പാറയും ഉഷ്ണക്കാറ്റും കണ്ടു അവർ ശരിക്കും അമ്പരന്നു കാ ണും. കഴിഞ്ഞ രണ്ടു മൂന്നു വർഷമായി ഈ പാറപ്പുറത്ത് ഇവൻ എങ്ങ നെ ജീവിച്ചു എന്നതായിരിക്കും അവരുടെ ഉള്ളിൽ. ഞങ്ങൾ കുന്നിന്റെ തെക്കുഭാഗത്തുള്ള കൊക്കയ്ക്കരികിൽ ഇരുന്നു. അവർ കൊണ്ടുവന്ന പാക്കറ്റ് തുറന്ന് പഴവും പുഴുങ്ങിയ മുട്ടയും കഴിച്ചു. മുട്ടയുടെ തോടു കൾ ആ ദിനത്തിന്റെ ഓർമ്മയ്ക്കായി പാറപ്പുറത്ത് തന്നെ ഞാൻ നി ക്ഷേപിക്കുകയുംചെയ്തു. ആ കൊക്കയിൽ നിന്നും ചെവിയോർത്തു പിടിച്ചാൽ താഴെ ദൂരെ നിന്നും ഓട്ടോറിക്ഷകളുടെ ഹോണടി ശബ്ദവും പൂവൻ കോഴി കൂവുന്നതും കേൾക്കാം. ഭഗവത്പാദപുരി എന്ന ഈ കു ന്നിനു താഴെ പുറംലോകത്ത് എല്ലാം പതിവുപോലെ നടന്നുപോകുന്നു എന്നതിന്റെ തെളിവാണത്.

ഒരുപാട് വിഷമത്തോടെയാണ് അന്ന് ഉച്ചതിരിഞ്ഞ് ചേച്ചിയും ഇളയ മ്മയും അമ്മയുടെ കൂടെ പാത്തിപ്പലത്തേക്കുള്ള ജീപ്പിൽ കയറി നാട്ടി ലേക്ക് തിരിച്ചു പോയത്. ആ ദിവസത്തിൻറെ ഓർമ്മ പുതുക്കാൻ ഇട ക്കിടക്കൊക്കെ ആ പാറപ്പുറത്തു പോയി നോക്കും. ആ മുട്ടത്തോടുകൾ കാണാൻ. മാസങ്ങൾക്കു ശേഷവും അവ ചെറുകഷ്ണങ്ങളായി അവി ടെത്തന്നെ അവശേഷിച്ചു പോന്നു.

ഹൗസുകൾ തമ്മിലുള്ള കലാമത്സരങ്ങൾക്ക് ഇനി രണ്ടാഴ്ചയെ ഉ ള്ളൂ. നാടകങ്ങൾ പഠിപ്പിക്കുന്നത് മോഹനൻ സാറാണ്. നിളാ ഹൗസി നെ നാടകത്തിനുവേണ്ടി താല്പര്യമുള്ളവരെ തിരഞ്ഞെടുക്കാനുള്ള മീ റ്റിംഗ് നടക്കുന്നു. നാട്ടിൽ ബാബുവേട്ടന്റെയും മധുവേട്ടന്റെയും എംടി അന്നൂരിന്റെയും നാടകങ്ങൾ ഒരുപാട് കണ്ടിട്ടുള്ളത് കൊണ്ടാകാം നാട കത്തിൽ അഭിനയിക്കണമെന്ന മോഹം ഉള്ളിൽ കൊണ്ടുനടക്കുന്നത്.

പക്ഷേ ഇന്നേവരെ ഒരു സ്റ്റേജിൽ പോലും കയറാത്ത ഞാൻ എങ്ങനെ നാടകത്തിന് താൽപര്യമുണ്ടെന്ന് പറയും? സ്റ്റേജിൽ കയറുമ്പോൾ പേ ടി തോന്നുമോ? ഡയലോഗുകൾ തെറ്റിപ്പോകുമോ? ഒന്നുമറിയില്ല..

കൂടുതൽ ആലോചിക്കാതെ നാടകത്തിന് താൽപര്യമുണ്ടെന്ന് കാ ണിച്ചു ഞാനും കൈ പൊക്കി. ഞങ്ങൾ ഒരു പതിനഞ്ച് പേർ കാണും. ഏതു നാടകമാണ് എന്നതൊക്കെ മോഹനൻ സാർ നേരത്തെ തന്നെ തീരുമാനിച്ചിരുന്നു. പേര് 'ചന്തുവിന്റെ വിശേഷങ്ങൾ'. കടത്തുകാരൻ ആയ ചന്തു എന്ന പയ്യന്റെയും അവന്റെ അമ്മയുടെയും മാഷിന്റെയും കഥ. ആറോ ഏഴോ പേർക്കു മാത്രമേ റോൾ ഉള്ളൂ. അതിനർത്ഥം പകു തിയിലേറെ പേർ പുറത്താകും. നല്ലതുതന്നെ. അഭിനയിക്കാൻ കുറച്ചു ഭയം ഉള്ളതുകൊണ്ട് എന്നെ തിരഞ്ഞെടുത്താലും ഇല്ലെങ്കിലും സന്തോ ഷം. സാർ ഓരോ ആൾക്കാരെയായി മുന്നോട്ട് വിളിച്ചു നാടകത്തിലെ ചില ഡയലോഗുകൾ പറയിപ്പിക്കുകയാണ്. എനിക്കും കിട്ടി രണ്ടുമൂന്ന് ഡയലോഗുകൾ. വള്ളം കയറാൻ വരുന്ന ഒരു യാത്രക്കാരന്റെ റോളിൽ എന്നെ ഏകദേശം ഉറപ്പിച്ചു. അതായത് നാടകത്തിൽ ഞാനുണ്ട്. എനി ക്ക് സന്തോഷം തോന്നി. കുറെ നേരത്തെ അഭിനയക്കളരിക്ക് ശേഷം മോഹനൻ സാർ എന്നോട് കഥാനായകനായ ചന്തുവിന്റെ റോളിൽ അ ഭിനയിച്ചു കാണിക്കാൻ പറഞ്ഞ് ചില ഡയലോഗുകൾ തന്നു. മനസ്സിൽ തോന്നിയതു പോലെ ഞാനതു പറഞ്ഞു തീർത്തു. സാറിനത് ഇഷ്ടപ്പെ ടുകയും ചെയ്തു. അങ്ങനെ ഞാൻ ആദ്യമായി സ്റ്റേജിൽ കയറുന്നത് 'ചന്തുവിന്റെ വിശേഷങ്ങൾ' എന്ന നാടകത്തിൽ നായകൻ ചന്തുവായി തന്നെ. കുര്യാക്കോസ് ഒരിക്കൽ പറഞ്ഞു. നീ ചന്തുവായി അഭിനയി ക്കുമ്പോൾ 'മാഷേ...' എന്ന് നീ നിഷ്കളങ്കമായി വിളിക്കുന്ന സീനു കൾ എനിക്ക് ഒരുപാട് ഇഷ്ടമാണെന്ന്.

എനിക്ക് ഏറ്റവും മികച്ച നടനുള്ള ബെസ്റ്റ് ആക്ടർ സമ്മാനം കിട്ടി. ആദ്യമായി സ്റ്റേജിൽ കയറിയതിനേക്കാൾ.. നാടകത്തിൽ അഭിനയിച്ച തിനേക്കാൾ.. സമ്മാനം കിട്ടിയതിനേക്കാൾ എനിക്ക് സന്തോഷം നൽ കിയത് എനിക്കും ചിലതൊക്കെ സാധിക്കും എന്ന വിശ്വാസം കൈവരി ച്ചതിനാണ്.

വേദിയിൽ കയറാനോ സംസാരിക്കാനോ ഭയപ്പെട്ടിരുന്ന ഞാൻ മിമി ക്രിയിലും മോണോആക്ടിലും പദ്യംചൊല്ലലിലും സമ്മാനങ്ങൾ നേടി. ചൂത്തനും കുര്യാക്കോസും കോശിയും ഒക്കെ ചേർന്ന് ഞങ്ങൾ നിരവ ധി നാടകങ്ങൾ കളിച്ചു.

സ്റ്റേജിൽ അവതരിപ്പിച്ച മിമിക്രിയിനങ്ങൾ കേൾക്കുവാൻ ജൂനിയേഴ്സ്

കൂടെക്കൂടും. സബ്ജൂനിയേഴ്സായ ഹരികിഷോറും കൃഷ്ണകുമാറും ഷമീമുമൊക്കെ ഇംഗ്ലീഷ്, ഹിന്ദി, മലയാളം സിനിമാ ത്രില്ലർ സീനുകളിലെ ശബ്ദവ്യത്യാസം കാണിക്കാൻ പറയും. മൈക്ക് ഇല്ലാതെ അതു ചെയ്യാൻ പറ്റില്ല എന്നുപറഞ്ഞാലൊന്നും അവർ കേൾക്കില്ല. ഇതൊക്കെ ഞാനും ആസ്വദിച്ചിരുന്നു എന്നതാണ് ശരി.

പുതുതായി ജോയിൻ ചെയ്ത ലൈബ്രേറിയൻ വിനോദ് സാറും എസ്.യു.പി.ഡബ്ല്യു. (സോഷ്യലി യൂസ്ഫുൾ പ്രൊഡക്ടീവ് വർക്ക്) കൈകാര്യം ചെയ്യുന്ന സജീവൻ സാറും പഠനേതര വിഷയങ്ങളിൽ ഞങ്ങളെ നന്നായി സഹായിച്ചുപോന്ന കാലം.. സജീവൻ സാർ പൈനാപ്പിൾ സ്ക്വാഷ് ഉണ്ടാക്കുവാനും ചെറുപഴത്തിന്റെയും മാങ്ങയുടെയും ഒക്കെ മെഴുകു കൊണ്ടുള്ള ചെറുശില്പങ്ങൾ ഉണ്ടാക്കുവാനും പഠിപ്പിച്ചു. ലിബ്രു എന്ന് ഞങ്ങൾ വിളിക്കുന്ന വിനോദ് സാർ ക്രിക്കറ്റ് ബോൾ കൊണ്ട് ഇൻസ്വിങ്ങും ഔട്ട്സ്വിങ്ങും ചെയ്യുന്ന രീതി കാണിച്ചു തരും.

ഐക്യരാഷ്ട്രസഭ ദിനാഘോഷത്തിന്റെ ഭാഗമായി ഒരു നാടകം കളിക്കാൻ തീരുമാനിച്ചത് വിനോദ് സാറായിരുന്നു. സാറു തന്നെ എഴുതി സംവിധാനം ചെയ്ത ഒരു നാടകം പറങ്കിമാവിൻ തോട്ടങ്ങളിൽ വച്ച് ഞങ്ങൾ പ്രാക്ടീസ് ചെയ്തു. ഒരു തെരുവ് നാടകത്തിന്റെ രീതിയിലായിരുന്നു നാടകാവതരണം. അന്ന് ഒക്ടോബർ 24ന് വൈകുന്നേരം എല്ലാവരും ഒത്തുചേർന്ന് ഒരു നേരത്ത് ഞങ്ങൾ നേരത്തെ തയ്യാറാക്കിയ തിരക്കഥ അനുസരിച്ച് നാടകത്തിനു മുന്നോടിയായുള്ള മറ്റൊരു നാടകം തുടങ്ങി. ഞങ്ങൾ ആറു പേരിൽ ഒരാൾ, കുര്യാക്കോസ് ആണെന്ന് തോന്നുന്നു, ആരും വിളിക്കാതെ തന്നെ നേരെ സ്റ്റേജിൽ കയറി പറഞ്ഞു.

'നമുക്ക് എന്തെങ്കിലും പരിപാടി അവതരിപ്പിച്ചാലോ..? എന്താ ഇപ്പോ അവതരിപ്പിക്കുക..?

ഒരു കവിത ആയാലോ?

ഒരു പ്രസംഗം..?

അല്ലെങ്കിൽ വേണ്ട ഒരു നാടകം കളിക്കാം.. അതിനിപ്പോ ഞാൻ ഒറ്റയ്ക്ക് പോരല്ലോ..

എടാ.. ചൂത്തൻ, കോശി.. കെങ്ക്രാ.. നിങ്ങളും വാ..'

അവൻ കാണികൾക്കിടയിൽ ഒന്നും അറിയാത്തവരെ പോലെ ഇരുന്ന ഞങ്ങളെ ചൂണ്ടി വിളിച്ചു.

നാടകം തുടങ്ങി..

'ഞങ്ങൾ പട്ടിണിപ്പാവങ്ങൾ.. ലോകജനതയുടെ തൊണ്ണൂറ് ശതമാനം..'

ദരിദ്ര രാജ്യങ്ങളെ പ്രതിനിധീകരിക്കുന്ന ഞാൻ അടക്കം മൂന്നുപേർ.. അമേരിക്കപോലുള്ള ബൂർഷ്വാ രാജ്യങ്ങളായി മറ്റു മൂന്നുപേർ.. നാടകാന്ത്യം ലോകത്ത് ശാന്തിയും സമാധാനവും കൈവരിക്കാൻ ഇംഗ്ലീഷിൽ ഒരു പ്രതിജ്ഞ.

പേരിടാത്ത ആ നാടകം ചുരുങ്ങിയ സമയം എടുത്ത് പരിശീലനം ചെയ്തുകൊണ്ടും ഇങ്ങനെ രസകരമായി അവതരിപ്പിച്ചത് കൊണ്ടും നന്നായി ഇഷ്ടപ്പെട്ടു. പിന്നെയും ഞങ്ങൾ ഒരുപാട് നാടകങ്ങൾ കളിച്ചു.

മലയാള കവിതാമത്സരത്തിന് പേരു കൊടുത്തത് ചൂത്തനും പാനുവും ഒക്കെ പങ്കെടുക്കുന്നത് കണ്ടിട്ടാണ്. കിട്ടിയ വിഷയം 'ഭൂമിയുടെ മക്കൾ'. എഴുതാൻ തുടങ്ങിയാൽ പിന്നെ വാക്കുകൾ അനർഗ്ഗളം പ്രവഹിക്കുന്നവനാണ് പാനു. ഏതു വിഷയം കിട്ടിയാലും ഒന്നു രണ്ടു പേജ് നിറയെ കവിതയെഴുതാൻ അരമണിക്കൂർ മതി. ചൂത്തനാണെങ്കിൽ കാൽ പ്പനിക വർണ്ണനകൾ കൊണ്ട് അമ്മാനമാടും. ആദ്യമായി കവിതയെഴുതാൻ ഇരിക്കുന്ന എനിക്കാണെങ്കിൽ ഭൂമിയുടെ മക്കൾക്ക് ആശയങ്ങൾ ഒന്നും കിട്ടുന്നുമില്ല. മരം.. പൂക്കൾ.. എന്നൊക്കെ പറഞ്ഞു മൂന്നുനാലു വരികളെഴുതി. ഒരു മുക്കാൽ പേജ് എങ്കിലും എഴുതിയില്ലെങ്കിൽ നാണക്കേടല്ലേ. ഇനി ഒരൊറ്റ വഴിയേ മുന്നിലുള്ളൂ..

'ഓമന ചുണ്ടിലെ ചേലിൽ..

കോമാമ്പഴത്തുണ്ടു ഞാൻ കണ്ടു..'

കൈതപ്രത്തെയും ഗിരീഷ് പുത്തഞ്ചേരിയേയും ഒക്കെ മനസ്സിൽ ധ്യാനിച്ച് ഞാൻ ഇടയ്ക്കിടെ എഴുതിച്ചേർത്തു. കൊള്ളാം.. ഒരു പേജ് നിറയെ ഉണ്ട്.

വിധികർത്താവായ മലയാളം മാഷ് സുധാകരൻ സാർ മോഹൻലാലിന്റെ സ്വന്തം നാട്ടുകാരൻ ആണെന്നും സിനിമാപ്പാട്ടുകൾ നന്നായി ആസ്വദിക്കുന്നവരാണെന്നും അടുത്തദിവസം സാറ് എന്നോട് തന്നെ നേരിട്ട് പറഞ്ഞു.

25. ജീവിതപാഠങ്ങൾ

സ്കൂൾ ഗ്രൗണ്ടിന് ചേർന്നുള്ള കിഴക്കുഭാഗം ഒരു സമതലം പോലെ ഉയർന്നു കിടക്കുന്ന കരിമ്പാറക്കൂട്ടമാണ്. കുറച്ചു മാസങ്ങളായി അവി ടെ സ്ഫോടക വസ്തുക്കൾ ഉപയോഗിച്ചുള്ള പാറ പൊട്ടിക്കൽ പണി നടക്കുന്നു. ഒരു ബോംബ് സ്ഫോടനം പോലെ ആകാശത്ത് മുപ്പത് മീ റ്ററോളം ഉയരത്തിൽ പാറക്കല്ലുകൾ തെറിച്ചുപൊങ്ങും. ഉറച്ച പാറയിൽ കുത്തനെ ചെരിച്ച് നീളത്തിൽ ദ്വാരമുണ്ടാക്കി അതിൽ വെടിമരുന്ന് നിറ ച്ച് ദൂരെനിന്നും തീകൊളുത്തിയാണ് ഈ പാറപൊട്ടിക്കൽ. ഓരോ സ് ഫോടനവും ആ പ്രദേശം മുഴുവൻ പ്രകമ്പനം കൊള്ളിക്കും. ചിലപ്പോൾ ഒരേസമയത്ത് അഞ്ചോ പത്തോ സ്ഫോടനങ്ങൾ ഒന്നിച്ചുണ്ടാകും. പ ക്ഷേ ഉയർന്നുപൊങ്ങുന്ന ഈ പാറക്കല്ലുകൾ മനുഷ്യരുടെയോ ഇവിടെ അലഞ്ഞുതിരിയുന്ന ഏതെങ്കിലും പശുക്കളുടെ ദേഹത്തോ ഇതുവരെ യായും വീണിട്ടില്ല എന്നത് ഒരു അത്ഭുതം ആയിട്ടേ കാണാൻ കഴിയൂ.

ഞങ്ങൾ ഇപ്പോൾ താമസിക്കുന്ന നെതർലാൻഡ് ഹൗസ് കെട്ടിടവും ഓടുമേഞ്ഞ പഴയ മെസ്സുമൊക്കെ സ്കൂളിന്റെ സ്വന്തം സ്വത്തല്ല എന്നും അവയൊക്കെ താൽക്കാലികമായി വാടക കൊടുത്തു ഉപയോഗിക്കുക യാണെന്നും ഞങ്ങൾ അറിയുന്നത് ഈ അടുത്ത കാലത്താണ്. സർ ക്കാരിന് കീഴിലുള്ള യഥാർത്ഥ സ്കൂൾ കെട്ടിടങ്ങൾ ഇവിടെ വരാൻ പോകുന്നതേയുള്ളൂ. അതിന്റെ പ്രാരംഭഘട്ടമായിട്ടാണ് ഈ പാറ പൊട്ടി ക്കൽ പരിപാടി.

ഞങ്ങൾ ഇവിടെ വരുമ്പോൾ ഉണ്ടായിരുന്ന ആ രണ്ടു കെട്ടിടങ്ങൾ ക്കു പുറമേ ആദ്യമായി ഒരു കെട്ടിടം പണിതത് ആസ്ബറ്റോസ് മേഞ്ഞ ഒരു നീണ്ട ഹാൾ ആയിരുന്നു. അതിന്റെ ഒരു ഭാഗം ഓഫീസും മറ്റു ഭാ ഗങ്ങൾ ക്ലാസ് റൂമുകളും ഹോസ്റ്റലും മെസ്സുമൊക്കെയായി മാറ്റി. അങ്ങ നെ പല സമയത്ത് പല ആവശ്യങ്ങൾക്കായി ആ കെട്ടിടം ഉപയോഗി ച്ചു. പിന്നീട് അതിന്റെ നേരെ പടിഞ്ഞാറു ഭാഗത്തായി അതുപോലെത ന്നെ രണ്ടുഹാളുകൾ കൂടി പണികഴിപ്പിച്ചു. എട്ടാം ക്ലാസിലെ പകുതി

യോടെ ക്ലാസുകൾ അവിടേക്ക് മാറ്റി. അപ്പോഴേക്കും നമ്മുടെ സീനിയേ ഴ്സിൽ നിന്ന് പലരും ഉത്തർപ്രദേശിലേക്ക് മൈഗ്രേഷൻ പോയി. ഉത്തർ പ്രദേശിലെ ജോൺപൂർ ജില്ലയിലെ മരിയാഹു എന്ന സ്ഥലത്തുള്ള വി ദ്യാലയത്തിലേക്കാണ് ഇരുപത് പേരടങ്ങുന്ന ഈ സംഘത്തിന്റെ ദേ ശാടനം. പകരം അവിടെ നിന്നും അത്രയും പേർ ഇങ്ങോട്ടേക്ക് വന്നു. വ്യത്യസ്ത ദേശങ്ങളിലെ സംസ്കാരം മനസ്സിലാക്കുകയും അതുവഴി ദേശീയത എന്ന വികാരം ഊട്ടിയുറപ്പിക്കുകയുമാണ് രണ്ടു വർഷത്തെ ഈ മൈഗ്രേഷൻ കൊണ്ട് കേന്ദ്രസർക്കാർ ഉദ്ദേശിക്കുന്നത്. ഒരു പരിധി വരെ ഇത് വിജയിച്ചു എന്നും പറയാം.

സഞ്ജയ് ശുക്ല, മനോജ് തിവാരി, സുനിൽ സിംഗ്. സുനിൽ ത്രി പാഠി, പ്രീതി ശുക്ല, അരുൺ ഭാരതി... ആദ്യമൊക്കെ ഇവരെ കാണു മ്പോൾ തന്നെ അടുക്കാനോ സംസാരിക്കാനോ പേടി തോന്നിയിരുന്നു. നല്ല ഉയരവും ആരോഗ്യവുമുള്ള ഇവരെ കാണുമ്പോൾ നമ്മളെക്കാൾ പ്രായം തോന്നും. പിന്നെ കടുകെണ്ണയുടെ സഹിക്കാൻ പറ്റാത്ത മണം.. ആർക്കും മനസ്സിലാകാത്ത ഭോജ്പുരി ഭാഷ..

കൂട്ടത്തിൽ നേതാവ് സഞ്ജയ് ശുക്ലയാണ്. നല്ല ഉയരം. ഒത്ത തടി. ഒരു നല്ല വോളിബോൾ കളിക്കാരൻ കൂടിയാണ് ശുക്ല. ശുക്ല മാത്രമല്ല സുനിൽ ത്രിപാഠിയും മനോജ് തിവാരിയും ഒക്കെത്തന്നെ നല്ല കളി ക്കാരാണ്. അതുപോലെ സുനിൽ സിംഗ് നല്ല കബഡിക്കാരൻ. ചില രാ ത്രികളിൽ എല്ലാവരും വട്ടംകൂടി ഒത്തുചേരുന്നതിനിടെ സഞ്ജയ് സിം ഗ് എന്ന ഉയരംകുറഞ്ഞവന്റെ വക ഒരു കിടിലൻ ഡാൻസ് ഉണ്ട്.

'ഖംബേ ജൈസേ ഗഡി ഹേ..

ലഡ്കീ ഹേ യാ ഛഡീ ഹേ..'

അതുപോലെ പ്രീതി ശുക്ലയുടെ വകയുമുണ്ട് ഡാൻസ്. പല വേദി കളിൽ എത്രയോ തവണ അവൾ ആ ഒരു പാട്ടിന് വേണ്ടി നൃത്തമാടി യിട്ടുണ്ട്.

'ഫൂലോൻ സാ ചെഹ് രാ തേരാ

കലിയോം സീ മുസ്കാൻ ഹേ..'

ആയിടെ വേദനാജനകമായ രണ്ടു യാത്രയയപ്പുകളുണ്ടായി. ഗോപി സാറും മോഹനൻ സാറും അടുത്തടുത്ത മാസങ്ങളിലായി സ്കൂൾ വി ട്ടു പോയി. ഞങ്ങൾ ഇവിടെ വന്നതുമുതൽ കൂടെയുള്ളവരാണ് ഇരുവ രും. സത്യത്തിൽ എന്താണ് അവർ ഞങ്ങളെ പഠിപ്പിച്ചു കൊണ്ടിരുന്നത് എന്ന് ചോദിച്ചാൽ വ്യക്തമായ ഉത്തരമില്ല. ഒരാൾ ചിത്രരചനയും മറ്റേ യാൾ സംഗീതവും മാത്രം പഠിപ്പിക്കാൻ ഉത്തരവാദിത്തപ്പെട്ടവർ. മനു

ഷ്യൻ പഠിച്ചതൊക്കെയും മറന്നുപോയാലും പിന്നീട് അവന്റെ ഉള്ളിൽ അവശേഷിക്കുന്നത് എന്താണോ അതാണ് യഥാർത്ഥ വിദ്യാഭ്യാസം എന്ന് ആരോ പറഞ്ഞു കേട്ടിട്ടുണ്ട്. അങ്ങനെയെങ്കിൽ ദൈവികമായ ആ അനശ്വരവിദ്യ നമുക്ക് പകർന്നു നൽകിയ അപൂർവ്വ ഗുരുവര്യൻമാരിൽ ചിലരാണവർ. നമ്മെ ജീവിത പാഠങ്ങൾ പഠിപ്പിച്ചു നൽകിയവർ.

ഒരു സന്ധ്യാനേരത്ത് പാറപ്പുറത്ത് നമ്മളെല്ലാം ചമ്രം പടിഞ്ഞിരി ക്കുകയും പ്രിൻസിപ്പാളും ഗോപിസാറും കുറച്ച് അദ്ധ്യാപകരും മാത്രം കസേരയിട്ട് മുന്നിൽ. ചെഞ്ചായം കൊണ്ട് തുടുത്ത ആകാശത്തിനു കീ ഴെ പകൽ മുഴുവൻ വെയിലേറ്റ് ചുട്ടുപഴുത്ത കറുത്ത പാറയുടെ ഇനി യും മാറാത്ത ഇളംചൂട് പകർന്ന പൃഷ്ഠഭാഗത്തെക്കാൾ മനസ്സിൽ നിറ ഞ്ഞ് നിന്നത് ഗോപിസാർ അവസാനമായി പറയാൻ പോകുന്ന വാക്കു കളെക്കുറിച്ചാണ്.

എന്നത്തെയും പോലെ സാർ ജീവിതത്തെക്കുറിച്ചും പ്രകൃതിയെക്കു റിച്ചും സംസാരിച്ചു. തന്റെ നീട്ടി വളർത്തിയ മുടി കൈകൾകൊണ്ടും മാടിയൊതുക്കുകയും നെഞ്ചോളം വളർന്ന താടി വിരൽ കൊണ്ട് ചീ കി ഞങ്ങൾ ഓരോരുത്തരുടെയും മുഖങ്ങളിലേക്ക് മാറി മാറി നോക്കി കൊണ്ടേയുമിരുന്നു.

'ഈ കുന്നിൻമുകളിൽ ഉറുമ്പിൻ കൂട്ടങ്ങളെ പോലെയുള്ള നിങ്ങളു ടെ ജീവിതം ഒരു നാടകം പോലെ ഹ്രസ്വമാണ്. ജീവിതത്തെ ഒരു പ ക്ഷിയുടെ കാഴ്ചപ്പാടോടെ നോക്കിക്കണ്ടാൽ നിങ്ങളുടെ ഇന്നത്തെ ഈ വേർപാടിന്റെ വിഷമങ്ങളെല്ലാം എല്ലാം വെറും നൈമിഷികം ആണെന്ന് തിരിച്ചറിയുകയും ചെയ്യും.'

സാറിന് ഞങ്ങളെല്ലാം എന്നും കുഞ്ഞുങ്ങൾ ആയിരുന്നു. വാത്സല്യ ത്തോടെ അല്ലാതെ സാറ് സംസാരിച്ചിരുന്നില്ല. ജീവിതത്തിലുടനീളം തി കച്ചും ലളിതമായ ജീവിതരീതിയും വസ്ത്രധാരണവും. വരയ്ക്കുന്ന ഓ രോ ചിത്രങ്ങളിലും ഉണ്ടായിരുന്നു ഈ ലാളിത്യം. സാർ സംസാരിച്ചു കഴിഞ്ഞപ്പോഴേക്കും ഞങ്ങളുടെ കണ്ണുകൾ നിറഞ്ഞു. ദുഃഖ മുഖരിത മായ നേരത്തും സന്തോഷം കണ്ടെത്തുക എന്ന ജീവിതമന്ത്രം പറഞ്ഞു തന്നതിന്റെ ആനന്ദക്കണ്ണീർ.

'ജീവിതത്തിൽ വിഷമഘട്ടങ്ങൾ വരുമ്പോൾ നമ്മെക്കാൾ വിഷമിക്കു ന്നവരെക്കുറിച്ച് ചിന്തിക്കുക. വേർപാടിന്റെ ദുഃഖം നേരിടുന്നവൻ വിശ പ്പിനെക്കുറിച്ച് ഓർക്കുക. വിശപ്പിനെക്കുറിച്ച് വരുതി കൊള്ളുന്നവൻ ജീ വൻമരണപോരാട്ടങ്ങളെക്കുറിച്ച് ചിന്തിക്കുക. ഈ കുന്നിൻപുറത്ത് നി ങ്ങൾ നേരിടുന്ന ഏത് വിഷമവും പുറംലോകത്ത് ഉള്ളവരുടേതേക്കാൾ

വലുതല്ല. നിങ്ങൾ ഇന്ന് വിഷമിക്കുന്നുണ്ടെങ്കിൽ അത്രകണ്ട് നിങ്ങൾ സന്തോഷിക്കുക. കാരണം ജീവനും ഓജസ്സും ഉള്ള ഒരു മനസ്സ് നിങ്ങൾക്ക് ഉണ്ട് എന്നതിന് തെളിവാണ് ഈ കണ്ണുനീർ. അത് മാത്രം പോരേ സന്തോഷിക്കാൻ..'

മാസങ്ങൾ കഴിഞ്ഞില്ല. പാടി മുഴുമിക്കാത്ത ഒരു ശോകഗാനം പോലെ മോഹനൻ സാറും കുന്നിൻ മുകളിൽ നിന്ന് പടിയിറങ്ങി.

ഇനിയില്ല.. പറങ്കിമാവിൻ തോപ്പുകളിലെ ആനന്ദഭരിതമാർന്ന പഠന ക്ലാസുകൾ.. ഇനിയില്ല രാത്രി നേരങ്ങളിലെ ഗസലും ഗിറ്റാർ വായനയും.

'ആശംസകൾ.. ആശംസകൾ.. നിങ്ങൾക്കു വേർപാടിൻ..

കണ്ണുനീർപ്പൂക്കളാൽ ആശംസകൾ..'

ഞങ്ങളുടെ ഇടനെഞ്ചിൽ തീ കോരിയിട്ട് സാർ നിറകണ്ണുകളോടെ അവസാനമായി പാടി.

26. അഭിസംബോധന

രാവിലെ ആണെങ്കിൽ 'ഗുഡ് മോർണിംഗ്.'
ഉച്ചയ്ക്ക് 'ഗുഡ് ആഫ്റ്റർനൂൺ.'
വൈകുന്നേരം 'ഗുഡ് ഈവനിംഗ്..'

എല്ലാവർക്കും അറിയാവുന്ന കാര്യമാണിത്. പക്ഷേ പ്രയോഗത്തിൽ വരുത്താറുണ്ടോ എന്നു ചോദിച്ചാൽ അധ്യാപകരോടു മാത്രം. കൂട്ടുകാർ ക്കും വേണ്ടേ ഈ അഭിസംബോധനകൾ? പറയുന്നവർക്കും സന്തോ ഷം. കേൾക്കുന്നവർക്കും സന്തോഷം. ഇത്തരം ചെറിയ കാര്യങ്ങളാണ് നമ്മുടെ പെരുമാറ്റരീതികളെ മാറ്റിമറിക്കുന്നത്. ആദ്യമാദ്യം ചെറിയ ച മ്മലും ബുദ്ധിമുട്ടുമൊക്കെ തോന്നിയിരുന്നു. ഇപ്പോൾ അതൊരു ശീല മായി മാറിവരുന്നു. നല്ലതുതന്നെ.

സന്ധ്യാനേരത്ത് സ്റ്റഡി ടൈമിനായി വരാന്തയിലൂടെ വരികയായിരു ന്നു സീത. ഇന്നും കൂടെ കാണാറുള്ള പശുവും പപ്പിയും ഒക്കെ നേര ത്തെ പോയത് കൊണ്ടാവണം അവൾ ഒറ്റക്കായി പോയത്. നീണ്ടു നി വർന്നു കിടക്കുന്ന വരാന്തയിൽ മറ്റാരുമില്ല. മുന്നിൽ നടന്നടുത്തപ്പോൾ ഞാൻ എന്താണ് ചെയ്യേണ്ടിയിരുന്നത്? ഗുഡ് ഈവനിംഗ് എന്ന് പറയു കയല്ലേ അതിന്റെ രീതി. അതാണ് ശരി. പക്ഷേ അവൾ തിരിച്ചൊന്നും പറഞ്ഞില്ല. പക്ഷേ അതിന് ഞാൻ എന്തിനാണ് ഇങ്ങനെ ടെൻഷനടി ക്കുന്നത്? ഇനി എന്റെ അഭിസംബോധന അവൾ കേട്ടു കാണില്ലേ?

ഇതിനേക്കാൾ ഭേദം കേൾക്കാതിരിക്കുകയായിരുന്നു. ജീവിതത്തിൽ ആദ്യമായി സീതയോട് സംസാരിച്ചതായിരുന്നു. അതിങ്ങനെയായിത്തീർ ന്നു. അവൾ കേട്ടോ ഇല്ലയോ എന്നു പോലും തിരിച്ചറിയാത്ത രീതി യിൽ. സംഭവം ഞാൻ ആരോടും പറഞ്ഞില്ല. ഇനി ഏതായാലും ഈ അഭിസംബോധന പരിപാടിക്ക് ഞാനില്ല. ഇത് നമുക്ക് പറ്റിയ പണിയുമ ല്ല.

അന്ന് രാത്രി കോരിച്ചൊരിയുന്ന മഴയായിരുന്നു. പകൽ ചൂടേറ്റ് ഉണ ങ്ങിവരണ്ട കരിമ്പാറക്ക് മീതെ മഴത്തുള്ളികൾ വീഴുന്നത് ഒരുപാട് കാ ലത്തെ കാത്തിരിപ്പിന് ശേഷമുള്ള ഒരു സ്വപ്നസാക്ഷാത്കാരം പോലെ സുന്ദരമായിരുന്നു. പാറയിടുക്കിലെ വിടവുകളിലൂടെ മഴവെള്ളം ഭൂമിയി ലേക്ക് ഊർന്നിറങ്ങുകയായിരിക്കും ഇപ്പോൾ. അവയ്ക്കിടയിലെ ചെറു

വിത്തുകൾക്ക് പുതുജന്മം നൽകീടുന്ന ജീവന്റെ തെളിനീർ. പടിഞ്ഞാറ്
നിന്നും വീശുന്ന കാറ്റിൽ മഴത്തുള്ളികൾ ഗ്ലാസ്സുകൾ പൊട്ടിയ ജനൽ
പാളികളിലൂടെ അകത്തേക്ക് തെറിച്ചു. ജനൽവശത്തു കിടന്നവർ നന
യാതിരിക്കാൻ കട്ടിലുകൾ അവിടെനിന്നും തള്ളിമാറ്റി. ഒരുപാടു നാള
ത്തെ ഉഷ്ണം മാറ്റിയ ആ രാത്രിയിൽ എല്ലാവരും നന്നായി ഉറങ്ങി. എ
ന്റെ ഉള്ളിൽ വിജനമായ ഒരു വരാന്ത നീണ്ടുനിവർന്ന് കിടക്കുകയായി
രുന്നു.

അടുത്ത രാവിലെ ഇളം വെയിലേറ്റ് നനവാർന്ന കറുത്തപാറകൾ
വെള്ളിക്കൊലുസുകൾപോലെ വെട്ടിത്തിളങ്ങുന്നുണ്ടായിരുന്നു. അസം
ബ്ലി കഴിഞ്ഞ് കൂട്ടംകൂട്ടമായി ക്ലാസ്സ് മുറികളിലേക്ക് പോകുംനേരം ക്ലാ
സ്സിൽ കയറുന്നതിനു തൊട്ടു മുമ്പാണ് അത് സംഭവിച്ചത്.

'ഗുഡ് മോർണിംഗ്..!'

എന്റെ മുഖത്തുനോക്കി സീത പറഞ്ഞത് അവിടെ ഉണ്ടായിരുന്ന എ
ല്ലാവരും കേട്ടുകാണും. ഞാൻ നിന്ന നിൽപ്പിൽ വിയർത്തുകുളിച്ചു. എ
ന്താണ് സംഭവിച്ചതെന്ന് വീണ്ടും വീണ്ടും ആലോചിച്ചു നോക്കി.

'അവൾ നിന്നോട് ഗുഡ്മോർണിംഗ് പറഞ്ഞു. എന്തോ കാര്യം ഉണ്ട
തിൽ. എന്താണത്..?'

'നിന്നോട് മാത്രം എന്തിനാ ഗുഡ്മോണിങ് പറഞ്ഞത്..? നമ്മളൊ
ക്കെ അവിടെ ഉണ്ടായിരുന്നല്ലോ?'

'സത്യം പറയെടാ.. എന്താ സംഭവം?'

ചോട്ടുവും ചൂത്തനും കൊച്ചിയും.. അങ്ങനെ പലരും പല ഭാഗത്തു
നിന്നും ചോദ്യങ്ങളായി.

'എനിക്കൊന്നും അറിയില്ല' എന്ന് ഞാൻ ഉറപ്പിച്ചു പറഞ്ഞു.

അജിത ടീച്ചർ ആൾജിബ്ര പഠിപ്പിച്ചതും സുമ ടീച്ചർ ഹിന്ദി പദ്യം
ചൊല്ലിത്തന്നതുമൊന്നും ഞാൻ അറിഞ്ഞതേയില്ല.

അപ്പോൾ ഇന്നലെ അവൾ അത് കേട്ടിരുന്നു. ദിവസങ്ങളോളം ഞാൻ
സ്വയം സൃഷ്ടിച്ച മായാലോകത്ത് ഏതോ ഒരു ഭയപ്പാടോടെ ചോദ്യങ്ങൾ
തൊടുത്തുകൊണ്ട് ചിന്താമഗ്നനായി നടന്നു.

എന്നാലും എന്തിനാണ് അവൾ അങ്ങനെ ചെയ്തത്?

27. വർക്ക്ഷോപ്പ് ഹോസ്റ്റൽ

സ്ഥിരമായി ഒരു മേൽക്കുരയ്ക്കു കീഴിൽ താമസിക്കാൻ കഴിയാത്ത കൂട്ടമായിരുന്നു നമ്മുടെ ബാച്ചിലെ ആൺകുട്ടികളുടേത്. ആദ്യം വള്ള്യാ യിയിലെ ആ വാടകവീട്ടിൽ. ശനിയാഴ്ചയിലെ രാത്രിസവാരിയും കനാ ലിലും തോട്ടിലുമായുള്ള നീന്തൽക്കുളിയും കുന്നിന് വെളിയിൽ ഒരു ആൾത്താമസം കാണാനുള്ള ഭാഗ്യവുമൊക്കെ ഉണ്ടായിരുന്ന ഒരു സു വർണ്ണ കാലം തന്നെയായിരുന്നു അത്. പക്ഷേ ഗൃഹാതുരത്വം മുറ്റിയി രുന്ന ചെറുപ്രായത്തിൽ അതൊന്നും തിരിച്ചറിഞ്ഞില്ല എന്നതാണ് സ ത്യം. അല്ലെങ്കിൽ അതിനേക്കാൾ വരണ്ട ഒരു ആവാസവ്യവസ്ഥയാണ് വരുംകാലം കാത്തുനിൽക്കുന്നത് എന്ന് അന്ന് അറിയാൻ കഴിയുമായി രുന്നില്ലല്ലോ.

പിന്നീട് നെതർലാൻഡ് ഹൗസിൽ തന്നെ ഷെൽഫുകളാൽ ഭാഗി ക്കപ്പെട്ട ആൺപെൺ ഹോസ്റ്റലുകളിലെ ഒരുഭാഗത്ത്. അതിനുശേഷം ആസ്ബറ്റോസ് ഹാൾ വന്ന് മെസ്സ് അങ്ങോട്ട് മാറിയപ്പോൾ ഓടുമേഞ്ഞ കെട്ടിടമായി ചിലരുടെ ഹോസ്റ്റൽ. മറ്റുചിലർ പുതിയ മെസ്സ് ഹാളിന്റെ ഒ രു ഭാഗത്തായും താമസിച്ചു.

ഒരു വലിയ മൾട്ടിപർപ്പസ് ഹാൾ പണിതത് അക്ഷരാർത്ഥത്തിൽ മൾ ട്ടിപർപ്പസ് ആവശ്യത്തിന് തന്നെയായിരുന്നു. യോഗ നടത്തുവാനും സ്റ്റേ ജിൽ വെച്ചുള്ള കലാപരിപാടികൾ അവതരിപ്പിക്കാനും അസംബ്ലി കൂ ടുവാനും പിന്നീട് ഹോസ്റ്റൽ ആക്കി മാറ്റാനും ഈ കെട്ടിടം ഉപയോഗി ച്ചു. നൂറോളം ഡബിൾ കോട്ടുകളിൽ അതിന്റെ ഇരട്ടിയോളം വരുന്ന കു ട്ടികൾ ഒരു വലിയ ഹാളിൽ തിങ്ങി താമസിക്കുന്ന ഇടം. ഹാളിന്റെ വട ക്ക് വശത്തായാണ് നമ്മുടെ കട്ടിലുകൾ. ചുവരിനരികിലെ ജനാലച്ചില്ലു കൾ മിക്കതും മോഹൻദാസ് മുഷ്ടിചുരുട്ടി ഇടിച്ചുപൊട്ടിച്ചിരുന്നു. വലിയ ഹാൾ ആയതുകൊണ്ട് അധ്യാപകർ ആരെങ്കിലും ഇൻസ്പെക്ഷന് വ ന്നാൽ പെട്ടെന്ന് തന്നെ തിരിച്ചറിയാൻ കഴിയും. അതുകൊണ്ടുതന്നെ വഴക്കും അടിപിടിയും അതിന്റെ മുറയ്ക്ക് നടന്നു കൊണ്ടേയിരുന്നു. പി

ന്നെ കോശിയുടെ ശരീരഭംഗി വർദ്ധനവും. ഞായറാഴ്ചകളിൽ രാവി ലെ തന്നെ എഴുന്നേറ്റ് കോശി പുഷ്അപ്പ് എടുത്തു തുടങ്ങും. കഴിഞ്ഞ പേരന്റ്സ് ഡേക്ക് അവന്റെ ഇക്ക കൊണ്ടുവന്ന ഒലിവ് ഓയിൽ തേച്ചാ ണ് ഈ പ്രകടനം. കോശിയുടെ ദേഹമാകെ മഞ്ഞനിറത്തിൽ എണ്ണ യിൽ മുക്കിയെടുത്ത പോലെ ഉണ്ടാകും. എനിക്കും തരും കുറച്ചു ഒലി വെണ്ണ.

പുഷ് അപ്പിൽ കോശിയെ തോൽപ്പിക്കാൻ ആർക്കും കഴിയില്ല. പല രും അറുപതും എഴുപതുമൊക്കെ എണ്ണം തികയ്ക്കുമ്പോൾ അവൻ നൂറെണ്ണം എടുത്തിട്ടുണ്ടാകും. കാരണം അവൻ തുടങ്ങിയതു തന്നെ അമ്പതിൽ നിന്നാണ്. 'നിങ്ങളൊക്കെ എഴുന്നേൽക്കുന്നതിന് മുമ്പേ ഞാൻ തുടങ്ങി..' എന്നവൻ പറയും.

നെതർലാൻഡ് ഹൗസിൽ കഴിയുന്ന കാലത്തുതന്നെ ഓടുമേഞ്ഞ മെസ്സിന്റെ ഒരുവശത്തായി ഭാവിയിൽ വരാൻ പോകുന്ന കെട്ടിടങ്ങൾക്ക് വേണ്ടിയുള്ള ആയിരത്തോളം ആസ്ബറ്റോസ് ഷീറ്റുകൾ പല അട്ടിക ളായി സൂക്ഷിച്ചിരുന്നു. മെസ്സിൽ നിന്നും ഭക്ഷണം കഴിച്ചശേഷം പാത്ര ങ്ങൾ സൂക്ഷിക്കേണ്ടത് അവരവരുടെ ഉത്തരവാദിത്വമാണ്. ഞങ്ങൾ ചി ലർ പ്ലേറ്റുകൾ ആസ്ബറ്റോസ്കൾക്കിടയിൽ തന്നെ സൂക്ഷിച്ചുവയ്ക്കും. അവിടെ മെസ്സോട് ചേർന്നിരിക്കുന്ന ടാപ്പുകളിൽ നിന്ന് കുളിക്കാനുള്ള വെള്ളം ആവശ്യത്തിന് കിട്ടും. അതുകൊണ്ട് കുളിയും അവിടെത്തന്നെ. നനഞ്ഞ തോർത്ത് ഉണക്കാനിടാൻ വേറെ എവിടെയും പോകണ്ടല്ലോ. അതും അവിടെത്തന്നെ. അലക്കും, അലക്കിക്കഴിഞ്ഞ് വസ്ത്രങ്ങളും എ ല്ലാം അവിടെത്തന്നെ ഉണക്കാൻ ഇടും. കുളികഴിഞ്ഞ് ധരിക്കാനുള്ള വ സ്ത്രങ്ങളും അവിടെത്തന്നെ ഉണ്ടാകുമ്പോൾ പിന്നെ ഹോസ്റ്റലിലേക്ക് പോകേണ്ട ആവശ്യമേയില്ലല്ലോ. ക്രമേണ ബ്രഷും ഷൂസും ബെൽറ്റു മെല്ലാം ഹോസ്റ്റലിൽ നിന്ന് അവിടേക്ക് മാറ്റി. ഉറങ്ങാൻ മാത്രം ഹോസ്റ്റ ലിൽ പോകും.

അങ്ങനെ ആസ്ബറ്റോസുകൾ കൂട്ടിയിട്ട പരിസരം ഒരു കൂട്ടം ആൾ ക്കാർ അധിവസിക്കുന്ന ഒരു ആവാസവ്യവസ്ഥയായി മാറി. രാവിലെ എഴുന്നേറ്റ് പല്ലു തേക്കാൻ ഇവിടേക്ക് വന്നാൽ പ്രഭാതകാര്യങ്ങൾ സാ ധിക്കാൻ തൊട്ടടുത്തുള്ള പറങ്കിമാവിൻ തോപ്പിലേക്ക് ഒരു ബക്കറ്റ് വെ ള്ളവുമായി പോകും. രാവിലെ എക്സർസൈസുകൾ കഴിഞ്ഞുള്ള കു ളിയും യൂണിഫോം ധരിക്കലും കഴിഞ്ഞാൽ അവിടെ നിന്ന് തന്നെ അ സംബ്ലിക്ക് പോകും. ഉച്ചയ്ക്ക് ശേഷം ക്ലാസുകൾ കഴിഞ്ഞു ഡ്രസ്സ് മാ റ്റുന്നതും കളിക്കാൻ പോകുന്നതും എല്ലാം ഇവിടെത്തന്നെ. തീരെ അ

ടുക്കും ചിട്ടയും ഇല്ലാത്ത ഈ നാടോടി ജീവിതരീതി അധികകാലം നീ
ണ്ടുനിന്നില്ല. അഞ്ചോ ആറോ പേരിൽ തുടങ്ങിയ ഈ പരിപാടിയിലേ
ക്ക് കൂടുതൽപേർ ആകൃഷ്ടരാവുകയും അത് ഇരുപതോളം അടുത്ത
പ്പോൾ സ്ക്കൂൾ അധികൃതർ ഇത് തിരിച്ചറിയുകയും ആസ്ബറ്റോസ്
ജീവിതത്തിന് തിരശ്ശീലയിടുകയും ചെയ്തു.

മൾട്ടിപർപ്പസ്(എംപി) ഹാൾ ഹോസ്റ്റലിൽ നിന്നും നമ്മുടെ ബാച്ചി
നെ മാത്രം വർക്ക്ഷോപ്പ് കെട്ടിടത്തിലേക്ക് മാറ്റി. വാഹനങ്ങൾക്ക് കയ
റിച്ചെല്ലാൻ പാകത്തിലുള്ള സ്റ്റെല്ഡ് റോഡുള്ള പ്രവേശന വാതിൽ ഉ
ണ്ടവിടെ. അതിനിടയിൽ മറ്റൊരു സംഭവമുണ്ടായി. ഞങ്ങളുടെ കൂടെ ഉ
ണ്ടായിരുന്ന ഇരുപതോളം പേർ ഉത്തർപ്രദേശിലേക്ക് പോയി. പകരം
അത്രയും പേർ ഇങ്ങോട്ട് വരികയും ചെയ്തു.

ഉത്തർപ്രദേശിലേക്ക് പോകാനുള്ള ആൾക്കാരെ തിരഞ്ഞെടുക്കുന്ന
ദിനങ്ങൾ ഒരുപാട് മാനസികസമ്മർദ്ദം അനുഭവിച്ച കാലമായിരുന്നു. അ
വിടേക്ക് പോയ സീനിയേഴ്സിൽ നിന്നും അത്ര സുഖമുള്ള വാർത്തക
ളല്ല അറിയാൻ കഴിഞ്ഞത്. അവിടുത്തെ ഉത്തരേന്ത്യൻ ഭക്ഷണവും കാ
ലാവസ്ഥയും അസഹനീയമാകും വിധം വ്യത്യസ്തമാണു പോലും. മാ
ത്രമല്ല.. ഓണം, ക്രിസ്മസ് അവധികളുമില്ല. രണ്ടുവർഷത്തെ ഈ ദേ
ശാടനത്തിന് താല്പര്യമുള്ളവർക്ക് സ്വയം മുന്നോട്ടു വരാം. എനിക്ക്
താല്പര്യമില്ലാത്തതിനാലും മറ്റു ചിലർ മുന്നോട്ടു വന്നതിനാലും ഞാൻ
ഒരുവിധം രക്ഷപ്പെട്ടു. ചേട്ടു, താച്ചർ, പാനു, പണ്ഡിറ്റ്, മോഹൻദാസ്, മി
നി, ലിജ, ചക്കര, വിജയരാജ് തുടങ്ങിയ മഹാരഥന്മാരൊക്കെ അതിൽ
പെടും. പകരം ഇങ്ങോട്ട് വന്ന ഹിന്ദിക്കാർ അവനീഷ് കുമാർ, ചന്ദ്രജി
ത്ത്, ജയ് നാരായണൻ സിങ് , വിശ്വജിത്ത്, ബിപിൻ ഭട്നാഗർ, ദിവാ
കർ മിശ്ര , വന്ദനാ സിംഗ്, കുങ്കും ഗുപ്ത , അജയ് മിശ്ര.. ഇതിൽ അവ
നീഷും അജയ് മിശ്രയും എത്ര നല്ല ആൾക്കാരാണെന്നറിയോ.. രണ്ടു
പേരും നന്നായി പഠിക്കും. നല്ല പെരുമാറ്റവും. അവനീഷ് പഠനത്തിൽ
മാത്രമല്ല, എല്ലാ സ്പോർട്സ് ഇനങ്ങളിലും കേമൻ. അജയ് മിശ്ര ഒന്നാ
ന്തരം പാട്ടുകാരൻ. അവനെന്നും പാടാറുള്ള ഒരുപാട്ടുണ്ട്.

'മുഛെ നീന്ത് നാ ആയെ..

നീന്ത് നാ ആയെ..

നീന്ത് നാ ആയെ..'

ഡബിൾ കോട്ടിൽ എനിക്ക് താഴെ കിടക്കുന്നവൻ ചന്ദ്രജിത്ത് ആ
ണ്. പെരുച്ചാഴി എന്നാണ് ഞങ്ങൾ വിളിക്കുന്നത്. നടത്തവും സംസാര
വും ഒക്കെ വളരെ സൗമ്യമായി ഒതുക്കത്തോടെയാണ്. അവനീഷ് ആ

ണ് അവരുടെ ലീഡർ എങ്കിലും കൂട്ടത്തിൽ ആജാനബാഹു ജയ് നാരാ
യണൻ സിംഗ് ആണ്. പരിചയപ്പെടാനും അടുത്തിടപഴകാനും ആദ്യ
മൊക്കെ ഞങ്ങൾക്ക് മടിയും പേടിയും ആയിരുന്നു. പക്ഷേ കാലക്രമേ
ണ എല്ലാവരെയും പോലെ അവരും പാവങ്ങൾ ആണെന്ന് ബോധ്യപ്പെ
ട്ടു. ഞങ്ങൾ മലയാളികളും യുപിവാലകളും ചേർന്ന് ഒരു കൂട്ടമായി ജീ
വിച്ചു.

വർക്ക് ഷോപ്പ് ഹോസ്റ്റലിൽ ഞങ്ങളുടെ കൂടെ താമസിക്കാൻ ഒരു റ
സിഡന്റ് ട്യൂട്ടർ കൂടിയുണ്ട്. ജൂനിയേഴ്സിനെ ഇംഗ്ലീഷ് പഠിപ്പിക്കുന്ന
വാസുദേവൻ നമ്പൂതിരി സാർ. ഗാനരചയിതാവ് കൈതപ്രം ദാമോദരൻ
നമ്പൂതിരിയുടെ അനുജൻ. സാർ നമ്മളിൽ പല മാറ്റങ്ങളും വരുത്തു
വാൻ ശ്രമിച്ചു. രാത്രി ഉറങ്ങുമ്പോഴും അതിരാവിലെ എഴുന്നേൽക്കുമ്പോ
ഴും ശ്ലോകങ്ങൾ ചൊല്ലുവാൻ പറഞ്ഞു. ചൊല്ലി കൊടുക്കുവാൻ സാർ
എന്നെ ഏർപ്പാടാക്കുകയും ചെയ്തു. രാത്രിശ്ലോകത്തിനു ശേഷം എ
ല്ലാവരും ഉറങ്ങണം എന്നും, രാവിലെത്തേതിനുശേഷം ആരും കിടക്ക
യിൽ കാണരുതെന്നുമാണ് ഈ ശ്ലോകം ചൊല്ലലിന്റെ ഉദ്ദേശ്യം. പക്ഷേ
സാർ ഒരിക്കലും വഴക്കു പറയുകയോ അടിക്കുകയോ ചെയ്തിട്ടില്ല. എ
ല്ലാ മാസവും രണ്ടാം ശനിയാഴ്ച രാത്രി ടാലന്റ് നൈറ്റ് എന്ന പേരിൽ
കലാപരിപാടികൾ അവതരിപ്പിക്കാൻ ഞങ്ങളോട് പറഞ്ഞു. ഞങ്ങൾ പാ
ട്ടുകൾ പാടി കോമഡി സ്കിറ്റുകളും ഒപ്പനയും കളിച്ച് വളരെ ക്രിയാത്മ
കമായി തന്നെ ഈ രാത്രികൾ ആഘോഷിച്ചു.

വാസുദേവൻ സാർ ഇല്ലാത്ത ഞായറാഴ്ചകളിൽ രാവിലെ കുറേ നേ
രം ഉറങ്ങണം എന്നാണ് ആഗ്രഹം. അന്ന് ഫിസിക്കൽ ട്രെയ്നിങ്ങ്(പി.ടി.)
ഇല്ല. പക്ഷേ..

'ഊറ്.. സഭീ ലോഗ് ഊറ്... ഊറ് ബേ...'

ദിവാകർ മിശ്ര ബഹളം ഉണ്ടാക്കാൻ തുടങ്ങും.

'അടങ്ങിയിരിക്കെടാ മൈ... ഡിയർ..'

എന്ന ചൂത്തൻ ഒരു ഭാഗത്ത് നിന്ന് തെറി വിളിക്കാൻ തുടങ്ങും. ഈ
ഒച്ചപ്പാടൊക്കെ കേൾക്കുമ്പോഴേക്കും ഉള്ള ഉറക്കവും പോയിക്കിട്ടും.

സ്കൂൾ ക്യാമ്പസിൽ മറ്റു കെട്ടിടങ്ങളിൽ നിന്നും ഒറ്റപ്പെട്ട് കിടക്കു
ന്ന വർക്ക്ഷോപ്പ് ഹോസ്റ്റലിന്റെ പിറകുവശം കുറ്റിക്കാടുകൾ കയറി
ആരും ശ്രദ്ധിക്കാത്ത ഇടമാണ്. ഒരിക്കൽ കോപ്പർ ചുവരിനോട് ചേർന്നി
ട്ടുള്ള തന്റെ കട്ടിലിലിരുന്ന മാക്രിയോടും പൊഷ്കാരോടും മറ്റും എ
ന്തോ സംസാരിച്ചുകൊണ്ടിരിക്കുകയായിരുന്നു. അതിനിടയിൽ തുറന്നി
ട്ട ജനൽ പാളികൾക്കിടയിലൂടെ വെറുതെ കൈവിരലുകൾ പുറത്തേ

ക്കിട്ടതാണ്. വിരലുകളിൽ എന്തോ വഴുവഴുപ്പ് തോന്നി. സൂക്ഷിച്ചുനോ ക്കിയപ്പോൾ ഉഗ്രവിഷമുള്ള ഒരു ചുരുട്ടമണ്ഡലി..!

ഷൂസുകളിൽ കയറിയിരിക്കുന്ന തേളുകളും കരിങ്കണ്ണികളും പാറ ക്കെട്ടുകൾക്കിടയിലെ പാമ്പുകളും പോലുള്ള ക്ഷുദ്രജീവികൾ നിരവ ധി ഉണ്ടെങ്കിലും ഭാഗ്യവശാൽ അവറ്റകളാൽ നമുക്ക് ആർക്കും ഒരിക്ക ലും വിഷം തീണ്ടിയിട്ടില്ല.

വർക്ക്ഷോപ്പ് ഹോസ്റ്റലിലെ പടിഞ്ഞാറുഭാഗത്തെ ചുവരിൽ ഒരു ബ്ലാ ക്ക് ബോർഡ് പണിതിട്ടുണ്ടായിരുന്നു. ഭാവിയിൽ വല്ല സാങ്കേതികവി ദ്യകളോ മറ്റോ പഠിക്കാനുള്ള വർക്ക്ഷോപ്പ് ആയിരിക്കും ഇത്. ബ്ലാക്ക് ബോർഡിന്റെ ഇടതുവശത്ത് വെള്ളച്ചുവരിൽ ആരാണെന്നറിയില്ല, ആ രോ ഒരാൾ ഹൃദയാകൃതിയിലുള്ള ഒരു പ്രേമചിഹ്നം വരച്ചിരിക്കുന്നു. പൊടിയുന്ന തരം ചെങ്കല്ലിന്റെ കഷണം കൊണ്ട് വരച്ച ഓറഞ്ച് നിറ ത്തിലുള്ള ചുവർചിത്രം. കുട്ടികൾ ക്ലാസ്സിൽ ഇരിക്കുന്ന നേരത്ത് പ്രിൻ സിപ്പാൾ ഹോസ്റ്റലുകൾ സന്ദർശിക്കുന്ന പരിപാടിയുണ്ടല്ലോ. അങ്ങനെ എത്തിയതാണ് ഞങ്ങളുടെ ഹോസ്റ്റലിൽ. ചുവരിൽ കണ്ട കലാരൂപം മൂപ്പർക്ക് തീരെ പിടിച്ചില്ല. പ്രിൻസി അതു മായ്ച്ചു കളയുവാൻ ഒരുപാട് കഷ്ടപ്പെട്ടു. വെള്ളവും തുണിയും എടുത്ത് കഴുകി നോക്കി. പക്ഷേ മാ ഞ്ഞില്ല. ഒടുവിൽ അവിടെ കണ്ട സോപ്പുപൊടിയെടുത്തു പ്രയോഗിച്ചു. പ്രേമചിഹ്നം അതേപടി തന്നെ മായാതെ നിന്നു. അങ്ങനെ വിട്ടാൽ പറ്റി ല്ലല്ലോ.. ഒടുവിൽ മൂപ്പർ അവസാനത്തെ പ്രയോഗം നടത്തി. നല്ല മൂർച്ച യുള്ള പാറക്കഷണം എടുത്തു ചുവരിലെ ചിത്രത്തിന് മുകളിലൂടെ ചു രണ്ടിമായ്ച്ചു. ഇപ്പോൾ ചുവരിൽ ചെമ്മണ്ണിന്റെ ഓറഞ്ചു നിറം മുഴുവനാ യും മാഞ്ഞു. ഇപ്പോൾ ഒരു മൂന്നു മില്ലിമീറ്റർ ആഴത്തിൽ ചുവരിൽ കൊ ത്തിവെച്ച പ്രണയചിഹ്നം മാത്രമേ കാണാൻ കഴിയു..

28. വിശ്വജിത്തും ഭട്നാഗറും

മനംമടുപ്പിക്കുന്ന കടുകെണ്ണയുടെ മണവുമായി ഞങ്ങൾ ക്രമേണ സമരസപ്പെട്ട് തുടങ്ങി. ഭോജ്പുരിവാലകളുടെ തെറിവിളികളും അതിരാ വിലെ എഴുന്നേറ്റാൽ തുടങ്ങുന്ന ചെറുയോഗയും സിമൻറിട്ട സ്ലേഡ് റോഡിൽ മേലുള്ള തുണിയലക്കലും അടിവസ്ത്രം മാത്രം ധരിച്ച് തല മുതൽ കാൽപ്പാദംവരെ സോപ്പിൻപതയിൽ പൊതിഞ്ഞുള്ള കുളിയും എല്ലാംകൂടി കുന്നിൻമുകളിലെ തെക്കൻ മൂലയിലുള്ള ഈ ഹോസ്റ്റൽ ഒരു ചെറു ഉത്തരേന്ത്യൻ ലേബർ ക്യാമ്പ് പോലെയായി മാറി. ചെരി ഞ്ഞുകിടക്കുന്ന സിമന്റ് സ്ലേഡ് റോഡ് ചിലപ്പോൾ ക്രിക്കറ്റ് പിച്ച് ആ യി മാറും. ചിലപ്പോൾ യുപിക്കാരുടെ അലക്കുകല്ല്. മറ്റുചിലപ്പോൾ മുക ളിലും താഴെയുമായി നിന്ന് ഗുസ്തി പിടിക്കാനുള്ള ഇടം. മൂന്നു മീറ്ററോ ളം വീതിയും പത്തു മീറ്ററോളം നീളവുമുള്ള ഇതിന്റെ ഒരറ്റത്ത് പ്രവേ ശനകവാടമായ ഒരു ഷട്ടർ ആണ്. ഷട്ടർ പൊക്കിയാൽ ആദ്യം കാണു ന്നത് വിശ്വജിത്തിന്റെ ഡബിൾകോട്ട്. തൊട്ടു മുകളിലായി ബിപിൻ ഭട് നാഗർ. രാത്രിയിൽ പട്ടികൾ കയറാതിരിക്കാൻ ഷട്ടർ താഴ്ത്തിയിടും. അതിനായി ഒരറ്റം വളച്ചുവെച്ച ഒരു വാർപ്പ് കമ്പി ഉണ്ട്. വിശ്വജിത്ത് ആ ണ് സ്ഥിരമായി രാത്രിയിൽ ഇത് ഉപയോഗിക്കാറ്. പകൽ സമയത്ത് ഷ ട്ടർ അടക്കേണ്ട ചുമതല സ്വാഭാവികമായും ഏറ്റവും അവസാനം ഇറ ങ്ങുന്നവനാണ്. മിക്കപ്പോഴും എന്നല്ല എല്ലായ്പ്പോഴും മിത്തുട്ടിനാണ് ഈ അവസരം വന്നുചേരാറ്. നമ്മുടെ കൂട്ടത്തിൽ എന്തിനും ഏറ്റവും അവസാനം എത്തിച്ചേരുന്നത് അവനായിരിക്കും. സമയനിഷ്ഠ പാലിക്കു ന്ന വിജയകുമാറിനെ പോലുള്ളവരുടെ ആത്മവിശ്വാസം പാടെ ഇല്ലാ താക്കുന്നതാണ് എന്തിനോടും ഉള്ള മിത്തുട്ടിന്റെ പുച്ഛഭാവം.

'സമയാസമയങ്ങളിൽ കാര്യങ്ങൾ ചെയ്യുന്ന നിന്നെയൊക്കെ എന്തി ന് കൊള്ളാമെടാ.' എന്നതാണ് അവന്റെ സ്ഥായീഭാവം.

കേരളത്തിലെ ഭക്ഷണത്തിന്റെ സ്വാദിഷ്ടമില്ലാത്തതു കൊണ്ടാകാം, യുപിക്കാർ പലരും ഒരു ഭരണിനിറയെ കടും തവിട്ടു നിറത്തിലുള്ള എ

ന്തോ ഒരു സാധനം കഴിക്കാനായി അവരുടെ നാട്ടിൽ നിന്നും കൊണ്ടു വന്നിരുന്നു. കാണാൻ നമ്മുടെ നാട്ടിലെ ഇറച്ചി വരട്ടിയത് പോലെയൊ ക്കെ തോന്നും. പക്ഷേ തനി സസ്യഭുക്കുകൾ ആണ് ഇവരിൽ പലരും. അതുകൊണ്ടുതന്നെ മാംസാഹാരം അല്ലെന്ന് ഉറപ്പ്. അടക്കാൻ കഴിയാ ത്ത ജിജ്ഞാസമൂലം ഞാൻ ഒരു ദിവസം അജയ് മിശ്രയുടെ കയ്യിൽനി ന്നും ഇതു വാങ്ങി കഴിച്ചു. പിന്നീടൊരിക്കലും അങ്ങനെയൊരു ആഗ്ര ഹം തോന്നിയിട്ടില്ല. പുളിപ്പിനും ചവർപ്പിനും പുറമേ വല്ലാത്തൊരു മണ വും ഉണ്ടായിരുന്നു അതിന്.

വാസുദേവൻ സാറിന്റെ മേൽനോട്ടത്തിൽ തുടങ്ങിയ ടാലന്റ് നൈ റ്റിൽ ആദ്യഘട്ടങ്ങളിൽ യുപിക്കാർ പങ്കെടുക്കുന്നത് നന്നേ കുറവായിരു ന്നു. അജയ് മിശ്ര പാടാൻ മുന്നോട്ടു വന്നതുമുതൽ വിശ്വജിത്തും തന്റെ കഴിവ് തെളിയിക്കാൻ തീരുമാനിച്ചു.

'ജിൻ കേ ആഗേജീ..

ജിൻ കേ പീഛേജീ..

ജിൻ കേ ആഗേ പീഛേജീ.

വഹ് മേരാ ജീജാജീ...'

സ്വല്പം തമാശ അടങ്ങിയ പാട്ട് ആണെന്നു തോന്നുന്നു. ഹിന്ദി അ റിയുന്നവരൊക്കെ പൊട്ടിച്ചിരിച്ചു കയ്യടിച്ചു.

ഞങ്ങൾ ഒമ്പതാംക്ലാസ്സിലെ ആൺകുട്ടികൾ മാത്രമടങ്ങുന്ന ഈ ടാ ലന്റ് നൈറ്റ് പരിപാടി വേദിയിൽ കയറാൻ മടിയുള്ളവർക്ക് കൂടി മു ന്നോട്ടു വരാനുള്ള അവസരമായി മാറി. പരിപാടികൾ അവതരിപ്പിക്കു ന്നതും ഞങ്ങൾ. കാണുന്നതും ഞങ്ങൾ തന്നെ. അതുകൊണ്ടുതന്നെ മാനക്കേടിന്റെ പ്രശ്നം ഉദിക്കുന്നതേയില്ല. ഞങ്ങളുടെ കോമഡി സ്കി റ്റ് ഗ്രൂപ്പിലേക്ക് കൂടുതൽ പേർ മുന്നോട്ട് വന്നു. കോച്ചിറും ഓസിയും രാ വണനും അവരവരുടെ ഉള്ളിൽ ഉറങ്ങിക്കിടന്നിരുന്ന കലാവൈഭവങ്ങൾ പുറത്തെടുത്തു. വിശ്വജിത്ത് തന്റെ ജീജാജിപാട്ടുമായി പുറംവേദികളി ലേക്ക് ചേക്കേറി. ക്ലാസ്സിലും രാത്രി യോഗങ്ങളിലും ജീജാജി വച്ചടി വച്ച ടി കയറി. വിശ്വജിത്തിന്റെ ഈ ജൈത്രയാത്ര കണ്ട് പ്രചോദിതനായിട്ട് ആയിരിക്കണം ഒറ്റ സുഹൃത്തായ ബിപിൻ ഭട്നാഗർ തന്റെ പരിമിതിക ളെ വകവെക്കാതെ ഗോദയിലേക്ക് ഇറങ്ങിയത്.

'ധീരേ ധീരേ പ്യാർ കോ ബഢാനാ ഹേ..

ഹദ് സെ ഗുസർ ജാനാ ഹേ..'

പൊതുവേ നാണംകുണുങ്ങി ആയിരുന്ന ഭട്നാഗർ ഈ ഒരൊറ്റ പാ ട്ടിലൂടെ ആളാകെ മാറി. സടകുടഞ്ഞെഴുന്നേറ്റ് എന്തിനും പോന്നവനെ

പ്പോലെ പെരുമാറാൻ തുടങ്ങി. അത് അവസാനം അസംബ്ലിയിൽ മല
യാളത്തിൽ ഇന്നത്തെ ചിന്താവിഷയം അവതരിപ്പിക്കുന്നതിൽവരെ എ
ത്തിച്ചേർന്നു. സ്വന്തം ഭാഷയിൽ പോലും അസംബ്ലിയിൽ എന്തെങ്കിലും
അവതരിപ്പിക്കാൻ നമുക്കൊക്കെ ഭയം ആണ്. അപ്പോഴാണ് ഒരു ഉത്ത
രേന്ത്യക്കാരൻ നമ്മുടെ മലയാള ഭാഷയിൽ ചിന്താവിഷയം ചൊല്ലുവാൻ
സ്വമേധയാ മുന്നോട്ട് വരുന്നത്. വിജയകുമാറും രാവണനും ഒക്കെ അട
ങ്ങുന്ന ഒരു സഹായസംഘം ഭട്നാഗറിനു പിന്നിൽ അണിനിരന്നു. അ
ങ്ങനെ വെറും രണ്ടുദിവസം കൊണ്ട് അവൻ തന്റെ ഭാഷാനിപുണത
പ്രദർശിപ്പിക്കുവാൻ വേണ്ടതൊക്കെ പഠിച്ചെടുത്തു.

'അല്പജ്ഞാനം അപകടം.'

ഈ ചിന്താവിഷയത്തിലൂന്നി ഒരു മൂന്നു മിനിറ്റോളം ദൈർഘ്യത്തിൽ
ഭട്നാഗർ സംസാരിച്ചു. അങ്ങനെ ഒരു നാടൻ ഭോജ്പുരിക്കാരനെകൊ
ണ്ട് ശുദ്ധമലയാളം പറയിപ്പിച്ചപ്പോൾ കേൾക്കാൻ എന്താ ഒരു സുഖം..!
ക്രമേണ മറ്റുള്ള ഹിന്ദിക്കാരും മലയാളം പഠിക്കുവാൻ താല്പര്യം കാ
ണിച്ചു. അവരെ പഠിപ്പിക്കുവാൻ ചുത്തൻ മുന്നോട്ടുവരികയും രണ്ടുദിവ
സത്തിനുള്ളിൽ അവരൊക്കെ നല്ല നാടൻ പച്ചത്തെറികൾ സ്വായത്തമാ
ക്കുകയും ചെയ്തു.

ബ്ലാക്ക് ബോർഡ് ചുവരിന്റെ വലതുഭാഗത്തായി വൈദ്യുതി കണ
ക്ഷന്റെ ഒരു മെയിൻ സ്വിച്ച് ഉണ്ട്. നമ്മുടെ ഹോസ്റ്റലിന് ആവശ്യമായ
കണക്ഷനുകൾക്ക് പുറമേ പുറത്തെ ബാത്ത്റൂമുകളിലേക്കും വഴിയോ
രവിളക്കുകൾക്കുമൊക്കെ കണക്ഷൻ എടുത്തിരിക്കുന്നത് ഇവിടെനി
ന്നാണ്. ഒരു ദിവസം രാത്രി ഒരു മണിയായിക്കാണും. എല്ലാവരും നല്ല
ഉറക്കമായിരുന്നു. ആരോ ഒരാൾ ആ സ്വിച്ച് ബോർഡിന്റെ അടുത്തു വ
ന്ന് എന്തൊക്കെയോ പണിഞ്ഞു. പെട്ടെന്ന് ഏതോ വയറിൽ തട്ടി കര
ണ്ട് പോവുകയും വേനൽച്ചൂടിൽ അൽപമെങ്കിലും ആശ്വാസമേകുന്ന
ഫാനുകൾ നിശ്ചലം ആവുകയും ചെയ്തു.

'ഏതു പട്ടി കഴുവേറീയാടാ ഫാൻ ഓഫ് ആക്കിയത്..?'

ഉറക്കത്തിൽ ഞെട്ടി എഴുന്നേറ്റ് സപ്ലി തന്റെ സ്ഥിരം ശൈലിയിൽ ക
ണ്ണുകൾ മുറുകെ അടച്ചു കൊണ്ട് പുറത്തെറി തുടങ്ങി. സ്വിച്ച് ബോർ
ഡിനടുത്ത് നിന്നിരുന്ന ആൾ രൂപം മെല്ലെ കുനിഞ്ഞു കൊണ്ട് വാതിൽ
തുറന്ന് പുറത്തേക്ക് നടന്നു പോയി.

അടുത്ത രാവിലെയാണത് ശ്രദ്ധയിൽപ്പെട്ടത്. ഹോസ്റ്റലിൽ നിന്നും
പുറത്തേക്കുള്ള കണക്ഷനുകൾ അഴിഞ്ഞു കിടക്കുന്നു. ഇത് ശരിയാ
ക്കാൻ ആയിരിക്കണം ഇന്നലെ അയാൾ വന്നത്. പാതിരാത്രി ഇവിടെ

വന്ന് അതിന് ശ്രമിച്ചിട്ടുണ്ടെങ്കിൽ അത് അധ്യാപകർ ആരെങ്കിലും ഒ രാൾ ആയിരിക്കുമെന്നും, രൂപവും ഉയരവും വെച്ച് അത് പുതുതായി ക മ്പ്യൂട്ടർ പഠിപ്പിക്കാൻ വന്ന സജി സാർ ആയിരിക്കും എന്നും നമ്മൾ അ നുമാനിച്ചു. കമ്പ്യൂട്ടറിന്റെ സാറായതുകൊണ്ട് കമ്പൻ എന്ന് ഞങ്ങൾ സ്വകാര്യമായി വിളിച്ചിരുന്നു.

നാട്ടിലെ സ്കൂളിലോ കോളേജിലോ പഠിക്കുന്ന കുട്ടികൾ ഇതുവരെ കണ്ടിട്ടുപോലുമില്ലാത്തതാണ് കമ്പ്യൂട്ടർ എന്ന ഉപകരണം. പത്രങ്ങളി ലും ടിവിയിലും മാത്രമേ കണ്ടുപരിചയമുള്ളൂ. ഏറ്റവും പുതിയ വിൻ ഡോസ് 3 സോഫ്റ്റ്‌വെയർ അടങ്ങിയ ഇരുപത് കമ്പ്യൂട്ടറുകൾ പുതു തായി തുടങ്ങിയ കമ്പ്യൂട്ടർ ലാബിൽ തയ്യാറാക്കി വെച്ചിട്ടുണ്ട്. ഇത് പഠി പ്പിക്കാൻ വന്ന സാറിനെ ഞങ്ങൾ പൂവിട്ടു വേണ്ടേ പൂജിക്കാൻ. പകരം സപ്ലി ചെയ്തോ.. ഛെ! ഓർക്കുമ്പോൾ തന്നെ നാണക്കേട് തോന്നുന്നു.

29. പാരഡി

നാട്ടിൽവെച്ച് ആറാംക്ലാസിന്റെ തുടക്കംവരെ എല്ലാ വിഷയങ്ങളും മലയാളത്തിൽ പഠിച്ച ഞങ്ങൾക്ക് പൊടുന്നനെ ഇംഗ്ലീഷ് മീഡിയത്തി ലേക്ക് മാറുവാൻ അത്ര എളുപ്പമായിരുന്നില്ല. മൂന്നുവർഷത്തെ കഷ്ടപ്പാ ടുകൾക്ക് ശേഷം സയൻസും കണക്കും ഹിസ്റ്ററിയുമൊക്കെ ഒരുവിധ ത്തിൽ അങ്ങനെ ആംഗലേയവൽക്കരിച്ച് കുഴപ്പമില്ലാതെ പോകുന്ന കാ ലത്താണ് ഇടി വെട്ടിയവനെ പാമ്പ് കടിച്ചു എന്ന് പറഞ്ഞതുപോലെ അ തു സംഭവിച്ചത്. ഹിസ്റ്ററിയും ജോഗ്രഫിയുമൊക്കെ ഇനിയങ്ങോട്ട് ഇം ഗ്ലീഷിൽ പഠിക്കാൻ കഴിയില്ല. പകരം അതെല്ലാം ഹിന്ദിവൽക്കരിച്ചു. ഇം ഗ്ലീഷ് പുസ്തകങ്ങൾ മാറി പുതിയ ഹിന്ദിപതിപ്പുകൾ വന്നുചേർന്നു. പ രീക്ഷയും അങ്ങനെതന്നെ. മാത്രമല്ല ഹിസ്റ്ററി പഠിപ്പിക്കാൻ വന്ന പുതി യ അധ്യാപകൻ മുത്തു സാറിനാണെങ്കിൽ ഹിന്ദി ഒട്ടും അറിയുകയുമി ല്ല. ആകെ വെട്ടിലായി എന്ന് പറഞ്ഞാൽ മതിയല്ലോ. നിയാണ്ടർ മനു ഷ്യഗണവും മെസപ്പെട്ടോമിയൻ സംസ്കാരവും ഈജിപ്ഷ്യൻ മമ്മിഫി ക്കേഷനുമൊക്കെ ഹിന്ദിയിൽ പഠിക്കാൻ എങ്ങനെയുണ്ടാകും?

ഞങ്ങുടെ ഈ മനോവിഷമത്തിനു മുന്നിൽ പ്രിൻസിപ്പാളിനോ മറ്റു അധ്യാപകർക്കോ ഒന്നും ചെയ്യാൻ കഴിയില്ലെന്നും എല്ലാം ദില്ലിയിൽ നി ന്ന് തീരുമാനിക്കുന്നതാണെന്നും പറഞ്ഞ് അവർ കൈമലർത്തിയതോ ടെ നമ്മൾ കൂടുതൽ മാനസിക സമ്മർദ്ദത്തിലായി. പക്ഷേ ഈ അവസ രത്തിലും റോമാനഗരം കത്തിയമരുമ്പോൾ വീണവായന എന്നു പറ ഞ്ഞപോലെ സന്തോഷിച്ചു നടന്ന കൂട്ടരുണ്ട്. യുപിവാലകൾ. അവർക്ക് ഇനി സ്വന്തം മാതൃഭാഷയിൽ കാര്യങ്ങൾ പഠിച്ചാൽ മതി. എന്തൊരു വി രോധാഭാസം.. അവർ ഹിന്ദിയിലോ ഭോജ്പൂരിയിലോ ഏതു ഭാഷയി ലും വേണമെങ്കിൽ പഠിച്ചോട്ടെ. നമ്മുക്ക് യാതൊരു പരിഭവവുമില്ല. പ ക്ഷേ ഞങ്ങളോട് ഈ ചതി വേണ്ടായിരുന്നു.

അങ്ങനെ ശിലായുഗചരിത്രവും നിയാണ്ടർതാൽ യുഗവും ഞങ്ങൾ ഹിന്ദിയിൽ പഠിക്കാൻ തുടങ്ങി. ഏകദേശം രണ്ടുമാസമായി കാണും. ദ

ക്ഷിണേന്ത്യൻ സ്കൂളുകളിൽ നിന്നുള്ള പ്രതിഷേധത്തിന് പ്രതികരണ മെന്നോളം ദില്ലിയിൽ നിന്നും ഹിന്ദിവൽക്കരണം പിൻവലിച്ചു കൊണ്ടു ള്ള ഓർഡർ വന്നു.

കപ്പലിൽ യാത്ര ചെയ്യാൻ ഭയപ്പെട്ടിരുന്ന ഒരാളുടെ കഥ കേട്ടിട്ടുണ്ട്. ആദ്യമായി കപ്പലിൽ കയറിയ അയാൾ പേടിച്ചു നിലവിളിച്ചു കൊണ്ടേ യിരുന്നു. നിരന്തരമായ ഈ നിലവിളികളുടെ ഒച്ചപ്പാട് മറ്റു യാത്രക്കാർ ക്ക് ഒരു ബുദ്ധിമുട്ടായപ്പോൾ കപ്പിത്താൻ അയാളെ കടലിലേക്ക് വലി ച്ചെറിയാൻ ഉത്തരവിട്ടു. കടൽവെള്ളത്തിലേക്ക് എടുത്തെറിയപ്പെട്ട അ യാൾ അവിടെ കിടന്ന് ജീവരക്ഷാർത്ഥം 'രക്ഷിക്കണേ..' എന്ന് നിലവി ളിച്ചു. മരണവക്കിലെത്തിയ അയാളെ കപ്പിത്താൻ രക്ഷപ്പെടുത്തി വീ ണ്ടും കപ്പലിൽ കയറ്റിയപ്പോൾ അയാൾ ഒരു നെടുവീർപ്പോടെ പറഞ്ഞു.

'ഹാവൂ.. സമാധാനമായി. എന്തൊരാശ്വാസം. ഇപ്പോൾ സ്വർഗം കിട്ടി യത് പോലെയുണ്ട്.'

അയാളുടെ പഴയ യാത്രാഭയവും നിലവിളിയുമൊക്കെ പമ്പകടന്നി രുന്നു.

ഏതാണ്ട് ഇതു പോലെയായിരുന്നു ഹിന്ദിവൽക്കരണശേഷം ആംഗ ലേയത്തിലേക്കുള്ള ഈ തിരിച്ചുവരവ്. ഇപ്പോൾ ഇംഗ്ലീഷിൽ ഹിസ്റ്ററി യും ജോഗ്രഫിയുമൊക്കെ പഠിക്കാൻ എന്താ ഒരു സുഖം..!

കുവൈത്തിൽനിന്ന് തന്റെ ചേട്ടൻ വന്നപ്പോൾ വിജയകുമാർ മറ്റെ ന്തോ അത്യാവശ്യകാരണവും പറഞ്ഞ് രണ്ടുദിവസത്തേക്ക് വീട്ടിൽ പോ യി. തിരിച്ചു വന്നപ്പോൾ വി.ഡി. രാജപ്പന്റെയും നാദിർഷയുടെയും പാട്ടു കൾ അടങ്ങിയ ചില പാരഡിഗാന കാസറ്റുകളുമായാണ് വന്നത്. അതി ലെ പല പാട്ടുകളും ഹോസ്റ്റലിൽ ആരുടെയോ കയ്യിലുണ്ടായിരുന്ന ടേ പ്പ് റെക്കോർഡർ ഉപയോഗിച്ച് ഞങ്ങൾ കേട്ടു. ഞാനും വിജയകുമാറും അതിലെ ചില പാട്ടുകൾ കാണാപ്പാഠമാക്കുകയും ചെയ്തു. ഇളയരാജ യുടെ 'അട വീട്ടുക്ക് വീട്ടുക്ക് വാസപ്പടി വേണം' എന്ന പാട്ടിന്റെ പാരഡി യുടെ മാർക്കറ്റിംഗ് വിജയകുമാർ ഏറ്റെടുത്തു. നാലാൾ കൂടുന്നിടത്തൊ ക്കെ അവൻ പാടാൻ തുടങ്ങി.

'ചിക്കുചേട്ടന്റെ വീട്ടിലെ പട്ടിക്ക് പേ പിടിച്ചു..

പട്ടി ചേട്ടത്തിയെ കടിച്ചു

രണ്ടു കുട്ടികളെ കടിച്ചു

പിന്നെ അയലത്തെ അവറാന്റെ പിടലിക്കിട്ടൊരു കടി..'

പാട്ട് ഹിറ്റായതോടെ വിജയകുമാറിന് 'ചീക്കു' എന്ന പേരു വരിക യും ചെയ്തു.

അതേസമയം ഞാൻ തിരഞ്ഞെടുത്തത് ഒരു ഹിന്ദി പാട്ടിന്റെ പാര ഡിയാണ്.

'ശ്വാസംമുട്ടി സഹിക്കാൻ മേല നഴ്സേ..

ഒന്ന് വന്നേച്ചു പോ

ചങ്കിനകത്ത് എന്തു വേദന..

ഒന്നു നോക്കിയേച്ചു പോ..'

ആഷിക്കി എന്ന സിനിമയിലെ ഒറിജിനൽ പാട്ട് വലിയ ഹിറ്റായതു കൊണ്ട് പാരഡിയും പെട്ടെന്ന് തന്നെ ഹിറ്റായി. പല ആൾക്കൂട്ടങ്ങളി ലും ഞാൻ പാടി. സന്ധ്യാനേരത്തെ പാറപ്പുറത്തെ മീറ്റിങ്ങുകളിൽ ഞാ നും വിജയകുമാറും പാടുകയുണ്ടായി. അതോടെ പാട്ട് അധ്യാപികമാ രുടെ കാതുകളിലുമെത്തി.

ഒരു സന്ധ്യയ്ക്ക് സ്റ്റഡി ടൈമിന് എത്തിയ എന്നെ ടീച്ചർമാർ സ്റ്റാ ഫ് റൂമിലേക്ക് വിളിപ്പിച്ചു. എനിക്ക് കാര്യം എന്തെന്ന് മനസ്സിലായില്ല. അവർ എന്നെയും കൂട്ടി മെഡിക്കൽ റൂമിലേക്ക് കൊണ്ടുപോയി. അവി ടെയുണ്ടായിരുന്ന സ്കൂൾ നഴ്സായ റോസിലി മേഡത്തിനോടായി അ വരിൽ ആരോ പറഞ്ഞു.

'ഇവനാണ് ആ പാട്ട് പാടിയവൻ.'

റോസ്‍ലി മാഡം എന്നെ അടിമുടി ഒന്നുനോക്കി. എനിക്ക് കാര്യം മ നസ്സിലായില്ല. ഉള്ളിൽ പേടി തോന്നുകയുംചെയ്തു. ഇനി ഞാൻ പോ ലുമറിയാതെ എന്തെങ്കിലും കുരുത്തക്കേട് ഒപ്പിച്ചുവോ..?

'ഇനി നീയാ പാട്ടൊന്ന് പാടിക്കേ..'

ഉള്ളിൽ ഭയത്തോടെ ഞാൻ പാടി.

'ശ്വാസംമുട്ടി സഹിക്കാൻ മേല നഴ്സേ.. ഒന്ന് വന്നേച്ചു പോ'

പാട്ടിൽ ഉടനീളം ഒരു കള്ളരോഗി നേഴ്സിനോട് ശൃംഗരിക്കുന്ന കാ ര്യമാണെന്നും ഞാനിപ്പോൾ നിൽക്കുന്നത് ഒരു നഴ്സിംഗ് റൂമിൽ ആ ണെന്നും ബോധ്യം വന്നത് അപ്പോഴാണ്. പാടി കഴിഞ്ഞതും എന്നോട് കൂടുതൽ ഒന്നും സംസാരിക്കാതെ പൊയ്ക്കോളാൻ പറഞ്ഞു. അവിടെ നടന്നത് പാട്ടിന്റെ സെൻസറിംഗ് ആണെന്ന് എനിക്ക് ബോധ്യപ്പെട്ടത് പിന്നീടാണ്.

നമുക്കിടയിൽ ചില കാര്യങ്ങളിൽ പ്രാവീണ്യം നേടിയ ആൾക്കാർ ഉ ണ്ടായിരുന്നു. ഉദാഹരണത്തിന് മെയിൻ സ്വിച്ച് ഫ്യൂസ് പോയാൽ അ തു കെട്ടാൻ കോപ്പർ. ഫാനോ ട്യൂബോ തകരാറിലായാൽ നന്നാക്കാൻ ജിൽജിത്ത്. ടിവിയിൽ ഇംഗ്ലീഷ് ന്യൂസ് കണ്ട് അടുത്ത ദിവസത്തെ അ സംബ്ലിയിൽ വായിക്കേണ്ട വാർത്ത തയ്യാറാക്കാൻ പലരെയും സഹാ

യിക്കുന്നത് ആനക്കുട്ടി ആയിരിക്കും. അതുപോലെ കാലിൽ മുള്ള് തറ
ച്ചാൽ ഷാബു ആണ് അഭയം. എന്റെ കാലിൽ പലപ്പോഴായി മുള്ളു തറ
ച്ചപ്പോൾ സേഫ്റ്റിപിൻ ഉപയോഗിച്ച് വേദനിപ്പിക്കാതെ അത് എടുത്തു
മാറ്റിയിട്ടുണ്ടവൻ. അതുപോലെ ഷർട്ടിലെ പൊട്ടിയ ബട്ടണുകൾ തുന്നി
സഹായിക്കുകയും ചെയ്തിട്ടുണ്ട്. മഞ്ഞുകാലം ആയാൽ ജലദോഷവും
മൂക്കടപ്പുമായി വിഷമിച്ചിരുന്ന കുര്യാക്കോസിന് അമൃതാഞ്ജൻ തടവി
കൊടുത്തിരുന്നത് ഞാനായിരുന്നു. അങ്ങനെ തങ്ങൾക്കാവുന്ന വിധം മ
റ്റുള്ളവരെ സഹായിച്ചു കഴിച്ചുകൂട്ടുന്ന ഞങ്ങൾക്കിടയിൽ എല്ലാവർക്കും
അവരവരുടേതായ പ്രാധാന്യമുണ്ടായിരുന്നു. ഉറുമ്പുകളുടെ ചെറുലോ
കത്തിൽ ഓരോ കുഞ്ഞനുറുമ്പുകൾക്കും തന്റേതായ സ്ഥാനവും ഇട
വുമുണ്ട് എന്ന് പറയുന്നതുപോലെ.

30. കൂമൻ

വെക്കേഷൻ കഴിഞ്ഞ് തിരിച്ചു വരുമ്പോഴും പാരന്റ് സ്ഡേയ്ക്ക് അ ച്ഛനമ്മമാർ വരുമ്പോഴുമൊന്നും കൈയിൽ കരുതാൻ പണത്തിന് ആവ ശ്യമുണ്ടെന്ന് തോന്നിയിട്ടില്ല. കാരണം ഇവിടെ പണം കൊണ്ടുള്ള ഒരു വ്യാപാരവും നടക്കുന്നില്ല എന്നതുതന്നെ. ഒരു മിഠായിയോ ഇഷ്ടമുള്ള പേനയോ വാങ്ങണമെങ്കിൽ അതിന് കുന്നിൻമുകളിൽ ഒരു കടയുമില്ല.

പക്ഷേ ഈ അടുത്തകാലത്തായി 'പണമെങ്ങാനും വേണോ?' എ ന്നു ചോദിച്ചാൽ 'കുറച്ചു തന്നേക്ക്' എന്ന് പറഞ്ഞിട്ടുണ്ട് പലരും. അങ്ങ നെ നൂറോ അമ്പതോ രൂപ കൈയിൽ കരുതി വച്ചിട്ടുണ്ട് ചിലർ. ആയി ടെയാണ് ടൂറിന് പോകാൻ എല്ലാവരും ഇരുന്നൂറ് രൂപ കൈവശം കരുത ണം എന്ന് വാസുദേവൻ സാർ പറഞ്ഞത്. അടുത്ത മാസത്തെ പാരന്റ് സ്ഡേയ്ക്ക് ഈ പണം എല്ലാവരും വാങ്ങിവെക്കുകയും ചെയ്തു. പി ന്നീട് ഏതോ കാരണത്താൽ ടൂർ റദ്ദാക്കപ്പെട്ടപ്പോൾ കരുതിയ പണം അടുത്തമാസം തന്നെ വീട്ടിലേക്ക് തിരികെ കൊടുത്തയക്കണം എന്നും പറഞ്ഞു. പക്ഷേ പലരും അതിനു മുതിരാതെ കയ്യിൽ തന്നെ പണം

സൂക്ഷിച്ചുവെച്ചു. ഇങ്ങനെ ഞങ്ങൾ പണം സ്വരൂപിച്ചു വയ്ക്കുന്നതിന് ഒരു കാരണവും ഉണ്ട്.

കൂമൻ..

വർഷങ്ങളായി നടന്നുകൊണ്ടിരിക്കുന്ന സ്കൂൾഹോസ്റ്റൽ കെട്ടിടനിർ മ്മാണത്തിനായി പലതരത്തിലുള്ള പണിക്കാർ കുന്നിനുമുകളിൽ എ ത്തിയിട്ടുണ്ട്. തമിഴന്മാരാണ് ഇതിൽ കൂടുതലും. പാറപൊട്ടിക്കാനും ക ല്ലും ഇഷ്ടികകളും കൊണ്ട് ചുവരുകൾ കെട്ടാനും കോൺക്രീറ്റ് പണി കൾ ചെയ്യാനുമായി ഒരു അമ്പതോളം അന്യസംസ്ഥാന തൊഴിലാളി കൾ ഉണ്ടാകും ഇവിടെ. അവർ താൽക്കാലികമായി നിർമ്മിച്ച ഓലമേ ഞ്ഞ മേൽക്കൂരയ്ക്കു കീഴിൽ കുടുംബസമേതം താമസിച്ചുപോന്നു. വെ പ്പും കുടിയുമെല്ലാം അതിനകത്തുതന്നെ. ഇവരിൽ ചിലർക്കായി ഭക്ഷ ണം വെച്ചുവിളമ്പാൻ ചെറിയൊരു ഓലപ്പുരയും. ഈ ഓലമേഞ്ഞ കു ടിൽ ഒരു ചെറുഹോട്ടലാണെന്ന് ഞങ്ങൾ തിരിച്ചറിഞ്ഞത് വളരെ വൈ കിയാണ്. വൈകുന്നേരങ്ങളിൽ അവിടെ ചായയും വടയും സമൂസയു മൊക്കെ ഉണ്ടെന്ന് പറഞ്ഞത് മാക്രിയാണ്. പൈസ കൊടുത്താൽ ആർ ക്കും പലഹാരങ്ങൾ കിട്ടും പോലും.! മാക്രിയും കോപ്പറും രഹസ്യമാ യി പലതവണ അവിടെ പോയിട്ടുണ്ടെന്നും ഇരുന്ന് കഴിക്കാനായി താൽ ക്കാലികമായി മരംകൊണ്ടുണ്ടാക്കിയ ബെഞ്ചും ഡെസ്കുമൊക്കെ അ വിടെയുണ്ടെന്നും അവർ പറഞ്ഞു. ഹോട്ടൽ നടത്തിപ്പുകാരന്റെ പേര് ആർക്കുമറിയില്ല. അതിനിവിടെ പ്രസക്തിയുമില്ല. ഞങ്ങൾ അദ്ദേഹത്തെ കൂമൻ എന്നു വിളിച്ചു.

കൂമന്റെ കടയിലെ സമൂസയും പൊറോട്ടയും അത്യധികം രുചികര മായിരുന്നു. അതുപോലെ പൊറോട്ടയുടെ കൂടെയുള്ള മുളകിട്ട അയല ക്കറി.. ഒരു അയല രണ്ടു കക്ഷണം ആക്കിയത്. ജീവിതത്തിൽ കഴിച്ചി ട്ടുള്ള ഏറ്റവും രുചിയുള്ള ഭക്ഷണമതാണെന്ന് തോന്നുന്നു. മെസ്സിലെ ബ്രെഡ്ഡും ഉപ്പുമാവും കഴിച്ചു മടുത്ത ഞങ്ങൾ വൈകുന്നേരങ്ങളിൽ ആ രും കാണാതെ ഒളിച്ചും പാത്തും കൂമന്റെ കടയിലേക്ക് പോകുന്നത് പ തിവായി. ചില കൂട്ടർ അവിടുത്തെ പറ്റുബുക്കിൽ കടം എഴുതി ചേർക്കു കയും ചെയ്തു. അതിനിടയിൽ മാക്രി ഒരുപടി മുന്നോട്ടു ചിന്തിച്ച് മറ്റൊ രു ഉദ്യമത്തിന് മുതിർന്നു. ഭക്ഷണം കഴിച്ച് കാശ് അപ്പോൾത്തന്നെ കൊ ടുക്കാതെ പിന്നീട് കൊടുക്കുന്ന രീതിയാണ് പലരും പിന്തുടർന്നത്. പ ക്ഷേ മാക്രി ചെയ്തത് മറിച്ചാണ്. അവൻ ആദ്യം തന്നെ ഒരു അമ്പത് രൂപ എടുത്ത് കൂമനെ ഏൽപ്പിച്ചു.

'ചേട്ടാ.. ഇത് കയ്യിൽ വെച്ചോളൂ. ഞാൻ പലഹാരങ്ങൾ കഴിക്കുന്ന

തിന് അനുസരിച്ച് ഇതിൽ നിന്നും കുറച്ചോളൂ.'

വരുംദിനങ്ങളിൽ കഴിക്കാൻ പോകുന്ന ഭക്ഷണത്തിന് മുൻകൂറായി പണം നൽകുക. ഇങ്ങനെയും ആൾക്കാരുണ്ടോ.. ഇന്നു തോന്നിക്കാണും കൂമന്. മാക്രിയും മിത്തുട്ടും എല്ലാ ദിവസവും പലഹാരങ്ങൾ വാങ്ങി കഴിക്കും. തിരക്ക് കൂടിയ നേരം നോക്കി കൈകഴുകി പുറത്തിറങ്ങുകയും ചെയ്യും. പുറത്തേക്കുള്ള പോക്ക് കൂമൻ കാണുകയാണെങ്കിൽ 'ചേട്ടാ.. അതിൽ നിന്ന് കുറച്ചോളൂ..' എന്നു പറയും. ഇനി കൂമൻ കണ്ടിട്ടില്ല എങ്കിൽ ഒന്നും പറയാതെ വിരുതന്മാർ നടന്നു പോവുകയും ചെയ്യും. ഇങ്ങനെയുള്ള മാക്രിയുടെ ലീലാവിലാസങ്ങൾക്ക് കൂട്ടിന് ചില നേരങ്ങളിൽ മിത്തുട്ടിന് പുറമേ കോപ്പറും രാവണനും കാണും.

അങ്ങനെ അമ്പത് രൂപ കൊടുത്ത് ഒരു അഞ്ഞൂറ് രൂപയുടെ പലഹാരങ്ങൾ കഴിച്ചു കാണുമവർ. കൂമന്റെ ഈ കനത്ത നഷ്ടത്തെക്കുറിച്ച് ഞങ്ങൾക്ക് തെല്ല് ആശങ്ക തോന്നാതിരുന്നില്ല. പക്ഷേ ഈ ആശങ്കയ്ക്ക് വിരാമമിട്ടത് രാവണനാണ്.

ഒരു വൈകുന്നേരം കൂമന്റെ കടയിൽ നിന്ന് പൊറോട്ടയും കടലക്കറിയും കഴിച്ചു കൊണ്ടിരിക്കുമ്പോൾ രാവിലെ മെസ്സിൽ ബ്രഡിന്റെ കൂടെ കഴിച്ച കടലക്കറി അവന്റെ മനസ്സിൽ തികട്ടി വന്നു. അടുത്ത ദിവസം ഗ്രീൻപീസ് കറി കഴിച്ചപ്പോഴും ഇതേ അവസ്ഥ. അപ്പോഴാണ് ഞങ്ങൾ ആരും ശ്രദ്ധിക്കാത്ത ഒരു കാര്യം രാവണന്റെ ബുദ്ധിയിൽ തെളിഞ്ഞു വന്നത്. മെസ്സിലെ അതേ ധാന്യങ്ങൾ തന്നെയാണ് ഇവിടെയും വെച്ച് വിളമ്പുന്നത്. പക്ഷേ കറിവെക്കുന്ന രീതിയും രുചിയും വ്യത്യാസമാണ്. മെസ്സിലെ സ്റ്റോർ റൂമിൽ നിന്നും രഹസ്യമായി കൂമന്റെ കടയിലേക്ക് ധാന്യങ്ങൾ എത്തിച്ചേരുന്നു എന്ന അനുമാനത്തോടെ മുപ്പരുടെ ധനനഷ്ടം മൂലമുണ്ടായ മനോവിഷമത്തിൽ നിന്നും ഞങ്ങൾ മോചിതരായി. ഞങ്ങൾ കബളിപ്പിച്ചു എന്നു പറയപ്പെടുന്ന കൂമൻ യഥാർത്ഥത്തിൽ ഞങ്ങളെ ആണല്ലോ ഈശ്വരാ ഇത്രയുംനാൾ കബളിപ്പിച്ചത്..! അതോടെ കൂമനെ പറ്റിച്ചു നടക്കുന്ന മാക്രിയോട് ഞങ്ങൾക്ക് ആരാധന തോന്നിത്തുടങ്ങി. പക്ഷേ മാക്രിയോടുള്ള ഈ ആരാധന കൂമനിലേക്ക് മാറാൻ അധികം വൈകിയില്ല.

ക്ലാസ് റൂമും ഹോസ്റ്റലും മൈതാനവും കഴിഞ്ഞാൽ ഞങ്ങൾ കൂടുതൽ സമയം ചെലവിട്ടത് പറങ്കിമാവിൻ തോട്ടത്തിൽ ആയിരിക്കും. പ്രഭാതകർമ്മങ്ങൾ ചെയ്യാൻ അരബക്കറ്റ് വെള്ളവുമായി അതിരാവിലെ സൂര്യനുദിക്കും മുമ്പ് ഇരുട്ടിന്റെ മറപിടിച്ച് ഏതെങ്കിലുമൊരു പറങ്കിമാവിൻ ചോട്ടിലേക്ക് പോകും. വന്നകാര്യം സാധിക്കും മുമ്പേ ഇരുട്ടുമാറി പു

ലർവെളിച്ചം തെളിഞ്ഞുവരും. അതുവരെ ഇരുട്ടിൽ ആരും കാണാതെ ഒറ്റക്കാണെന്ന് ധാരണയിൽ ഇരിക്കുമ്പോഴായിരിക്കും പൊന്നുഷസ്സിൽ ചുറ്റുമിരിക്കുന്ന നാലഞ്ചുപേരെ കണികാണുന്നത്. അതോടെ കഥപറ ച്ചിലും വർത്തമാനവുമായി വന്ന കാര്യവും സാധിച്ച് തിരിച്ചുവരും.

പരീക്ഷാവേളകളിൽ പറങ്കിമാവിൻ തോപ്പുകൾ ഏറ്റവും മികച്ച പഠ നകേന്ദ്രങ്ങളായി മാറും. ഇരിക്കാൻ പാകത്തിലുള്ള കൊമ്പുകളുള്ള മര ങ്ങൾക്കാണ് കൂടുതൽ ഡിമാൻഡ്. സപ്ലിയും ജംബുകനുമൊക്കെ ഇ ത്തരം കൊമ്പുകളിൽ നേരത്തേതന്നെ സ്ഥാനം പിടിക്കും.

ഒരു കൊമ്പിൽ നിന്ന് മറ്റൊരു കൊമ്പിലേക്ക് കുരങ്ങന്മാരെ പോലെ ചാടിവീഴുന്നത് ഒരു കാലത്ത് ഞങ്ങളുടെ വിനോദമായിരുന്നു. കയ്യൊ ന്നു തെന്നിയാൽ മതി താഴെ വീഴാൻ. ജിൽജിത്തും മോഹൻദാസും വി കാസുമൊക്കെ ഉയരമുള്ള കൊമ്പുകളിൽ കിടന്ന് ഇങ്ങനെ അഭ്യാസ പ്രകടനം നടത്തും. ഇത്തരത്തിലുള്ള ഒരു ചാട്ടത്തിലാണ് എന്റെ കൈ വിട്ടു പോവുകയും താഴെവീണ് കയ്യൊടിയുകയും ചെയ്തത്. അങ്ങനെ ഒരുമാസത്തോളം വികലാംഗനായി നടക്കേണ്ടി വന്നിട്ടുണ്ട്.

മരത്തിന്റെ കൊമ്പുകളിൽ എന്നെന്നും നിലനിൽക്കാൻ പാകത്തിൽ സ്വന്തം പേരുകൾ കൊത്തിവയ്ക്കുമായിരുന്നു ഞങ്ങൾ. ഇങ്ങനെ കൊ ത്തിവച്ച പേരുകൾ സമയം കിട്ടുമ്പോഴൊക്കെ വന്നു നോക്കും. ആഴ്ച കളും മാസങ്ങളും കഴിഞ്ഞാലും മായാതെ നിൽക്കുന്ന ആ ലിഖിതങ്ങൾ വർഷങ്ങൾക്കു ശേഷവും ഇവിടെ ഇങ്ങനെതന്നെ കാണും എന്ന ചിന്ത യിൽ ഞങ്ങൾ നിർവൃതിയടയും. വരുംവർഷങ്ങൾ എന്നത് ഞങ്ങളെ സംബന്ധിച്ചിടത്തോളം മനസ്സിൽ ഇരുൾമൂടുന്ന, പുലർകാല മൂടൽമഞ്ഞി നപ്പുറത്തുള്ള അവ്യക്ത ദൃശ്യം പോലെ, നിർവചിക്കാനോ ചിന്തിക്കാ നോ പോലും കഴിയാത്ത ഒന്നാണ്.

ചില കശുമാവിൻ കൂട്ടങ്ങൾക്കിടയിൽ നിരപ്പായ ചെറുസമതലങ്ങൾ കാണും. അവിടെയാണ് സോക്സുകൾ കൊണ്ട് പന്ത് ഉണ്ടാക്കി ക്രിക്ക റ്റ് കളിക്കാറ്. ഞായറാഴ്ച പകൽസമയത്തെ ഒഴിവുനേരത്താണ് ഇങ്ങ നെ ആരും കാണാതെയുള്ള ഒളിച്ചുകളികൾ. കശുമാവിൻ തോപ്പിലു ള്ള ഈ ലീലാവിലാസങ്ങൾ അധ്യാപകർ ആരെങ്കിലും കണ്ടുകഴി ഞ്ഞാൽ പെട്ടതുതന്നെ. പിന്നെ അതുമതി പൊല്ലാപ്പാകാൻ. ഇതൊന്നും വകവയ്ക്കാതെ ചില കൂട്ടർ അറ്റമില്ലാത്ത തോപ്പുകൾക്കിടയിലൂടെ കാ ടിന്റെ ഉള്ളിലേക്ക് നടന്നു ചെല്ലും. അവിടങ്ങളിലെ ചില കശുമാവിനു കീഴിൽ കറുപ്പുനിറത്തിലുള്ള പ്ലാസ്റ്റിക് വീപ്പകൾ കണ്ടിട്ടുണ്ട്. ആരാണി വ ഇവിടെ കൊണ്ടുവെച്ചതെന്നോ അതിനകത്ത് എന്താണെന്നോ നമു

ക്ക് അറിവുണ്ടായിരുന്നില്ല. ഞങ്ങളെ സംബന്ധിച്ചിടത്തോളം ഇവിടെ ക ടന്നു വന്നിട്ടുള്ളവർ രണ്ടു കൂട്ടർ മാത്രമാണ്. ഒന്ന് കശുവണ്ടികൾ പാട്ട ത്തിനെടുത്തവർ. മറ്റേ കൂട്ടർ ഞങ്ങൾ തന്നെ. ഇതു രണ്ടുമല്ലാത്ത കൂട്ട രെ പറ്റി ഞങ്ങൾക്ക് യാതൊരു വിവരവുമില്ല.

ഒരുദിവസം എക്സൈസസ് വകുപ്പിന്റെ ജീപ്പുകൾ കുന്നു കയറിവ ന്നു. കശുമാവിൻ തോപ്പുകളിൽ കണ്ട വീപ്പകളിൽ വാറ്റു ചാരായമായി രുന്നെന്നും രാത്രികാലത്ത് കുന്നിന്റെ ഉൾപ്രദേശത്തുള്ള കാടുകളിൽ പലയിടങ്ങളിലായി വൻതോതിൽ കള്ളവാറ്റ് നടത്താറുണ്ടെന്ന കാര്യ വും ഞങ്ങൾ അറിഞ്ഞത് ഞെട്ടലോടെയാണ്. ഈ വാറ്റു കേന്ദ്രങ്ങളു ടെയൊക്കെ നടത്തിപ്പുകാരൻ നമ്മുടെ കൂമൻ ആണെന്നറിഞ്ഞപ്പോൾ ഞങ്ങൾ ശരിക്കും അതിശയപ്പെട്ടു. രണ്ടു ജീപ്പുകളിലായി വന്ന എക് സൈസസ് സംഘം കൂമനെയും പണിക്കാർക്കിടയിലെ മറ്റു രണ്ടുപേരെ യും അറസ്റ്റ് ചെയ്തു കൊണ്ടുപോയി. കൂടെ ആയിരം ലിറ്ററോളം ചാരാ യവും പിടിച്ചെടുത്തു. പണിക്കാർക്ക് വേണ്ടിയുള്ള ഹോട്ടൽ എന്നുള്ള ത് കൂമനെ സംബന്ധിച്ചിടത്തോളം കള്ളവാറ്റ് നടത്താനുള്ള ഒരു മറ മാ ത്രമായിരുന്നു. മാക്രിയുടെ അഞ്ഞൂറ് രൂപയല്ല ഹോട്ടലിലെ മുഴുവൻ സാധനവും സൗജന്യമായി കൊടുത്താൽ പോലും കൂമന് ലാഭം തന്നെ. അത്രയ്ക്കായിരുന്നു മൂപ്പരുടെ വാറ്റുചാരായവാണിഭം.

അതുവരെ ഞങ്ങൾ ആരാധിച്ചുപോന്ന മാക്രിയെയും കൂട്ടരേയും നി ഷ്പ്രഭരാക്കിക്കൊണ്ട് ജീപ്പിന്റെ പിൻസീറ്റിൽ ഒരു ധീരയോദ്ധാവിനെ പോ ലെ പുഞ്ചിരിതൂകി കൂമൻ നിവർന്നിരുന്നു. കൂമനെയും തൊണ്ടിമുത ലും വഹിച്ചുകൊണ്ട് ജീപ്പുകൾ പടിഞ്ഞാറൻ റോഡ് വഴി കുന്നിറങ്ങി പ്പോയി.

31. സായാഹനം

ഇംഗ്ലീഷ് മാധവൻ, മാത്സ് മാധവൻ, ബെന്നി സാർ.. പുതിയ അ
ധ്യാപകർ പലരും വന്നു. പഴയവർ പലരും പോയി. പോയവരുടെ കൂട്ട
ത്തിൽ നെൽസൺ സാറും.

മാതാ പിതാ ഗുരു ദൈവം എന്നാണല്ലോ. മാതാപിതാക്കളിൽ നി
ന്നും വിട്ടു താമസിക്കുന്ന ഞങ്ങൾക്ക് ആദ്യത്തെയും അവസാനത്തെ
യും അഭയ കേന്ദ്രം അധ്യാപകർ തന്നെയായിരുന്നു. സഹപാഠികൾക്ക്
പുറമേ ഞങ്ങളുടെ ഈ ചെറിയ ലോകത്ത് സംഭവിക്കാവുന്ന ഓരോ
കൊച്ചു കൊച്ചു കാര്യങ്ങൾക്കും പിന്നിൽ നേരിട്ടോ അല്ലാതെയോ കാര
ണക്കാരായി പലപ്പോഴും ഈ അധ്യാപകർ തന്നെ കാണും.

സ്കൂളിൽ ചേർന്ന ആദ്യദിനം മുതൽ ഞങ്ങളുടെയൊക്കെ ജീവിത
വുമായി അടർത്തി മാറ്റാൻ കഴിയാത്ത വിധം ഒട്ടിച്ചേർന്ന വ്യക്തിത്വമാ
യിരുന്നു നെൽസൺ സാറിന്റെത്. വാത്സല്യവും കരുതലും കൊതിച്ചു
നിന്നിരുന്ന നാളുകളിൽ ഞങ്ങളിൽ പലരുടെയും ഉള്ളിൽ ഭയവും വിങ്ങ
ലും നിറഞ്ഞു നിന്നതുകൊണ്ടാവണം നെൽസൺ സാറിന്റെ വിടവാ
ങ്ങൽ ആദ്യകാലങ്ങളിൽ ചിലരെങ്കിലും ഉള്ളാലേ ആഗ്രഹിച്ചത്. പക്ഷേ
സാറിന്റെ പൊടുന്നനെയുള്ള ഈ സ്ഥലം മാറ്റം ഞങ്ങൾക്ക് തെല്ല് ആ
ശങ്കയും വിഷമവും ഉളവാക്കി. വർഷങ്ങളായി ബന്ധനസ്ഥനായി കഴി
യേണ്ടിവന്ന ഒരാൾക്ക് തന്നെ തട്ടിക്കൊണ്ടുവന്നവനോട് തോന്നുന്ന ഒ
രുതരം സ്റ്റോക്ക്ഹോം സിൻഡ്രോം ഞങ്ങളെയൊക്കെ ബാധിച്ചു എന്നു
തോന്നുന്നു. സാറിന്റെ കാർക്കശ്യതയും ശിക്ഷാരീതികളും ഇല്ലായിരു
ന്നെങ്കിൽ ഒരുപക്ഷേ നിയന്ത്രണമില്ലാത്ത സ്വാതന്ത്ര്യത്തിൽ ആറാടി അ
ലക്ഷ്യതയോടെ മടിയൻമാരായി ഉഴപ്പിപ്പോയേനെ എന്നതാണ് സത്യം.

അതിരാവിലെ എഴുന്നേറ്റ് ഓട്ടവും വ്യായാമങ്ങളും സമയക്രമം പാ
ലിച്ച് ഉള്ള കുളിയും അസംബ്ലിയുമെല്ലാം ഇന്നീ കാണുന്നതുപോലെ
ആക്കിതീർത്തത് നെൽസൺ സാറിന്റെ അന്നത്തെ പിടിവാശി കൊണ്ട്
മാത്രമാണെന്ന് പറയേണ്ടിവരും. വർഷങ്ങളായി തുടർന്ന ചര്യകൾ പി

ന്നീട് ഒരു സംസ്കാരമായി മാറി എന്നതാണ് യാഥാർത്ഥ്യം. ആ പ്രതാ പകാല ശൗര്യത്തിന്റെ ഓർമ്മകൾ അയവിറക്കാനുള്ള അവശേഷിപ്പു മാത്രമെന്നോണം സടകൊഴിഞ്ഞ സിംഹരാജനെപ്പോലെയായി തീർന്നി രിക്കുന്നു ഇന്ന് നെൽസൺ സാർ.

പടിഞ്ഞാറൻ വെയിലേറ്റ് പാറപ്പുറത്തു നീണ്ടുവളർന്ന ഉണക്കപ്പുല്ലു കൾ സ്വർണ്ണനിറമാർന്ന് വെട്ടിത്തിളങ്ങിയ ഒരു സായാഹ്നത്തിൽ, വള്ള്യാ യി ഭാഗത്തേക്ക് നീണ്ടു കിടന്നിരുന്ന റോഡിലൂടെ നെൽസൺ സാർ യാത്രയായി. ഒരു കാര്യം തീർച്ചയാണ്. കുഞ്ഞുമനസ്സുകൾ ഗൃഹാതുര ത്വത്താൽ വിങ്ങിപ്പൊട്ടിയ ആ നാളുകളിൽ ഒരല്പം വാൽസല്യം ചൊരി യാൻ മനസ്സ് കാണിച്ചിരുന്നെങ്കിൽ ഇന്നീ സായാഹ്നം കണ്ണീർപുഴയായ് മാറിയേനെ. ഒരുപക്ഷേ നെൽസൺ സാർ അറിഞ്ഞുകൊണ്ട് തിരഞ്ഞെ ടുത്ത പാതയാവാം ഇത്. അത്രയെളുപ്പമല്ലാത്ത ഒരു പാത. ഞങ്ങൾക്കി ടയിൽ കാർക്കശ്യതകൾ മാറ്റിവെച്ച് തമാശകൾ പറഞ്ഞ് ചിരിച്ചു കളിച്ച് നടക്കുക എന്നത് അത്ര ബുദ്ധിമുട്ടുള്ള കാര്യമല്ല. എളുപ്പം ചെയ്യാവുന്ന ഒരു മാർഗമാണത്. ഞങ്ങളുടെ നല്ലൊരു ഭാവിക്ക് വേണ്ടി അതെല്ലാം മാ റ്റിവെച്ചതാവാം. ഞങ്ങളറിയാതെ ഞങ്ങൾക്കുവേണ്ടി എരിഞ്ഞടയുകയാ യിരുന്നോ സാർ..?

32. ഏപ്രിൽ ഫൂൾ

ഞങ്ങൾക്ക് മേൽ അധികാരം ഉള്ളവരോടെല്ലാം ഒരുതരം വൈരാഗ്യ ബുദ്ധിയോടെ പെരുമാറിയിരുന്ന കാലമായിരുന്നു അത്. അവസരം കിട്ടുമ്പോഴൊക്കെ അധ്യാപകരെക്കുറിച്ച് ഗോസിപ്പുകൾ പറയുകയും അവരെ സ്വകാര്യമായി തെറിവിളിക്കുകയും അവർക്കെതിരെ നല്ല പണി കൊടുക്കണം എന്നൊക്കെ ചിന്തിച്ച് ഒരുതരം വിറളി പിടിച്ചു നടന്നിരുന്ന ഒരു കൂട്ടമായിരുന്നു അക്കാലത്ത് ഞങ്ങൾ. ഞങ്ങളോട് സ്നേഹത്തോടെ പെരുമാറുന്നവർക്ക് ചങ്കു പറിച്ചു കൊടുക്കാനും ദേഷ്യപ്പെടുന്നവരെ പ്രാകി കൊല്ലാനും വെമ്പിയിരുന്ന കാലം.

ഗെയിംസ് ടൈമിനു മുമ്പേ ക്രിക്കറ്റ് ബോളോ ബാറ്റോ കയ്യിൽ കിട്ടില്ല. ഇനി അതിനു സമയമായാൽ തന്നെ കുറച്ചു പേർക്കേ കളിക്കാൻ സാധിക്കൂ. കൊച്ചിയും കാക്കയുമൊക്കെ നേരത്തെതന്നെ ഗ്രൗണ്ടിൽ എത്തി സ്ഥാനമുറപ്പിച്ചുകാണും. അപ്പോൾപിന്നെ ബാറ്റ് ചെയ്യാൻ പോയിട്ട് ബോൾ കൈകൊണ്ട് തൊടാൻ പോലും കിട്ടില്ല. അതുകൊണ്ട് ഇടവേള കിട്ടുമ്പോഴൊക്കെ കളിക്കാൻ പുതിയതരം ക്രിക്കറ്റ് കളി ഞങ്ങൾ കണ്ടെത്തി. ഇവിടെ പന്താണ് താരം. മൂന്നുനാലു സോക്സുകൾ ചുരുട്ടിക്കെട്ടി പന്തുണ്ടാക്കും. സോക്സിന്റെ ഇലാസ്തികതയിൽ പന്ത് റബ്ബർ പോലെ കുത്തി പൊങ്ങുകയും ചെയ്യും.

പറങ്കിമാവിൻ ചുവട്ടിലും പാറപ്പുറത്തും ഹോസ്റ്റൽ പരിസരത്തും ഒക്കെ സോക്സ് ബോൾ കൊണ്ടുള്ള ഈ ക്രിക്കറ്റ് കളി പതിവായി. പലപ്പോഴും പല അധ്യാപകരും ഇത് കണ്ടു വഴക്കു പറയും. പക്ഷേ, ഇതൊന്നും വകവെക്കാതെ ഞങ്ങൾ ഒളിച്ചും പാത്തും ഈ അനൗദ്യോഗിക ക്രിക്കറ്റ് കളി തുടർന്നു.

ഇങ്ങനെ ഒരു കളിക്കിടയിൽ ഒരു ദിവസം ഞാൻ ബാറ്റ് ചെയ്യാം എന്നു പറഞ്ഞുകൊണ്ട് ഒരു യുവാവ് കടന്നു വന്നു. കാണാൻ സുന്ദരനും സുമുഖനുമായ അദ്ദേഹം മിത്തുട്ടിന്റെ കയ്യിൽ നിന്നും ബാറ്റ് വാങ്ങി മാക്രിയോട് പന്തെറിയാൻ പറഞ്ഞു. അധ്യാപകരെല്ലാം എതിർപ്പോടെ ക

ണ്ട ഈ സോക്സ് കളിയോട് അനുഭാവം പ്രകടിപ്പിച്ച ഇദ്ദേഹം പുതു തായി ജോയിൻ ചെയ്ത സ്റ്റാഫ് ആരെങ്കിലും ആയിരിക്കും എന്ന് ഞ ങ്ങൾ ഊഹിച്ചു. ഈ സംഭവം ഏതായാലും ഞങ്ങൾക്ക് നന്നായി ഇഷ്ട പ്പെട്ടു.

അടുത്തദിവസം രാവിലെ പി.ടി. ചെയ്യാൻ ഇറങ്ങിയപ്പോഴാണ് മ റ്റൊരു സത്യം അറിഞ്ഞത്. ഇന്നലെ ഞങ്ങളുടെ കൂടെ കളിച്ച അയാൾ മറ്റാരുമല്ല. നെൽസൺ സാറിന് പകരം പുതുതായി എത്തിച്ചേർന്ന പി.ടി. സാർ..!

പേര് ജോസൻ.

പി.ടി. സമയം ഇനി മുതൽ ടെൻഷനടിക്കേണ്ട നേരമല്ലെന്നത് ആ ശ്വാസമായി. അദ്ദേഹം ഞങ്ങളുടെ ജെസി ടീച്ചറുടെ ഭർത്താവാണെന്ന് മനസ്സിലായത് പിന്നീടാണ്. ജോസൻ സാർ ഞങ്ങളോട് വളരെ സൗ ഹാർദ്ദപരമായാണ് പെരുമാറിയത്. നമ്മളിൽ ഒരാളെ പോലെ തമാശ പ റഞ്ഞും ചിലരെ തമാശപൂർവ്വം കളിയാക്കിയും സാർ നമുക്കിടയിൽ ന ല്ലൊരു സ്ഥാനം നേടിക്കഴിഞ്ഞിരുന്നു.

നാളെ ഏപ്രിൽ ഒന്ന്. ഇന്ന് ആരെയാണ് ഫൂൾ ആക്കേണ്ടത് എന്ന ചർച്ചയാണ് ഹോസ്റ്റലിൽ നടക്കുന്നത്.

'അധ്യാപകരിൽ ഒരാൾക്കിട്ട് തന്നെ പണി കൊടുക്കണം.' എന്ന് അഭിപ്രായപ്പെട്ടത് ചൂത്തനാണ്.

അങ്ങനെയെങ്കിൽ ആർക്ക്? മാധവൻ സാറിനിട്ട് കൊടുക്കാം എന്ന് വെച്ചാൽ ധൈര്യം പോരാ. പിന്നെ ബെന്നി സാർ, ലിബ്രു വിനോദ് സാർ, സജീവൻ സാർ.. ഒന്നും സുരക്ഷിതമല്ല. അവസാനം നറുക്കുവീണത് താരതമ്യേന നിരുപദ്രവകാരിയായ കമ്പൻ സജി സാറിനാണ്.

രാത്രി ഒരു പന്ത്രണ്ട് മണിയായി കാണും. ചൂത്തനും വണ്ടിയും ജിൽ ജിത്തും മാക്രിയുമടക്കം ഞങ്ങൾ ഒരു പത്തുപന്ത്രണ്ട് പേർ കമ്പന്റെ കമ്പ്യൂട്ടർ ലാബ് ലക്ഷ്യമാക്കി നടന്നു. വരാന്തയിൽ ലാബിന്റെ പടിവാ തിൽക്കലിൽ എന്തെങ്കിലും പണിയൊപ്പിക്കണം എന്നു കരുതിയാണ് വന്നത്. നാളെ രാവിലെ കമ്പൻ ഇവിടെ എത്തുമ്പോൾ ഒന്നു ഞെട്ട ണം. അതാണ് പ്ലാൻ.

'വാതിലിന് പുറത്ത് വേണ്ട, അകത്തുതന്നെ പണി കൊടുക്കണം' എന്ന് വണ്ടി പറഞ്ഞപ്പോൾ, താക്കോലിട്ടു പൂട്ടിയ വാതിൽ തുറന്നു എ ങ്ങനെ അകത്തു കടക്കും എന്നായി ഞങ്ങൾ. ഒടുവിൽ അകത്തേക്ക് പ്രവേശിക്കാൻ ഉള്ള വഴി തേടി ഞങ്ങൾ ലാബിന്റെ പിറകിലെത്തി. അ വിടുത്തെ ജനൽപ്പാളികൾ ഒക്കെ അടഞ്ഞു കിടന്നിരുന്നു. അകത്തേക്ക്

കടക്കാൻ ഒരു മാർഗ്ഗവുമില്ല എന്നു ചിന്തിച്ചിരിക്കുമ്പോഴാണ് മാക്രിയു ടെ തോളിലും ചുവരിലുമായി ചവിട്ടി നിന്ന് ജിൽജിത്ത് മേൽക്കൂരയി ലെ ആസ്ബറ്റോസിന് താങ്ങായ കമ്പിയിൽ പിടിച്ച് തൂങ്ങിയത്. ഒരു നിമിഷം കൊണ്ട് മേൽക്കൂരയ്ക്കു ചുവരിനും ഇടയിലുള്ള, കഷ്ടിച്ച് ഒ രാൾക്ക് മാത്രം പ്രവേശിക്കാൻ കഴിയുന്ന ചെറിയ വിടവിലൂടെ, ചെരി ഞ്ഞു കിടന്ന് അവൻ അകത്തേക്ക് ഊർന്നിറങ്ങി.

അകത്ത് രണ്ടു മേശകളും കുറേ കസേരകളും ഒന്നിനു മുകളിൽ മ റ്റൊന്നായി വാതിലിനു പിറകെ അട്ടിയായി വെച്ചു. ജനൽ തുറന്ന് അ വൻ ചെയ്ത മഹത്തായ കാര്യം ഞങ്ങളെ കാണിക്കുകയും ചെയ്തു. ഇനി നാളെ രാവിലെ ലാബിന്റെ വാതിൽ തുറക്കാൻ കമ്പൻ പാടുപെ ടും. ഇനി തുറന്നാലോ.. കാണുന്നത് അട്ടിയട്ടിയായി വീഴുന്ന കസേര കൾ..!

33. ഗുണ്ടായിസം

ആവശ്യത്തിനും അനാവശ്യത്തിനുമുള്ള അന്യോന്യം വാക്കുതർക്ക വും കശപിശയും കൈയാങ്കളിയുമൊക്കെ ഹോസ്റ്റലിൽ പതിവായിരു ന്നു. ചോട്ടുവും പോഷ്ക്കാറുമൊക്കെ വായ്ക്കത്തെ നാവുകൊണ്ട് മാ ത്രം ജീവിച്ചു പോകുന്നവരാണ്. തൊട്ടതും പിടിച്ചതുമൊക്കെ തർക്ക ത്തിലേ കലാശിക്കൂ ഇവർക്ക്. പക്ഷേ ചൂത്തനും കോശിക്കും വികാസി നുമൊക്കെ വാക്ക് തർക്കത്തിലല്ല താൽപര്യം. കായിക തർക്കത്തിലാ ണ്. കോശിയും ചൂത്തനും തമ്മിൽ എത്രയോ തവണ അടിപിടി ഉണ്ടാ യിരിക്കുന്നു. ഇടിച്ചും തൊഴിച്ചും നിലത്തു വീണു മറിഞ്ഞും, മുഖത്തു മാന്തി ചോരയൊലിച്ചും പലതവണ. രണ്ടുപേരും എന്റെ ഉറ്റ സുഹൃ ത്തുക്കൾ ആയതുകൊണ്ട് ഈ അടിപിടികളൊക്കെ വേദനയോടെയേ നോക്കിക്കണ്ടിട്ടുള്ളൂ. പലപ്പോഴും ഇത്തരം കൈയ്യാങ്കളികൾ പിടിച്ചു മാ റ്റുന്നത് കൊച്ചിയും കോപ്പറുമൊക്കെ ആയിരിക്കും.

ആറാംക്ലാസ് തൊട്ടേ ഞങ്ങളുടെ അപ്രഖ്യാപിത ലീഡർ ആയിരു ന്നു കൊച്ചി. അവന്റെ അമ്മവീടോ മറ്റോ കൊച്ചിയിലാണ് പോലും. അ ങ്ങനെ വീണതാണ് ആ പേർ.

ഉയരവും തടിമിടുക്കും കൊണ്ട് ഞങ്ങളിൽ മുൻപന്തിയിൽ നിൽക്കു ന്നത് രണ്ടുപേരാണ്. കൊച്ചിയും ഗിരിബാബുവും. ഫുട്ബോളിലും ക്രി ക്കറ്റിലും വോളിബോളിലും ഓട്ടമത്സരങ്ങളിലും അങ്ങനെ സകലമാന കായികയിനങ്ങളിലും കേമനായതുകൊണ്ട് നെൽസൺ സാറിന്റെ ക ണ്ണിലുണ്ണിയായിരുന്നു കൊച്ചി. ഗിരിബാബു ആണെങ്കിൽ സാറിന്റെ ക ണ്ണിൽ ഒരു ആൾക്കൂട്ടത്തെ മൊത്തം വഴിതെറ്റിക്കാൻ പാകത്തിലുള്ള മോഹൻദാസ് ശൈലിയിൽ ഉഴപ്പിനടക്കുന്നവൻ. അതുകൊണ്ടുതന്നെ യാവണം കൊച്ചിയെ രാവിലത്തെ കായികപരിശീലനവും വൈകു ന്നേരത്തെ ഗെയിംസുമൊക്കെ നിയന്ത്രിക്കാൻ നെൽസൺ സാർ ഏർ പ്പാടാക്കിയത്. അവനത് ഭംഗിയായി നിറവേറ്റി പോന്നു. അനുസരണ ക്കേട് കാട്ടുന്നവരുടെ പേരെഴുതി സാറിനെ ഏൽപ്പിക്കും. ചില നേരങ്ങ ളിൽ സാറിന്റെ ആജ്ഞാനുസരണം ഞങ്ങളിൽ അച്ചടക്കമില്ലാത്തവരെ ശിക്ഷിക്കാനും അവൻ മടികാട്ടാറില്ല. ചിലപ്പോൾ മൈതാനത്തിനു ചു റ്റും പലതവണ ഓടിപ്പിക്കും. ചിലപ്പോൾ മുട്ടിന്മേൽ ഇരുത്തിക്കും. അ ങ്ങനെ പല രീതിയിലുള്ള ശിക്ഷകൾ..അതുകൊണ്ടുതന്നെ ആദ്യകാല ങ്ങളിൽ ഞങ്ങൾക്ക് അവനെ കുറച്ചു പേടിയുമായിരുന്നു. ഇക്കാരണ ങ്ങൾ കൊണ്ട് കൊച്ചിക്കും ഞങ്ങൾക്കുമിടയിൽ തുടക്കംമുതലേ ഒരു അകൽച്ച നിലനിന്നിരുന്നു എന്നതാണ് സത്യം.

പക്ഷേ നെൽസൺ സാർ പോയതോടെ കൊച്ചി ആളാകെ മാറിപ്പോ യി എന്നുവേണേൽ പറയാം. ഞങ്ങളുടെ എല്ലാ ഉഴപ്പുകൾക്കും അവൻ കൂടെ നിന്നു. കൊച്ചി പൂർണമായും ഞങ്ങളുടെ ഭാഗത്തു നിന്നുകൊ ണ്ട്, ഞങ്ങൾക്ക് വേണ്ടി പൊരുതിയ സംഭവമുണ്ടായിട്ടുണ്ട്. അവൻ മാ ത്രമല്ല, ഇണങ്ങിയും പിണങ്ങിയും കഴിഞ്ഞുപോന്ന ചൂത്തനും കോശി യും പോഷ്കാറും മാക്രിയും അങ്ങനെ ഞങ്ങൾ എല്ലാവരും ഒത്തൊരു മയോടെ ചേർന്നുനിന്നൊരു സംഭവം.

ഞങ്ങളുടെ ബാച്ചിലുള്ള ഉത്തർപ്രദേശുകാർ സത്യത്തിൽ പഞ്ചപാ വങ്ങളായിരുന്നു. അവരിലൂടെ ഞങ്ങൾക്ക് ആ നാടിനോട് തോന്നിയിരു ന്ന അവമതിപ്പ് ക്രമേണ ഇല്ലാതായി. യു.പി.യിൽ പോയ ഞങ്ങളുടെ സീനിയേഴ്സ് നൽകിയത്ര ഭീകരമായ ചിത്രമല്ല അവിടെയുള്ള ഞങ്ങളു ടെ തന്നെ ബാച്ചിലെ കുട്ടികൾക്ക് പറയാനുള്ളത്. ഭക്ഷണത്തിന്റേയും കാലാവസ്ഥയുടെയും പ്രശ്നങ്ങൾ തുടക്കത്തിൽ മാത്രമേ അവർക്ക് അ നുഭവപ്പെട്ടിട്ടുള്ളൂ. പിന്നീടങ്ങോട്ട് ഇവിടുത്തേക്കാൾ ഉഴപ്പും കുസൃതി യുമൊക്കെയായി സംഭവബഹുലമായിരുന്നു എന്ന് അവിടെ നിന്ന് അയ ച്ച കത്തുകളിൽ നിന്നും മനസ്സിലായി.

പക്ഷേ ഞങ്ങളുടെ ജുനിയേഴ്സ് ബാച്ചിലേക്ക് വന്ന ഉത്തർപ്രദേശു കാർ പ്രതീക്ഷിച്ചത്ര മര്യാദക്കാരായിരുന്നില്ല. ഇവിടെ അവർക്ക് കിട്ടി പ്പോന്ന പരിഗണനകൾ കേട്ടറിഞ്ഞ് ഉഴപ്പാൻ മാത്രമായി കേരളത്തിലേ ക്ക് വന്ന കൂട്ടരാണ് എന്നു തോന്നിപ്പോകും അവരുടെ പെരുമാറ്റം ക ണ്ടാൽ. കളിക്കളത്തിലെ തമ്മിലടിയും കക്കൂസ് ഉപയോഗിക്കുന്നതിലെ വൃത്തിയില്ലായ്മയും എത്ര ഉപദേശിച്ചാലും ആവർത്തിച്ചുകൊണ്ടിരിക്കു ന്ന അനുസരണയില്ലായ്മയുമെല്ലാം കൊണ്ട് അവർ ഒരു തെമ്മാടിക്കൂട്ട മായി മാറി.

നെൽസൺ സാർ പോയതിനുശേഷം അനുസരണക്കേട് കാട്ടുന്നവ രെ വരച്ച വരയിൽ നിർത്താൻ കഴിവുള്ള അധ്യാപകർ ആരും തന്നെയി ല്ല എന്നതാണ് സത്യം.

ഒരു രാത്രി മെസ്സിൽ ഭക്ഷണശേഷം ടിവിയിൽ ഏതോ ഹിന്ദി സീരി യൽ കണ്ടു കൊണ്ടിരിക്കുന്ന നേരം. കരണ്ട് പോയതും പൊടുന്നനെ അവിടെയാകെ ഇരുട്ടായി. മെഴുകുതിരികൾ കത്തിക്കുന്നതിനു മുമ്പു ള്ള കൂരാ കൂരിരുട്ടത്ത് ജുനിയേഴ്സ് പെൺകുട്ടികൾ ഇരിക്കുന്ന ഭാഗ ത്തേക്ക് ഏതോ ഒരു യു.പി.ക്കാരൻ പോയെന്നും അവിടെവെച്ച് ആരെ യോ ശല്യപ്പെടുത്താൻ ശ്രമിച്ചെന്നും ഒരു ശ്രുതി പടർന്നു. സംഭവത്തി ന്റെ നിജസ്ഥിതി അറിയുന്നതിനേക്കാൾ ഞങ്ങൾക്ക് താല്പര്യം ഉഴ പ്പൻമാരായ യു.പി.വാലകളെ എങ്ങനെയെങ്കിലും കൈകാര്യം ചെയ്യു ന്നതിലായിരുന്നു.

'സ്വന്തം പെങ്ങളെപോലെ കരുതേണ്ട ജുനിയേർസിനെ അപമാനി ച്ചവരെ വെറുതെ വിട്ടുകൂടാ..'

കൊച്ചിയാണ് വിളിച്ചുപറഞ്ഞത്.

ഇത് കേൾക്കേണ്ട താമസം..

'പെൺപിള്ളേരെ ശല്യം ചെയ്യുന്നോടാ പട്ടികളേ..'

എന്നലറിവിളിച്ചുകൊണ്ട് ചൂത്തനും സപ്ലിയും ഹിന്ദിക്കാർക്ക് മേൽ ചാടിവീണു. പിന്നെ ആകെ ബഹളമായി. പൊതിരെ അടിപിടി.. കരണ്ടു വന്നപ്പോൾ ബട്ടണുകൾ പൊട്ടിയ ഷർട്ടും മുഖത്ത് നഖം കൊണ്ട് മാ ന്തിയ പാടുകളുമായി കുറെ പേർ..

സംഭവം അതുകൊണ്ടൊന്നും തീർന്നില്ല. അന്നുരാത്രി ഇരുപക്ഷവും നാളെ എതിർഭാഗത്തെ നേരിടാനുള്ള ഗൂഢാലോചനയിൽ മുഴുകി. കൊ ച്ചിയും സപ്ലിയും പല ആശയങ്ങളും മുന്നോട്ടുവച്ചു. ചൂത്തനും മാക്രി യും അവരെ ഇപ്പോൾ ഈ രാത്രിയിൽ തന്നെ വക വരുത്തണം എന്ന അഭിപ്രായക്കാരായിരുന്നു.

അടുത്ത ദിവസം ക്ലാസ്സു കഴിഞ്ഞ് വൈകുന്നേരം ചായയും ബിസ്ക്കറ്റും കഴിക്കാൻ മെസ്സിൽ ആളുകൾ തടിച്ചു കൂടിയ നേരം. ആര് എപ്പോൾ തുടങ്ങി എന്നറിയില്ല. വെളിയിൽ പാറപ്പുറത്ത് കൂട്ടത്തല്ല്. യുപിക്കാർ അരയിൽ ഒളിപ്പിച്ചുവെച്ച സൈക്കിൾ ചെയിനുകളും വടികളും പുറത്തെടുത്ത് ആയുധമാക്കി. കൈക്കരുത്ത് കൊണ്ട് കൊച്ചിയും ചുത്തനും കോശിയുമൊക്കെ അവരെ നേരിട്ടു. അങ്ങനെ മെസ്സിനു വെളിയിലെ പാറപ്പുറം ഒരു യുദ്ധക്കളത്തിന് സമാനമായി. പത്തു മുപ്പതു പേർ അങ്ങോട്ടുമിങ്ങോട്ടും പൊതിരെ തല്ലുകയാണ്. മെസ്സിനകത്തുനിന്നും ജൂനിയേഴ്സും പെൺകുട്ടികളുമെല്ലാം ജനൽപ്പാളികളിലൂടെ ഭയപ്പാടോടെ എല്ലാം നോക്കിക്കാണുകയാണ്. കുറച്ചുപേർ മെസ്സിന് പുറത്തെ വരാന്തയിൽ തിങ്ങിക്കൂടി നിൽക്കുന്നു.

അതിനിടെ തിരക്കിൽ ഏതോ ഒരുത്തൻ തള്ളിയത് മൂലം ജിന്റോയുടെ നെറ്റി അവിടെ തൂക്കിയിട്ടിരുന്ന ബെല്ലിലിടിച്ചു. ബെല്ലെന്നു പറഞ്ഞാൽ ചെറിയ ഇരുമ്പ് കഷണം ഒന്നുമല്ല. വലിയ ലോറിയുടെ ഗിയർ വീൽ. ജിന്റോയുടെ നെറ്റിയിൽ നിന്ന് ചോര തുരുതുരെയൊഴുകി. ഇതുകൂടി കണ്ടതോടെ ഞങ്ങളിൽ സംയമനം പാലിച്ചവർകൂടി അക്രമാസക്തരായി. ഒടുവിൽ ലൈബ്രേറിയൻ വിനോദ് സാറും സജീവൻ സാറും ഇടപെട്ടാണ് രംഗം ശാന്തമാക്കിയത്.

സത്യത്തിൽ യു.പി.വാലകൾക്കാണ് കണക്കിന് കിട്ടിയത്. അവരുടെ സൈക്കിൾ ചെയിനും വടിയും ഗുസ്തിയുമൊന്നും ഭൂരിപക്ഷം വരുന്ന നമ്മുടെ നാടൻ തല്ലിനു മുന്നിൽ വിലപോയില്ല എന്നതായിരുന്നു സത്യം. അവരിൽ പലർക്കും നിവർന്നു നടക്കാൻപോലും പറ്റാത്ത പാകത്തിലാണ് അടിയേറ്റത്. സൈക്കിൾ ചെയിനുകൾ പോലുള്ള ആയുധങ്ങൾ കൈകാര്യം ചെയ്ത അവന്മാരെ വെറുതെ വിട്ടുകൂടാ എന്ന് അധ്യാപകർക്ക് ഇടയിൽ തന്നെ സംസാരം ഉണ്ടായി. മാത്രമല്ല തിരക്കിനിടെ ജിന്റോയ്ക്ക് പറ്റിയ ചോരയൊലിക്കുന്ന മുറിവ് നമുക്കൊരു തുറുപ്പു ചീട്ട് ആവുകയും ചെയ്തു.

പക്ഷേ ഇന്നലെ രാത്രി ആദ്യം പ്രകോപിതരായി അവരെ മർദ്ദിച്ചത് നമ്മളാണ്. കൂടുതൽ മർദ്ദനമേറ്റത് അവർക്കും. സീനിയേഴ്സ് എന്ന നിലയിൽ കൂടുതൽ അച്ചടക്കവും സംയമനവും പാലിക്കേണ്ടത് നമ്മൾ ആയിരുന്നു. പക്ഷേ അവന്മാർക്ക് ഒരു പണി കൊടുക്കാൻ തക്കം നോക്കിയിരിക്കുകയായിരുന്ന നമുക്ക് ഇതിലൊന്നും തെല്ലും പശ്ചാത്താപം തോന്നിയില്ല. അധികൃതരുടെ ഭാഗത്തുനിന്ന് രണ്ടുകൂട്ടർക്കും ശിക്ഷ കിട്ടുമെന്ന് ഉറപ്പാണ്.

പക്ഷേ ഞങ്ങളോട് തന്നെ അനുകമ്പ തോന്നുവാൻ കൊച്ചി ഒരു മു
ഴം മുന്നേ കരുക്കൾ നീക്കി.

പ്രിൻസിപ്പാൾ ഞങ്ങളെ വിളിച്ചു വരുത്തുന്നതിനുമുൻപേ കൊച്ചി പ
രിക്ക് പറ്റിയ ജിന്റോനെയും മറ്റു പലരെയും കൂട്ടി ആന്ധ്രക്കാരനായ പു
തിയ പ്രിൻസിപ്പാളിനെ ചെന്നുകണ്ടു. നാളിതുവരെയുള്ള യുപിവാലക
ളുടെ ഉഴപ്പും, ഇന്നലെ മെസ്സിൽ കറണ്ട് പോയപ്പോൾ നടന്ന സംഭവ
വും, ഹോസ്റ്റലിൽ അവർ സൈക്കിൾ ചെയിൻ പോലുള്ള ആയുധങ്ങൾ
സൂക്ഷിച്ചു വെച്ചതും എല്ലാം തെല്ലു പൊലിപ്പോടെ പറഞ്ഞുകേൾപ്പിച്ചു.
പ്രതീക്ഷിച്ചതുപോലെ പ്രിൻസിപ്പാളിനും മറ്റ് അധ്യാപകർക്കും യുപി
ക്കാരുടെ ഗുണ്ടാ സ്വഭാവത്തിന്റെ ഒരേകദേശ രൂപം പിടികിട്ടി.

ആയുധങ്ങൾ ഹോസ്റ്റലിൽ സൂക്ഷിച്ചു വെച്ചതിന് ഭോജ്പുരികളെ
പ്രിൻസിപ്പാൾ ശാസിച്ചു. ഇത് ജോൺപുരിലുള്ള അവരുടെ മാതൃവിദ്യാ
ലയത്തെ അറിയിക്കുമെന്നും ഇനി ഇത്തരം ദുഷ്പ്രവൃത്തികളിൽ ഏർ
പ്പെടുന്നവരെ ടി.സി. കൊടുത്ത് പറഞ്ഞയക്കും എന്നും താക്കീതു നൽ
കി.

ഞങ്ങൾക്കെതിരെ യാതൊരു നടപടിയോ ശാസനയോ ഉണ്ടായില്ല.
ഇതറിഞ്ഞ അവർ അടുത്ത ദിവസം രാവിലെ കൂട്ടത്തോടെ ഭക്ഷണം ക
ഴിക്കാതെ ഒരു മരത്തിന് കീഴിൽ കുത്തിയിരിപ്പ് സമരം തുടങ്ങി. അധ്യാ
പകർ പലരും മര്യാദയുടെ ഭാഷയിൽ അപേക്ഷിച്ചിട്ടും അവർ ഭക്ഷണം
കഴിക്കാൻ കൂട്ടാക്കിയില്ല. ഉച്ചനേരത്തും അവർ നിരാഹാരം തുടർന്നു.
ഞങ്ങളെ ശിക്ഷിക്കണം എന്നതായിരുന്നു അവരുടെ പ്രധാന ആവശ്യം.

പക്ഷേ എല്ലാവരുടെയും ശ്രദ്ധയും സംസാരവിഷയവും ഞങ്ങളെ
ക്കുറിച്ചായിരുന്നു. ജൂനിയേഴ്സും പെൺകുട്ടികളുമടക്കം ഞങ്ങളെ സ
ഹതാപത്തോടെ നോക്കി.

'പാവങ്ങൾ.. നല്ല അടി കിട്ടിയിട്ടുണ്ടെന്ന് തോന്നുന്നു.'

'അവർ സൈക്കിൾ ചെയിനുമൊക്കെയായിട്ടാ ഇവരെ അടിച്ചത്.'

'കണ്ടോ.. ഒരുത്തന്റെ നെറ്റിയിലെ വലിയകെട്ട്. ആഴത്തിൽ മുറിവ്
കാണും. പാവം..!'

ഇതിനെല്ലാം പുറമേ നെൽസൺ സാറിന് പകരം പുതുതായി ജോ
യിൻ ചെയ്ത ജോസൻ സാർ ഞങ്ങളുടെ അടുത്തുവന്നു സമാധാനിപ്പി
ച്ചു.

'സാരമില്ല മക്കളേ.. നിങ്ങൾ ഇനി അവരോട് പ്രതികാരം ചെയ്യാൻ ഒ
ന്നും നിൽക്കണ്ട. അവർ തനി ഗുണ്ടായിസം കൊണ്ട് നടക്കുന്നവരാണ്.'

ഞങ്ങൾ ഉള്ളിലെ വേദന കടിച്ചമർത്തുംവിധം ശോകമുകരായി തല

യാട്ടി കേട്ടുനിന്നു. അതേസമയം ഉള്ളിലെ ചിരിയടക്കാൻ നന്നേ പാടു പെടുകയും ചെയ്തു.

ഞങ്ങൾക്ക് ശിക്ഷയോ ശാസനയോ ഒന്നും കിട്ടിയില്ല. പക്ഷേ, ഒരു സംശയം ഇപ്പോഴും ബാക്കിയാണ്.

'സത്യത്തിൽ ആരായിരിക്കും ആ ഇരുട്ടിൽ പെൺകുട്ടികളെ ശല്യം ചെയ്തത്..?'

34. ടേക്ക് യുവർ സീറ്റ്

നാട്ടിൻപുറത്തെ സ്കൂളുകളിൽ നിന്നും കിട്ടിയ നമ്മുടെ മലയാള ത്തമുള്ള മംഗ്ലീഷും ഹിന്ദിവാലകളുടെ ഹിംഗ്ലീഷും കൊണ്ട് ക്ലാസ്സിൽ പൊറുതിമുട്ടിയിരിക്കുകയാണ് നമ്മുടെ പുതിയ ഇംഗ്ലീഷ് അധ്യാപകൻ മാധവൻ സാർ. സാറിന്റെ ക്ലാസിൽ എഴുന്നേറ്റ് നിന്ന് ശരിയായ രീതി യിൽ ഉത്തരം പറയുക എന്നത് തന്നെ ഒരു അസാധ്യമായ കാര്യമായി രുന്നു. പലപ്പോഴും നമ്മുടെ നാടൻ മംഗ്ലീഷ് കടന്നുവന്ന് ഉച്ചാരണം തെ റ്റും. അല്ലെങ്കിൽ എവിടെയെങ്കിലും ഒരു വ്യാകരണത്തെറ്റ്. ഇതെല്ലാം ശരിയാവുകയാണെങ്കിൽ ഉത്തരം തെറ്റായിരിക്കും. അതുകൊണ്ടുതന്നെ പൂർണ്ണ നിശബ്ദതയാണ് ക്ലാസിൽ ഉടനീളമുള്ള കൈമുതൽ.

ഒരിക്കൽ ജിൽജിത്തിനോട് 'വാട്ട് ഈസ് യുവർ മദർ?' എന്ന് ചോദി ച്ചപ്പോൾ 'മൈ മദർ ഈസ് എ കുക്കർ' എന്ന് പറഞ്ഞത് ഓർമ്മയുണ്ട്. അതുകേട്ട് പലരും ചിരിയമർത്തിപ്പിടിച്ചു. ഓടുന്നയാൾ റണ്ണർ. ഡ്രൈവ് ചെയ്യുന്നയാൾ ഡ്രൈവർ.. അപ്പോൾ കുക്ക് ചെയ്യുന്നയാളെ കുക്കർ എന്നു വിളിച്ചാൽ അതിൽ എന്താ ഇത്ര ചിരിക്കാൻ എന്ന തത്വത്തിൽ വിശ്വസിച്ച് ഭാവഭേദമില്ലാതെ ഇരുന്നവരുമുണ്ട്.

നമ്മുടെയൊക്കെ ഇംഗ്ലീഷ് ഭാഷ ഒന്നു മിനുക്കിയെടുത്ത് ഓക്സ് ഫോർഡ് പണ്ഡിറ്റുകളാക്കണം എന്നതായിരുന്നു മാധവൻ സാറിന്റെയൊ രു സ്വപ്നം. ആ അതിമോഹത്തിന് മലയാളികളായ നമ്മളെക്കാൾ വില ങ്ങുതടിയായി നിന്നത് ജയ്നാരായണും വിശ്വജിത്തും ഭട്നഗറും മറ്റുമട ങ്ങുന്ന ഭോജ്പൂരികളായിരുന്നു. ബിപിൻ ഭട്നാഗറിന്റെ 'ജീറോ' മാറ്റി 'സീറോ' ആക്കിയെടുക്കുവാൻ സാർ പലതവണ ശ്രമിച്ചതാണ്. വളഞ്ഞു പുളഞ്ഞ 'സിഗ് സാഗ്' യു.പി.വാലകൾക്ക് 'ജിഗ്ജാഗ്' ആയിരുന്നു.

ഒരിക്കൽ നമ്മുടെ സീനിയേഴ്സിന്റെ ക്ലാസ് റൂമിൽ വെച്ച് രസകര മായ ഒരു സംഭവമുണ്ടായി. ഭോജ്പുരിയുടെ ഈറ്റില്ലത്തിൽ നിന്നും വ ന്ന അരുൺ ഭാരതിയെ സ്പോക്കൺ ഇംഗ്ലീഷ് പഠിപ്പിക്കാൻ ശ്രമിച്ചതാ ണ് മാധവൻ സാർ.

തെക്കേ അമേരിക്കയെ മാത്രമല്ല ലോകം മുഴുവൻ കുളിരണിയിപ്പി ക്കുന്ന ആമസോൺ നദിയെ 'അമേജൻ' എന്ന് അവൻ വായിച്ചപ്പോൾ മാധവൻ സാറിന് സഹിച്ചില്ല. ബാക്ക് ബെഞ്ചിൽ ഇരുന്നിരുന്ന അവനെ സാർ ബോർഡിന് അരികിലേക്ക് വിളിച്ചു. ചൂരൽവടി എടുക്കുന്നതിനു പകരം ക്ഷമയോടെ സാർ ബോർഡിൽ 'zoo' എന്നെഴുതി. അവൻ 'ജൂ' എന്നു വായിച്ചു. പലകുറി ആവർത്തിച്ചും പലയടവുകൾ പ്രയോഗിച്ചും ആ 'ജൂ'വിനെ സാർ ഒരുവിധം 'സൂ' ആക്കി മാറ്റി. അതുപോലെ ജീ ബ്രെയ്ക്കും ജിബ്ബിനും ജൂമിനുമൊക്കെ മോക്ഷപ്രാപ്തി കിട്ടിയപ്പോൾ സാ റിന്റെ മുഖത്ത് ആത്മസംതൃപ്തിയുടെ ചെറുപുഞ്ചിരി വിടർന്നു.

അദ്ധ്യാപനത്തിന്റെ വിജയീഭാവത്തോടെ സാർ അവനോട് 'Take your seat' എന്നു പറഞ്ഞുകൊണ്ട് അവനെ സ്വന്തം സീറ്റിലേക്ക് പറ ഞ്ഞയച്ചു. ബാക്ക് ബെഞ്ചിലെത്തിയ അരുൺ ഭാരതി അവനോടൊപ്പം ബെഞ്ചിലിരുന്നിരുന്ന സഞ്ജയ് ശുക്ലയെയും സുനിൽ ത്രിപാഠിയെയും അതിൽ നിന്നെഴുന്നേല്പിച്ച് ബലിഷ്ഠങ്ങളായ തന്റെ ഇരുകൈകളും കൊണ്ട് ബെഞ്ച് പൊക്കിയെടുത്തു.

ഭാരമേറിയ ബെഞ്ചും പൊക്കിപ്പിടിച്ച് അവൻ സാറിനരികിലേക്ക് വ ന്നുചോദിച്ചു.. 'Where sir..?'

35. ബെന്നി സാർ

ജീവശാസ്ത്രം പഠിപ്പിക്കാൻ എത്തിച്ചേർന്ന ബെന്നി സാർ വന്ന ഉട
നെ തന്നെ ഞങ്ങളെ ഒരുപാട് വഴക്കുപറഞ്ഞു. ക്ലാസിൽ കയറിയപ്പോൾ
ഞങ്ങൾ എഴുന്നേറ്റില്ല.. ഗുഡ്മോണിങ് പറഞ്ഞില്ല.. നിങ്ങൾ മര്യാദകെ
ട്ടവരാണ്.. എന്നൊക്കെ പറഞ്ഞു സാർ ഒരുപാട് പ്രശ്നമുണ്ടാക്കി. സാ
റെ കാണുമ്പോഴൊക്കെ ബഹുമാനപൂർവ്വം എഴുന്നേറ്റു നിൽക്കണമെ
ന്നും, അനുസരണക്കേട് കാണിക്കുന്നവർ ശിക്ഷിക്കപ്പെടുമെന്നും ജൂനി
യേർസിലെ ചിലർക്ക് അത്തരത്തിൽ അടികിട്ടിയിട്ടുണ്ടെന്നും വാർത്ത
പരന്നു. ഉത്തരേന്ത്യയിലെ ഏതോ സ്കൂളിൽ നിന്നും സ്ഥലംമാറ്റം കിട്ടി
ഇവിടേക്ക് വന്നതാണ്. അവിടുത്തെ ചിട്ടകൾ അതേപടി ഇവിടെയും പ
യറ്റുകയാണ് സാർ.

ഇംഗ്ലീഷ് മാധവൻ സാറിന്റെ അനുസരണാചട്ടങ്ങൾ ഞങ്ങളുടെ ക്ലാ
സിനുള്ളിൽ ഒതുങ്ങിനിന്നിരുന്നു. ഇതിപ്പോൾ ക്ലാസിനു പുറത്ത് വരാ
ന്തയിലും മെസ്സിലും വഴിയിലുമെല്ലാം സ്വാതന്ത്ര്യം നഷ്ടപ്പെട്ടതുപോലെ.

'ഇതെന്താ പട്ടാള ക്യാമ്പോ..? കുട്ടികളെ ഇങ്ങനെ പീഡിപ്പിക്കാൻ?
ബഹുമാനം എന്നൊക്കെ പറയുന്നത് പിടിച്ചു വാങ്ങേണ്ട കാര്യമാണോ?
ഞങ്ങൾ ഉള്ളാലെ മനസ്സറിഞ്ഞു കൊടുക്കേണ്ടതല്ലേ?'

'സാറിന്റെ ഈ രീതി തീരെ ശരിയല്ല. ഇത് ശരിയായ വിദ്യാഭ്യാസ
രീതിയുമല്ല.'

'ഒരു നല്ല അധ്യാപകൻ ഇങ്ങനെയൊന്നും ചെയ്യില്ല. അവനവന്റെ
പ്രവൃത്തിയിലൂടെയാണ് ബഹുമാനം പിടിച്ചു പറ്റേണ്ടത്. അല്ലാതെ പി
ടിച്ചുവാങ്ങിയല്ല..'

'മറ്റ് അധ്യാപകർക്ക് ഒന്നും ഈ പ്രശ്നം ഇല്ലല്ലോ..?'

ഇങ്ങനെ പലരും പല അഭിപ്രായങ്ങളും അങ്ങിങ്ങായി പറഞ്ഞു.

പക്ഷേ.. സാറിനെതിരെ ആര് പരാതിപ്പെടും? ആരോട് പരാതിപ്പെ
ടും? മറ്റ് അധ്യാപകർക്ക് മുകളിൽ വൈസ് പ്രിൻസിപ്പാൾ ചാർജ് കൂടി
ഉള്ള ആളാണ്. അതുകൊണ്ടുതന്നെ ആരോടും പരാതിപ്പെട്ടിട്ട് ഒരു കാ

ര്യവുമില്ല. പൊരുത്തപ്പെട്ടു പോവുക തന്നെ.

ഒന്നുകിൽ ഞങ്ങൾ സാർ പറയുന്ന കാര്യങ്ങൾ ശീലിച്ച് ഇവിടെ ജീ വിക്കുക. അല്ലെങ്കിൽ സാർ ഞങ്ങളുടെ ശീലങ്ങളുമായി പൊരുത്തപ്പെ ട്ടു പോവുക. ഇതിൽ ഏതെങ്കിലും ഒരു മാറ്റം സംഭവിച്ചേതീരൂ.

ഇതിൽ ഏതു മാറ്റമാണ് സംഭവിച്ചത് എന്ന് വ്യക്തമായി അറിയില്ല. മാസങ്ങൾക്കുശേഷം ഞങ്ങളിൽ കുറച്ചു പേർക്ക് ചെറിയ രീതിയിലെ ങ്കിലും ചില ബഹുമാന ശീലങ്ങൾ കൈവന്നു എന്നത് സത്യമാണ്. സാ റിന്റെ ദേഷ്യപ്പെടുന്ന സ്വഭാവം കുറഞ്ഞുവന്നു എന്നത് മറ്റൊരു സത്യം.

അങ്ങനെ ഇരു പക്ഷത്തിനും ഇടയിൽ ഉണ്ടായിരുന്ന പൊരുത്തക്കേ ട് ഭഗവത്പാദപുരി കുന്നിൻ മുകളിലെ ഈ വിദ്യാലയത്തിന്റെ തനതാ യ സംസ്കാരവുമായി ഇടകലർന്ന് ഇല്ലാതായി തീർന്നു എന്നു വേണം കരുതാൻ.

ബെന്നി സാർ ഇപ്പോൾ പഴയതു പോലെയയല്ല. ഞങ്ങളുമായി കൂടു തൽ ഇടപഴകാൻ തുടങ്ങി. ഇടയ്ക്കിടെ തമാശകൾ പറയും.. വ്യക്തിത്വ വികസനത്തെക്കുറിച്ച് സംസാരിക്കും. പുറംലോകത്തെ ലോക കാര്യ ങ്ങളെക്കുറിച്ച് സംവദിക്കും. ജൂനിയേഴ്സിനെ പഠിപ്പിച്ചു കൊണ്ടിരുന്ന ലാലി ടീച്ചറെ വിവാഹം ചെയ്തതിന് ശേഷമായിരുന്നു ഈ മാറ്റമത്ര യും.

അക്കാലത്ത് രാജ്യത്ത് അപൂർവം സ്കൂളുകളിൽ മാത്രം ഉണ്ടായിരു ന്ന കമ്പ്യൂട്ടർ ലാബ് നമ്മുടെ സ്കൂളിലും ഉണ്ടായിരുന്നു. ആഴ്ചയിൽ ഒ ന്നോ രണ്ടോ തവണ മാത്രമേ അതിനകത്തേക്ക് കയറാൻ ഭാഗ്യം ഉ ണ്ടാവാറുള്ളൂ.

ബേസിക് ലാംഗ്വേജ്ജും വേൾഡ് സ്റ്റാറുമൊക്കെയായിരുന്നു പ്രധാ നമായും അതിൽ പഠിച്ചുകൊണ്ടിരുന്നത്. വല്ലപ്പോഴും ചില ഗെയിമുക ളും കളിക്കാൻ അവസരം കിട്ടി. പാക് മാൻ, ടെട്രിസ്, ലോഡ് റണ്ണർ.. എന്നീ ഗെയിമുകൾ പല ഫ്ലോപ്പി ഡിസ്കുകളിലായി സജി സാർ കാ ണിച്ചുതന്നു. കൗതുകത്തോടെ നമ്മളെല്ലാം നോക്കിക്കണ്ടു.

ഒരുദിവസം കമ്പ്യൂട്ടർ ലാബിനടുത്ത് ചെന്ന ഞങ്ങൾ അകത്തു നി ന്നും ചില ഒച്ചയും ബഹളവും കേട്ടു.

'പിടിക്കെടാ അവനെ..'

'അവന്റെ പിറകെ ഓടെടാ..'

'തിന്നവനെ..'

ബെന്നി സാറിന്റെ ശബ്ദമാണ്. വല്ല പാമ്പോ പൂച്ചയോ ആയിരിക്കും എന്ന് കരുതി അകത്തുകയറിയ ഞങ്ങൾ കണ്ടത് പാക്മാൻ ഗെയിം ക

ളിച്ചു കൊണ്ടിരിക്കുന്ന കമ്പനെയും ബെന്നിസാറിനെയും ആണ്. ബ്ലാ ക്ക് ആൻഡ് വൈറ്റ് മോണിറ്ററിനു മുന്നിലിരുന്ന് ഗെയിം കളിക്കുന്നത് ക മ്പനാണെങ്കിലും അതിന്റെ ആവേശം മുഴുവൻ ബെന്നി സാറിനാണ്.

ഇരുകൈകൾ കൊണ്ട് വായുവിൽ മുഷ്ടിചുരുട്ടി വീശി കുട്ടികളെ പ്പോലെ കളി ആസ്വദിക്കുകയാണ് സാർ.

'ദാണ്ടെ.. അവന്റെ പിറകെ പോ..'

ഇപ്പോൾ സാറിന്റെ പ്രകടനം കണ്ടാൽ ആറോ ഏഴോ വയസ്സ് പ്രായ മുള്ള പയ്യനാണെന്നേ തോന്നൂ. ഈ സാറിനെ ആണല്ലോ ആഴ്ചകൾ ക്ക് മുമ്പ് നമ്മൾ ഒരു ഭീകരജീവിയായി ഭയപ്പാടോടെ കണ്ടത് എന്നു തോന്നിപ്പോകും.

പുറത്തുനിന്ന് പുതുതായി വരുന്ന ഒരാൾക്ക് മാത്രമേ ഇവിടുത്തെ യഥാർത്ഥ പ്രശ്നങ്ങൾ തിരിച്ചറിയാൻ കഴിയൂ.. കാലാ കാലങ്ങളായി ഇ വിടെ ജീവിച്ചുപോന്ന നമുക്കോ അധ്യാപകർക്കോ നമ്മുടെ കുറവു കൾ തിരിച്ചറിയണമെന്നില്ല. ആ രീതിയിൽ ചിന്തിക്കുമ്പോൾ ബെന്നി സാർ അന്ന് ചെയ്തത് ശരി തന്നെയായിരുന്നു എന്നുപറയേണ്ടിവരും.

അറിവിനോടൊപ്പം നല്ല ശീലങ്ങളും സ്വായത്തമാക്കിയാലേ ജീവിത വിജയം നേടാൻ കഴിയൂ. അത്തരം ശീലങ്ങൾ പൊടുന്നനെ ഉണ്ടാക്കാൻ സാധിക്കില്ലല്ലോ. അത് നമ്മുടെ ദൈനംദിന ജീവിതത്തിൽ നാം വച്ച് പു ലർത്തേണ്ട ഒരു ജീവിതരീതിയാണ്. അത് നമ്മുടെ സംസ്കാരത്തിന്റെ ഭാഗമാകണം. പണ്ട് ഗോപി സാർ പറഞ്ഞവാക്കുകൾ ബെന്നി സാറിലൂ ടെ വീണ്ടും.

Discipline gives you freedom. അച്ചടക്കം മനസ്സിനെ സ്വതന്ത്രമാ ക്കുന്നു. ഇതാണ് യഥാർത്ഥ വിദ്യാഭ്യാസം. ഒരു അധ്യാപകൻ അല്ലാ തെ മറ്റാരാണ് ഇത് നമ്മെ പഠിപ്പിക്കുക?

ജീവിതത്തിന്റെ പലഘട്ടങ്ങളിലും വിനയപൂർവ്വം, പ്രയാസമന്യേ മ റ്റുള്ളവർക്ക് മുന്നിൽ അഹംഭാവം വെടിഞ്ഞ് താഴ്ന്നു കൊടുത്ത വേള കളിലൊക്കെ ബെന്നി സാറിനെ ഓർത്തു പോകാറുണ്ട്.

36. ഉണ്ണിമീശ

ഭക്ഷണത്തിന് മാത്രമായി പുതിയൊരു മെസ്സ് കെട്ടിടം ഉദ്ഘാടനം ചെയ്യപ്പെട്ടു. ഇതുവരെ ഉണ്ടായിരുന്നതിനേക്കാൾ വിശാലമായ സൗക ര്യം. പഴയതുപോലെ ക്ലാസ് മുറികളോ ഹോസ്റ്റൽ മുറികളോ മെസ്സി നോട് ചേർന്നു കിടക്കുന്നില്ല. ഭക്ഷണനേരത്ത് മാത്രം വരികയും കഴി ച്ചു പോവുകയും ചെയ്യാവുന്ന ഒരിടം. ആൺകുട്ടികൾക്കും പെൺകുട്ടി കൾക്കും ഉള്ള ഇരിപ്പിടങ്ങൾ രണ്ടു തട്ടുകളായി തരംതിരിച്ചിരിക്കുന്നു. ഇരുകൂട്ടർക്കും കയറുവാനും ഇറങ്ങുവാനുമായി ഹാളിന്റെ എതിർവശ ങ്ങളിലായി വെവ്വേറെ വാതിലുകൾ. അങ്ങനെ സൗകര്യപ്രദമാർന്ന ഒരു മെസ്സ് നമുക്ക് സ്വന്തമായി. ഇനി മുതൽ ഇതാണ് മെസ്സ്.

ചുവരുകളിൽ ആർട്ടിസ്റ്റ് ജോസ് സാറിന്റെ കലാവിരുതുകൾ. മലനി രകളിൽ നിന്ന് ഉയിരെടുത്ത നദിയൊഴുക്കിനെതിരെ തുഴഞ്ഞുനീങ്ങുന്ന തോണിക്കാരന്റെ ഛായാചിത്രത്തിനു മുകളിൽ ഇങ്ങനെ കുറിച്ചിട്ടിരിക്കു ന്നു.

'Accept your limitations and then go beyond them.'

ഒരു ശിവ പാർവതി ചിത്രം. അതും ജോസ് സാർ വരച്ചതാണ്. ഗോ പിസാറിന് പകരം ജോയിൻ ചെയ്ത സാറിനോട് ഞങ്ങൾക്ക് തുടക്ക ത്തിൽ നല്ല അകൽച്ചയും കുറച്ചു വെറുപ്പും തോന്നിയിരുന്നു. സാറിന്റെ സിഗരറ്റുവലി, ഗൗരവമാർന്ന മുഖഭാവം, അനാവശ്യമെന്ന് തോന്നാവു ന്ന രീതിയിലുള്ള വഴക്കുപറയൽ, എല്ലാം അതിന് കാരണമായി. ഉയരം കുറഞ്ഞ് അല്പം തടിച്ച ശരീരപ്രകൃതിയായിരുന്നു സാറിന്. ചുണ്ടിനു മുകളിലായുള്ള ചെറിയമീശ കാരണം സാറിന് രഹസ്യമായി ഞങ്ങൾ 'ഉണ്ണിമീശ' എന്നു പേരിട്ടു.

പെൺകുട്ടികളുടെ വാതിലിനു തൊട്ടുമുകളിലായി റെസ്ലിം(87) വ രച്ച ഒരു ഓയിൽ പെയിൻറിംഗ്. സായംസന്ധ്യാ നേരം മരക്കീഴിലിരി ക്കുന്ന ഒരു ആൺകുട്ടിയുടെ പോർട്രെയ്റ്റ്. പണ്ടെങ്ങോ അവൻ വരച്ച താണ്. ഉണ്ണിമീശ വരച്ച, സ്കൂളിൽ നിന്ന് വിരമിച്ചുപോയ പഴയ പ്രിൻ

സിപ്പാൾ കൃഷ്ണപ്പിള്ളസാറിന്റെ ഛായാചിത്രം നോക്കി ചക്കര ഒരിക്കൽ പറയുകയുണ്ടായി.

'നടൻ ജഗന്നാഥവർമ്മ സൂപ്പറായിട്ടുണ്ട്.'

അപ്പോഴാണ് അങ്ങനെയൊരു സാമ്യം ഞങ്ങൾ ശ്രദ്ധിച്ചത്.

പാച്ചനും മജീദ്ക്കയും ചന്ദ്രേട്ടനും രാമകൃഷ്ണനുമൊക്കെ ഇപ്പോൾ കുറച്ചു കൂടി ഗൗരവത്തിലാണ്. മെസ്സിലെ പുതിയ സൗകര്യങ്ങൾ ക ണ്ടിട്ടുള്ള അഹങ്കാരമാണെന്ന് ചിലർ പറയുന്നു. പാചകകാര്യങ്ങൾക്കു മാത്രമായി ഭക്ഷണം കഴിക്കുന്ന ഹാളുമായി ബന്ധം ഇല്ലാതെ വേറിട്ടു നിൽക്കുന്ന മുറികൾ. ഭക്ഷണം വിതരണം ചെയ്യുവാനായി പ്രത്യേകം സൗകര്യം. ഒരിക്കൽ പോലും ഭക്ഷണം കഴിക്കുന്നനേരം ഹാളിലേക്ക് അവർക്ക് പ്രവേശിക്കേണ്ടതില്ല. വിളമ്പുന്നതെല്ലാം ഞങ്ങൾ കുട്ടികൾ തന്നെ.

രണ്ട് ബാച്ചുകളായുള്ള ഭക്ഷണനേരങ്ങളിൽ ഞങ്ങൾ ഓരോരുത്തർ ക്കും സ്ഥിരമായി ഇരിപ്പിട സൗകര്യം ഉണ്ട്. ആറ്, ഏഴ്, എട്ട് ക്ലാസുകൾ ഒന്നാം ബാച്ചിൽ. ഒമ്പതാം ക്ലാസ് മുതലുള്ള സീനിയേഴ്സിന് രണ്ടാം ബാച്ച്.

ഞങ്ങളുടെ ബ്രേക്ക്ഫാസ്റ്റ് രാവിലത്തെ ഒരു പിരീഡിനു ശേഷമായി രിക്കും. വിശന്നുവലഞ്ഞു കയറുന്ന ഈ നേരത്ത് സീനിയേഴ്സായ ഞങ്ങൾക്ക് ഒരു മെച്ചമുണ്ട്. ഒരു ബ്രഡ് പീസ് അധികം കിട്ടും. അതാ യത് ആറെണ്ണം. സൈഡ് ബ്രഡ് ആണെങ്കിൽ ഏഴ്.

ഗിരീഷ് ബാബു ആണ് മെസ്സ് ലീഡർ. ഭക്ഷണത്തിന് മുൻപുള്ള പ്രാർ ത്ഥനയ്ക്ക് ബെല്ലടിക്കുന്നത് അവനാണ്. ചിലപ്പോൾ അത് മൗനപ്രാർ ത്ഥന ആയിരിക്കും. പ്രാർത്ഥന തീരാനുള്ള ബെല്ലടിക്കുന്നത് വരെ എ ല്ലാവരുടെയും ശ്രദ്ധ തന്നിലേക്ക് ആയിരിക്കും എന്ന് അറിയാവുന്ന ഗി രീഷ് ബാബു ചൂണ്ടുവിരൽ കീഴ്താടിയിൽ തൊട്ട് സിനിമാസ്റ്റൈലിൽ ഗമയോടെ ചിന്താമഗ്നനായിരിക്കുന്ന ഒരു നിൽപ്പുണ്ട്. ഞാൻ ഇല്ലെങ്കിൽ ഇവരൊക്കെ എന്താ ചെയ്യാ.. എന്ന രീതിയിലുള്ള ഒരു നിൽപ്പ്.

കോരിച്ചൊരിയുന്ന മഴയുള്ള ദിവസം ഞങ്ങളുടെ ഡൈനിങ് മേശ മേൽ മേൽക്കൂരയിൽ നിന്നും വെള്ളത്തുള്ളികൾ ഇറ്റിറ്റിവീഴും. ചിലപ്പോൾ ഭക്ഷണം കഴിക്കുന്ന പ്ലേറ്റിലേക്കാവുമിത്. ഇത് പതിവായപ്പോൾ എന്റെ അടുത്ത് ഇരിപ്പിടമുള്ള ജൂനിയർ മഹേഷ് ഇതിനി സഹിക്കാൻ വയ്യ ന്ന് എന്നോട് പരിഭവപെട്ടു. ടേബിൾ ലീഡർ എന്ന നിലയിൽ പ്രശ്നപ രിഹാരത്തിന് പരാതിയുമായി ഞാൻ അന്ന് മെസ്സ് ഡ്യൂട്ടി ഉണ്ടായിരുന്ന ജൂനിയേഴ്സിന്റെ ഇംഗ്ലീഷ് അധ്യാപകൻ സിബി സാറിന്റെ അരികിലെ

ത്തി.

'അത് മഴപെയ്യുമ്പോൾ ആസ്ബറ്റോസ് ഘടിപ്പിച്ചിരിക്കുന്ന സ്ക്രൂ കൾക്ക് ഇടയിലൂടെ ചിലപ്പോൾ വെള്ളം താഴേക്ക് ഊർന്നിറങ്ങും. ആ വെള്ളമാണ് താഴെ നിങ്ങളുടെ മേശമേൽ വീഴുന്നത്.'

സാറിന്റെ മറുപടി കേട്ട് അതേപടി ഞാൻ തിരികെ നടന്നു.

കഠിനമായ വയറുവേദന കാരണമായിരുന്നു ജൂനിയറായ സുർജിത്ത് പാതിരാത്രിക്ക് നിലവിളിച്ചു കരഞ്ഞത്. ഭക്ഷ്യവിഷബാധ ആണെന്ന് കരുതി രാത്രിതന്നെ ഞങ്ങൾ സിസ്റ്റർ ജോയ്‌സിയെ വിളിച്ചുവരുത്തി. സുർജിത്തിനെ ഉടൻതന്നെ തലശ്ശേരി ആശുപത്രിയിലേക്ക് കൊണ്ടുപോ കണമെന്നും നിങ്ങളിൽ ഒരാൾ കൂടെ വരണം എന്നും പറഞ്ഞപ്പോൾ പോകാൻ ഞാൻ സമ്മതിച്ചു.

വാൻ ഡ്രൈവർ പ്രേമേട്ടനെയും കൂട്ടി സിസ്റ്ററും സുർജിത്തും ഞാ നും ആ രാത്രിയിൽ തലശ്ശേരിയിലേക്ക് പുറപ്പെട്ടു. രോഗിയെ സഹായി ക്കുന്നതിനുമപ്പുറം കുന്നിറങ്ങി പുറംലോകം കാണുവാനുള്ള മോഹമാ യിരുന്നു എന്റെ ഉള്ളിൽ. സ്വാതന്ത്ര്യത്തിന്റെ കാറ്റും മണവും അനുഭവി ക്കാൻ എന്നോണം ഞാൻ കൂരിരുട്ടിലും പുറത്തേക്ക് നോക്കിയിരുന്നു.

നേരം പുലർന്നപ്പോൾ കണ്ട കാഴ്ച അറബിക്കടലിലെ ആർത്തിര മ്പുന്ന തിരമാലകളാണ്. കടലിനോടു ചേർന്ന് കിടക്കുന്ന തലശ്ശേരി ജ നറൽ ആശുപത്രിയിലേക്കുള്ള ഈ വരവിന് സുർജിത്തിന് ഒരായിരം നന്ദി. അവന്റെ അസുഖം ഭക്ഷണത്തിന്റേതായിരുന്നില്ല. അപ്പൻഡിസൈ റ്റിസ് ആയിരുന്നു.

പുറംലോകത്തെ കാഴ്ചകൾ കാണാനുള്ള മോഹം അന്നും ഇന്നും ഞങ്ങൾ ഉള്ളിൽ കെടാതെ സൂക്ഷിച്ചു പോന്നിരുന്നു. മതിൽക്കെട്ടുക ളോ വേലികളോ ഇല്ലാതെ വിശാലമായി കിടന്നിരുന്ന പറങ്കിമാവിൻ തോ പ്പുകൾക്കപ്പുറത്തേക്ക് കുന്നിറങ്ങുവാൻ എളുപ്പമാണെങ്കിലും കാലങ്ങ ളായി ഉള്ളിൽ പെരുകി കിടന്നിരുന്ന ഭയമെന്ന കൂറ്റൻ മതിൽക്കെട്ട് ഇ തിൽനിന്നൊക്കെ പിന്തിരിപ്പിച്ചു.

പക്ഷേ ഈ അടുത്ത കാലത്തായി ഞങ്ങളിൽ ചിലർ ചെണ്ടയാട്ടി ലേക്ക് കുന്നിറങ്ങാൻ തുടങ്ങി. അവിടെയുള്ള ഒരു ഹോട്ടലിലെ പൊ റോട്ടയും മത്തിക്കറിയുമാണ് മുഖ്യആകർഷണം. മിത്തൂട്ടും മാക്രിയും ചൂത്തനും കോപ്പറുമടങ്ങുന്ന വലിയൊരു സംഘം ശനിയാഴ്ച വൈകു ന്നേരങ്ങളിൽ അവിടേക്ക് പോവുക പതിവായി. തിരികെ വരുമ്പോൾ ത ണ്ണിമത്തൻ വാങ്ങി പാറമേൽ എറിഞ്ഞു പൊട്ടിച്ച് വാരിവലിച്ചു തിന്നും. മത്തിക്കറിയുടെ മണം കയ്യിൽ നിന്ന് മായാതെ സൂക്ഷിക്കാൻ പ്രത്യേ

കം ശ്രദ്ധിക്കുകയും ചെയ്യും.

ചെണ്ടയാട്ടിലേക്കുള്ള ഈ യാത്ര എങ്ങനെയോ അധ്യാപകരിൽ ആ രോ അറിയുകയും വിവരം പ്രിൻസിപ്പാളിനെ അറിയിക്കുകയും ചെയ് തു. ജയിൽചാടിയ തടവുപുള്ളികളെ പോലെ പ്രിൻസിപ്പാൾ റൂമിൽ ഞ ങ്ങളെ വരിവരിയായി നിർത്തി ചോദ്യം ചെയ്തു. അടുത്ത പേരന്റ്സ്ഡേ യ്ക്ക് പ്രിൻസിപ്പാളിന്റെ ഒപ്പോടു കൂടിയ മെമ്മോയുമായാണ് അമ്മ വ ന്നത്.

'നിങ്ങളുടെ മകൻ വിദ്യാലയത്തിൽ നിന്നും നിയമവിരുദ്ധമായി പുറ ത്തിറങ്ങി. ഇത് കടുത്ത അപരാധമാണ്. ഇനി ഇത് ആവർത്തിക്കുന്ന പ ക്ഷം മറ്റു നടപടികൾ സ്വീകരിക്കുന്നതാണ്.'

'ഇത് കുറേ പേർക്ക് കിട്ടിയിട്ടുണ്ട്. ഇതിൽ വലിയ കാര്യമൊന്നുമി ല്ല.'

ഞാൻ അമ്മയെ സമാധാനിപ്പിച്ചു.

37. ചമയങ്ങൾ

തങ്ങളിൽ ആരാണ് അതിസുന്ദരി എന്നതായിരുന്നു ഗ്രീക്ക് ദേവത മാരായ അഥീന, ആഫ്രോഡൈറ്റ്, സിയൂസ് ദേവന്റെ പട്ടമഹിഷിയായ ഹിറാ എന്നിവർക്കിടയിലെ തർക്കം. 'ഏറ്റവും സുന്ദരിക്ക് അവകാശപ്പെ ട്ടത്' എന്നർത്ഥത്തിൽ 'കല്ലിസ്റ്റി' എന്ന് ആലേഖനം ചെയ്യപ്പെട്ടിട്ടുള്ള സു വർണ്ണ ആപ്പിളിനു വേണ്ടിയുള്ള ആ സൗന്ദര്യമത്സരത്തിൽ വിധികർ ത്താവായി സിയൂസ് ദേവൻ തിരഞ്ഞെടുത്തത് പാരിസ് എന്ന ചെറുപ്പ ക്കാരനെയാണ്. പാരീസിന്റെ വിധിയെഴുത്തിൽ വിജയിച്ചത് പ്രണയദേ വതയായ ആഫ്രോഡൈറ്റ്. തുടർന്നുള്ള സംഭവവികാസങ്ങൾ പരിണ മിച്ച് എത്തിച്ചേർന്നതോ നിരപരാധികളായ ആയിരക്കണക്കിന് മനുഷ്യർ മരിച്ചുവീണ ട്രോജൻ യുദ്ധത്തിലും. ഇതാണ് ഗ്രീക്ക് പുരാണത്തിലെ ജഡ്ജ്മെൻറ് ഓഫ് പാരീസിന്റെ ഉള്ളടക്കം.

ലിയോനാർഡ് മെറിക് എന്ന ഇംഗ്ലീഷ് നോവലിസ്റ്റ് ഇതേ പേരിൽ എഴുതിയ മറ്റൊരു കഥ നമ്മുടെ ഇംഗ്ലീഷ് പാഠപുസ്തകത്തിൽ പഠിക്കാ നുണ്ടായിരുന്നു. സൂസന്ന എന്ന സുന്ദരിയെ പ്രണയിക്കുന്ന രണ്ടു തി

യേറ്റർ നടന്മാർ. റോബിഷ്ഷോണും ക്വിൻകാർട്ടും. ഇവരിൽ ഏറ്റവും നല്ല അഭിനേതാവിനെ താൻ വിവാഹം കഴിക്കുമെന്നറിയിച്ച സുസന്നയോട് 'പക്ഷേ ആരു വിധി നിർണയിക്കും?' എന്ന ചോദ്യത്തിന് 'പാരീസി ലെ ജനങ്ങൾ' എന്നുത്തരം.

ഇവർക്കിടയിലേക്ക് വിഷണ്ണനായി കടന്നുവരുന്ന ജാക്ക് റൂക്സ് എ ന്ന ആരാച്ചാർ, ജോലിയുടെ ഭാഗം ആണെങ്കിൽ കൂടി ചെയ്തുകൂട്ടിയ കർമ്മങ്ങളൊക്കെയും പാപങ്ങൾ ആയി കരുതി കുറ്റബോധത്താൽ സ്വ യം പശ്ചാത്തപിക്കുന്ന അദ്ദേഹത്തിന്റെ വലിയ ഒരു ആഗ്രഹമാണ് പാ രീസിലെ ജനതയോട് മാപ്പ് അപേക്ഷിക്കുക എന്നത്. പക്ഷേ പൊതു വേദിയിൽ സംസാരിക്കാനുള്ള സഭാകമ്പം കാരണം റോബിഷ്ഷോൺ ത ന്റെ കഴിവ് പ്രകടിപ്പിക്കാനുള്ള ഒരു അവസരമായി കണ്ട് ആ ചുമതല ഏറ്റെടുക്കുന്നു. അതായത് പാരീസ് ജനതയ്ക്ക് മുന്നിൽ ജാക്ക് റൂക് സ് എന്ന ആരാച്ചാരായി അഭിനയിക്കുക. സുസന്നയുടെ ഭാവി വരൻ എ ന്ന് ഉറപ്പിക്കുമാറുള്ള ഒരു വൈകാരികപ്രസംഗം ആയിരുന്നു റോബി ഷോണിന്റെത്.

പക്ഷേ തെവ്നിൻ എന്ന വൃദ്ധവേഷമണിഞ്ഞ ക്വിൻകാർട്ട്, റോബി ഷോണിന് വേണ്ടി പ്രത്യേകം തയ്യാറാക്കിയ ഒരു വിരുന്നു സൽക്കാര ത്തിൽ വെച്ച് വൈനിൽ വിഷം കലർത്തി അദ്ദേഹത്തെ കൊല്ലാൻ ശ്രമി ക്കുന്നു. അങ്ങനെ ക്വിൻകാർട്ടിനെ വിജയിയായി പ്രഖ്യാപിക്കുന്നതാണ് കഥാന്ത്യം. അങ്ങേയറ്റം രസകരമായ ഈ കഥ ഒരു നാടകമായി അവ തരിപ്പിക്കുക എന്ന് അഭിപ്രായപ്പെട്ടത് മാധവൻ സാറാണ്. നാടകത്തി നു വേണ്ട സംഭാഷണങ്ങൾ എഴുതുവാൻ കുര്യാക്കോസിനെ സാർ ഏർ പ്പാടാക്കുകയും ചെയ്തു.

ആഴ്ചകൾക്ക് മുമ്പ് ഏതോ ഒരു ചടങ്ങിന്റെ ഭാഗമായി കാപോതം എന്ന നാടകത്തിൽ വൃദ്ധനായി വേഷമിട്ടത് ഞാനായിരുന്നു. കണ്ടു മ ടുത്ത നരച്ചതാടിയുള്ള വൃദ്ധനിൽ നിന്നും വിഭിന്നമായി മുടി മാത്രം നര ച്ച ക്ലീൻ ഷേവ് വൃദ്ധൻ. മേക്കപ്പ് മാൻ താടിവേഷം എടുക്കാൻ മറന്നു പോയി എന്നതാണ് സത്യം.

നാടകാവതരണത്തിന് അടുത്ത ദിനം 'മേക്കപ്പ് വളരെ നല്ലതായിരു ന്നു' എന്ന് പലരും അഭിപ്രായപ്പെട്ടപ്പോൾ മാത്രമാണ് ഇന്നലത്തെ തിര ക്കിനിടയിൽ കണ്ണാടി നോക്കാൻ മറന്നു പോയി എന്നതിൽ നിരാശ തോന്നിയത്.

കുര്യാക്കോസിന്റെ ജഡ്ജ്മെൻറ് ഓഫ് പാരീസിൽ നാല് കഥാപാ ത്രങ്ങളാണ് ഉള്ളത്. റോബിഷ്ഷോൺ, ക്വിൻകാർട്ട്, , ജാക്ക് റൂക്സ്, സൂ

സന്ന എന്നിവർ. ഇംഗ്ലീഷ് നാടകം ആയതിനാൽ ഏറ്റവും കുറവ് സം ഭാഷണം ഉള്ള ജാക്ക് റൂക്സിനെയാണ് ഞാൻ തിരഞ്ഞെടുത്തത്.

നൂറുകണക്കിന് മനുഷ്യജന്മങ്ങളെ ഗില്ലറ്റിന് ചുവട്ടിൽ കഴുത്തറുത്ത് കൊലപ്പെടുത്തിയ കുറ്റബോധത്താൽ തലതാഴ്ത്തി കൊണ്ട്..

'Gentleman.. I ask pardon for the libetry I take. I am Jaques Roux' എന്ന് സ്വയം പരിചയപ്പെടുത്തി തുടങ്ങുന്ന ഒരു സീൻ മാത്രമേയു ള്ളൂ ആ കഥാപാത്രത്തിന്.

റോബിഷോണായി കുര്യാക്കോസും ക്വിൻകാർട്ടായി ചൂത്തനും സു സന്നയായി മിനിമോഹനും വേദിയിലെത്തി. നമ്മുടെ ബാച്ചിലെ ഒരേ യൊരു ക്ലാസിക് നർത്തകിയാണ് മിനി മോഹൻ. അതുകൊണ്ടുതന്നെ സ്റ്റേജിന പരിപാടികൾക്ക് ആദ്യം നറുക്കു വീഴുന്നത് അവൾക്കായിരി ക്കും. പ്രസംഗമോ കഥാപ്രസംഗമോ മറ്റുമാണെങ്കിൽ മഞ്ജു ജോസ ഫിനും.

കോളയാട് എന്ന മലയോരഗ്രാമത്തിൽ നിന്ന് വന്നതുകൊണ്ടാകാം ഒരു പള്ളി പ്രസംഗത്തിന്റെ ചുവയുണ്ട് മഞ്ജുവിന്റെ സംസാരരീതിക്ക്. അവളുടെ സഡാക്കോ എന്ന ആദ്യകാലത്തെ കഥാപ്രസംഗം പലപ്പോ ഴായി പലവേദികളിൽ അവതരിപ്പിച്ചതു കാരണം അതിലെ സംഭാഷ ണങ്ങൾ നമുക്ക് കാണാപ്പാഠമായിരുന്നു.

'കൂട്ടുകാരെ.. സഡാക്കോ അതാ മന്ദംമന്ദം നടന്നുവരികയാണ്..' എ ന്ന് പലരും അവളെ കാണുമ്പോൾ കളിയാക്കും.

കൊച്ചിയും ചൂത്തനും കോശിയുമടങ്ങുന്ന ഫുട്ബോൾ സംഘം അ യൽജില്ലയായ കാസർഗോഡിലേക്ക് സ്പോർട്സ് മീറ്റിൽ പങ്കെടുക്കാൻ പോയി. ജംബുകനും കാക്ഷനും അടങ്ങുന്ന മറ്റൊരു സംഘം ശാസ്ത്ര മേളയ്ക്കും. ക്ലാസിലെ ഹാജർനില കുറവായത് കാരണം രണ്ടു മൂന്നു ദിവസത്തേക്ക് ക്ലാസ്സ് ഇല്ല. ഞാനും കുര്യാക്കോസും അടങ്ങുന്ന കുറ ച്ചുപേർ മാത്രമേ ഹോസ്റ്റലിൽ ഹാജർ ഉള്ളൂ.

കഴിഞ്ഞ വെള്ളിയാഴ്ച മാതൃഭൂമി പത്രത്തിലെ സിനിമാ പരസ്യം കണ്ടാണ് സംവിധായകൻ ഭരതന്റെ പുതിയ മമ്മൂട്ടി ചിത്രം റിലീസായ ത് അറിഞ്ഞത്. പേര് പാഥേയം. വർഷങ്ങളുടെ ഇടവേളയ്ക്കു ശേഷം നടൻ ഭരത് ഗോപി അഭിനയിക്കുന്നു എന്ന പ്രത്യേകതയുമുണ്ട്.

അടുത്തദിവസം ഉച്ചഭക്ഷണത്തിനുശേഷം ഞാനും കുര്യാക്കോസും ആരുമറിയാതെ കുന്നിറങ്ങി മരപ്പാലം വഴി തലശ്ശേരിയിലേക്ക് ബസ് ക യറി. തിരക്കേറിയ പ്രഭാ തിയേറ്ററിൽ മാറ്റിനി ഷോ കണ്ടു. വർഷങ്ങൾ ക്കുശേഷമാണ് തീയേറ്ററിൽ പോയി ഒരു റിലീസ് ചിത്രം കാണുന്നത്.

കവിയായ കഥാനായകന്റെ ഒരു സൃഷ്ടിയുടെ നൃത്താവിഷ്കാരമുണ്ട് സിനിമയിൽ.

അമ്മതൻ നെഞ്ചിൻ നെരിപ്പോടിൽ നിന്നും പന്തംകൊളുത്തി താ ണ്ഡവമാടുന്ന ട്രോജൻ യുദ്ധഭൂമിയിലെ രക്തസാക്ഷികൾ.

'ഇവനെ ക്രൂശിക്കുക..! ഇവൻ സിയൂസിന്റെ നിഷേധി. അഥീനയു ടെ കാമുകൻ..'

ഗ്രീക്ക് പുരാണത്തിലെ ജഡ്ജ്മെൻറ് ഓഫ് പാരീസിന്റെ മറ്റൊരു ആവിഷ്കാരമായിരുന്നു അത് എന്നത് തികച്ചും യാദൃച്ഛികം.

നേരം ഇരുട്ടുന്നതിനു മുമ്പ് ഞങ്ങൾ ഹോസ്റ്റലിലേക്ക് തിരിച്ചെത്തി. ഒന്നും അറിയാത്തവരെപ്പോലെ മെസ്സിൽ പോയി അത്താഴം കഴിച്ചു.

ദിവസങ്ങൾക്കുശേഷം, സ്റ്റഡി ടൈമിന് തൊട്ടുമുമ്പുള്ള ഒരു സന്ധ്യാ നേരത്ത് ഗാന്ധിമുൾ പുല്ലുകൾ നിറഞ്ഞ കറുത്ത പാറപ്പുറത്ത് മലർ ന്നുകിടന്ന് പടിഞ്ഞാറൻ സൂര്യന്റെ ചുവന്ന ശോഭയിൽ വെട്ടിത്തിളങ്ങു ന്ന മേഘപാളികൾ നോക്കി കുര്യാക്കോസ് പറഞ്ഞു.

'ഈ ആകാശച്ചമയം കാണുമ്പോൾ എനിക്ക് ഓർമ്മ വരുന്നത് മ റ്റൊരു ഭരതൻ ചിത്രമാണ്.'

'ഡാ ആന്റോ.. എന്റെ ഏറ്റവും വലിയ മോഹം എന്താണെന്ന് അറി യോ? മനസ്സിന് ഏറ്റവും ഇഷ്ടപ്പെട്ട കഥാപാത്രമായി അഭിനയിക്കുമ്പോൾ ആ വേഷവിധാനത്തോടെ തന്നെ വേദിയിൽ മരിച്ചു വീഴുക..' ഞാൻ മ റുപടി പറഞ്ഞു.

38. ബൾബ്

പൊരിവെയിലത്ത് വരണ്ട ഈ കുന്നിൻ മുകളിലേക്ക് എത്തിച്ചേർ
ന്നതിന്റെ ദൈന്യത മുഴുവൻ ആ മുഖത്ത് തെളിഞ്ഞു കാണാം. ഇവി
ടേയ്ക്ക് വരാൻ ഉള്ള തന്റെ തീരുമാനം തെറ്റായിരുന്നു എന്ന ചിന്ത അ
ദ്ദേഹത്തെ വല്ലാതെ അലട്ടുന്നുണ്ട്. ചുളിഞ്ഞ നെറ്റിത്തടവും ഇടുങ്ങിയ
കണ്ണുകളും കണ്ടാൽ ഒറ്റനോട്ടത്തിൽ ആർക്കും മനസ്സിലാകുന്ന കാര്യ
മാണത്.

ഊർജ്ജതന്ത്രത്തിലും രസതന്ത്രത്തിലും ഒരുപോലെ അഗ്രഗണ്യനാ
ണെന്നാണ് കേട്ടറിഞ്ഞത്. പക്ഷേ ഇവിടെ പഠിപ്പിക്കാൻ വന്നിരിക്കുന്ന
ത് രസതന്ത്രമാണ്. നെഞ്ചിന് കുറുകെ കെട്ടിയ പൂണൂലിനു പിറകിൽ
എല്ലുകൾ എഴുന്നുനിൽക്കുന്ന ശരീരവുമായി ആ തമിഴ് ബ്രാഹ്മണൻ
പൈപ്പിൻ ചുവട്ടിൽ നിൽക്കുന്നത് കണ്ടപ്പോൾ വെള്ളം എടുക്കുവാൻ
ഞങ്ങൾ വഴിമാറിക്കൊടുത്തു. പക്ഷേ തമിഴ് ജനതയ്ക്ക് സ്വതവേ കൈ
മുതലായുള്ള വിനയത്തോടെ അദ്ദേഹം തിടുക്കം കാട്ടാതെ ഒഴിഞ്ഞുമാ
റി.

പേര് രാമനാഥൻ.

കുന്നിൻ മുകളിലെ സൗകര്യക്കുറവുകളും ഇവിടുത്തെ ഭക്ഷണരീ
തികളുമൊന്നും സാറിന് അത്രകണ്ട് ഇഷ്ടപ്പെട്ടിട്ടില്ല എന്നു തോന്നുന്നു.
ഏത് വിധേനയും ഇവിടെനിന്ന് രക്ഷപ്പെടണമെന്ന ചിന്ത ആ മുഖത്ത്
നിന്ന് വായിച്ചെടുക്കാം. പക്ഷേ രസതന്ത്രത്തിൽ ഉള്ള നമ്മുടെ അടി
സ്ഥാനപരമായ അറിവില്ലായ്മ കണ്ടിട്ടാവണം ആഴത്തിലിറങ്ങി ഉള്ള ഒ
രു അദ്ധ്യാപനത്തിന്റെ സാധ്യത തിരിച്ചറിഞ്ഞ് രാമനാഥൻ സാർ സ്കൂ
ളിൽ തന്നെ തുടരാൻ തീരുമാനിച്ചു.

ഒരു പക്ഷിയുടെ കൊക്കുപോലെ മുൻവശത്തേക്ക് നീണ്ടുനിൽക്കു
ന്നതാണ് രാമനാഥൻ സാറിന്റെ തലമുടി. വാതിലിനു പിറകിൽ ഒളിച്ചു
നിന്നാലും മുടിയുടെ മുൻഭാഗം വെളിയിൽ തള്ളിനില്ക്കും. ക്ലാസ്സിൽ
കയറിയാൽ അടിമുടി കെമിസ്ട്രി ആണ്. റിഡോക്സ് റിയാക്ഷനും സോ

ഡിയം ബൈകാർബണേറ്റും വെച്ച് ചോദ്യങ്ങൾ ചോദിച്ച് സാർ ഞങ്ങളെ മുൾമുനയിൽ നിർത്തും. ക്ലാസ്സിന് പുറത്ത് വിനയാനീതനായ ഒരു പാവം മനുഷ്യൻ ആയി പെരുമാറുകയും ചെയ്തു.

രണ്ടു വർഷത്തെ ഉത്തർപ്രദേശ് വാസത്തിനു ശേഷം ചോട്ടുവും ചക്കരയും താച്ചറുമടങ്ങുന്ന സംഘം നമ്മുടെ സ്കൂളിലേക്ക് തിരിച്ചെത്തി. നമ്മുടെ കൂടെ ഉണ്ടായിരുന്ന അവനീഷും ജയ് നാരായണനും അടങ്ങുന്ന ഹിന്ദിക്കാർ തിരിച്ചു പോവുകയും ചെയ്തു.

അത്രയും കാലത്തെ വർക്ക്ഷോപ്പ് ബിൽഡിങ്ങിലെ ഹോസ്റ്റൽ വാസത്തോട് ഞങ്ങൾ തെല്ലു വേദനയോടെയാണ് വിട ചൊല്ലിയത്. നമ്മുടെ ബാച്ച് മാത്രമായുള്ള ഒരു ഇടമായതിനാൽ ജൂനിയേഴ്സിനെ അപേക്ഷിച്ച് ഹോസ്റ്റലിനകത്ത് കൈതപ്രം സാറിന്റെ കീഴിൽ കുറച്ചു സ്വാതന്ത്ര്യം ഉണ്ടായിരുന്നു. ഇടയ്ക്കിടെ നടക്കാറുള്ള ടാലൻറ് നൈറ്റ്.. ടേപ്പ് റെക്കോർഡറിലെ പാട്ടുകൾ.. ക്രിക്കറ്റ്.. കാരംസ്.. എല്ലാം കൊണ്ട് നമുക്ക് മാത്രം എന്ന് പറയാവുന്ന ചില ഓർമ്മകൾ അവശേഷിപ്പിച്ചാണ് വിശാലമായ മൾട്ടിപർപ്പസ് ഹാളിനകത്തേക്കുള്ള ഞങ്ങളുടെ രണ്ടാം വരവ്. വലിപ്പമുള്ള ഹാളാണെങ്കിലും താമസക്കാരുടെ ബാഹുല്യം കാരണം ഇടുങ്ങിയ സൗകര്യമായിരുന്നു അതിനകത്ത്.

ഇരുന്നൂറോളം വരുന്ന ജൂനിയേഴ്സിന്റെ കൂടെ അവിടെ കഷ്ടിച്ച് ഒന്നര മാസം കഴിഞ്ഞു കാണും. യുപിയിൽ നിന്ന് തിരിച്ചെത്തിയ താച്ചറും കെസിയും എവിടെനിന്നോ കിട്ടിയ കുറച്ചു കരാട്ടെമുറകൾ പഠിപ്പിക്കാമെന്നു പറഞ്ഞ് കുറച്ചു പേരെ പറങ്കിമാവിൻ തോപ്പിലെ പാറപ്പുറത്തേക്ക് കൊണ്ടുപോകും. അവരെ വിശ്വസിച്ച് കാക്ഷനും ജിൽജിത്തും കൂടെക്കൂടി.

കഷ്ടിച്ച് ഒന്നരമാസം കഴിഞ്ഞുകാണും. ഷിജു ടിഡിയും വണ്ടിയും അടങ്ങുന്ന പതിനഞ്ചോളം പേർ പ്ലസ് വൺ കൊമേഴ്സ് പഠിക്കാൻ കാസർകോട് നവോദയയിലേക്ക് ചേക്കേറി. സയൻസും ഗണിതവും പഠിക്കാൻ വിധിക്കപ്പെട്ട ഞങ്ങൾ നാല്പത്തിയൊമ്പത് പേർ പാതി പണി കഴിപ്പിച്ച പുതിയ അക്കാഡമിക് കെട്ടിടത്തിലേക്ക് താമസം മാറുകയും ചെയ്തു.

പുതിയ അക്കാഡമിക് കെട്ടിടത്തിൽ പെയിൻറിങ് പണിയൊക്കെ തീർന്ന ചില ഭാഗങ്ങളുണ്ട്. അവിടെ ഒരു റൂമിലാണ് ഇപ്പോൾ ഞങ്ങൾ നാല്പത്തിയൊമ്പത് പേർ പഠിക്കുന്ന പതിനൊന്നാം ക്ലാസ്. അതേ കെട്ടിടത്തോട് ചേർന്നുകിടക്കുന്ന ഭാവി ലൈബ്രെറി മുറിയിൽ ഞങ്ങളുടെ പുതിയ ഹോസ്റ്റൽ. ജനലുകളും വാതിലുകളും ഇല്ലാതെ പാതി പണി

തീർത്ത ഒരു വലിയ മുറി. ജനലുകൾക്ക് പകരം അവിടെ അത്രതന്നെ വലുപ്പമുള്ള വലിയ വിടവാണ്. അതിൽകൂടെത്തന്നെ ഇറങ്ങി മെസ്സിലേ ക്ക് പോകാം.

സൗകര്യം ഇല്ലായ്മ നമുക്ക് ഒരു വിഷയമേ അല്ലായിരുന്നു എന്നതാ ണ് സത്യം. ഞങ്ങളുടെ ബാച്ച് മാത്രമായി ഒരിടം എന്നത് ഞങ്ങളുടെ ഒരു ആഗ്രഹവുമായിരുന്നു. അവിടുത്തെ സൗകര്യമില്ലായ്മ കാരണം ജീവനക്കാർക്കിടയിൽ സഹതാപവും പിടിച്ചുപറ്റി. ഈ അസൗകര്യ ങ്ങൾ കാരണം റസിഡന്റ് ട്യൂട്ടറായി ഞങ്ങളുടെ കൂടെ താമസിക്കാൻ സ്റ്റാഫുകൾ ആരും തന്നെ ഉണ്ടായിരുന്നില്ല. ആ ചുമതലയുള്ള രാമനാ ഥൻ സാർ പക്ഷേ ഞങ്ങളുടെ കൂടെ താമസിക്കാറില്ല. അധ്യാപകർ മാ ത്രം താമസിക്കുന്ന മൾട്ടിപർപ്പസ് ഹാളിനോട് ചേർന്നുകിടക്കുന്ന ഗ്രീൻ റൂമിലായിരുന്നു സാറിന്റെ അന്തിയുറക്കം.

ഹോസ്റ്റലിനകത്ത് രണ്ടുമൂന്നു ബൾബുകൾ ഉണ്ടെങ്കിലും പുറത്തേ ക്കുള്ള വഴിയിലെ ഇരുട്ട് എന്നും ഒരു പ്രശ്നമായിരുന്നു. ഇലക്ട്രിക് വയ റിങ് പണികളൊക്കെ ഏറെക്കുറെ പൂർത്തിയായ കെട്ടിടത്തിന്റെ പല യിടങ്ങളിലായി ബൾബ് ഹോൾഡറുകൾ ഉണ്ടെങ്കിലും ഒന്നിലും പ്രകാ ശം പരത്തുവാനുള്ള ബൾബുകൾ ഇല്ല. താൽക്കാലികമായി ഫിറ്റ് ചെ യ്ത ഫാനുകളിൽ ചിലത് കറങ്ങുകയും ഇല്ല. കക്കൂസുകൾ ഇല്ല. വി ശാലമായ പറങ്കിമാവിൽ തോട്ടം തന്നെ ശരണം. കുളിക്കുവാനായി ടാ പ്പുകൾ ഇല്ല. പകരം കെട്ടിടപ്പണിക്കു വേണ്ടി താൽക്കാലികമായി നില ത്ത് നിർമ്മിച്ച ഒരു സിമന്റ് വാട്ടർ ടാങ്ക് ആണ് ഏക ആശ്രയം. പ ത്തോ പതിനഞ്ചോ പേർ അതിനു ചുറ്റുമായി നിന്ന് മഗ്ഗോ ബക്കറ്റോ ഉപ യോഗിച്ച് മുക്കിയെടുത്ത് അവിടെനിന്ന് തന്നെ കുളിക്കും. മുപ്പതോളം പേർക്ക് ഒരു സോപ്പ് മതിയാകും.

വർക്ക്ഷോപ്പ് ഹോസ്റ്റലിനകത്ത് ആവശ്യത്തിനു ട്യൂബ് ലൈറ്റുകളും ഫാനുകളും ഉണ്ടായിരുന്നത് കാരണം ഇമ്മാതിരി ബുദ്ധിമുട്ടൊന്നും അ ന്ന് അറിഞ്ഞിരുന്നില്ല. എന്നിരുന്നാലും അതിനും മുമ്പുള്ള നമ്മുടെ ആ ദ്യകാലങ്ങളിലെ കയ്പ്പേറിയ അനുഭവങ്ങൾ ഏതു സാഹചര്യവുമായി പൊരുത്തപ്പെട്ട് പോകുവാൻ നമ്മെ സജ്ജമാക്കിയിരുന്നു. അതുകാരണം പുതിയ ഈ സങ്കേതത്തിലും പ്രശ്നങ്ങളില്ലാതെ ഞങ്ങൾ ജീവിച്ചുപോ ന്നു.

രാത്രി ഭക്ഷണത്തിന് ശേഷം വെറുതെ തോന്നിയ ഒരു മോഹമായി രുന്നു മെസ്സ് കെട്ടിടത്തിനു വടക്ക് ഭാഗത്തുള്ള കോണിപ്പടിവഴി ടെറ സ്സിൽ കയറണം എന്നത്. ഞാനും ചൂത്തനും പാനുവും മുകളിലെത്തി

യപ്പോൾ കണ്ടത് ഇരുന്നു വർത്തമാനം പറയുവാൻ പാകത്തിലുള്ള ഒ
രു ബെഞ്ചും നിലത്ത് മടക്കിവെച്ച നിലയിൽ ഒരു പുൽപ്പായയുമാണ്.
കുറച്ചു നേരം ഞങ്ങൾ അവിടെ ഇരുന്നു. ചൂത്തൻ പുൽപ്പായ വിരിച്ച്
ആകാശം നോക്കി മലർന്നു കിടന്നു. പാനു ഒരു നാടൻ പാട്ടു പാടി ടെറ
സിനു മുകളിൽ ഉലാത്തി. ഏതോ ഒരു കോണിൽ തൂക്കിയിട്ടിരുന്ന ഒരു
ബൾബ് പാനുവിന്റെ ശ്രദ്ധയിൽ പെട്ടതും കൂടുതലൊന്നും ആലോചി
ക്കാതെ അവനത് ഊരിയെടുക്കുകയും ചെയ്തു.

'ഹോസ്റ്റലിൽ പുറത്തിറങ്ങുന്ന വരാന്തവഴിയിൽ കിടക്കട്ടെ ഇത്.'

എതിർത്തൊന്നും പറയാൻ എനിക്കോ ചൂത്തനോ തോന്നിയില്ല. ഈ
ടെറസിനു മുകളിൽ വെറുതെ ഇരിക്കുന്നതിനേക്കാൾ എത്രയോ ഭേദമാ
ണ് ഇത് ഹോസ്റ്റൽ വരാന്തയിൽ ഉപയോഗിക്കുന്നത് എന്ന് ഞങ്ങൾക്കും
തോന്നി. അവിടുത്തെ കൂരിരുട്ടിന് ഒരു ശമനവുമാകും.

ഏകദേശം ഒരു അഞ്ചു മിനിറ്റ് കഴിഞ്ഞു കാണും. രണ്ടു പേർ കോ
ണിപ്പടി കയറി അവിടെ എത്തി. മെസ്സിലെ ചന്ദ്രേട്ടനും ഡ്രൈവർ പ്രേ
മേട്ടനും. വന്നപാടെ കിഴക്കേ മൂലയിലുള്ള ഉണ്ടായിരുന്ന ബൾബ് അ
പ്രത്യക്ഷമായത് പ്രേമേട്ടന്റെ ശ്രദ്ധയിൽപ്പെട്ടു.

'ഇവിടുത്തെ ബൾബ് എവിടെ പോയി?'

'അറിയില്ല.'

പാന്റ്സിന്റെ പോക്കറ്റിലുണ്ടായിരുന്ന ബൾബ് മെല്ലെ ടെറസ്സിൻ തി
ണ്ണമേൽ വെച്ചതിനുശേഷമായിരുന്നു പാനുവിന്റെ പ്രതികരണം.

ബൾബ് കണ്ടെടുത്ത ചന്ദ്രേട്ടന്റെ 'ഇത് നിങ്ങളാണ് എടുത്തത്?'
എന്ന ചോദ്യത്തിന് 'അല്ല' എന്നു ഉത്തരം പറഞ്ഞു ഞങ്ങൾ മെല്ലെ പ
ടിയിറങ്ങി.

മോഷണം കയ്യോടെ പിടികൂടി എന്നതാണ് സത്യം. ചന്ദ്രേട്ടനും
പ്രേമേട്ടനും അന്തിയുറങ്ങുന്നത് ടെറസിനു മുകളിൽ ആണെന്നും അവ
രുടെ ആവശ്യത്തിനായാണ് ബൾബ് അവിടെ ഫിറ്റ് ചെയ്തതെന്നും
ഞങ്ങൾക്ക് ബോധ്യമായി. താഴെയുള്ള സ്വിച്ച് ഓൺ ചെയ്തപ്പോൾ മു
കളിൽ പ്രകാശം കാണാത്തതു കാരണമാണ് അവർ അപ്പോൾ മുക
ളിൽ എത്തിയത്.

കുറ്റബോധത്തോടെ നിശബ്ദരായാണു ഞങ്ങൾ ആ രാത്രി ഹോസ്റ്റ
ലിലേക്ക് മടങ്ങിയത്. ആരും അറിയാതെ ബൾബ് ഊരിയെടുക്കുക എ
ന്നത് മോഷണം തന്നെ. കൂടാതെ അങ്ങനെ ചെയ്തില്ല എന്ന് കള്ളം പ
റഞ്ഞും തെറ്റ്.

ഇരുട്ടേറിയ ഹോസ്റ്റൽ വരാന്തയിലെത്തിയപ്പോൾ ഞങ്ങൾക്ക്

ഞങ്ങളോട് തന്നെ ദേഷ്യം തോന്നി.

'നമ്മൾ ചെയ്ത കുറ്റം എന്താണ്..?

സത്യത്തിൽ ആ ബൾബ് പ്രകാശിക്കേണ്ടത് ഇവിടെയല്ലേ?

ഇവിടെ കുട്ടികൾക്ക് അല്ലേ പ്രഥമ പരിഗണന വേണ്ടത്? നേരായ കാര്യത്തിനുവേണ്ടി ശ്രമിച്ചതിന് ഇപ്പോൾ കുറ്റവാളികളുമായി..'

ചുത്തൻ അമർഷത്തോടെ മുഷ്ടി ചുരുട്ടി ചുവരിൽ ഇടിച്ചു. അതിൻ റെ പ്രകമ്പനത്തിൽ ഹോസ്റ്റൽ മുഴുവൻ വിറങ്ങലിച്ചു.

39. പച്ചപ്പ്

സൗകര്യങ്ങളിൽ പലതിനും ഇവിടെ നല്ല രീതിയിലുള്ള പുരോഗമ
നം ഉണ്ടായിട്ടുണ്ട്. ഹോസ്റ്റൽ സൗകര്യം ഒഴികെ. ക്ലാസ് റൂമുകളിലും
മെസ്സ് ഹാളിലും ഇവിടുത്തെ ജല ലഭ്യതയിലും ഈ മാറ്റം നന്നായി
തെളിഞ്ഞു കാണാം. പണ്ട് പാത്രം കഴുകാൻ ക്യൂ നിന്ന് ഒരു ഗ്ലാസ് വെ
ള്ളം വാങ്ങിയ കാര്യമൊക്കെ ഇപ്പോൾ ജൂനിയേഴ്സിനോട് പറയുമ്പോൾ
അവർ കെട്ടുകഥ പോലെ കേട്ടിരിക്കുമെന്നേ ഉള്ളൂ. ശനിയാഴ്ച്ചകളിൽ
അലക്കുവാനായി താഴെ അരുവിയിലേക്കുള്ള പോക്കും നനഞ്ഞ തു
ണിയുമായുള്ള മലകയറ്റവുമെല്ലാം ആരോട് പറയാൻ.. പഴയ അധ്യാപ
കർ പോലും ആരുമില്ല. ഇന്ന് ആവശ്യത്തിന് വെള്ളമുണ്ട്.. വൈദ്യുതി
യുണ്ട്.. കിടക്കാൻ കട്ടിലുകൾ.. എല്ലാമുണ്ട്.

പക്ഷേ ഇതിൽ നിന്നൊക്കെ വിപരീതമായി പ്രഭാത കർമ്മങ്ങളിൽ
പരമ പ്രധാനമായ ശൗചാലയ സൗകര്യങ്ങൾക്ക് അധോഗമനം ആണ്
കാണാൻ കഴിയുന്നത്. വർഷങ്ങൾക്കുമുമ്പ് വള്ള്യായിയിലെ വാടകവീ
ട്ടിൽ താമസിച്ചിരുന്ന കാലത്ത് ദീർഘനേരം ക്യൂ നിന്നാണെങ്കിലും
ക്ലോസറ്റും ആവശ്യത്തിന് വെള്ളവും ലഭിക്കുന്ന ടാപ്പും ഉൾക്കൊള്ളുന്ന
മേൽക്കൂരയുള്ള ചെറുമുറികൾ ഉണ്ടായിരുന്നു നമുക്ക് രാവിലത്തെ കാ
ര്യം സാധിക്കാൻ. അതിനുശേഷമുള്ള വർഷങ്ങളിൽ ആ സൗകര്യം കു
റച്ചു കക്കൂസിലും പറങ്കിമാവിൻ തോപ്പിലുമായി ഭാഗം ചെയ്യപ്പെട്ടു. ഇ
ഷ്ടമുള്ളത് തെരഞ്ഞെടുക്കാം. ക്യൂ നിൽക്കാൻ തീരെ താൽപര്യമില്ലാ
ത്ത, പ്രകൃതിരമണീയതയുടെ കടുത്ത ആരാധകരായ നമ്മളിൽ ഭൂരി
ഭാഗത്തിനും ആ തിരഞ്ഞെടുപ്പിൽ യാതൊരു ആശയക്കുഴപ്പവും ഉണ്ടാ
യിരുന്നില്ല. പിന്നീട് ഇപ്പോൾ ഇവിടേക്ക് താമസം മാറിയതിൽ പിന്നെ
കിഴക്കുഭാഗത്തുള്ള പറങ്കിമാവിൻ തോട്ടം മാത്രമായി ഏക ആശ്രയം.

ഓറഞ്ചും നീലയും നിറത്തിലുള്ള ബക്കറ്റുകളിൽ പാതി നിറച്ച വെ
ള്ളവുമായി പറങ്കിമാവിൻ തോട്ടത്തിന്റെ പല ഭാഗങ്ങളിലേക്ക് മാവോ
വാദികളെ നേരിടുന്നതിന് തണ്ടർബോൾട്ടിനെ ഇറക്കിയതുപോലെ ഞ

ങ്ങൾ നുഴഞ്ഞുകയറും. ദൂരെ മെസ്സിന് വെളിയിൽ നിന്ന് പെൺകുട്ടി
കൾ ആരെങ്കിലും കാണുകയാണെങ്കിൽ ആളെ തിരിച്ചറിയാതിരിക്കാൻ
മുടന്തിയും ചെരിഞ്ഞും ഒരു അപരിചിതനിലേക്ക് ഞങ്ങൾ പരകായപ്ര
വേശനം ചെയ്യും. മഴക്കാലമായാൽ കാര്യങ്ങൾ എളുപ്പമാണ്. കുട ചെ
രിച്ചു മറച്ചുപിടിച്ച് നടന്നാൽ മതി. ആളെ മനസ്സിലാകില്ല.

പറങ്കിമാവിൻ തോട്ടത്തിന് അകത്തേക്ക് കയറിയാൽ പിന്നെ ഓരോ
കുറ്റിക്കാട്ടിനു പിറകിലായി സ്ഥലം പിടിക്കും. നേരിട്ട് കാണാൻ കഴിയി
ല്ലെങ്കിലും പരസ്പരം സംസാരിച്ചു കൊണ്ടായിരിക്കും കാര്യം സാധി
ക്കൽ. ഒന്നിച്ചു ടീമായി പോയവർ ഒന്നിച്ചേ തിരിച്ചുവരൂ. ഒരാൾക്ക് തീ
രുന്നതുവരെ മറ്റുള്ളവർ വെറുതെ കുത്തിയിരിക്കും.

വർഷത്തിൽ ഒന്നോ രണ്ടോ പ്രാവശ്യം അപൂർവ്വമായി മാത്രം നട
ക്കുന്ന കാര്യമാണ് തണ്ണിമത്തൻ അഥവാ വത്തക്ക വിതരണം. വത്തക്ക
നിരവധി കഷണങ്ങളാക്കി മുറിച്ച് എല്ലാവർക്കും വീതിച്ചു കൊടുക്കു
മ്പോഴേക്കും ഒരാൾക്ക് കിട്ടുന്നത് ഒരു കടിക്കുതന്നെ തീർന്നു പോകു
ന്നത്ര ചെറിയ കഷ്ണം ആയിരിക്കും. വത്തക്കയുടെ ചുവപ്പ് ഭാഗം തി
ന്നു കഴിഞ്ഞാൽ പിന്നെ വെള്ള നിറത്തിലേക്ക് കടക്കും. ചിലർ ഒരുപടി
കൂടി താഴ്ന്നിറങ്ങി കന്നുകാലികളെപ്പോലെ അതിന്റെ പച്ചഭാഗത്തേക്കും
കടക്കും. ഒടുവിൽ നാരുപോലുള്ള തോൽ മാത്രമായിരിക്കും ബാക്കി ഉ
ണ്ടാവുക.

അവനവന്റേത് തിന്നുകഴിഞ്ഞാൽ പിന്നെ മറ്റുള്ളവർ കാർന്നു തിന്നു
ന്നത് നോക്കി കളിയാക്കുക സാധാരണമാണ്. ഇതൊഴിവാക്കാൻ ഞാ
നൊരു പുതിയ മാർഗം കണ്ടെത്തി. വത്തക്കയുടെ ഒരുഭാഗം കടിച്ചാൽ
അടുത്തത് അതിന്റെ കീഴിൽ തന്നെയുള്ള വെള്ള ഭാഗവും കഴിക്കുക.
മറ്റുള്ളവർ കാണുമ്പോൾ കുറച്ചു ചുവപ്പ് ഭാഗം എപ്പോഴും ബാക്കിയു
ണ്ടാകും.

ഒരു വൈകുന്നേരത്തെ വത്തക്ക വിതരണത്തിന് ശേഷം സ്റ്റഡി ടൈ
മിനായി മെസ്സിൽ നിന്നുള്ള മടക്കയാത്രയിൽ ആണ് ഒരാൾ നീല ബക്ക
റ്റുമായി കിഴക്കോട്ടു നടന്നുപോകുന്നത് എല്ലാവരുടെയും ശ്രദ്ധയിൽപ്പെ
ട്ടത്. ആൾ ആരാണെന്ന് പെട്ടെന്ന് ആർക്കും മനസ്സിലായില്ല. ബക്കറ്റിന്റെ
നിറവും നടത്തത്തിന്റെ ശൈലിയും വെച്ച് ആളെ ഞങ്ങളിൽ ചിലർക്ക്
മനസ്സിലായി. പക്ഷേ പെൺകുട്ടിയുടെ മുന്നിൽ പേര് വെളിപ്പെടുത്തിയി
ല്ല.

സ്റ്റഡി ടൈം തുടങ്ങി പത്തുപതിനഞ്ച് മിനിറ്റിനുശേഷം കുളിച്ച് നല്ല
പോലെ പൗഡറൊക്കെ പൂശി സുന്ദരക്കുട്ടപ്പനായാണ് മാക്രി (96) ക്ലാ

സ്സിലെത്തിയത്. മുൻനിരയിലെ പെൺകുട്ടികൾ അടക്കം പറഞ്ഞ് ചിരി ച്ചപ്പോഴൊന്നും അവന് കാര്യം മനസ്സിലായില്ല.

താച്ചറും (135) പാനുവും (114) ആണ് പറങ്കിമാവിൻ തോപ്പിലെ എന്റെ ചങ്ങാതികൾ. ഞങ്ങൾ മൂവർക്കുമിടയിലെ ചിന്തകൾക്ക് അലൗകികമാ യ ഒരു വിശിഷ്ടതലമുണ്ടെന്ന് സ്വയം വിശ്വസിക്കുന്നവരായിരുന്നു ഞ ങ്ങൾ. ഇവിടുത്തെ പാഠ്യവിഷയങ്ങൾക്കും പഠനരീതികൾക്കും അപ്പുറ ത്ത് ഭൂമിയുടെയും പ്രപഞ്ചം മൊത്തത്തിന്റെയും നിലനിൽപ്പും അതിന്റെ ആത്മസൗന്ദര്യവും ഈ നിമിഷത്തിന്റെ പൊരുളും ഭൂതവർത്തമാനകാ ലങ്ങളുടെ അർഥമില്ലായ്മയും ഞങ്ങളുടെ സംസാരത്തിൽ പ്രകടിപ്പി ച്ചു നിന്നു.

പൂക്കൾ ഭൂമിയുടെ സന്തോഷാശ്രുക്കൾ ആണെന്നും പ്രകൃതിയുടെ ഈ ആനന്ദ പ്രകടനത്തിൽ മനുഷ്യൻ പങ്കാളിയാവേണ്ടതുണ്ടെന്നും ഞാൻ പറയും. പൂക്കളെക്കാൾ സൗന്ദര്യം അതിനെ താങ്ങുന്ന ചെറു കാണ്ഡങ്ങൾക്കാണെന്ന് താച്ചർ. എന്നാൽ ഇവയെയൊക്കെ നിലനിർ ത്തുന്ന വേരുകൾക്കിടയിലെ ഇരുണ്ട ചെളിയാണ് യഥാർഥ സൗന്ദര്യ ധാമം എന്നാകും പാനു. ഇതൊക്കെ സംസാരിക്കുന്നത് കുറ്റിക്കാട്ടിനു മറവിൽ സ്ഥാനം പിടിച്ചതിനുശേഷമാണ് എന്നതാണ് കൗതുകം.

ചില ദിവസങ്ങളിൽ ഈ തീർഥയാത്രയിലുടനീളം ഞങ്ങൾ മൗന വ്രതത്തിൽ ആയിരിക്കും. ഒന്നും സംസാരിക്കില്ല. അത്യാവശ്യത്തിന് ആംഗ്യഭാഷ മാത്രം. ഞങ്ങളുടെ ഇത്തരം ചെയ്തികൾ മറ്റുള്ളവർ കാ ണുകയില്ല. കണ്ടാൽ തന്നെ തിരിച്ചറിയുകയും ഇല്ല. ആരും അറിയേ ണ്ട ആവശ്യം ഉണ്ടെന്ന് ഞങ്ങൾക്ക് തോന്നിയിട്ടുമില്ല. കാരണം നമ്മുടെ ചിന്താതലം അല്ലല്ലോ മറ്റുള്ളവർക്ക്. നാം എല്ലാറ്റിനും അതീതമായി ചി ന്തിക്കുന്ന വിശിഷ്ട തലച്ചോറുകൾ കൈമുതലായയുള്ള ജീവജാലങ്ങളാ ണല്ലോ..

ചിലപ്പോൾ പറങ്കിമാവിൻ തോപ്പിൽ വെച്ച് ഞങ്ങളിൽ ഒരാൾ ദേശീ യഗാനം പാടും. മൂവരും നിശ്ചലരായി അറ്റൻഷനിൽ നിന്ന് ജനഗണമന പാടി തീർക്കും. പശുക്കൾ കുത്താൻ അടുത്തു വന്നാലും ഞങ്ങൾ നി ന്ന നിൽപ്പിൽ നിന്ന് അനങ്ങില്ല. ദേശീയഗാനത്തെയോ രാജ്യത്തെയോ അപമാനിക്കുന്നത് യാതൊന്നും ഈ മണ്ണിൽ ജീവിക്കുന്ന മനുഷ്യരും മൃഗങ്ങളും ചെയ്യാൻ പാടില്ല എന്നതാണ് നമ്മുടെ കാഴ്ചപ്പാട്.

ഈ തീർഥയാത്രാ കർമ്മത്തിനും പശുക്കൾക്കും ഇടയിൽ മുറിച്ചു മാറ്റാൻ കഴിയാത്ത ഒരു ബന്ധം ഇന്നും തുടരുന്നു. അത് മറ്റൊന്നുമല്ല. മനുഷ്യന്റെ അതിസങ്കീർണ്ണമായ ദഹനേന്ദ്രിയ വ്യവസ്ഥകളിലൂടെ പ്ര

യാണം ചെയ്തു ബാഹ്യലോകത്തേക്ക് പുറന്തള്ളുന്ന പദാർഥങ്ങൾ വീ ണ്ടും ചതുർഭാഗങ്ങളിലായി വേർതിരിച്ച മറ്റൊരു പചനവ്യൂഹത്തിലൂടെ കടന്നുചെല്ലുന്ന പ്രകൃതിയുടെ രസകരമായ വികൃതിയാണത്. നാട്ടിലെ പശുക്കളിൽ നിന്നും വ്യത്യസ്തമായി ഇവറ്റകളുടെ ഇവിടുത്തെ ഈ പെരുമാറ്റരീതി നെറ്റി ചുളിച്ചേ കാണാൻ കഴിയൂ. .

ചുരുക്കിപ്പറഞ്ഞാൽ, ഇവിടെ തളിരിടുന്ന ഓരോ പുൽനാമ്പിനും സ സ്യലതാദികൾക്കും ഓജസ്സേകുന്നത് ഹോസ്റ്റൽവാസികളുടെയും നാൽ ക്കാലികളുടെയും ഖര ദ്രാവക മാലിന്യങ്ങൾ ആണെന്നതാണ് യാഥാർ ത്ഥ്യം. കാലാകാലങ്ങളിൽ വേനലും മഴയും താണ്ടി ഇവിടുത്തെ മേൽ മണ്ണിൽ ലയിച്ചുചേർന്ന ഈ ഫലഭൂയിഷ്ഠത വരുംകാലത്തെ പച്ചപ്പായി എന്നെന്നും ഇവിടെ നിലനിൽക്കും.

40. കൊടുവാൾ

'കമ്മോൺ നമ്പർ വൺ തേർട്ടി എയ്റ്റ്..!'

ബ്ലാക്ക്ബോർഡിലെ സൈൻ തീറ്റയും കോസ് തീറ്റയും വെച്ചുള്ള സങ്കീർണ്ണമായ സമവാക്യങ്ങൾ നോക്കി നക്ഷത്രമെണ്ണിയിരിക്കുമ്പോ ഴായിരിക്കും എന്റെ നേർക്ക് വിരൽചൂണ്ടി മാത്സ് മാധവൻ സാറിന്റെ ആ ചോദ്യം.

എന്തുകൊണ്ടാണ് എന്നോട് തന്നെ എപ്പോഴും ചോദ്യങ്ങൾ ചോദി ക്കുന്നത് എന്ന് ഞാൻ പലപ്പോഴും ചിന്തിച്ചിട്ടുണ്ട്. ഒരുപക്ഷേ എനിക്ക് ഉത്തരം പറയാൻ കഴിഞ്ഞാൽ ക്ലാസിൽ എല്ലാവർക്കും മനസ്സിലായി എ ന്നതായിരിക്കും ഇതിന് കാരണം. നൂറ്റി മുപ്പത്തിയെട്ട് എന്ന സംഖ്യയ് ക്ക് ഗണിതശാസ്ത്രത്തിൽ ഞങ്ങൾ ആരും കാണാത്ത എന്തെങ്കിലും പ്രത്യേകത ഉണ്ടോ എന്നെനിക്കറിയില്ല. അതെന്തുമാവട്ടെ എന്റെ പേരി നേക്കാൾ സാറിന് പ്രിയം റോൾ നമ്പർ ആയിരുന്നു. അധ്യാപകരായി ര ണ്ട് മാധവൻമാർ ഉള്ളത് കാരണം അവരുടെ പേരിനു കൂടെ പഠിപ്പിക്കു ന്ന വിഷയവും ചേർത്ത് ഇംഗ്ലീഷ് മാധവനെന്നും മാത്സ് മാധവനെന്നും ആക്കി ഞങ്ങൾ.

ഭാവിയിൽ ഒരു അധ്യാപകൻ ആയി മാറണം എന്ന് നമ്മെക്കൊണ്ട് തോന്നിപ്പിക്കത്തക്ക രീതിയിൽ സുന്ദരവും ആകർഷണീയവുമായിരുന്നു മാധവൻ സാറിന്റെ മാനറിസങ്ങൾ. ഇടംകൈ പാന്റ്‌സിന്റെ പോക്കറ്റിൽ തിരുകി വലംകൈ ശരീരത്തിൽ നിന്നകറ്റി വീശി ഇടത്തോട്ട് ചെരിഞ്ഞു കൊണ്ടാണ് ക്ലാസിലേക്കുള്ള സാറിന്റെ വരവ്. ഫുൾസ്ലീവ് ബ്രാൻഡഡ് ഷർട്ടിന്റെ കൈ കഫുകളിലെ ബട്ടണുകൾ ഇടാറില്ല. അത് മടക്കിവെ യ്ക്കാതെ അലസമായി ആടിക്കളിക്കും. ചെറുതായി നരച്ചുതുടങ്ങിയ സാൾട്ട് ആൻഡ് പെപ്പർ താടി.. തലശ്ശേരിക്കാരന്റെ നല്ല ഒഴുക്കുള്ള ഇം ഗ്ലീഷ്.. മൃദു സംസാരത്തിൽ തുടങ്ങുന്ന ക്ലാസ് ഒരു പത്തുമിനിറ്റ് കഴിയു മ്പോഴേക്കും അധ്യാപന ലഹരിയിൽ കത്തിക്കയറും.

'സൈൻ സ്ക്വയർ എ പ്ലസ് ടാൻ സ്ക്വയർ ബി ' എന്നൊക്കെ ഉച്ച

ത്തിൽ വിളിച്ചുകൂവി ബ്ലാക്ക് ബോർഡിൽ ഒരു ഉന്മാദിയെപ്പോലെ ആ ഞ്ഞടിക്കും. ഈ ഒച്ചപ്പാടുകൾക്ക് ശേഷം പൊടുന്നനെയുള്ള നിശബ്ദത ആയിരിക്കും. ആ നിശബ്ദതയിൽ കണ്ണട മൂക്കിന്മേൽ സ്വല്പം താഴ്ത്തി അതിന്റെ വിടവിലൂടെ ഞങ്ങളുടെ എല്ലാം കണ്ണുകളിലേക്ക് ചുഴ്ന്നിറ ങ്ങി നിരീക്ഷിക്കും. ആ നോട്ടത്തിൽ തന്നെ നമ്മുടെ അതുവരെയുള്ള ശ്രദ്ധാശേഷിയും ഗ്രഹണശക്തിയും സാർ അളന്നുകാണും.

ക്ലാസ്സിൽ വിദ്യാർഥികളുടെ ശ്രദ്ധപിടിച്ചു പറ്റുന്നതിൽ ശബ്ദ വ്യതി യാനത്തിനും വിദ്യാർത്ഥികളുടെ പ്രതികരണം തിരിച്ചറിയുന്നതിനുമു ള്ള പ്രാധാന്യം എത്രത്തോളമുണ്ടെന്ന് വ്യക്തമാക്കി തരുന്നതാണ് സാ റിന്റെ രീതി. ഞങ്ങൾ നാല്പത്തിയൊൻപത് പേർ മാത്രമേ ഉള്ളൂ എങ്കി ലും മുന്നിൽ ഒരു അഞ്ഞൂറുപേർ ഇരിക്കുന്നുണ്ട് എന്ന കാഴ്ചപ്പാടാണ് സാറിന്. ആകെക്കൂടി ഒരു ഓക്സ്ഫോർഡ് സർവകലാശാല ലക്ച്ചർ ഹാളിൽ ഇരിക്കുന്ന അനുഭവം ആയിരിക്കും ഞങ്ങൾക്ക്.

അങ്ങനെ മാത്സ് മാധവൻ, ഇംഗ്ലീഷ് മാധവൻ, രാമനാഥൻ സാർ, ബെന്നി സാർ എന്നിവരുടെ മാറിമാറിയുള്ള പരീക്ഷണശാലകളിൽ ഭാ വിയിലേക്കുള്ള എന്തിനോ വേണ്ടി വേണ്ടി പാകം ചെയ്യപ്പെടുകയായിരു ന്നു ഞങ്ങൾ. ലോകത്ത് കിട്ടാവുന്നതിൽ വച്ച് ഏറ്റവും നല്ല അധ്യാപന മാണ് നമുക്ക് ലഭിച്ചുകൊണ്ടിരുന്നത് എന്ന ചിന്തകൾക്കിടയിലും കുന്നി നു താഴെയുള്ള യഥാർത്ഥ ലോകത്ത് ഇവയുടെ പ്രായോഗികതയെ ക്കുറിച്ചുള്ള സംശയങ്ങൾ ദിനംപ്രതി കൂടിവന്നതേയുള്ളൂ.

ജംബുകനെയും കുര്യാക്കോസിനെയും താച്ചറിനെയും പോലുള്ള അതിബുദ്ധിമാൻമാർക്ക് ഒരുപക്ഷേ ഇത്തരം സംശയങ്ങൾ അന്യമായി രിക്കാം. പക്ഷേ അവരെയും അലട്ടുന്ന പ്രധാന പ്രശ്നം പുറംലോക ത്തെ യാഥാർഥ്യത്തെക്കുറിച്ചുള്ള ചിന്തകളാണ്. പത്രങ്ങളിലൂടെയും ടി വിയിലൂടെയും ലഭിക്കുന്ന വിവരങ്ങൾ മാത്രം വെച്ച് നാം സങ്കല്പിച്ചെ ടുക്കുന്ന ഒരു അപൂർണ്ണ ചിത്രമാണ് ബാഹ്യലോകത്തിന്റേത്. അത്രത ന്നെ അവ്യക്തത നിറഞ്ഞതാണ് നമ്മുടെ ഭാവിയും.

പക്ഷേ.. ഞാൻ എന്ന പദത്തിന്റെ അർത്ഥം അന്വേഷിച്ചു നടക്കുന്ന മനുഷ്യരെ ഇത്തരം വേവലാതികൾ ഒന്നും തന്നെ അലട്ടിയില്ല. പ്രപഞ്ച ത്തിലെ ഏതു സാഹചര്യവും എന്നെ ബാധിക്കാൻ മാത്രം വലുതല്ല എ ന്ന ചിന്താതലത്തിലേക്ക് അവർ എത്തിച്ചേർന്നിരിക്കും. നമ്മുടെ പാനു വിനെപ്പോലെ.

എട്ടാം ക്ലാസ് കഴിഞ്ഞ് ഉത്തർപ്രദേശിലേക്ക് പോയ പാനുവല്ല ഇന്ന ത്തെ പാനു. അതിരാവിലെ എഴുന്നേറ്റ് താൽപര്യത്തോടെ പി.ടി.ക്ക് പോ

വുകയും, ചെണ്ടയാടിലേക്കും വള്ള്യായിയിലേക്കുമുള്ള ദീർഘദൂര ഓട്ട ത്തിൽ ആദ്യം തിരിച്ചെത്തുകയും ക്ലാസ്സിൽ മുൻബെഞ്ചിലിരുന്ന് ശ്രദ്ധാ പൂർവ്വം പഠിച്ചെടുക്കുകയും ചെയ്യുന്ന അച്ചടക്കമുള്ള വിദ്യാർത്ഥിയിൽ നിന്നും ആളാകെ മാറിപ്പോയിരിക്കുന്നു. ജോൺപൂരിലെ ഏതോ ഒരു ഭാംഗ് ശാലയിൽ വെച്ച് അവന് ബോധോദയമോ ബോധക്ഷയമോ ഉ ണ്ടായെന്ന് തോന്നും അവന്റെ പെരുമാറ്റം കണ്ടാൽ. സദാസമയവും പു ഞ്ചിരിതൂകി, ഒന്നിലും അതീവതാല്പര്യമില്ലാത്ത, ഉന്മാദിയായ ഒരു ബൗ ദ്ധികവാദിയെപോലെയായി അവൻ. ക്ലാസിലും പുറത്തുമുള്ള നമ്മുടെ നീറുന്ന വേവലാതികളെയൊക്കെ അവൻ പുച്ഛത്തോടെ നോക്കിക്കണ്ടു. നമ്മളെ അലട്ടിക്കൊണ്ടിരുന്ന അവ്യക്തതയാർന്ന ഭാവിയെകുറിച്ചുള്ള ചിന്തകൾ അവനെ അലട്ടിയതേയില്ല. വർത്തമാനലോകത്തിൽ ജീവി ക്കാതെ ഭാവിക്കുമപ്പുറത്ത് ജീവിക്കുന്നവനെ പോലെ തോന്നി അവന്റെ രീതികൾ. നമ്മൾ ചിന്തിച്ച് അവസാനിപ്പിച്ചിടത്ത് നിന്നായിരിക്കും അ വൻ തുടങ്ങുക.

കോടിക്കണക്കിന് ന്യൂറോണുകളാൽ അതിസങ്കീർണമായ തലച്ചോ റിൽ നിന്നും ഉടലെടുക്കുന്ന ചിന്തയുടെ പ്രയാണത്തിന് മറ്റു ചിന്തക ളാൽ കടിഞ്ഞാണിട്ടു നിയന്ത്രിക്കുന്നതാണ് സാധാരണ മനുഷ്യമന സ്സിന്റെ രീതി. അതുകൊണ്ടാവണം വെറുതെ ഒന്നു കൂകിവിളിച്ചേക്കാം എന്ന് കരുതുമ്പോഴും അത് ശരിയല്ല എന്ന് തിരിച്ചറിഞ്ഞ് നാം പിന്മാറു ന്നത്. ഒരു ചിന്താശകലത്തെ മറ്റൊരു ചിന്ത നശിപ്പിക്കുന്ന നിരന്തര പ്ര ക്രിയ.

പക്ഷേ ബുദ്ധിഭ്രമം എന്ന് ഇന്ന് നമ്മൾ കരുതപ്പെടുന്ന ചിന്തകൾക്ക് ഇത്തരം കടിഞ്ഞാണുകൾ ഇല്ലതന്നെ. ഒരു കാര്യത്തെ കുറിച്ച് അതിൻ റെ കൂടുതൽ കൂടുതൽ ആഴത്തിലേക്ക് ചിന്തിച്ച് പരിസമാപ്തിയിൽ എ ത്തിച്ചേരുംവിധം തീക്ഷ്ണമായിരിക്കുമിവ.

ഇതിൽ ഏതാണ് വികലം എന്നത് മറ്റൊരു ചിന്താവിഷയം. ചുരുക്കി പ്പറഞ്ഞാൽ പാനുവിന്റെ ചിന്താരീതിയാണ് പ്രകൃതിക്ക് സാധാരണം.. നമ്മുടേതൊക്കെ ക്രമവിരുദ്ധമായ വികലചിന്തകളും. അതുകൊണ്ടുത ന്നെ പാഠഭാഗങ്ങളുടെ പ്രായോഗികതലത്തെക്കുറിച്ചുള്ള അറിവ് അനി യന്ത്രിതമായ ചിന്തകളാൽ അവൻ സ്വയം നേടിയിട്ടുണ്ട് എന്നു തോന്നു ന്നു. ഇങ്ങനെയൊക്കെയാണ് ഞാൻ പാനുവിനെ കുറിച്ച് ചിന്തിക്കാറ്.

കിഴക്കുഭാഗത്തുള്ള പറങ്കിമാവിൻ തോട്ടത്തിന്റെ ഉൾഭാഗങ്ങളിൽ പ ലയിടങ്ങളിലായി വാറ്റുചാരായ കേന്ദ്രങ്ങളുണ്ടായിരുന്നു. കുമനെ അറ സ്റ്റ് ചെയ്ത് കൊണ്ടു പോയതിന് ശേഷവും മറ്റു പലരും ഇവിടെ വന്ന്

ആ പ്രക്രിയ തുടർന്നു. അതിന്റെ തെളിവുകളായി പല പാത്രങ്ങളും ക
ത്തിക്കരിഞ്ഞ വിറകുകൊള്ളികളും അങ്ങിങ്ങായി കാണാം. ഇടതൂർന്ന
ഒരു പറങ്കിമാവിൻ ചുവട്ടിൽ പത്തോളം കറുത്ത ചാരായ വീപ്പകൾ നിര
ത്തി വെച്ചിരിക്കുന്നത് കാണിച്ചുതന്നത് പാനുവാണ്. ഭദ്രമായി അടച്ചു
വെച്ച അതിലൊന്ന് തുറന്നുനോക്കിയപ്പോൾ അസഹനീയമായ നാറ്റം..!
പോക്കറ്റിൽ നിന്നും പാനു ഗ്ലാസ് എടുക്കുന്നത് കണ്ടപ്പോഴാണ് ഇവൻ
ഇത് നേരത്തെ തന്നെ കണ്ടു വെച്ചതാണെന്നും കരുതിക്കൂട്ടിയാണ് ഇ
ങ്ങോട്ടേക്ക് വന്നതെന്നും എനിക്ക് മനസ്സിലായത്. ഒന്നോ രണ്ടോ ഗ്ലാസ്
അവൻ അകത്താക്കി കാണും. എന്നിട്ട് ഒന്നും അറിയാത്തവനെ പോ
ലെ സ്ഥായിയായ പുഞ്ചിരിതൂകികൊണ്ട് തിരികെ നടന്നു.

വാറ്റുചാരായക്കാർക്ക് പുറമേ പറങ്കിമാവിൻ തോട്ടത്തിൽ മറ്റൊരു കൂ
ട്ടരും ഉണ്ടായിരുന്നു. കശുവണ്ടികൾ പാട്ടത്തിനെടുത്തവർ. ആണായും
പെണ്ണായും കാണുന്ന ഇവർ വൈകുന്നേരം കുന്നിറങ്ങി തിരിച്ചുപോകു
മ്പോൾ അവരുടെ കയ്യിൽ കശുവണ്ടിക്ക് പുറമേ വിറകുകെട്ടുകളും കാ
ണാം. വിറകുകൾ കഷണങ്ങൾ ആക്കുവാൻ കത്തിയോ കൊടുവാളോ
കൂടെക്കാണും. അതുകൊണ്ട് തന്നെ ഞങ്ങൾ അവരെ 'കൊടുവാൾ'
എന്ന് വിളിച്ചുപോന്നു.

രാവിലെ കുറ്റിക്കാട്ടിനു പിറകിൽ കാര്യം സാധിക്കാൻ ഇരുന്ന പല
രും പെൺകൊടുവാളിനെ കണ്ടു പാതിനിർത്തി തിരികെവന്നിട്ടുണ്ട്.

പാനു പാതിതുറന്നുവിട്ട ചാരായവീപ്പയുടെ രൂക്ഷഗന്ധം കശുമാവിൻ
തോട്ടത്തിലാകെ പരന്നുകിടന്നു. ഇത് മണത്തറിഞ്ഞ കൊടുവാളുക
ളിൽ ചിലരിൽ സാമൂഹ്യസേവനചിന്ത ഉണരുകയും അവർ എക്സൈ
സുകാരെ വിവരമറിയിക്കുകയും ചെയ്തു. അതോടെ കള്ളവാറ്റു കേന്ദ്ര
ങ്ങളെല്ലാം താത്ക്കാലികമായി പൂട്ടിക്കെട്ടി. ഇതിനെല്ലാം കാരണക്കാര
നായ പാനു എല്ലാമറിഞ്ഞിട്ടും ഒന്നും അറിയാത്തവനെ പോലെ ഇരു
ന്നു മന്ദഹസിച്ചു.

വാറ്റ് ചാരായക്കാരെ ഒറ്റുകൊടുത്ത് എതിരുനിന്നത് കൊടുവാളുകൾ
ആണെങ്കിൽ കൊടുവാളുകൾക്ക് ഭീഷണിയായി പാനു മാറിയ സാഹ
ചര്യവും ഉണ്ടായി. ഇത്തവണ പാനുവിന് കൂട്ടായത് എന്നും സന്തതസ
ഹചാരിയായ ചൂത്തൻ ആണ്.

രാത്രി ഒരു പത്തു മണി കഴിഞ്ഞു കാണും. ഇരുവരും കയ്യിൽ ഒരു
ടോർച്ചും ബക്കറ്റുമായി കശുമാവിൻ തോപ്പിലേക്ക് പോയി. ഒരുമണി
യോടെ തിരികെയെത്തിയപ്പോൾ ബക്കറ്റിൽ പാതിയിലധികം കശുവ
ണ്ടികളായിരുന്നു.

അടുത്ത ദിവസം വൈകുന്നേരം അവർ കുന്നിറങ്ങി വെളിയിലേക്കു പോയി കശുവണ്ടി വിറ്റു. ഏതോ നല്ല ഹോട്ടലിൽ കയറി ഭക്ഷണം കഴിച്ചു. ചില്ലറ സാധനങ്ങളും വാങ്ങി. ബാക്കിയുള്ള കാശ് പോക്കറ്റിൽ തിരുകി രാത്രി ആയപ്പോഴേക്കും തിരികെയെത്തി.

പാനുവും ചൂത്തനും ഈ ചര്യകൾ തുടർന്നു. ഞായറാഴ്ചകളിൽ ആരുമറിയാതെ കൂത്തുപറമ്പിലേക്ക് പോയി സിനിമകൾ കണ്ടു.. ഇഷ്ട മുള്ള ഭക്ഷണം കഴിച്ചു. കശുവണ്ടികൾ പാട്ടത്തിനെടുത്ത കൊടുവാളു കൾക്ക് കനത്ത നഷ്ടവും സംഭവിച്ചു.

41. ഏട്ടൻമാരേ, ഏച്ചിമാരേ, വിട..!

ഈ ദിവസത്തിന് എന്ത് പേരിടണം എന്ന് അറിയില്ല. നിമിഷങ്ങൾ കൊണ്ട് വർഷങ്ങളെ പിറകോട്ട് തള്ളിയിട്ട ദിനം. ഞങ്ങൾക്ക് കഴിഞ്ഞ ആറു വർഷങ്ങളായി ഈ കുന്നിന്മേൽ വഴികാട്ടിയായി നിന്ന നമ്മുടെ സീനിയേഴ്സ് വിദ്യാലയത്തിൽ നിന്നും പടിയിറങ്ങി പോകുന്ന ദിവസം.!

സ്കൂളിനു മുന്നിൽ സാധാരണ അസംബ്ലി കൂടുന്നിടത്ത് ലളിതമായ ഒരു ചടങ്ങ്. അധ്യാപകരും സീനിയേഴ്സും നമുക്ക് അഭിമുഖമായി ബെ ഞ്ചിൽ ഇരിക്കുന്നു. വിട ചൊല്ലുന്ന എല്ലാവർക്കും പ്രിൻസിപ്പാൾ രാമകൃ ഷ്ണയ്യ സാർ ജ്വലിക്കുന്ന ഒരു കൊച്ചു എണ്ണവിളക്ക് സമ്മാനിച്ചു. അ റിവാകുന്ന ഈ വിളക്കേന്തി വേണം നിങ്ങൾ പുറംലോകത്തേക്ക് പടി യിറങ്ങേണ്ടത് എന്നതായിരുന്നു അതിന്റെ സാരം.

പ്രിൻസിപ്പലിന്റെയും ബെന്നിസാറിന്റെയും മറ്റു അധ്യാപകരുടെ യും സംസാരങ്ങൾക്കു ശേഷം സ്കൂൾ ക്യാപ്റ്റനായ രാജീവന്റെ മറുപ ടി പ്രസംഗം. എന്നും വാതോരാതെ ഇംഗ്ലീഷിൽ ഘോരഘോരം പ്രസം ഗിക്കുന്ന രാജീവനും ഇന്ന് കണ്ഠമിടറി.

ശോകാർദ്രമായ അന്തരീക്ഷം മാറ്റിയെടുക്കുവാൻ രാമനാഥൻ സാർ പതിവായി പാടാറുള്ള മലയാള സിനിമാഗാനം തമിഴ് ചുവയോടെ പാടി.

'കിലുകിലുക്കാം ചെപ്പേ കിങ്ങിണീ
ചിരികുടുക്കേ അല്ലിത്തേൻമണി..'

മുഴുമിക്കും മുൻപേ സാറും വിതുമ്പിപ്പോയി. വർഷങ്ങൾക്കു മുൻപു ള്ള ദൈന്യതയാർന്ന ദിനങ്ങൾ നമ്മുടെയെല്ലാം ഉള്ളിൽ തികട്ടി വന്നു കാണണം. ഗോപി സാറിനെയും മോഹൻസാറിനെയും നെൽസൺ സാ റിനെയും എല്ലാം ഓർമ്മ വന്നു.

സന്തോഷ് ജോസഫും ബൈജുവും പ്രതീഷും സുജാതയും നിമ്മി യും നമ്മോട് വിട പറയുന്നു. വിടചൊല്ലുന്നത് വ്യക്തികളല്ല.. ഒരു കാല ഘട്ടമാണ്. ഇഷ്ടങ്ങളോ ആഗ്രഹങ്ങളോ ഇല്ലാതെ പേടിച്ചരണ്ടു ജീവി ച്ചുപോന്ന കൂടപ്പിറപ്പുകളുടെ കാലഘട്ടം. ഞങ്ങളെ അറിയാവുന്ന, ഞ

ങ്ങൾ കടന്നുവന്ന കയ്പേറിയ പാതകളിൽ പങ്കാളികളായ ഒരു കൂട്ടം ഒ
ന്നടങ്കമായി ഇവിടെനിന്ന് അപ്രത്യക്ഷമാവുകയാണ്. അവരുടെ അനുഭ
വങ്ങളത്രയും ഒരു കെട്ടുകഥ പോലെ ഇവിടെ ഇല്ലാതായിത്തീരുകയാ
ണ്. ഇന്നീ കാണുന്ന അവരുടെ കുസൃതിത്തരങ്ങളും നേട്ടങ്ങളും ഓർമ
കളിൽ മാത്രമാവും വരുംനാളുകളിൽ അവശേഷിക്കുക.

എന്നോ എവിടെയോ വായിച്ച ഒരു കാര്യമാണ് ഓർമ്മവരുന്നത്.
ജീവിതം ഒരു തോണിയാത്ര പോലെയാണ്. കുത്തൊലിപ്പും പ്രളയവും
താണ്ടി ഓളപ്പരപ്പിൽ ഉയർന്നുപൊങ്ങി ലക്ഷ്യമെന്തെന്നറിയാതെ ആ
യാത്ര തുടർന്നുകൊണ്ടേയിരിക്കും. തോണി എന്നത് പ്രതിനിധാനം
ചെയ്യുന്നത് ശരീരവും ബുദ്ധിയും നാളിതുവരെയായി നേടിയ അറിവും
കഴിവും ഒക്കെയാണ്. ആഴങ്ങളിൽ മുങ്ങാതെ രക്ഷിച്ചുപോരുന്നത് ഈ
നൗകയാണ്. യാത്രക്കാരനാകട്ടെ 'ഞാൻ' എന്ന എന്റെ ആത്മാവും.

മൈതാനത്ത് നിരന്തരമായ പാദസ്പർശമേറ്റ് മിനുസമാർന്ന ചെറു
ചെങ്കല്ലുകൾ സാക്ഷി..

കരിമ്പാറമേൽ അള്ളിപ്പിടിച്ചു വളർന്ന ഉണക്കപ്പുല്ലുകൾ സാക്ഷി..

കശുമാവിൻ തോപ്പുകൾ സാക്ഷി..

ഏട്ടൻമാരേ, ഏച്ചിമാരേ, വിട..!

42. ടെലിസ്കോപ്

ഫിസിക്സ് ലാബിൽ ഇലക്ട്രോണിക്സ് സാധനങ്ങൾ ഘടിപ്പിക്കാൻ ഉപയോഗിച്ചുവരുന്ന ഈയത്തിന്റെ കമ്പിച്ചുരുളുകൾ ഉണ്ടായിരുന്നു. തീ രെ കട്ടികുറഞ്ഞ ഈ ലോഹം ആരും കാണാതെ കൈവിരലിൽ ചുരുട്ടി സ്പ്രിങ് പോലെ നീണ്ട ചുരുളുകൾ ഉണ്ടാക്കി രസിക്കുകയായിരുന്നു താച്ചർ. ശേഷം അവനത് ചെവിയിൽ കമ്മൽ പോലെ കൊളുത്തി വച്ചു. പ്രച്ഛന്നവേഷത്തിനുവേണ്ടി ഗാന്ധിജിയുടെ വേഷം കെട്ടാൻ തല മൊട്ട യടിച്ചിരുന്ന അവന് ആ ഒറ്റചെവിയൻ കമ്മൽ നന്നേ യോജിച്ചു. ഇന്തോ നേഷ്യൻ ദയാക് ഗോത്രവർഗ്ഗക്കാരുടെ ആഭരണശൈലിയെ അനുസ്മ രിക്കുമാറുള്ള ഈ കമ്മൽ ഫാഷൻ ആരെയും ആകർഷിക്കത്തക്ക തര ത്തിലുള്ളതായിരുന്നു. ലാബിൽ നിന്നും ഒരു റോൾ ഈയം മൊത്തമാ യി എടുത്ത് താച്ചർ എല്ലാവർക്കും വിതരണം ചെയ്യുക വഴി ഹോസ്റ്റൽ മുഴുവൻ ഇത് ഒരു തരംഗമായി മാറി.

ഒറ്റ ചെവിയിൽ ലോഹച്ചുരുളും കൊളുത്തിയിട്ടു കൊണ്ടുള്ള ഈ ഫാഷൻ കണ്ടു പെൺകുട്ടികൾപോലും അസൂയതോന്നി എന്നു തോ ന്നുന്നു. വിചിത്രമായ ഒരു ഭ്രാന്തൻ കോലം എന്ന് തോന്നിയിട്ടാണോ ഈ നോട്ടം എന്നുമറിയില്ല. ഏതായാലും ആദ്യത്തേതാണെന്ന് വിശ്വ സിക്കാനാണ് നമുക്കിഷ്ടം. കമ്മലിനു പിറകെയുള്ള ദ്രവ്യസ്രോതസ്സ് എവിടെനിന്നാണെന്ന് ആർക്കും പിടികിട്ടിയതുമില്ല.

മൂന്നോ നാലോ ദിവസങ്ങൾ നീണ്ടുനിന്നു കാണും ഈ കമ്മൽഭ്രാ ന്ത്. അതിനിടെ വരാന്തയിൽ എവിടെയോ നിന്നോ ഇതിലൊന്ന് വീ ണുകിട്ടിയ അധ്യാപകർ ആരോ ഇത് ഈയമാണെന്ന് തിരിച്ചറിയുക യും കാര്യം ഫിസിക്സ് ടീച്ചറായ നിഷ ടീച്ചറെ അറിയിക്കുകയും ചെ യ്തു. ലാബിൽ ഈയത്തിന്റെ അളവ് കുറഞ്ഞുപോകുന്നതിൽ വേവ ലാതിപ്പെട്ടുകൊണ്ടിരുന്ന ടീച്ചർ അരിശം മൂത്ത് ക്ലാസ്സിലെല്ലാവരേയും കണക്കിന് വഴക്ക് പറഞ്ഞു. ഫിസിക്സിൽ കേമനായ പ്രിയശിഷ്യൻ

താച്ചറാണ് ഇതിന് പിന്നിലെന്ന് അവർ സ്വപ്നത്തിൽ പോലും വിചാരി ച്ചു കാണില്ല.

തന്റെ കപട നിഷ്കളങ്കത ഒന്നുകൂടി ഊട്ടിയുറപ്പിക്കുവാനെന്നോണം താച്ചർ ഫിസിക്സ് ലാബിലെ വാനനിരീക്ഷണത്തിനായുള്ള ടെലിസ് കോപ് ഹോസ്റ്റലിലേക്ക് കൊണ്ടുപോകുവാൻ തരാമോ എന്ന് വിനയാ നിതനായി ചോദിച്ചു. രാത്രിയിൽ ചന്ദ്രനെയും നക്ഷത്രങ്ങളെയും നോ ക്കാൻ ആണെന്ന് പറഞ്ഞപ്പോൾ ടീച്ചർ അത് അനുവദിക്കുകയും ചെയ് തു. അല്ലെങ്കിലും ഈ പട്ടാപ്പകലിൽ ലാബിൽ ഇരുന്നുകൊണ്ട് എന്ത് വാനനിരീക്ഷണം നടത്താനാണ്?

അന്ന് രാത്രി മുതൽ ഹോസ്റ്റലിൽ, ഭാവിയിൽ ജനാല വെയ്ക്കാനു ദ്ദേശിക്കുന്ന വിടവിലൂടെ ഞങ്ങൾ ആകാശ നിരീക്ഷണം നടത്താൻ തു ടങ്ങി. ചന്ദ്രനും നക്ഷത്രസമൂഹങ്ങളും നമ്മുടെ സംസാരവിഷയങ്ങൾ ആയി മാറി. കോപ്പറും സപ്ലിയുമൊക്കെ രാത്രി ഏറെനേരം ഇങ്ങനെ വാനനിരീക്ഷണം നടത്തുക പതിവായി.

ഒരു ദിവസം അതിരാവിലെ മാക്രിയും മിത്തുട്ടും ടെലസ്കോപ്പിലൂ ടെ നിർത്താതെ നോട്ടമിടുന്നത് കണ്ടാണ് ഞങ്ങൾ ഉണർന്നത്. രാത്രി യിലെ വാനനിരീക്ഷണത്തിന് യാതൊരു താൽപര്യവും കാണിക്കാത്ത ഇവർ രാവിലെ തന്നെ എന്തിനാണ് എന്താ ഇത്ര കാര്യമായി വീക്ഷി ക്കുന്നത് എന്നതായി നമ്മുടെ ചിന്ത. ടെലിസ്കോപ്പിന്റെ വീക്ഷണ കോൺ ആകാശത്തിനു നേരെ നിൽക്കേണ്ടതിനു പകരം ഭൂമിക്ക് സമാ ന്തരമായി ആണ് നിൽക്കുന്നത് എന്ന് ശ്രദ്ധിച്ചതപ്പോഴാണ്. കൃത്യമായി പറഞ്ഞാൽ, ദൂരെ തെക്കുവശത്തുള്ള ഹൈജമ്പ് പിറ്റിലേക്ക്. അവിടെ റീജിയണൽ സ്പോർട്സ് മീറ്റിന് പോകുന്ന പെൺകുട്ടികൾക്കായി ജെ സ്സി ടീച്ചർ പ്രത്യേക ജമ്പിങ് പ്രാക്ടീസ് നൽകുന്നുണ്ട്. മുട്ടിനുമുകളിൽ ട്രൗസറിട്ട് പരിശീലനം നടത്തുന്ന ജൂനിയർ പെൺകുട്ടികളാണ് ഇവരു ടെ ചന്ദ്രതാരാദികൾ എന്ന് തിരിച്ചറിയുവാൻ വൈകിയില്ല.

മിത്തുട്ടിനും മാക്രിക്കും പിറകെ ചോട്ടുവും കോശിയുമെല്ലാം ടെലി സ്കോപ്പിനു പിന്നിൽ തിരക്കുകൂട്ടി. ആൾക്കാർ പിന്നെയും കൂടിയപ്പോൾ മിത്തുട്ട് എല്ലാവരും ക്യൂ പാലിക്കണമെന്ന് നിർദേശിച്ചു. അങ്ങനെ ഹോ സ്റ്റലിൽ പണ്ഡിറ്റ് ഒഴികെ ബാക്കിയുള്ളവരെല്ലാം താച്ചർ കൊണ്ടുവന്ന ടെലിസ്കോപ്പിന്റെ ഉപഭോക്താക്കളായി. രാവിലെയും വൈകുന്നേരവും എന്ന വേർതിരിവില്ലാതെ പെൺകുട്ടികളുടെ ഹോസ്റ്റലും മെസ്സും മൈ താനത്തിന്റെ മറ്റു മർമ്മപ്രധാനഭാഗങ്ങളുമെല്ലാം നമ്മുടെ നിരീക്ഷണ വലയത്തിന്റെ ഭാഗമായി. ആഴ്ചകൾ കഴിഞ്ഞിട്ടും താച്ചർ ടെലിസ്കോ

പ്പ് ലാബിലേക്ക് തിരിച്ചു കൊടുത്തില്ല.

ഗംഗാ ഹൗസിനു വേണ്ടി ഞാനും കുര്യാക്കോസും കൂടി ഒരു ഇംഗ്ലീ ഷ് നാടകം അഭിനയിക്കുകയുണ്ടായി. സത്യത്തിൽ അതൊരു ഇംഗ്ലീഷ് ഡ്രാമ ആയിരുന്നില്ല. ഏതോ ഒരു മലയാള നാടക സമാഹാര പുസ്തക ത്തിൽ ഞാൻ വായിച്ച ഒരു നിശബ്ദ നാടകത്തിൽ നിന്നായിരുന്നു തുട ക്കം.

അതിർത്തികൾ എന്ന് പേരിട്ടിരിക്കുന്ന നാടകത്തിൽ അയൽരാജ്യ ങ്ങളുടെ അതിർത്തിക്കപ്പുറവും ഇപ്പുറവുമായി കാവൽനിൽക്കുന്ന ര ണ്ടു പട്ടാളക്കാരുടെ കഥയായിരുന്നു അത്. അന്യോന്യം ഭാഷകൾ അ റിയാത്ത ഇവർ ആംഗ്യഭാഷയിലൂടെ പരസ്പരം ആശയവിനിമയം നട ത്തുന്നു. ഭക്ഷണവും വെള്ളവും കൈമാറുന്നു. ആത്മബന്ധുക്കളുടെ ഫോട്ടോകൾ പരസ്പരം കാണിച്ചുകൊടുക്കുന്നു. അങ്ങനെ സൗഹാർദ്ദ പരമായും സമാധാനപരമായും നീങ്ങുന്ന അന്തരീക്ഷത്തിലേക്ക് ഹെ ലികോപ്റ്ററിന്റെയും ബോംബുകളുടെയും ശബ്ദ കോലാഹലങ്ങളോടെ യുദ്ധകാഹളം ഇരമ്പിയെത്തുന്നു. നാളിതുവരെ ചങ്ങാതികളെ പോലെ ജീവിച്ചവർ പരസ്പരം തോക്കു ചൂണ്ടി നിൽക്കുന്നു. ഇതാണ് കഥാത ന്തു.

സംഭാഷണങ്ങൾ തീരെ ഇല്ലാത്ത ഈ കഥ ഇരുവർക്കും അങ്ങേയ റ്റം ഇഷ്ടപ്പെട്ട സ്ഥിതിക്ക് വേദിയിൽ അവതരിപ്പിക്കണമെന്ന ആഗ്രഹം നടപ്പിലാക്കാൻ തന്നെ തീരുമാനിച്ചു. ഹൗസിന്റെ മലയാളനാടകമായി ഇത് വേണ്ട. അതിനായി ചൂത്തൻ മറ്റൊരു നാടകം തട്ടിക്കൂട്ടുന്നുണ്ട്. എന്നാൽപ്പിന്നെ ഇത് ഇംഗ്ലീഷ് നാടകമായി അവതരിപ്പിക്കാം. എല്ലാറ്റി നും സഹായിയായി ചിണ്ടനുമുണ്ട് കൂടെ. രണ്ടു പേർ മാത്രമേ നാടകാ ഭിനയത്തിന് ആവശ്യമുള്ളൂ. ഹൗസ് ക്യാപ്റ്റൻ കുര്യാക്കോസ് ആയതി നാൽ നമുക്ക് തന്നെ എല്ലാറ്റിനും പൂർണ സ്വാതന്ത്ര്യവും ഉണ്ട്.

ആംഗലേയ പര്യവേഷണത്തിനു വേണ്ടി ഇംഗ്ലീഷ് സംഭാഷണങ്ങൾ ഉൾപ്പെടുത്തിയാൽ അത് കഥാകൃത്തിനോട് ചെയ്യുന്ന ക്രൂരതയായി പോകും. മാത്രമല്ല, അവതരണത്തിന്റെ രസവും നശിക്കും. പക്ഷേ നാ ടകം ഇംഗ്ലീഷ് ആവുകയും വേണം അതിനുവേണ്ടി പ്രിയജനങ്ങളുടെ ഫോട്ടോകൾ പരസ്പരം കാണിക്കുന്ന രംഗത്ത് ഒരു കാമുകിയെ തിരു കി കയറ്റി. പശ്ചാത്തലമായി ചില ഇംഗ്ലീഷ് വരികൾ എഴുതി ചേർക്കു കയും ചെയ്തു.

'Fragrance of Love.. Fragrance of Revolution..'

ഇത് പിന്നണിയിൽ പറയുവാനായി രണ്ടുവർഷം ജൂനിയറായ മായ

യെ ഏർപ്പാടാക്കുകയും ചെയ്തു.

വേദിയിൽ ഭാഷ ഇല്ലാത്തതിനാൽ തന്നെ വേഷവിധാനത്തിനും സാ ധനസാമഗ്രികൾക്കും അങ്ങേയറ്റം പ്രാധാന്യം ഉണ്ടല്ലോ. പട്ടാളക്കാരു ടെ വേഷം എവിടെ കിട്ടാനാണ്? എല്ലാത്തരം വേഷങ്ങളുടെയും കലവ റയായ കോശിയെ സമീപിച്ച് അവന്റെ ഒരു കാക്കിവേഷം ഞാൻ കൈ ക്കലാക്കി. കാർഡ്ബോർഡ് കൊണ്ട് തോക്കുകൾ ഉണ്ടാക്കി. പട്ടാളക്കാ രുടേത് എന്നു തോന്നിക്കുന്ന വലിയ ബാഗുകളും പെട്ടികളും സംഘടി പ്പിച്ചു. ഇനിയും എന്താണ് ഉൾപ്പെടുത്താൻ കഴിയുക എന്ന ചിന്തയ്ക്ക് ഒടുവിലാണ് നമ്മുടെ പ്രിയപ്പെട്ട ടെലസ്കോപ്പ് ഓർമ്മവന്നത്. എതിർ രാജ്യത്തിന്റെ ദുരപ്രദേശങ്ങൾ വീക്ഷിക്കുവാനും യുദ്ധത്തിൽ ആകാശ നിരീക്ഷണം നടത്തുവാനും ഇത് നല്ലതു തന്നെ.

നാടകാവതരണം കാണികൾക്ക് ഇഷ്ടപ്പെട്ടോ ഇല്ലയോ എന്നറിയില്ല. വേദിയിൽ കുര്യാക്കോസുമൊത്തുള്ള അഭിനയം ഞാൻ നന്നായി ആ സ്വദിച്ചു. സദസ്സിൽ മുൻനിരയിലുണ്ടായിരുന്ന ഫിസിക്സ് ടീച്ചർ നാട കം ശ്രദ്ധിച്ചു കാണില്ല. അവരുടെ കണ്ണ് നാടകാവസാനം വരെ ആ ടെ ലസ്കോപ്പിൽ തന്നെയായിരുന്നു. അന്ന് രാത്രിതന്നെ മെസ്സിൽവെച്ച് ഭ ക്ഷണശേഷം താച്ചറിനെ കണ്ട ടീച്ചർ അവനോട് അടുത്ത ദിവസം രാ വിലെ ടെലിസ്കോപ് ലാബിൽ തിരിച്ചേൽപ്പിക്കാൻ പറഞ്ഞു.

ആ രാത്രി എനിക്ക് ഉറക്കം വന്നില്ല. ജനൽ വിടവിലൂടെ ആകാശ ത്തേക്ക് നോക്കി കിടന്നു. വെണ്ണിലാവിന്റെ പൊൻവെളിച്ചം പരന്നു നിൽ ക്കേണ്ട നിശീഥിനിയിൽ പൂർണചന്ദ്രൻ ഇടയ്ക്കിടെ കരിമേഘങ്ങൾയ് ക്കിടയിലേക്ക് മറഞ്ഞു പോവുകയും, നിമിഷങ്ങൾക്കു ശേഷം പുറത്തി റങ്ങി മുഖം കാണിക്കുകയും ചെയ്തു. രാത്രിയിൽ ഉടനീളം എന്റെ ഉ ള്ളിൽ ആ ശബ്ദം വിറങ്ങലിച്ചു നിന്നു.

‘Fragrance of Love..
Fragrance of Revolution..
Fragrance of Love..
Fragrance of Revolution..’

43. ജിമ്മും പാട്ടും

നവരാത്രിക്ക് പത്തുദിവസം. പിന്നെ, മെയ് ജൂൺ മാസങ്ങളിലെ സമ്മർ വെക്കേഷൻ. ഇത് രണ്ടുമാണല്ലോ നമുക്ക് വീട്ടിലേക്ക് പോകുവാൻ ഔദ്യോഗികമായി കിട്ടുന്ന അവസരങ്ങൾ. പക്ഷേ, ചിലർ വളരെ ഗൗരവമേറിയ അത്യാവശ്യ കാരണങ്ങൾക്ക് വീട്ടിൽ പോകാറുണ്ട്. ഉറ്റവരുടെ മരണം, ചേച്ചിയുടെ കല്യാണം പോലുള്ള ഒഴിച്ചുകൂടാൻ പറ്റാത്ത അവസരങ്ങളിൽ. വർഷങ്ങളായി വീട്ടുകാരെ വേർപിരിഞ്ഞുള്ള ഇവിടുത്തെ ജീവിതത്തോട് നമ്മെപ്പോലെ അവരും പൊരുത്തപ്പെട്ടു കഴിഞ്ഞു എന്നു തോന്നുന്നു.

വലിയ ചടങ്ങുകളിൽ, മറ്റു ബന്ധുക്കളുടെ മുന്നിൽ പ്രദർശിപ്പിക്കുവാൻ വേണ്ടി മാത്രം ഒന്നോ രണ്ടോ ദിവസം ഞങ്ങളെ കൊണ്ടുപോകും. മുറിച്ചുമാറ്റിയ ഒരു അവയവം എത്ര ചേർത്തു വെച്ചാലും പൂർവ സ്ഥിതിയിൽ ആകില്ല എന്ന പോലെ ഒരു നിസ്സംഗതാഭാവത്തിൽ ഫോട്ടോകളിൽ പോസ്റ്റ് ചെയ്യും. പത്തോ ഇരുപതോ മണിക്കൂറുകൾ മാത്രം നീണ്ടുനിൽക്കുന്ന ചില ഓർമ്മകളുമായി ഞങ്ങൾ വീണ്ടും കുന്നിൻപുറത്തേക്ക് തിരിച്ചെത്തും.

ഈ രീതിയിൽ ഏറ്റവുമധികം തവണ വീട്ടിലേക്ക് പോയിട്ടുണ്ടാവുക കോശിയായിരിക്കും. ഓരോ തവണ തിരിച്ചു വരുമ്പോഴും നിരവധി പലഹാരങ്ങളും പഴവർഗ്ഗങ്ങളും വസ്ത്രങ്ങളും കൊണ്ടുവരുമവൻ. ഇതിനെല്ലാം പുറമേ ഒരു കൂട്ടം സംഭവകഥകളും. ഇതിൽ പലതും ശുദ്ധ ബഡായി ആയിരിക്കും. എന്നിരുന്നാലും കേട്ടിരിക്കാൻ സുഖമുള്ളത് കാരണം ഞങ്ങളെല്ലാം സശ്രദ്ധം കേട്ടിരിക്കും. നാട്ടിൽ അവന്റെ ഇക്ക ജിമ്മിൽ പോകാറുണ്ടെന്നും മൂപ്പർക്ക് ഇപ്പോൾ ഭയങ്കര മസിലൊക്കെ വെച്ചിട്ടുണ്ടെന്നും വലുതായാൽ ബോംബെയിൽ വലിയൊരു ജിം തുടങ്ങുമെന്നും അപ്പോൾ സിനിമാതാരങ്ങളൊക്കെ അവിടേക്ക് വരുമെന്നും അവൻ പറഞ്ഞു.

'നമുക്കും ഇവിടെയൊരു ജിം തുടങ്ങണം.' കോശി പറഞ്ഞു.

'രാവിലെയുള്ള പി.ടി.യൊക്കെ പോരെ നമുക്ക്..?'

'പോരാ.. പക്ഷെ ജിമ്മിന് ഒരുപാട് സാധനങ്ങൾ വേണം.'

അന്നു തന്നെ അവൻ ജോസ്റ്റൻ സാറിനെ കണ്ട് രണ്ടു ജോഡി ഡം ബെൽസും തൂങ്ങിപൊങ്ങുവാനുള്ള ഹാംഗിംഗ് റിങ്ങും കൊണ്ടുവന്നു. ഇതിനു പുറമേ കോൺക്രീറ്റ് പണിക്കാർ എടുത്തുവെച്ച രണ്ടു മീറ്റർ നീളമുള്ള കനമേറിയ മൂന്നു നാല് വാർക്കകമ്പികളും സംഘടിപ്പിച്ചു. ഇ തെല്ലാം വെച്ച് നമ്മുടെ ഹോസ്റ്റൽ മുറിക്ക് തൊട്ടുമുകളിലുള്ള, മേൽക്കൂ രയില്ലാത്ത പാതി ഉയരത്തിൽ മാത്രം ഇഷ്ടികച്ചുവർ കെട്ടിയ ടെറസ്സിൻ മേൽ ഒരു കൊച്ചു ജിം പണിതു കോശി.

വെയ്റ്റ് ലിഫ്റ്റിങിനായി അവൻ ഒന്നോ രണ്ടോ കമ്പികൾ എടുത്തു പൊക്കും. കോശിയുടെ ഈ അഭ്യാസപ്രകടനങ്ങൾ കണ്ടു ഞാനും കൊ ച്ചിയും ഗിരിബാബുവും ജംബുകനും സപ്ലിയും ചക്കരയും തുടങ്ങി ചോ ട്ടുവരെയുള്ള അന്തേവാസികൾ ഒഴിവുനേരങ്ങളിൽ ടെറസിലേക്ക് വ്യാ യാമം ചെയ്യാനെത്തി.

ഞങ്ങൾ രണ്ട് കൈയും ഉപയോഗിച്ച് കഷ്ടപ്പെട്ടു പൊക്കുന്നത് ഗിരി ബാബു ഒറ്റക്കൈകൊണ്ട് പൊക്കി കാണിക്കും. മറ്റുള്ളവരുടെ മുന്നിൽ ഒരു പ്രകടനത്തിനു വേണ്ടിയാണ് കോശിയും ഗിരിബാബുവും ഇതൊ ക്കെ ചെയ്തതെങ്കിൽ ഈ സംവിധാനങ്ങൾ ആത്മാർത്ഥമായി ഉപയോ ഗിച്ചത് സപ്ലിയാണ്.

ഒരു ശരാശരി കൗമാരക്കാരന്റെ പേശീബലം മാത്രമുണ്ടായിരുന്ന അവൻ ഇപ്പോൾ സൽമാൻ ഖാൻ സ്റ്റൈലിൽ മസിൽമാൻ ആകാൻ തുടങ്ങി. രോമങ്ങളേതുമില്ലാത്ത ക്ലീൻ ഷേവ് ബോഡിയും മുഖത്തെ പ്രസരിപ്പും നിറവും കണ്ടാൽ ഒരു ഒത്ത ബോളിവുഡ് നടനെ പോലെ യുണ്ടിപ്പോൾ. സപ്ലിയുടെ കൂടെ നടന്നാൽ പെൺകുട്ടികളുടെ ശ്രദ്ധ മു ഴുവൻ അങ്ങോട്ടു പോകും എന്ന് തിരിച്ചറിഞ്ഞ ചോട്ടുവും മാക്രിയും പൊതുസ്ഥലങ്ങളിൽ അവനിൽനിന്നും സ്വല്പം അകലം കാത്തുസൂ ക്ഷിച്ചു.

'സൽമാൻ ഖാൻ.. മസിൽ മാൻ..'

എന്ന് പോഷ്കറിന്റെയും കാക്ഷന്റെയും കമന്റുകൾ പല ആവർ ത്തി കേട്ട് സപ്ലിയിലും ചില മാറ്റങ്ങൾ ഉടലെടുത്തു. ഹോസ്റ്റലിൽ ആ രോ കൊണ്ടുവന്ന ടേപ്പ് റെക്കോർഡറിൽ ഹിന്ദി പാട്ടുകൾ ഉച്ചത്തിൽ വെയ്ക്കുമവൻ. കേട്ടുമടുത്ത കുമാർസാനുവിന്റെ പാട്ടുകൾ അവൻ പി

ന്നെയും പിന്നെയും പലതവണ പാടിക്കും. ഇളയരാജയുടെ തമിഴ് പാട്ട് വയ്ക്കുവാൻ ചൂത്തനും പുതിയ സംഗീതസംവിധായകൻ എ. ആർ. റ ഫാന്റേത് വയ്ക്കുവാൻ ഞാനും വാശിപിടിക്കും. അപ്പോഴേക്കും മമ്മൂട്ടി യുടെ കടുത്ത ആരാധകനായ വിജയകുമാർ മമ്മൂട്ടി ചിത്രങ്ങളിലെ പാ ട്ടുകൾ അടങ്ങിയ ഒരു സ്ഥിരം കേസറ്റ് ടേപ്പ് റെക്കോർഡറിൽ തിരുകി കയറ്റിയിട്ടുണ്ടാകും. മമ്മൂട്ടിക്ക് നിരവധി കത്തുകൾ അയച്ചതിന് മറുപ ടിയായി അദ്ദേഹത്തിന്റെ ഒരു ഫോട്ടോ തപാലായി കിട്ടിയതിന്റെ സ ന്തോഷത്തിലാണ് മൂപ്പർ ഇപ്പോൾ.

സംഗീതത്തിന്റെ കാര്യത്തിൽ ഓരോരുത്തർക്കും ഓരോ താൽപര്യ ങ്ങൾ ആയിരുന്നു. കോശിക്ക് മാപ്പിളപ്പാട്ട്. താച്ചറിന് അപ്പാച്ചിയുടെ യും ബാബാ സെയ്ഗളിന്റെയും ഫാസ്റ്റ് നമ്പറുകൾ. പക്ഷെ, ഇതിലൊ ന്നും താല്പര്യം കാണിക്കാതെ സ്വന്തമായി ഈരടി മീട്ടുന്നവനായിരു ന്നു പിക്കു. ചുരുക്കം ചില അക്ഷരങ്ങൾ അങ്ങോട്ടുമിങ്ങോട്ടും മാറ്റിക്കൊ ണ്ട് പല വാക്കുകൾ ഉണ്ടാക്കി അനുനാസികാശബ്ദത്തിൽ അവൻ താള ത്തിൽ പാടും.

'ഉണ്ട.. ഒണ.. ഒക്കണ

ഉണ്ട ഒണക്ക.. ഉണ്ടക്ക ഒണക്ക..'

ഈ അടുത്ത കാലത്താണ് എ. ആർ. റഹ്മാന്റെ കാതലൻ എന്ന സി നിമയുടെ കാസറ്റ് ഇറങ്ങിയത്.

വെളിയിൽ എല്ലാവരും കേൾക്കാൻ പാകത്തിൽ അതിലെ പാട്ടുകൾ ഞങ്ങൾ ഉച്ചത്തിൽ വെയ്ക്കും.

മുക്കാല മുക്കാബലയാണ് ചൂത്തന് ഇഷ്ടപ്പെട്ടതെങ്കിൽ, ഉർവശി.. ഉർ വശി എന്ന പാട്ടാണ് എനിക്കിഷ്ടപ്പെട്ടത്. കുര്യാക്കോസിന് ഇഷ്ടപെട്ടത് എസ്. പി.ബി.യും ഉദിത് നാരായണനും ചേർന്ന് പാടുന്ന 'കാതലിക്ക് പെ ണ്ണിൻ കൈകൾ തൊട്ടു നീട്ടിനാൽ..' എന്ന പാട്ടും.

ഹോസ്റ്റലിൽ പലതവണ ഞാനും മാക്രിയും ചേർന്ന് വരികൾ പങ്കു വെച്ചു പാടിയ ഒരു തമിഴ് റാപ്പ് സോങ്ങുണ്ട് അതിൽ.

ഞാൻ: ഒരണ രണ്ടണ..

മാക്രി : ഉണ്ടിയലാ ഉടച്ച്

ഞാൻ: നാലണ എട്ടണ..

മാക്രി : കടല ഉടന വാങ്ങി..

ഇരുവരും ചേർന്ന്: അണ്ട ഗുണ്ട..അടക്ക് വച്ചു

അപ്പോഴേക്കും തേനി കുഞ്ചരമ്മാളിന്റെ നാടോടി പെൺശബ്ദവുമാ

യി പാനു ഒരു മൂലയിൽ നിന്ന് സ്ത്രൈണ ഭാവത്തിൽ എഴുന്നേറ്റ് പാടി
വരും.

'അമ്മാ പേറ്റെ.. അയ്യാ പേറ്റെ..
തേനാംപേറ്റെ തേങ്കാമാട്ടേ..'
അപ്പോഴേക്കും ചുറ്റിലും ചിരിപടരും..

44. കൗമാരചാപല്യങ്ങൾ

'ഇന്ന് ശനിയാഴ്ച്ച. രാത്രി ഒരു പതിനൊന്ന് മണിക്കാണ് തുടങ്ങു
ക.'

'അപ്പോൾ തന്നെ അവിടെ എത്തണം എന്നില്ല. മറ്റു ഹോസ്റ്റലുകളി
ലെ ആൾക്കാരും സ്റ്റാഫുകളുമൊക്കെ ഉറങ്ങിയിട്ട് മതി. ഒരു പതിനൊ
ന്നര ആയാലും കുഴപ്പമില്ല. ആരും അറിയരുത്.'

ചക്കരയ്ക്ക് മറുപടി കൊടുത്തത് കാക്ഷനാണ്.

ഹോസ്റ്റലിലെ പകുതിയോളം പേർ ശനിയാഴ്ചകളിലെ ഈ അവ
സാന മണിക്കുറിനു വേണ്ടി കാത്തിരിക്കുകയാണ്. ഭൂമിയിലെ ഏതു
കോണിൽ ആണെങ്കിലും കൗമാരചാപല്യങ്ങളുടെ തീക്ഷ്ണതയ്ക്ക് ക
ടിഞ്ഞാണിടാൻ ചുറ്റുപാടുകളും സാഹചര്യങ്ങളും ഒരിക്കലും ഒരു വില
ങ്ങുതടി ആവുന്നില്ല. നിഷ്കർഷതകൾക്ക് കാഠിന്യമേറുമ്പോൾ അതി
നെ മറികടക്കാനുള്ള ആഗ്രഹങ്ങൾക്ക് തീവ്രതയേറും.

സ്കൂളിൽ ആകപ്പാടെയുള്ള ഒരേയൊരു ടെലിവിഷൻ മെസ്സ് ഹാളി
ലാണ് വെച്ചിരിക്കുന്നത്. രാത്രി ഒമ്പതര ആവുമ്പോഴേക്കും ഭക്ഷണകാ
ര്യങ്ങൾ കഴിഞ്ഞ് അവിടം കാലിയാകും. പാച്ചനും ചന്ദ്രേട്ടനും മജീദ്
ക്കയും കൂടി അരമണിക്കൂർ കൊണ്ട് ഹാളും ടേബിളുമൊക്കെ തുടച്ചു
വൃത്തിയാക്കി അടുക്കളയോട് ചേർന്ന് കിടക്കുന്ന മുറിയിലേക്ക് ഉറങ്ങാൻ
പോകും. അതിരാവിലെ മുതൽ തുടങ്ങി നിർത്താതെയുള്ള ജോലി ആ
യതിനാൽ കിടന്നുടനെ അവർ ഉറങ്ങിപ്പോവുകയും ചെയ്യും.

കൃത്യം പതിനൊന്നര മണിക്ക് ഞങ്ങൾ ഇരുപതോളം പേർ ഹോ
സ്റ്റലിൽ നിന്നിറങ്ങി. മൾട്ടിപർപ്പസ് ഹാളിനു പുറത്തുള്ള ട്യൂബ് ലൈ
റ്റിൽ നിന്നുള്ള വെളിച്ചം തട്ടാതിരിക്കാൻ പാതി ഉയരത്തിൽ കുനിഞ്ഞാ
ണ് പാറപ്പുറത്ത് കൂടെയുള്ള നടത്തം. ഉറങ്ങിയിരിക്കുന്ന ആരെങ്കിലും
ദൂരെ നിന്ന് കാണാതിരിക്കുവാൻ വെളുത്ത വസ്ത്രങ്ങളൊക്കെ ഒഴിവാ
ക്കി ഇരുണ്ട നിറമുള്ളത് മാത്രമായിരിക്കും ധരിക്കുക. ചിലർ മേൽവസ്
ത്രം ഊരി കയ്യിൽ പിടിച്ചിട്ടുണ്ടാകും.

ചാരിയടച്ച മെസ്സ് ഹാളിന്റെ വാതിൽപ്പാളികളിൽ ഒന്ന് ശബ്ദമുണ്ടാ ക്കാതെ മെല്ലെ തുറന്നു അകത്തു കടക്കുമ്പോഴേക്കും ഞങ്ങൾക്ക് മു ന്നേ എത്തിയിട്ടുള്ള പേഷ്ക്കറും കാക്ഷനും അവിടുത്തെ സ്ഥിതിഗതി കൾ മനസ്സിലാക്കി സ്ഥാനം പിടിച്ചിട്ടുണ്ടാകും. ലൈറ്റുകൾ ഒന്നും ഓൺ ചെയ്യാതെ ടിവിയുടെ അരണ്ടവെളിച്ചം മാത്രം നിറഞ്ഞു നിൽക്കുന്ന ഹാ ളിൽ, ടിവിയിലെ ദൃശ്യങ്ങൾ പൂർണ്ണ നിശബ്ദതയിൽ ചലിക്കുന്നു. ദേശ മോ ഭാഷയോ പ്രശ്നം ആകാത്ത ആഗോള ആശയപ്രകാശനശൈലി മുതൽക്കൂട്ടായുള്ള വൈദേശിക ചലച്ചിത്രങ്ങൾ അങ്ങേയറ്റം ബോറടി പ്പിക്കുന്നതാണെങ്കിലും കാത്തിരിപ്പ് കൊണ്ടുലുടലെടുക്കുന്ന ഉദ്വേഗ ത്താൽ മാത്രം ഞങ്ങൾ ശ്വാസമടക്കി ജാഗരൂകരായി അവ അവസാനം വരെ കണ്ടുതീർക്കും.

രാത്രി പന്ത്രണ്ടര കഴിഞ്ഞുള്ള തിരിച്ചുവരവ് മിക്കപ്പോഴും അത്യധി കം നിരാശരായിട്ടായിരിക്കും.

'പ്രതീക്ഷക്കൊത്തുയരാത്ത ആവിഷ്കാര രീതി.' ചൂത്തൻ പിറുപി റുത്തു.

ഒരു ദിവസം ഞങ്ങളും ജൂനിയേഴ്സിലെ ചിലരും മാത്രമായി സമ്മേ ളിക്കുന്ന ഈ രംഗഭൂമിയിലേക്ക് ആരും പ്രതീക്ഷിക്കാതെ ഒരു അതിഥി വന്നെത്തി. തലയിൽ ഒരു തോർത്തുമുണ്ട് കെട്ടി ഏറ്റവും പിറകിലായി നിൽക്കുന്ന ഉണ്ണിമീശയെ ടിവിയുടെ അരണ്ടവെളിച്ചത്തിൽ കണ്ടപാടെ പലരും ഒന്നും അറിയാത്തവരേപ്പോലെ പുറത്തേക്കിറങ്ങിപ്പോയി.

'എന്താ ഇവിടെ പരിപാടി..?'

ലൈറ്റുകളൊന്നും ഓൺ അല്ലാത്തതിനാൽ അരണ്ട വെളിച്ചത്തിൽ ഞങ്ങളെ ആരെയും സാർ തിരിച്ചറിഞ്ഞു കാണില്ല. ഇനി മറുപടി പറ ഞ്ഞു ശബ്ദം തിരിച്ചറിഞ്ഞ് ആളെ കണ്ടുപിടിക്കേണ്ട എന്നുകരുതി ഒ ന്നുമുരിയാടാതെ ബാക്കിയുള്ളവരും പതിയെ പുറത്തേക്കിറങ്ങി.

ഈ സംഭവത്തോടുകൂടി പാതിരാപ്പടം കാണാനുള്ള അതിസാഹസം ഞങ്ങൾ താൽക്കാലികമായി ഉപേക്ഷിക്കുവാൻ തീരുമാനിച്ചു. എന്നിരു ന്നാലും ചിലർ ഈ കൂട്ടായ തീരുമാനത്തിൽ നിന്നും വ്യതിചലിച്ച് ആരു മറിയാതെ പാത്തും പതുങ്ങിയും രാത്രിയാത്ര തുടർന്നു.

ഒരേ ചിന്താധാരയിൽ ഉള്ള ഒരു കൂട്ടം ആൾക്കാർ ഒന്നിച്ചുനിന്നാൽ അടഞ്ഞ വാതിലുകൾക്ക് പകരം മറ്റൊന്നു തുറക്കപ്പെടും എന്നു പറയു ന്നത് എത്രയോ ശരിയാണ്. ഉണ്ണിമീശയുടെ പാതിരാത്രിയിലുള്ള ആ രംഗപ്രവേശനത്തിനുശേഷം നിരാശയിലാണ്ട ഞങ്ങൾ പതിയെ വായ

നശീലത്തിലേക്ക് കടന്നു. പാഠപുസ്തകങ്ങൾക്ക് പകരം നിലവാരമില്ലാ
ത്ത പത്രത്താളുകളിൽ അച്ചടിച്ചുവന്ന പീതഗ്രന്ഥങ്ങൾ ആണെന്ന് മാ
ത്രം.

പുസ്തകങ്ങളുടെ ഉറവിടം എവിടെ നിന്നാണെന്ന് അറിയില്ല. ഇവി
ടം വിട്ടുപോയ സീനിയേഴ്സിൽ നിന്നാണെന്നും മെസ്സിലെ പാച്ചൻ വഴി
യാണെന്നും ഒക്കെ പറഞ്ഞു കേൾക്കുന്നു. അതിനൊന്നും ഇവിടെ പ്ര
സക്തിയില്ല. എത്രയും പെട്ടെന്ന് പുസ്തകം കൈക്കലാക്കി താളുകളി
ലൂടെ കണ്ണോടിക്കുക എന്നതിലാണ് കാര്യം. പലരുടെയും കൈകളിലൂ
ടെ കൈമാറിവരുന്ന ഇതിന്റെ പല താളുകളും പലരും കീറി എടുത്തിട്ടു
ണ്ടാകും. പുസ്തകത്തിൻറെ നടുവിലായി ഒരു കളർ പേജ് ഉണ്ടായിരു
ന്നു എന്നു പറഞ്ഞു കേട്ടിട്ടേയുള്ളൂ. ഇതുവരെ കണ്ടിട്ടില്ല.

ജൂനിയേഴ്സിലെ ആരോ ചോർത്തിയ വിവരത്തിന്റെ അടിസ്ഥാന
ത്തിൽ ഒരു രാത്രി ഹോസ്റ്റലിൽ അധ്യാപകരുടെ ഒരു മിന്നൽ പരിശോ
ധന ഉണ്ടായി. ബെന്നി സാർ തലയിണയും കിടക്കയും പൊക്കിനോ
ക്കി. ലിബ്രു ചിലരുടെ ബാഗുകൾ തുറന്നുനോക്കി. ഞൊടിയിടയിൽ ന
ടന്ന കലാപരിപാടി ആയതിനാൽ ആർക്കും ഒന്നും ഒളിപ്പിച്ചു വയ്ക്കാൻ
കഴിഞ്ഞില്ല. അങ്ങനെ മാരമയും അതിരസം കുഞ്ഞമ്മയുമൊക്കെ അ
വർ തൊണ്ടിമുതലായി പിടിച്ചെടുത്തു.

കിടക്കയും തലയിണയും മറ്റും പൊക്കി നോക്കിയതും ബാഗുകൾ
തുറന്നു പരിശോധിച്ചതുമൊക്കെ എന്തിനാണെന്ന് മനസ്സിലാക്കാം. പ
ക്ഷേ, തിരക്കേറിയ ഈ മിന്നൽ പരിശോധനയ്ക്കിടെ നിലത്തു കമിഴ്
ന്നു കിടന്നിരുന്ന ഒരു ഗ്ലാസ് ഉണ്ണിമീശ നിവർത്തി നോക്കിയത് എന്തിനാ
ണെന്ന് എത്ര ആലോചിച്ചിട്ടും ഒരെത്തും പിടിയും കിട്ടുന്നില്ല..!

45. ലെറ്റ് അസ് റൈറ്റ്

കഴിഞ്ഞ നാലു വർഷങ്ങളായി ഒഴിവു നേരങ്ങളിൽ എഴുതിക്കൂട്ടിയ നാൽപ്പത്തിനാലോളം ചെറുഅധ്യായങ്ങൾ 'ലെറ്റ് അസ് റൈറ്റ്' എന്ന സോഷ്യൽ മീഡിയ ഗ്രൂപ്പിലേക്ക് അയച്ചുകൊണ്ടിരിക്കുന്നു.. തുടക്കത്തിൽ ഇതേ പേരിലുള്ള ഒരു വാട്സ്ആപ്പ് ഗ്രൂപ്പ് ഉണ്ടാക്കുവാൻ എന്നോട് പറ ഞ്ഞത് ജംബുകനാണ്. ഡാറ്റാ സ്വകാര്യതയുടെ ഭാഗമായി പിന്നീട് അ ത് സിഗ്നൽ ഗ്രൂപ്പിലേക്ക് മാറ്റുകയും ചെയ്തു.

ഒമ്പത് പേർ മാത്രം അടങ്ങിയ ഒരു ചെറിയ കൂട്ടായ്മ. അമേരിക്കയി ലുള്ള ജംബുകൻ തന്നെയാണ് ഇതിന് ചുക്കാൻ പിടിച്ചത്. അമേരിക്ക യിൽ തന്നെയുള്ള ഡോക്ടർ കുര്യാക്കോസ്, ഗൾഫിൽ സോഫ്റ്റ്‌വെയർ എൻജിനീയറായി ജോലി ചെയ്യുന്ന പോഷ്കാർ, ഇന്ത്യൻ എയർഫോഴ് സിൽ നിന്നും റിട്ടയർ ചെയ്ത് ഇപ്പോൾ നാട്ടിൽ തൃശ്ശൂരിൽ കഴിയുന്ന കൊച്ചി.. ഇൻഷുറൻസ് കമ്പനികൾക്ക് വേണ്ടി ഡാറ്റ പ്രെഡിക്ഷൻ അ ടിസ്ഥാനമാക്കി പ്രവർത്തിക്കുന്ന ബാംഗ്ലൂരിലെ ഒരു കമ്പനിയിലാണ് ചൂ ത്തൻ. അവിടെത്തന്നെ ചക്കരയുടെ സ്റ്റാർട്ടപ്പ് പങ്കാളിയായി പാനു, പി ന്നെ റേഡിയോളോജിസ്റ്റായി ലണ്ടനിൽ ജോലിചെയ്യുന്ന രാവണൻ.. ബാം ഗ്ലൂരിലെ തന്റെ കമ്പനിക്ക് വേണ്ടി വിവിധ ഏഷ്യൻ രാജ്യങ്ങളിലേക്ക് എന്നും യാത്ര ചെയ്യേണ്ടിവരുന്ന പണ്ഡിറ്റ്. ഈ എട്ടു പേരുടെ കൂടെ ഞാനും അടങ്ങിയതാണ് ഈ കൂട്ടായ്മ.

എഴുതിയ ഓരോ അധ്യായത്തിനും ഓർമ്മെപുതുക്കലിന്റെ സുഖ വും മറന്നുപോയ ചെറുകാര്യങ്ങളും പങ്കുവെച്ച് ഞങ്ങളുടെ ബന്ധം തു ടർന്നുകൊണ്ടേയിരുന്നു.

ചൂത്തൻ: ഡേയ്.. ഹോസ്റ്റലിലെ ആ റെയ്ഡിൽ ജോസൻ എന്നെ പൊക്കിയിരുന്നു. പിന്നെ രാമനാഥൻ സാറിന്റെ വക കട്ട മാനസിക പീ ഡനം..

ജംബുകൻ: മൂപ്പർ എന്തു പറഞ്ഞു?

ചൂത്തൻ: വീട്ടിൽ അറിയിക്കുമെന്ന് പറഞ്ഞു. ഞാൻ ചെന്നെയി

ലേക്ക് ഒളിച്ചോടാൻ തീരുമാനിച്ചതാണ്.

ജംബുകൻ: ഒറ്റയ്ക്ക് ?

ചൂത്തൻ : അതെ ഒറ്റയ്ക്ക്. ഞാൻ എന്നും ഒറ്റക്കാണ് എന്ന് ചിന്തി
ച്ചു കൊണ്ടിരുന്ന കാലമായിരുന്നു അത്.

ജംബുകൻ : നീ ഒളിച്ചോടിയിരുന്നെങ്കിൽ ഭഗവത്പാദപുരിയിലെ ആ
കശുവണ്ടികൾ അനാഥമായി പോയേനെ.. (പൊട്ടിച്ചിരി സ്മൈലി)

പോഷ്കാർ: അവൻ ഒന്നുരണ്ടു പ്രാവശ്യം നാടുവിടാൻ തുനിഞ്ഞ
താണ്. പോകാനുള്ള ധൈര്യം മാത്രം കിട്ടിയില്ല. വീട്ടിൽ പറഞ്ഞാലും
അവൻ പോകാൻ സാധ്യത കുറവാ.. ധൈര്യം ഇല്ല.

ചൂത്തൻ: ഞാൻ പോകാൻ തന്നെ ഒരുങ്ങിയതാണ്. പക്ഷേ കയ്യിൽ
അണ്ടിക്കാശ് ഇല്ലാത്തതുകൊണ്ട് കുറച്ചു ധൈര്യം കുറവായിരുന്നു.

രാവണൻ: ഒളിച്ചോടാനുള്ള ആയിരം അവസരങ്ങളുണ്ടായിട്ടും അ
ണ്ടിക്കാശിനെ കുറ്റം പറയുന്നോടാ.. നിന്റെയൊക്കെ ജീവിതം ഇങ്ങനെ
പേടിച്ച് തീരും.

അപ്പനെ പേടിച്ച്
ടീച്ചറെ പേടിച്ച്
സമൂഹത്തെ പേടിച്ച്
കോഞ്ഞാട്ടയായ ജീവിതങ്ങൾ..

*** ***

മിന്നൽ പരിശോധനയുടെ അടുത്ത ദിവസം രാമനാഥൻ സാർ ചില
രെ ചോദ്യം ചെയ്തു. ആരുടെ പക്കൽ നിന്നാണ് പുസ്തകങ്ങൾ പിടി
ച്ചെടുത്തതെന്ന് അധ്യാപകർക്ക് വ്യക്തതയില്ല. ആ തിരക്കിനിടയിൽ കി
ടക്കയുടെയും തലയിണയുടെയുമൊക്കെ ഉടമസ്ഥർ ആരാണെന്ന് എ
ന്നതിനെക്കുറിച്ച് അവർ ചിന്തിച്ചിട്ടുണ്ടാവില്ല. എന്നിരുന്നാലും, ചൂത്തനെ
യും മിത്തൂട്ടിനെയും മറ്റും എല്ലാവർക്കും ഒരു താക്കീതെന്ന വണ്ണം അ
ധ്യാപകർ അവരുടെ മുറിയിൽ വിളിച്ചുവരുത്തി ചോദ്യം ചെയ്തു.

'ഞങ്ങൾ നിരപരാധികളാണ് സാർ. ഞങ്ങൾക്കൊന്നും അറിയില്ല.'

'എങ്കിൽ ആരാണ് ഇതിന് പിന്നിൽ..?'

നാളിതുവരെ ചിരിച്ചുകൊണ്ട് മാത്രം പെരുമാറിയിരുന്ന ജോസ്റ്റൻ
സാർ ദേഷ്യപ്പെട്ടു.

'നിങ്ങളുടെ വീട്ടുകാരെ വിവരം അറിയിക്കും.!'

രാമനാഥൻ സാറുടെ ആ വാക്കുകൾക്ക് മുന്നിൽ ചൂത്തൻ ആകെ പരിഭ്രമത്തിലായി. സംഭവം നാട്ടിലുള്ള അച്ഛൻ അറിഞ്ഞാൽ പിന്നെ തീർന്നതുതന്നെ.

ചൂത്തൻ ഈ ലോകത്ത് ഏറ്റവും ഭയക്കുന്ന സംഗതിയാണ് തന്നെ പറ്റി ഒരു മോശം കാര്യം അച്ഛന്റെ ചെവിയിൽ എത്തുക എന്നുള്ളത്. ശോഭനമാർന്ന ഭാവിയുടെ പ്രതീക്ഷകൾ ഒരുപാട് കൊടുത്തിട്ടുണ്ട് അധ്യാപകനായ ആ പിതൃമനസ്സിന്. മകനെക്കുറിച്ചുള്ള ഇത്തരം വാർത്തകൾ സത്യം അല്ലെങ്കിൽതന്നെ തീ ഇല്ലാതെ പുക ഉണ്ടാവില്ലല്ലോ എന്ന് സാമാന്യബുദ്ധിയിൽ ചിന്തിച്ചാൽ താങ്ങാവുന്നതിലും അപ്പുറമാണ്.

ഭയം.. ഉണ്ണാനോ ഉറങ്ങാനോ കഴിയാത്തവിധത്തിൽ ചൂത്തനെ അലട്ടിക്കൊണ്ടിരുന്നു. വിവരം അറിഞ്ഞു കഴിഞ്ഞാൽ നാളെയോ മറ്റന്നാളോ അച്ഛൻ ഇവിടെ എത്തും. പിന്നെ ജീവിച്ചിരുന്നിട്ട് കാര്യമില്ല. ഏതു വിധേനയും ഇവിടം വിടുക തന്നെ. എവിടേക്ക് എന്ന ചോദ്യത്തിനുള്ള ഉത്തരം മനസ്സിൽ മുൻകൂട്ടി തയ്യാറാക്കി വെച്ചിരുന്നു.

മദ്രാസിലേക്ക്..

രജനിയുടെയും ഇളയരാജയുടെയും മദ്രാസിലേക്ക്.

അത്യാവശ്യ സാധനങ്ങൾ ബാഗിലാക്കി വെച്ചു. ഒരു ബെഡ്ഷീറ്റ്, അല്പം വസ്ത്രങ്ങൾ.. അത്രമാത്രം. പുസ്തകങ്ങളും ബക്കറ്റും ഷൂസും ഒന്നും ഇനി വേണ്ടല്ലോ.

അന്ന് രാത്രി ബാഗുമായി പലതവണ അവൻ ഹോസ്റ്റലിൽ നിന്നിറങ്ങി. വരാന്തയിൽ ഇരുട്ടിൽ കുറേനേരം വികാരാധീനനായി വിറങ്ങലിച്ചു നിന്നു. പിന്നീട് ഹോസ്റ്റലിലേക്ക് തന്നെ തിരിച്ചു കയറി. കിടക്കയിൽ മലർന്നു കിടന്നു. പുലർച്ചയിൽ എപ്പോഴോ ഉറങ്ങിപ്പോയി.

രണ്ടുമൂന്നുദിവസം ചൂത്തൻ വിഷണ്ണനായിരുന്നു. ആരോടും സംസാരിച്ചില്ല. ഫുട്ബോൾ കളിച്ചില്ല. ഭക്ഷണം കഴിക്കുന്നതും കുറവ്.

പക്ഷേ അവന് നാടുവിടേണ്ടി വന്നില്ല.

രാമനാഥൻ സാർ വീട്ടുകാരെ വിവരം അറിയിച്ചില്ല.

അവരും ഈ പ്രായം കഴിഞ്ഞാണല്ലോ ഇവിടെ എത്തിയത്..

46. ആൺപെൺ പോര്

നമ്മൾ ആൺകുട്ടികൾക്കും പെൺകുട്ടികൾക്കും ഇടയിൽ ആശയ പരമായ പൊരുത്തക്കേടുകളും അതിനെച്ചൊല്ലിയുള്ള വഴക്കും എന്നും പതിവായിരുന്നു. ഇന്നോ ഇന്നലെയോ തുടങ്ങിയതല്ല അത്. പണ്ട് ഒരു സാർ ഹിസ്റ്ററി പഠിപ്പിക്കാൻ വന്ന കാലം തൊട്ടേ തുടങ്ങിയതാണ്. സാ റിന്റെ സ്വഭാവം ശരിയല്ല എന്ന് ആദ്യം പരാതിപ്പെട്ടത് പെൺകുട്ടികളാ യിരുന്നു. പഠിപ്പിക്കുന്നത് ഒന്നും മനസ്സിലാകാറില്ല എങ്കിലും സാർ ഒരു പാവം മനുഷ്യനാണെന്നും, മറ്റു അധ്യാപകരെ പോലെ ശിക്ഷാരീതി കൾ പ്രയോഗിക്കാത്ത പഞ്ചപാവം ആയതുകൊണ്ടാണ് പെൺകുട്ടി കൾ സാറിനെതിരെ തിരിയുന്നത് എന്ന് ഞങ്ങളും, പാവം ദുഷ്ടന്റെ ഫ ലം ചെയ്യുമെന്ന് പറഞ്ഞ് അവരും വാദിച്ചു. ഇതേപ്പറ്റി ക്ലാസിൽ വച്ച് സംഗീനും സിമിയും തമ്മിൽ പലതവണ തർക്കമുണ്ടായി. വഴക്കിനിട യിൽ സിമി(134) ഇങ്ങനെയും പറഞ്ഞു.

'മിണ്ടാപ്പൂച്ച കലമുടയ്ക്കും..'

അവർ പറഞ്ഞതിലും കാര്യമുണ്ട് എന്ന് ഞങ്ങൾ തിരിച്ചറിയുമ്പോ ഴേക്കും വഴക്കിന് ഉള്ള കാരണങ്ങൾ മറ്റു പലതുമായി മാറി. വരാന്ത

യിൽ വെച്ച് ദേഹത്ത് തള്ളിയതിന്.. യൂണിഫോമിൽ മഷി കുടഞ്ഞതി
ന്.. സിമി ചാക്കോയെ സിമൻറ് ചാക്ക് എന്ന് വിളിച്ചതിന്.. ആൺകുട്ടി
കൾ ഹോം വർക്ക് ചെയ്യാത്തതു കാരണം ക്ലാസ്സ് മൊത്തം ശിക്ഷിക്ക
പ്പെട്ടതിന്.. ഇങ്ങനെ തൊട്ടതിനും പിടിച്ചതിനുമൊക്കെ ഈ എതിർലിം
ഗപ്പോര് സജീവമായി തുടർന്നു.

വാദഗതികൾ ഇല്ലാതാകുമ്പോൾ സ്വകാര്യമായി കൊണ്ടുനടന്ന പല
പേരുകളും ഉറക്കെ വിളിച്ചു പറഞ്ഞ് ഞങ്ങൾ അവരെ കളിയാക്കാൻ
തുടങ്ങി. അങ്ങനെ,

സലീന(91) ബെഡക്കായി.

ഷബ്നം(142) പാമ്പായി.

ബിന്ദു(131) പൊടിക്കുപ്പിയായി.

വിധു(143) കൊതുവായി.

ഇരുണ്ട നീണ്ടമുടി പെണ്ണിന് അഴക് ആണെങ്കിൽ മഞ്ജുവിന്(95)
അത് യക്ഷി എന്ന വിളിപ്പേരിന് ഹേതുവായി.

ഹാലിളകിയാൽപ്പിന്നെ നമ്മുടെ ക്ലാസ്സിലെ പെൺകുട്ടികൾക്ക് നാ
ക്കിന് മൂർച്ചകൂടും. ഇത്തരം അവസരങ്ങളിൽ പാമ്പിന്റെയും ബെഡ
ക്കിന്റെയുമൊക്കെ മുൻപിൽ പെടാതെ സൂക്ഷിക്കുന്നതാണ് നന്ന്. നി
യന്ത്രണമില്ലാത്ത ഉഗ്രകോപികളാണവർ. ജയിക്കാൻ നാവുകൊണ്ട് ഏ
തറ്റവും പോകുന്ന അവരുടെ മുന്നിൽ ഞങ്ങൾ നാണം കെട്ടുപോകും.
ചോട്ടുവും കാക്ഷനും ചൂത്തനും മാക്രിയുമൊക്കെ ഇങ്ങനെ ഇവരുടെ
മുന്നിൽ പലതവണ പൊതുവേദിയിൽ മാനഹാനിക്കിരയാക്കപ്പെട്ടിട്ടുണ്ട്.

സന്ധ്യക്ക് ആറര മുതൽ രാത്രി എട്ടരവരെയുള്ള സ്റ്റഡി ടൈം പഠന
ത്തിനു വേണ്ടി മാത്രം ഉപയോഗിക്കാനുള്ളതാണ്. ഹോംവർക്ക് ചെയ്യാൻ
പോലും ഈ നേരത്ത് അനുവാദമില്ല. അങ്ങേയറ്റം നിശബ്ദതയോടെ വാ
യിച്ചു പഠിക്കാൻ വേണ്ടി മാത്രമുള്ള നേരം. ഈ സമയത്തെ നമ്മുടെ
അച്ചടക്കപാലനം പരിശോധിക്കാനെന്നോണം അധ്യാപകർ ആരെങ്കിലും
ക്ലാസ് മുറികളിൽ റോന്തുചുറ്റുന്നുണ്ടാകും.

ജൂനിയേഴ്സിനെ ഹിന്ദി പഠിപ്പിക്കാനായി പുതുതായി എത്തിച്ചേർന്ന
ലത ടീച്ചർ ആണ് അന്ന് സ്റ്റഡി ടൈമിന് ഡ്യൂട്ടിയിൽ ഉണ്ടായിരുന്നത്.
ഞങ്ങളെ പഠിപ്പിക്കാത്ത ആളായതുകൊണ്ട് പലർക്കും ടീച്ചറെ തീരെ
ഭയം ഇല്ലായിരുന്നു. അതുകൊണ്ട് തന്നെ നിശബ്ദത പാലിക്കാതിരിക്കാൻ
ആയിരുന്നു താല്പര്യം.

ബാക്ക്ബെഞ്ചിൽ ഞാൻ, മിത്തുട്ട്, താച്ചർ, പാനു, ചൂത്തൻ.. ഇങ്ങ
നെയാണ് ഇരിപ്പ്. തമിഴ് പാട്ടും പാടി ഡെസ്കിൽ താളം പിടിക്കുക എ

ന്നത് ചൂത്തന്റെ ഒരുതരം സ്വാതന്ത്ര്യ പ്രഖ്യാപന രീതിയാണ്.

'അപ് കേലാ.. ഏലസ്സാ..

ഗില്‍ത്താഹെ.. ഏലസ്സാ

വാന്തുടാമാ ഏലസ്സാ..'

ബാക്ക് ബെഞ്ചില്‍ നിന്നും പുറപ്പെട്ട ഈ കോലാഹലം ക്ലാസിലെ മൊത്തം അച്ചടക്കത്തെ ബാധിച്ചു. ചോട്ടുവും പിഷ്കുവും ചെറിയ തോതില്‍ ഒച്ചപ്പാട് തുടങ്ങി. കോശിയും കാക്ഷനും മറ്റൊരു ഭാഗത്തുനിന്ന്.. പൊടിക്കുപ്പിയും ബെഡ്ഡക്കും പെണ്‍കുട്ടികളുടെ ഭാഗത്ത്. അതിനിടെ സീനയുടെ ചെവിയില്‍ എന്തോ സ്വകാര്യം പറഞ്ഞ് കൊതു ഉച്ചത്തില്‍ പൊട്ടിച്ചിരിച്ചു.

ഈ ബഹളം കേട്ടാണ് ലതടീച്ചര്‍ ക്ലാസ്സിലെത്തിയത്.

'ആരാണ് ഇവിടെ ഉച്ചത്തില്‍ പൊട്ടിച്ചിരിച്ചത്? ഇതെന്താണ് ഇത്രയും ബഹളം? മറ്റു ക്ലാസിലെ കുട്ടികളൊക്കെ നല്ല അച്ചടക്കത്തോടെ നടക്കു ന്നുണ്ടല്ലോ.. നിങ്ങള്‍ക്ക് മാത്രമെന്താ ഇത്ര പ്രശ്നം? ഇനിയും ബഹള മുണ്ടാക്കിയാല്‍ ഞാന്‍ പ്രിന്‍സിപ്പാളിന് റിപ്പോര്‍ട്ട് ചെയ്യും. പറഞ്ഞേ ക്കാം.'

നിരവധി ചോദ്യങ്ങള്‍ക്കും ശക്തമായ താക്കീതിനും ശേഷം ടീച്ചര്‍ തിരിച്ചു പോയി. ഇത് കേട്ട് ചൂത്തന് ചിരി വന്നു.

മറ്റു ക്ലാസ് മുറികളിലൂടെ കയറിയിറങ്ങി ടീച്ചര്‍ വീണ്ടും ക്ലാസ്സില്‍ എത്തുമ്പോഴേക്കും ഒരു പത്ത് മിനിറ്റ് കഴിയും. അപ്പോഴേക്കും അടക്കം പറച്ചിലുകള്‍ക്കും മുറുമുറുപ്പുകള്‍ക്കും ചൂടുപിടിച്ചു ശാന്തത നഷ്ടപ്പെടു കഴിഞ്ഞിരിക്കും. ടീച്ചറുടെ ആഗമനത്തോടെ വീണ്ടും പഴയ നിശബ്ദത..

സഗൗരവം ക്ലാസ്സിലൂടെ നടന്ന് ടീച്ചര്‍ പുറത്തേക്കിറങ്ങുമ്പോള്‍ ആ ണ് അത് സംഭവിച്ചത്. എന്റെ ഇടതുവശത്തു നിന്ന് വായുവിലൂടെ പാ ഞ്ഞുകുതിച്ച ഒരു പേപ്പര്‍ റോക്കറ്റ് ടീച്ചറുടെ ദേഹത്ത് വീണു!

'ഇത് ആരാണ് എറിഞ്ഞത്..?'

എന്ന ചോദ്യത്തിന് ഞങ്ങള്‍ പരസ്പരം നോക്കി. ചൂത്തന്‍? പാനു? മിത്തുട്ട്? ബാക്ക് ബെഞ്ചില്‍ എന്റെ ഇടത്തുവശത്തുള്ള ആരുമാകാം.

'ആരാണെന്ന് പറയുന്നതാണ് നിങ്ങള്‍ക്ക് നല്ലത്.' ടീച്ചര്‍ ശബ്ദമുയര്‍ ത്തി. ക്ലാസിലെ എല്ലാവരോടുമായി എഴുന്നേറ്റ് നില്‍ക്കാന്‍ പറഞ്ഞു.

'ആരാണ് എറിഞ്ഞത്? നിനക്കറിയയോ?'

ചോദ്യം പിഷ്കുവിനോടാണ്.

'ഇല്ല.'

'നിനക്ക്..?'

'അറിയില്ല മിസ്സ്..' ചോട്ടുവിനും അതേ ഉത്തരം.

'നിങ്ങൾക്ക് ആർക്കെങ്കിലും അറിയുമോ..?'

പെൺകുട്ടികളോടാണ് ചോദ്യം.

'മിഥുൽ ആണ് മിസ്സ്..'

ഉത്തരം പറഞ്ഞത് സിമിയാണ്.

'ഞാനല്ല..!'

'നീ ഇങ്ങോട്ട് വാ..'

മറുപടിക്ക് വിലകല്പിക്കാതെ ടീച്ചർ മിത്തുട്ടിനെയും കൂട്ടി സ്റ്റാഫ് റൂമിലേക്ക് പോയി.

'മിഥുലാണ് അത് ചെയ്തതെന്ന് നിന്നോടാരാ പറഞ്ഞെ..?' മാക്രി യാണ് സിമിയോട് ചോദിച്ചത്.

'ആ ഭാഗത്തുനിന്ന് പേപ്പർ വരുന്നത് ഞാൻ കണ്ടതാ..'

'ആ ഭാഗത്തുനിന്ന് എന്നല്ലേ നീ കണ്ടുള്ളൂ. ആരാണ് എന്ന് കണ്ടില്ല ല്ലോ..' മാക്രി സിമിയോട് കയർത്തു.

'മിഥുൽ തന്നെയാ അത് ചെയ്തത്.'

പാമ്പും ബെഡക്കും സിമിയെ പിന്താങ്ങി.

പ്രശ്നം അതൊന്നുമല്ല. ടീച്ചറുമായി ഞങ്ങൾക്ക് അടുത്ത ബന്ധമി ല്ലെങ്കിലും ക്ലാസിലെ മൂന്നുപേർ വ്യത്യസ്തരാണ്. ഞങ്ങൾ നാല്പ ത്തിയാറുപേർ സയൻസിന്റെ കൂടെ മാത്സ് ആണ് പഠിക്കുന്നതെങ്കിൽ ബാക്കി മൂന്നുപേർക്ക് ഹിന്ദിയാണ് വിഷയം. അതായത് മാത്സ് മാധ വന്റെ പ്രകടനങ്ങൾ ഈ മൂന്നുപേർക്കും അന്യമാണ്. ആ സമയങ്ങ ളിൽ ഹിന്ദി പഠിക്കാനായി ഇവർ ലത ടീച്ചറുടെ അടുത്തുചെല്ലും. മീനാ ക്ഷി, പിഷ്കു, മിത്തൂട്ട്..! ആ മിത്തുട്ടിനെയാണ് ഇപ്പോൾ ടീച്ചർ കയ്യോ ടെ പിടികൂടിയിരിക്കുന്നത്.

അടുത്ത ദിവസം രാവിലെതന്നെ ക്ലാസ്സിൽ കശപിശ തുടങ്ങി. മി ത്തൂട്ടിന്റെ കാര്യത്തിൽ പെൺകുട്ടികളുടെ സമീപനം അങ്ങേയറ്റം മോ ശമായി എന്ന് ഞങ്ങൾ പലവട്ടം തർക്കിച്ചു. അവൻ അല്ല അത് ചെയ്ത ത് എന്ന് അറിയാവുന്നത് രണ്ട് പേർക്കാണ്. മിത്തൂട്ടിനും പാനുവിനും. സത്യാവസ്ഥ അങ്ങനെയിരിക്കെ സംശയത്തിന്റെ പേരിൽ മാത്രം അവ നെ കുഴിയിൽ ചാടിച്ചത് ഞങ്ങൾക്ക് സഹിക്കാവുന്നതിലും അപ്പുറം ആ യിരുന്നു.

രാമനാഥൻ സാർ, മാധവൻമാർ, ബെന്നി സാർ, ജോസ്റ്റൻ സാർ.. എ ല്ലാവരും ഒന്നിനുപിറകെ ഒന്നായി ക്ലാസിൽ വന്നു ഉപദേശത്തിന്റെ പെ രുമഴ തുടങ്ങി. ആറു ബാച്ചുകളുള്ള സ്കൂളിൽ ഏറ്റവും ഉഴപ്പൻമാരായി

ഞങ്ങൾ മുദ്രകുത്തപ്പെട്ടു. പെൺകുട്ടികളോടുള്ള വിദ്വേഷത്തിന്റെ കാറി
ന്യം കൂട്ടാൻ മാത്രമേ ഈ ഉപദേശങ്ങൾക്ക് കഴിഞ്ഞുള്ളൂ.

ദേഷ്യത്തിന്റെയും പകയുടെയും ഉല്ലാസക്കുറവിന്റെയും പിരിമുറുക്ക
ത്തിൽ ക്ലാസ്സ് മുറി ദിവസങ്ങളോളം ശോകമൂകമായി. ഉച്ചത്തിലുള്ള സം
സാരവും പാട്ടും ഡെസ്കിന്മേലുള്ള താളംപിടിയും പൊട്ടിച്ചിരിയും ത
മാശയും ബഹളവുമൊക്കെ അന്യംനിന്നു. ആ നിരുത്സാഹത ക്രമേണ
അധ്യാപകർക്കും അസുഖകരമായി മാറി.

ക്ലാസ്സിന്റെ ഈ അവസ്ഥ നമ്മുടെ പഠനത്തെ ബാധിക്കാൻ തുടങ്ങി
യതുകൊണ്ടാകാം രാമനാഥൻ സാർ ഒരു ഏകദിന ടൂർ നടത്താൻ തീ
രുമാനിച്ചത്. സ്കൂളിന് പുറത്തേക്കുള്ള യാത്ര ഏതു പരിതസ്ഥിതിയി
ലും ഞങ്ങൾക്ക് സ്വീകാര്യമായിരിക്കും എന്ന് സാറിനറിയാം..

പേരാമ്പ്ര വഴി പെരുവണ്ണാമുഴി ഡാമിലേക്കുള്ള യാത്ര രസകരമായി
രുന്നു. രാമനാഥൻ സാറും ലത ടീച്ചറുമാണ് അധ്യാപകരായി കൂടെയു
ള്ളത്. പെൺകുട്ടികൾ ബസ്സിന്റെ മുൻഭാഗത്തുള്ള സീറ്റുകളിൽ ഇടംപി
ടിച്ചപ്പോൾ ക്ലാസിലെ ബാക്ബെഞ്ചേഴ്സ് ഏറ്റവും പിറകെയുള്ള സീ
റ്റിൽ തമാശകൾ പറഞ്ഞ് ഇരിപ്പായി.

ആദ്യമായാണ് ഞാൻ ഒരു അണക്കെട്ട് കാണുന്നത്. കുറ്റ്യാടിപ്പുഴയ്
ക്ക് കുറുകെയുള്ള ഡാമും ജലസംഭരണിയും കണ്ട് അവിടെ നിന്ന് യാ
ത്രതിരിക്കുമ്പോഴേക്കും സമയം ഉച്ചതിരിഞ്ഞ് മൂന്നുമണി കഴിഞ്ഞിരു
ന്നു. അവിടെനിന്ന് കാപ്പാട് കടപ്പുറത്തേക്ക്. അവിടെ എത്തുമ്പോഴേക്കും
നേരം വൈകി. അതുകാരണം സൂര്യാസ്തമനം കാണാൻ കഴിഞ്ഞില്ല.

ഞങ്ങളിൽ പലരും ആദ്യമായാണ് കടൽ കാണുന്നത്. ഞാൻ ഇതി
നു മുമ്പ് കടൽ കണ്ടിട്ടുണ്ടെങ്കിലും സന്ധ്യാനേരത്ത് ഇങ്ങനെ കടൽ
ത്തീരത്ത് ഇരിക്കുന്നത് ആദ്യമായാണ്. നമ്മൾ തീരത്ത് ഓടിക്കളിച്ചു. മ
ണൽത്തരികളിലൂടെ അതിവേഗത്തിൽ ഇഴയുന്ന ചെറുഞണ്ടുകളെ പി
ടിച്ച് കൈക്കുമ്പിളിലാക്കി. അതിലൊന്നിനെ ചേട്ടു വായ്ക്കകത്താക്കി
ചവച്ചരച്ച് തിന്നുന്നത് പോലെ അഭിനയിച്ചു. അവൻ തിന്നുന്നത് പോ
ലെ അഭിനയിച്ചതാണോ അതോ യഥാർത്ഥത്തിൽ ചവച്ചിറക്കിയോ എ
ന്നറിയില്ല. അതു കണ്ട് റീഷയും സീനയും ഓക്കാനിച്ചു.

തലശ്ശേരിക്കാരായ ആനക്കുട്ടിക്കും കാക്കയ്ക്കുമൊക്കെ കടൽത്തീ
രത്തെ ഞങ്ങളുടെ ഈ കളികളോട് വലിയ താത്പര്യം തോന്നിയില്ല.
വിജയകുമാർ തന്റെ കയ്യിൽ ഉണ്ടായിരുന്ന ക്യാമറ ഉപയോഗിച്ച് ചില
ഫോട്ടോകൾ എടുത്തു. ഫിലിം തീർന്നു പോകുന്നത് കാരണം പിശു
ക്കിയാണ് അവന്റെ ഫോട്ടോയെടുപ്പ്.

നേരം ഇരുട്ടി.

രാമനാഥൻ സാറും ടീച്ചറും ഒരുപാട് ബുദ്ധിമുട്ടിയാണ് ഞങ്ങളെ തിരിച്ചു ബസ്സിൽ കയറ്റിയത്. സ്കൂളിലേക്കുള്ള രാത്രിയിലെ മടക്കയാത്ര രസകരമായിരുന്നു. നമ്മുടെ ബാക്ക്സീറ്റുകൾ ഒക്കെ പെൺകുട്ടികൾ കയ്യടക്കിയിരുന്നു. അവിടെ പാമ്പ്, കൊതു, സീന, റീഷ, മാക്രി, ചോട്ടു അങ്ങനെ ആണും പെണ്ണും എല്ലാം ഇടകലർന്നാണ് ഇരിപ്പ്. മറ്റു സീറ്റുകളിലും ഏതാണ്ട് അതുപോലൊക്കെ തന്നെ. ചൂത്തനും പാമ്പും തൊട്ടടുത്ത സീറ്റുകളിൽ. മിത്തുട്ടും സിമിയും അടുത്തടുത്തിരിക്കുന്നു..!

'നിങ്ങൾ ആൺകുട്ടികളും പെൺകുട്ടികളും തമ്മിലുള്ള പിണക്കം തീർക്കാൻ കൂടിയാണ് ഈ യാത്ര സംഘടിപ്പിച്ചത്. ഇതിപ്പോ പിണക്കം മാറി ഇണക്കം കൂടിപ്പോയോ എന്നൊരു സംശയം.'

രാമനാഥൻ സാറിന്റെ വാക്കുകൾ കേട്ട് എല്ലാവരും പൊട്ടിച്ചിരിച്ചു.

ഏതായാലും ആ ഒരു യാത്രയോടെ പിണക്കങ്ങൾ മാറി ക്ലാസ്സ് വീണ്ടും പഴയപടി ഒച്ചപ്പാടും ബഹളവും കൊണ്ട് രസകരമായി. വിജയകുമാർ എടുത്ത ഫോട്ടോകളുടെ പ്രിൻറ്റിൽ ബീച്ചിൽനിന്ന് എടുത്ത പലതും വെളിച്ചക്കുറവു മൂലം ഇരുണ്ടിരിക്കുന്നു. രാവണന്റെയും ആനക്കുട്ടിയുടെയും കണ്ണുകളുടെ സ്ഥാനത്ത് ചുവന്ന ഗോട്ടികളുടെ തിളക്കം. കോശിയുടെയും ചക്കരയുടെയും മുഖങ്ങൾ ഇരുണ്ട് കറുത്തിരിക്കുന്നു. ചിരിച്ചതു കൊണ്ടാകാം പിഷ്കുവിന്റെ പല്ലുകൾ മാത്രം കാണാം. ചിരിക്കാൻ മറന്ന ഞാൻ ഏതോ ഒരു കോണിൽ അന്ധകാരത്തിൽ ലയിച്ചില്ലാതായി.

47. ഇലക്ട്രോണിക് കീബോർഡും മിക്സ്ച്ചറും

'കെന്ത്രെ.. ബഷീർ പോയടാ.'

താച്ചറിനോടൊപ്പം മെസ്സിലേക്ക് പോവുകയായിരുന്ന എന്നോട് എം.പി. ഹാളിന്റെ വാതിൽപ്പടിമേലൊന്നിൽ ഇരുന്നുകൊണ്ട് ലൗലിൻ ഉച്ചത്തിൽ വിളിച്ചു പറഞ്ഞു.

'ഏതു ബഷീർ? എവിടെപ്പോയി?'

'വൈക്കം മുഹമ്മദ് ബഷീർ. മരിച്ചുപോയി. ഇപ്പോൾ റേഡിയോയിൽ കേട്ടതാണ്.'

ബഷീറിനെക്കുറിച്ച് കേട്ടിട്ടുണ്ട്. പക്ഷേ അദ്ദേഹത്തിന്റെ കൃതികൾ കൂടുതൽ വായിച്ചിട്ടില്ല എന്നതാണ് സത്യം. വിശ്വവിഖ്യാതമായ മൂക്ക് വായിച്ചിട്ടുണ്ട്. പണ്ട് ആറാം ക്ലാസിൽ ഒഴിവുള്ള പിരീഡുകളിൽ മോ ഹനൻ സാർ ഒരു കെട്ട് പുസ്തകവുമായി ക്ലാസിൽ വരും. ഓരോരുത്ത രും റോൾനമ്പർ ക്രമത്തിൽ മേശപ്പുറത്ത് അട്ടിയായി വെച്ചിരിക്കുന്ന പു സ്തകങ്ങളിൽനിന്ന് ഏറ്റവും മുകളിലുള്ളത് എടുക്കണം. വർഷങ്ങൾ പലതു കഴിഞ്ഞിട്ടും ലൈബ്രേറിയൻ ലിബ്രു വന്നതിനു ശേഷവും ഒരു ലൈബ്രറി മുറിയോ വായനാമുറിയോ നമ്മൾക്ക് ലഭിച്ചിട്ടില്ല.

മോഹനൻ സാർ കൊണ്ടുവന്ന പുസ്തകക്കെട്ടിൽ നിന്നും നൂറ്റി മു പ്പത്തിയെട്ടാം നമ്പറിന്റെ ഊഴം വന്നപ്പോൾ എനിക്ക് കിട്ടിയതാണ് ആ പുസ്തകം.

പാത്തുമ്മയുടെ ആടിനെ കുറിച്ചും ബാല്യകാലസഖിയെ കുറിച്ചും നിരവധി കേട്ടിട്ടുണ്ട്. പക്ഷേ ഇന്നേവരെ വായിച്ചിട്ടില്ല. അടുത്തകാലത്ത് ദൂരദർശനിൽ അടൂർ ഗോപാലകൃഷ്ണന്റെ മതിലുകൾ എന്ന സിനിമ കണ്ടിട്ടുണ്ട്. ബഷീർ തന്നെ എഴുതിയ അദ്ദേഹത്തിന്റെ ജയിൽ ജീവിത കഥ.

ബഷീറിന്റെ കൂടുതൽ പുസ്തകങ്ങൾ വായിക്കണം. അതെപ്പോഴും

അങ്ങനെയാണ്. മരണശേഷം മാത്രമേ മഹാന്മാരുടെ സംഭാവനകളെ ക്കുറിച്ച് ഗൗരവപരമായി ചിന്തിക്കൂ.

'മരിച്ചവർ പോയി. അതിനു നീ എന്തിനാണിങ്ങനെ വിഷമിച്ചിരിക്കു ന്നത് ? വാ.. നമുക്ക് ഭക്ഷണം കഴിക്കാൻ പോകാം.'

'ഇല്ലെടാ.. എനിക്കിന്ന് ഭക്ഷണം വേണ്ട. ബഷീറിന് വേണ്ടി ഞാൻ ഇത്രയെങ്കിലും ചെയ്യേണ്ടേ.'

അവൻ മെസ്സിലേക്ക് വരാനുള്ള ഭാവമില്ല.

'നിനക്ക് പ്രാന്താണ്. എടാ.. മെസ്സിൽ നിന്റെ സീറ്റിൽ ആളെ കണ്ടി ല്ലെങ്കിൽ ബെന്നി സാർ തിരിച്ചറിയുമെന്നുറപ്പാ. നീ വാ.'

ഒരു കാര്യം തീരുമാനിച്ചു കഴിഞ്ഞാൽ അതിൽ നിന്ന് പിന്തിരിയുന്ന സ്വഭാവക്കാരനല്ല ലൗലിൻ. ശിക്ഷകൾ അവനൊരു പുതുമയുമല്ല. ഇ തേ കാരണത്താൽ ഇതിനുമുമ്പും ഇവൻ പലതവണ ശിക്ഷിക്കപ്പെട്ടി ട്ടുണ്ട്.

നിരാഹാരം ഇവിടെ ഒരു കുറ്റമാണ്. അത് കുറ്റകരമായി കാണപ്പെടു ന്നത് ഒരു പക്ഷേ ഇവിടെ മാത്രമായിരിക്കാം. ഭക്ഷണം കഴിക്കാതിരി ക്കുന്നതിനേക്കാൾ അതിനു പിന്നിലുള്ള കാരണം ആയിരിക്കും കൂടു തൽ ശിക്ഷാർഹമാകുന്നത്. പലപ്പോഴും അത് ഏതെങ്കിലും രീതിയിലു ള്ള ഒരു അച്ചടക്കലംഘനം ആയിരിക്കും. ഭക്ഷണനേരം മെസ്സിൽ വരേ ണ്ട സമയത്ത് ഹോസ്റ്റലിലോ ക്ലാസ്സിലോ ഗ്രൗണ്ടിലോ പറങ്കിമാവിൻ തോപ്പിലോ കറങ്ങുന്നത് ശിക്ഷാർഹം. അനാവശ്യ കാര്യങ്ങൾക്കല്ലാതെ ഇങ്ങനെ മാറിനിൽക്കേണ്ട ആവശ്യമില്ലല്ലോ. അതൊക്കെ തന്നെയാവ ണം നിരാഹാരം ഇവിടെ ഒരു കുറ്റമായി മാറിയതിന് കാരണം. പക്ഷേ.. ചില നേരങ്ങളിൽ ഇതിൽനിന്നൊക്കെ ഇളവ് കിട്ടുന്ന ചില കൂട്ടരുണ്ട്. റംസാൻ മാസത്തിലെ നോമ്പുനോൽക്കുന്നവർ. പള്ളിയിൽ പോകാൻ കഴിയില്ലെങ്കിലും നോമ്പെടുക്കുന്നതിന് തടസ്സമില്ല.

കേരളത്തിൽ ഒരിടത്തും അനുഭവിക്കാൻ കഴിയാത്ത വിശിഷ്ടമായ ഒരു മതേതരത്വം ഇവിടെ കാണാം. ജുമാ നമസ്കാരത്തിന് വേണ്ടിയു ള്ള വെള്ളിയാഴ്ചത്തെ പള്ളിയിൽപോക്കോ ഞായറാഴ്ച കുർബാനയോ ഇഷ്ടദേവനെ കാണാനുള്ള ക്ഷേത്രദർശനമോ ഒന്നും ഇവിടെ സാധ്യമ ല്ല. ബാങ്ക് വിളികളുടെയോ പള്ളിമണികളുടെയോ അമ്പലപ്പാട്ടിന്റെയോ നേരിയ ശബ്ദം പോലും ഈ കുന്നിന്മുകളിലേക്ക് ഒഴുകിയെത്തുകയുമി ല്ല. അങ്ങനെ ബാഹ്യലോകത്തു നിന്നുള്ള ദൈവങ്ങൾക്കൊക്കെയും അ പ്രാപ്യമായ ഈ മലമുകളിൽ ജാതിമത ചിന്തകൾക്ക് തെല്ലിടം പോലും നൽകാതെ മതങ്ങളെക്കുറിച്ച് ചിന്തിക്കാതെ തന്നെ പവിത്രമായ ഒരു മ

തേതരത്വം നിലനിന്നുപോന്നു. ദൈവം നേരിട്ട് അനുഗ്രഹിക്കപ്പെട്ട കു രുന്നുകളായയതു കൊണ്ടാവാം പിരിമുറുക്കങ്ങളുടെ വിഷമതയിലും ഒ രു ചുമടുതാങ്ങിയുടെ പരസഹായമില്ലാതെ എല്ലാം ഉള്ളിലൊതുക്കാൻ മാത്രം പ്രാപ്തിയുള്ള മനോബലം ഈ ഭഗവത്പാദപുരി നിവാസികൾ ക്ക് കൈമുതലായത്.

കോശിയും കോച്ചിറും നോമ്പ് എടുക്കുമ്പോൾ ചിലദിവസങ്ങളിൽ ഞാനും കൂടെ കൂടും. നോമ്പുതുറ നേരത്ത് കിട്ടുന്ന സ്പെഷ്യൽ സമൂ സയും നാരങ്ങാവെള്ളവും കഴിക്കാനുള്ള മോഹമാണ് പ്രധാനകാരണം. ഷക്കീം, ഷമീം എന്നിവർ അടങ്ങുന്ന ഒരുകൂട്ടം സബ്ജൂനിയർ പിള്ളേർ എന്നും കോശിയുടെ കൂടെ കാണും. വീരകഥകൾ പറഞ്ഞും കുസൃ തിക്കണക്കുകൾ ചോദിച്ചും കോശി തന്നെ സൃഷ്ടിച്ചെടുത്ത ഒരു ആരാ ധകക്കൂട്ടം.

കുന്നിനു താഴെ ചെണ്ടയാട്ടിലെ ഒരു വീട്ടിൽ ഒരു ഇലക്ട്രോണിക് കീബോർഡ് ഉള്ള കാര്യം ഷമീം മുഖേനയാണ് ഞാനും കോശിയും അ റിഞ്ഞത്. കോശിക്ക് തന്റെ മാപ്പിളപ്പാട്ടിന് അകമ്പടിയായി ഒരു കീബോർ ഡ് വേണം എന്ന അതിമോഹത്തിൽ നിന്നാണ് ഞങ്ങൾ അവിടം വരെ പോകാൻ തീരുമാനിച്ചത്.

ഒരു ഞായറാഴ്ച രാവിലെ പത്തുമണിക്ക് ശേഷം ഞാനും കോശി യും ഷമീമും ആരും അറിയാതെ ചെണ്ടയാട്ടിലെ നാണുമാഷിന്റെ വീട് ലക്ഷ്യമാക്കി കുന്നിറങ്ങി. ഇത്തരത്തിലുള്ള ഓരോ യാത്രകൾ ഭയവും ആശങ്കയും കൗതുകവും നിറഞ്ഞ ചെറു സാഹസിക യാത്രകളായിരു ന്നു എന്നു പറയാതെ വയ്യ. ഒറ്റുകാർ ആരും കാണാതെ അധ്യാപകരോ മറ്റു ജീവനക്കാരോ അറിയാതെ വേണം ഈ കുന്നിറക്കം.

ചെണ്ടയാട് ബസ്സ്റ്റോപ്പ് എത്തുന്നതിന് തൊട്ടുമുമ്പായി പറങ്കി മാവു കൾക്കിടയിലൂടെ ഇടത്തോട്ടുള്ള ഒരു ഇടവഴിയിലൂടെ ഷമീം ഞങ്ങളെ കൂട്ടിക്കൊണ്ടുപോയി. അങ്ങിങ്ങായി തെങ്ങുകളും മാവുകളും കണ്ടപ്പോൾ പുറംലോകം കാണുന്ന വെക്കേഷൻ കാലത്ത് നാട്ടിൻപുറത്തെവിടെയോ എത്തിച്ചേർന്ന പ്രതീതി. കവുങ്ങിൻ തോപ്പിനിടയിലൂടെ നാണുവേട്ടന്റെ ഓടുമേഞ്ഞ വലിയ വീട്ടിലെത്തി.

ഒരു റിട്ടയേർഡ് അധ്യാപകൻ ആണെന്നോ മറ്റോ പറഞ്ഞു നാണു വേട്ടൻ സ്വയം പരിചയപ്പെടുത്തി. ഷമീം ഞങ്ങളെയും പരിചയപ്പെടു ത്തി.

'കലാപരിപാടികൾ പ്രാക്ടീസ് ചെയ്യുവാൻ ഒരു കീബോർഡ് കിട്ടി യാൽ കൊള്ളാമെന്നുണ്ട്. നിങ്ങളുടെ ഗൾഫിലുള്ള മക്കളാരോ കൊണ്ടു

വന്ന ആ ചെറിയ കാസിയോ കീബോർഡ് ഒന്നു കാണിച്ചു തരാമോ?'
ചോദിച്ചത് ഷമീമാണ്.

കേട്ട ഉടനെ മാഷ് അകത്തുകയറി സാധനം കൊണ്ടുവന്നു.

'കഴിഞ്ഞ ഡിസംബറിൽ നിങ്ങൾ അവതരിപ്പിച്ച പരിപാടികൾ കണ്ടി
രുന്നു. അവസാനത്തെ നാടകം വളരെയിഷ്ടപ്പെട്ടു. അത് ഇവിടെ നാട്ടി
ലെ ക്ലബ് ഉദ്ഘാടനത്തിന് കളിക്കാൻ പറ്റുമോ?'

'അതിനു ഞങ്ങളെ അനുവദിക്കുമെന്ന് തോന്നുന്നില്ല.'

ഞാനും കോശിയുമൊക്കെ ആ നാടകത്തിൽ ഉണ്ടായിരുന്നെന്ന് ഷ
മീം പറഞ്ഞു.

'ശവംനാറിപ്പൂക്കൾ.'

അതായിരുന്നു അതിന്റെ പേര്. വൃദ്ധനായ ഒരു ശ്മശാന കാവൽ
ക്കാരന്റെ കഥ. വൃദ്ധനായി ഞാനും ഒരു ഹാജിയാരായി കോശിയും. ചൂ
ത്തനും കൊച്ചിയുമൊക്കെയുണ്ട് നാടകത്തിൽ. ലിബ്രു ആയിരുന്നു സം
വിധാനം.

'ക്രിസ്തുവിനും നബിക്കും മാർക്സിനും ശേഷം ഞാനൊരു ശവ
ത്തിനുവേണ്ടി കാത്തിരിക്കുകയായിരുന്നു...' ക്ലൈമാക്സിലെ ആ ഡയ
ലോഗ് ഒരു നൂറുവട്ടം പറഞ്ഞു പഠിച്ചിട്ടുണ്ട്.

കഴിഞ്ഞ പ്രാവശ്യത്തെ വാർഷികാഘോഷം നടന്നത് മൾട്ടിപർപ്പ
സിനോട് ചേർന്നു നിൽക്കുന്ന പുറത്തെ ഓപ്പൺ സ്റ്റേജിൽ വെച്ചായിരു
ന്നു. അതുകൊണ്ട് തന്നെ കുറേ നാട്ടുകാരും കുന്നുകയറി പരിപാടി കാ
ണാൻ വന്നിരുന്നു. നാണുമാഷും അക്കൂട്ടത്തിൽ വന്നുകാണും. ഈ കാ
ര്യം എനിക്ക് ഓർമ്മവന്നത് ഇപ്പോഴാണ്.

കോശി ഏതോ ഒരു പാട്ടുപാടി കീബോർഡിൽ വിരലോടിച്ചു. പാടു
ന്ന പാട്ടിനും അതിൽ നിന്നുയർന്ന ശബ്ദവും തമ്മിൽ യാതൊരു ബന്ധ
വുമില്ല. നാണുവേട്ടന്റെ ഭാര്യ ചായയോടൊപ്പം നാടൻ മിക്സ്ചറും
കൊണ്ടുവന്നു. അതോടുകൂടി നമ്മുടെ ശ്രദ്ധ മുഴുവൻ അതിലേക്കായി.

മിക്സ്ചർ, അരിമുറുക്ക്. കടലമിഠായി.. നാട്ടിലെ കടകളിൽ സ്ഥിരം
കാണപ്പെടുന്ന ഈ വക പലഹാരങ്ങളെ കുറിച്ച് ഓർക്കുന്നതുതന്നെ
ഞങ്ങൾ കുന്നിൻ മുകളിലുള്ളവർക്ക് ഒരുതരം നഷ്ടബോധമാണ്. ഞ
ങ്ങൾ പ്ലേറ്റിലെ മിക്സ്ചർ വാരിവലിച്ചു തിന്നു.

'ഞങ്ങൾ ഈ കീബോർഡ് കൊണ്ടു പൊയ്ക്കോട്ടെ? രണ്ടാഴ്ച ക
ഴിഞ്ഞ് തിരിച്ചു തരാം.'

കോശി ചോദിച്ചു.

'അതിനെന്താ.. ഇവിടെ ഇത് വെറുതെ കിടക്കുകയാണ്.' നാണുവേ

ട്ടൻ മറുപടി പറഞ്ഞു.

നാവിൽ മിക്സ്ചറിന്റെ എരിവും കൈയ്യിൽ കീബോർഡും ആയി ഞങ്ങൾ കുന്നിൻമുകളിലേക്ക് തിരിച്ചു കയറി.

ഹോസ്റ്റലിൽ തിരിച്ചെത്തിയ ഉടൻ കീബോർഡിനു ചുറ്റും ആൾക്കാർ കൂടി. മാക്രിയും ചുത്തനും കോപ്പറും അങ്ങനെ പലരും അതിൽ വിര ലോടിച്ചു. വിജയകുമാർ അതിൽ ഭംഗിയായി ജനഗണമന പാടിയതോ ടെ പലരും പിൻവാങ്ങി. 'ഏക് ദോ തീനും', 'ടിപ്പു സുൽത്താൻ കി തൽവാർ' എന്ന ടിവി സീരിയലിന്റെ മ്യൂസിക്കും അവൻ വായിച്ചു. അ പ്പോഴേക്കും കോശി ഇടപെട്ടു.

'ഇവൻ ഇത് പഠിച്ചിട്ടുണ്ട്. അല്ലാതെ ഇങ്ങനെ വായിക്കാൻ കഴിയി ല്ല.'

ഞങ്ങൾ ചായയും മിക്സ്ചറും കഴിച്ച കഥ കോശി അവതരിപ്പിച്ചു.

'ഹോർലിക്സും മിക്സ്ച്ചറും പപ്സും കിണ്ണത്തപ്പവും ആയിരുന്നു നമുക്ക് തന്ന പ്ലേറ്റിൽ..'

വിശ്വാസം വരുത്തുവാൻ ഞാൻ കീശയിൽ സൂക്ഷിച്ചുവച്ച കുറച്ചു മിക്സ്ച്ചർ മണികൾ പുറത്തെടുത്തു കാണിച്ചു.

'അതിനിടയ്ക്ക് നീ ഇതും ഒപ്പിച്ചോ?' കോശി ചോദിച്ചു.

'കെക്രെ മിക്സ്ച്ചർ മോഷ്ടിച്ചേ..' പോഷ്കർ ഉച്ചത്തിൽ വിളിച്ചു പറ ഞു.

അങ്ങനെ ചായയോടൊപ്പം കഴിക്കാൻ തന്ന മിക്സ്ചർ വാരി കീശ യിലിട്ടവൻ എന്ന പേര് കൂടി ആയി എനിക്ക്.

48. സെവൻ ഇയേഴ്സ്

ഓരോ അനുഭവങ്ങളും ജീവിത യാഥാർഥ്യങ്ങളുടെ വറ്റാത്ത നീരുറ വകളാണ്. ക്രമേണ ഈ തെളിനീർ സ്രോതസ്സുകളെല്ലാം ഇടചേർന്ന് കൊച്ചരുവിയായി മാറും. പിന്നീടത് അനശ്വരമായ അനുഭവസമ്പത്തും പേറി ശാന്തമായൊഴുകുന്ന മഹാനദിയായി മാറുന്നു. ഒരിടത്തും നിർ ത്താതെ ഒരിക്കലും നില്ക്കാതെ ഒരു കാലത്തും തിരിച്ചുവരാതെ അത് അങ്ങനെ ഒഴുകിക്കൊണ്ടിരിക്കും.

'Time is but a river flowing from our past.'

നെടുംപൊയിലിൽ നിന്നും വയനാടൻ കുന്നുകളിലേക്കുള്ള ചുരംക യറ്റം അതിന്റെ പാതിവഴിയെത്തിക്കാണും. ഹെയർപിൻ വളവുകളിലൊ ന്നിൽ ഒരു ചെറുപാലമുണ്ട്. അതിന്റെ ഇടതുവശത്തായി ഒരു ചെറിയ വെള്ളച്ചാട്ടം. ദൂരെ, പാലത്തിന് മറുവശത്ത് കുത്തിയൊഴുകുന്ന ഒരു ചെ റുനദിയായി അത് പുനർജനിക്കുന്നത് കാണാം.

നാട്ടിലെ റോഡുകളിൽ ഇടതുവശം ചേർന്ന് ഡ്രൈവ് ചെയ്യാനുള്ള ഒരു അമേരിക്കൻവാസിയുടെ പ്രായോഗിക പ്രയാസം കാരണം ജംബു കന്റെ (109) സെവൻസീറ്റർ ഡ്രൈവ് ചെയ്യുന്നത് വിജയരാജാണ്(102). കൂടെ കേരള പോലീസ് സർവീസിൽ ജോലി ചെയ്യുന്ന കാക്ഷൻ (115). സെക്രട്ടറിയേറ്റ് ജീവനക്കാരൻ പിഷ്കു (129), ആയുർവേദ വകുപ്പിലെ മഹേഷ് കെ.സി. (136), കോട്ടയ്ക്കൽ ആര്യവൈദ്യശാലയിൽ ജോലി ചെയ്യുന്ന വിജയകുമാർ (107), പോളിടെക്നിക് അധ്യാപകനായ ഞാ നും. മട്ടന്നൂരിൽ വെച്ചാണ് ഞാൻ ഈ വണ്ടിയിൽ കയറിപ്പറ്റിയത്. മല കയറ്റം തുടങ്ങിയതുമുതൽ നേരിയ ചാറ്റൽമഴയും കൂടെയുണ്ട്.

സ്കൂളിൽ നിന്ന് പുറത്തിറങ്ങിയ കാലത്ത് ഒരുതരം അലക്ഷ്യാവ സ്ഥയായിരുന്നു ഉള്ളുനിറയെ. ഇടയ്ക്കിടെ ലഭിക്കുന്ന സഹപാഠികളു ടെ കത്തുകളിൽ നിന്നും പലരും പല കോളേജുകളിൽ പല കോഴ്സു കളിലായി ചേർന്നു എന്നറിഞ്ഞു. ഒരേ ക്ലാസ്സിൽ നിന്നും ഇരുപത്തിയാ റുപേർക്ക് എഞ്ചിനീറിങ് കോളേജിൽ പ്രവേശനം കിട്ടുകയെന്നത് അ

കാലത്ത് ഒരത്ഭുതമായിരുന്നു. മെഡിസിന് കിട്ടിയത് രണ്ടുപേർക്ക് മാ ത്രം. കുര്യാക്കോസിനും സ്മിതയ്ക്കും.

ഞാൻ പഠിക്കുന്ന അതേ എൻജിനീയറിങ് കോളേജിൽ തന്നെയാ യിരുന്നു ചോട്ടുവും കോച്ചിറും റീഷയും മിനിയും സന്ധ്യയുമെല്ലാം പഠി ച്ചത്. വലിയ കോളേജ് ക്യാമ്പസിലും വിദ്യാലയത്തിന്റെ ഹാങ്ങ്ഓവർ എന്നെ വിടാതെ പിന്തുടർന്നു. ആ കാലയളവിൽ ഉടനീളം മനസ്സിൽ വ ലിയ ഒരു ഏകാന്തതയായിരുന്നു. പഠനത്തിന്റെ യാന്ത്രികതയിൽ ജീവി തം പാടേ വിരസമായി തോന്നിയ കാലം.

ഏതോ ഒരു ആവശ്യത്തിനായി കോഴിക്കോട് യൂണിവേഴ്സിറ്റിയിൽ പോയി മടങ്ങവേ മെഡിക്കൽ കോളേജിൽ പോയി കുര്യാക്കോസിനെ(76) കാണാമെന്ന് വെച്ചു. കത്തുകളിലൂടെ അവൻ തന്ന അഡ്രസ്സിന്റെ ഓർ മ്മയിൽ ഹോസ്റ്റലിൽ പോയി നാലാം വർഷം എംബിബിഎസ് പഠിക്കു ന്ന അവനെ അന്വേഷിച്ചു.

കോളേജ് യൂണിയൻ ഭാരവാഹി എന്ന നിലയിൽ അന്നു നടക്കുന്ന ഹൗഡിനി മാജിക് ഷോയുടെ സംഘാടനത്തിന്റെ തിരക്കിലാണ് അവൻ എന്നറിഞ്ഞു. ഞാൻ നേരെ മാജിക് ഷോ നടക്കാനിരിക്കുന്ന ഓഡിറ്റോ റിയത്തിലേക്ക് പോയി. തലമുടിയാകെ വടിച്ചുകളഞ്ഞ് ഒരു മൊട്ടത്തല യനായി കുര്യാക്കോസ് എനിക്കു മുന്നിൽ പ്രത്യക്ഷപ്പെട്ടു. തിരക്കിനിട യിൽ കൂടുതലൊന്നും ഞങ്ങൾ സംസാരിച്ചില്ല. തിരിച്ചുപോരാൻ നേരം ഒന്നുമാത്രം അവൻ പറഞ്ഞു.

'തേഞ്ഞിപ്പലത്ത് നിന്ന് കോഴിക്കോട് ബസ്സ്റ്റാൻഡിൽ വന്നിറങ്ങി യ നിനക്ക് അടുത്ത ബസ്സിൽ കയറി വേഗം നാട് പിടിക്കാമായിരുന്ന ല്ലോ. പകരം എന്നെ കാണാൻ വേണ്ടി മാത്രം ഇങ്ങോട്ട് വരാൻ തോന്നി യില്ലേ.. അതു മതി.'

കുര്യാക്കോസിന് പുറമേ ചൂത്തൻ, സാപ്ലി, കോശി, വിജയരാജ്, ചി ണ്ടൻ, ജംബുകൻ, വണ്ടി, സലീന, വിധു.. തുടങ്ങിയവരും കത്തുകളയ യ്ക്കുമായിരുന്നു. ചൂത്തന്റെ(113) കത്ത് ഒരു ചെറുകഥ പോലെ മനോ ഹരമായിരുന്നു. ഞാൻ കണ്ട ആദ്യത്തെ സാഹിത്യകാരൻ. പണ്ട് എ ട്ടാം ക്ലാസ്സിലെ നമ്മുടെ സ്വകാര്യമാഗസിനിലെ 'ചോരപുരണ്ട കത്തി' മുതൽ വായിച്ചറിഞ്ഞതാണ്. നാടിനെക്കുറിച്ചും ജീവിതത്തിൻറെ യാ ന്ത്രികതയെക്കുറിച്ചും വേവലാതിപ്പെട്ടുകൊണ്ടായിരുന്നു എന്നും അവന്റെ കത്തുകൾ.

കോശിയുടെ(74) എഴുത്തിൽ എന്നും എന്തെങ്കിലും പുതുമ കാണും. ഒരിക്കൽ അവൻ കത്തെഴുതിയത് വലിയ ഒരു പേപ്പറിലായിരുന്നു. ഒരു

വാർത്താപത്രത്തിന്റെ ഇരട്ടിവലുപ്പമുള്ള ന്യൂസ്പ്രിന്റ് പേപ്പറിൽ. എ
സ്.എൻ. കോളേജിലെ വീരകഥകളും എനിക്കുള്ള ഉപദേശങ്ങളുമായി
രുന്നു അതിൽ നിറയെ. മറ്റൊരിക്കൽ പതിനാറ് പേജുള്ള മനോഹരമാ
യ ഒരു ലെറ്റർപാഡിൽ.

ഒരു കത്തിൽ സലീന(91) ഇങ്ങനെ എഴുതി.

'Je vous aime..'

മാഹിയിൽ ഫ്രെഞ്ച് ഭാഷ പഠിക്കുന്ന ഏതോ ഒരു പഴയ സഹപാഠി
അവളോട് പറഞ്ഞതാണ് പോലും. ആ സഹപാഠി കെ.കെ.(86) ആയി
രുന്നെന്നും അവൻ അവളെ പ്രൊപ്പോസ് ചെയ്യുകയായിരുന്നെന്നും അ
റിഞ്ഞത് പിന്നീടാണ്. ഞങ്ങളാരും ഒരിക്കലും പ്രതീക്ഷിക്കാത്ത ഒരു
കാര്യമായിരുന്നു അത്. സ്കൂളിൽ വെച്ച് ഒരിക്കൽപോലും അങ്ങനെ
യൊരു ബന്ധം അവർ തമ്മിൽ ഉണ്ടായിരുന്നില്ല. കെ.കെ. ആരോടും അ
ങ്ങനെ മനസ്സ് തുറക്കുന്ന പ്രകൃതക്കാരനുമായിരുന്നില്ല. വർഷങ്ങൾക്ക്
ശേഷം അവർ പരസ്പരം വിവാഹിതരായി.

സ്കൂൾവിട്ട് ഒരു പത്തു വർഷം കഴിഞ്ഞാണ് ഒരു ഗ്രൂപ്പ് ഇമെയിൽ
ഐഡി ഉണ്ടാക്കുന്നത്. അവരവരുടെ ഇന്നത്തെ സ്ഥിതിവിവരവും വി
ശേഷങ്ങളുമൊക്കെ അറിയുന്നത് അങ്ങനെയാണ്. ചിലപ്പോൾ പുതിയ
തും പഴയതുമായ ചില ഫോട്ടോകൾ അയക്കും. പിന്നീട് ഈ വിനിമയ
ങ്ങൾ ഓർക്കുട്ടിലും അതിനുശേഷം ഫേസ്ബുക്കിലും ഒക്കെ ആയി മാ
റി.

'JNV ബോയ്സ്' എന്ന പേരിൽ ഒരു വാട്സ്ആപ്പ് ഗ്രൂപ്പ് ഉണ്ടാക്കിയ
ത് ചക്കരയാണ്(127). ബാംഗ്ലൂരിൽ താമസിക്കുന്ന നമ്മുടെ പല സഹ
പാഠികളുമായി നല്ല ബന്ധം പുലർത്തിയിരുന്നു അവൻ.

താച്ചറിനോടൊപ്പം കോഴിക്കോട് റീജിയണൽ എഞ്ചിനീയറിംഗ് കോ
ളേജിൽ പ്രവേശനം കിട്ടിയ ചക്കര പക്ഷേ പഠനത്തിൽ ഉഴപ്പി. പല വി
ഷയങ്ങൾ തോൽക്കുകയും തുടർപഠനത്തിൽ താൽപര്യം ഇല്ലാതെ വ
രികയും ചെയ്തപ്പോൾ പലപ്പോഴും കോഴിക്കോട് കോളേജിലേക്ക് എ
ന്നുപറഞ്ഞു വീട്ടിൽനിന്ന് ഇറങ്ങുന്നത് ബാംഗ്ലൂരിലേക്കായി. അവിടെ
സോഫ്റ്റ്‌വെയർ എൻജിനീയർമാരുടെ ഇടയിൽ നല്ലൊരു സൗഹൃദവല
യം സൃഷ്ടിച്ചെടുത്ത അവൻ പല തൊഴിലും സ്വയം പയറ്റിനോക്കി. സു
ഹൃത്തുക്കളുടെ ഇൻഷുറൻസ് പോളിസി തുടങ്ങി ചെറുവീടുകൾവാങ്ങി
പേയിങ് ഗസ്റ്റിന് കൊടുത്ത് തരക്കേടില്ലാത്ത വരുമാനമുണ്ടാക്കി. ഒരു
സ്വകാര്യ ഇൻഷുറൻസ് കമ്പനിയിൽ ഉയർന്ന പദവിയിൽ എത്തുമ്പോ
ഴേക്കും എൻജിനീയറിങ് കോളേജിലെ തോൽവികൾ മറികടക്കാനും

നല്ല നിലയിൽ എം.ബി.എ. കരസ്ഥമാക്കാനും അവന് കഴിഞ്ഞു. പരാ ജയം എന്നുമവന് ഒരു ലഹരി പോലെയാണ്. പതിന്മടങ്ങ് ശക്തിയോടെ കുതിച്ചു ചാടാനുള്ള ലഹരി. ഇപ്പോൾ തരക്കേടില്ലാത്ത ഒരു സ്റ്റാർട്ടപ്പ് കമ്പനിയുടെ മുതലാളിയായി ബാംഗ്ലൂരിൽ കഴിയുന്നു. ജീവിതത്തിൽ പരാജയപ്പെട്ടുപോയി എന്നു കരുതുന്ന കോളേജ് കുട്ടികളോട് ക്ലാസ് റൂമിൽ വെച്ച് ഞാൻ പലവട്ടം പറയാറുണ്ട് എന്റെ ഈ സുഹൃത്തിന്റെ കഥ. സ്വന്തം കഴിവുകളും അഭിരുചികളും ഏതെന്ന് തിരിച്ചറിഞ്ഞ് സ്വ പ്നം കാണുകയും അതിനുവേണ്ടി ആത്മസമർപ്പണത്തോടെ കഠിന പ്രയത്നവും ചെയ്ത ചക്കരയുടെ കഥ.

ചക്കര തുടങ്ങിവെച്ച JNVB ബോയ്സ് എന്ന വാട്സാപ്പ് ഗ്രൂപ്പിലേക്ക് നാളിതുവരെ തങ്ങളെപ്പറ്റി യാതൊരു വിവരവും നൽകാതെ ലോക ത്തിന്റെ പല കോണുകളിൽ ജീവിച്ചുപോന്ന പലരും വന്നുചേർന്നു. പെൺകുട്ടികളെയും കൂടി ഉൾപ്പെടുത്തി പുതിയ ഒരു വാട്സ് ആപ്പ് ഗ്രൂ പ്പ് തുടങ്ങാൻ എന്നോട് പറഞ്ഞത് പാമ്പാണ്.

'സെവൻ ഇയേഴ്സ്'

എന്ന പേരിൽ തുടങ്ങിയ ആ ഗ്രൂപ്പിൽ ഞങ്ങൾ അവസാനകാലത്തെ നാല്പത്തി ഒമ്പതുപേർക്ക് പുറമേ പ്ലസ് ടുവിന് കാസർഗോഡ് പോയ വരെയും ഉൾപ്പെടുത്തി. പിന്നീട് അവനിഷും വന്ദനാ സിംഗും അടക്കമു ള്ള ചില ജോൺപൂരികൾ കൂടി ചേർന്നതോടെ അക്ഷരാർത്ഥത്തിൽ 'സെവൻ ഇയേഴ്സ്' പഴയ കുന്നിൻപുറത്തിന്റെ ഓർമകളിൽ സജീവ മായി.

നാട്ടിലെത്തിയ ജംബുകന്റെ മനസ്സിൽ ഉയർന്ന ഒരു ആഗ്രഹമായി രുന്നു എല്ലാവരെയും ഒന്ന് നേരിട്ട് കാണുക എന്നത്. സഹപാഠികളെ കാണുവാൻ അവൻ കാട്ടുന്ന ഉത്സാഹം ഫോൺ കോളിലൂടെ നാട്ടിലു ള്ള നമ്മൾ എല്ലാവരിലേക്കും പകർന്നു.

ജീവിതത്തിൽ നമുക്ക് ഏറ്റവും പ്രിയപ്പെട്ടവയെ എന്നും ചേർത്തു നിർത്തുക. അതിലൂടെ അത്യന്തികമായ സന്തോഷം കണ്ടെത്തുക. ആ നന്ദലബ്ധിക്കായുള്ള മറ്റു മാർഗങ്ങളും ഔദ്യോഗിക അഭിലാഷങ്ങളുമെ ല്ലാം പലപ്പോഴായി ജംബുകൻ കാണിച്ചുതന്ന ഈ കൊച്ചു കൂടിച്ചേരലു കളുടെ സന്തോഷത്തിനു മുന്നിൽ ചെറുതായി പോകുന്നു എന്നതാണ് സത്യം. ജീവിതത്തിൽ ഒറ്റ ലക്ഷ്യമേ ഉള്ളൂ. അത് സന്തോഷം കണ്ടെ ത്തുക എന്നതാണ്.

ഗൾഫിലുള്ള ഷാജിത്(78) മുഖേനയാണ് വയനാട്ടിൽ അവന്റെ അ ടുത്ത സുഹൃത്തിന്റെ ഒരു റിസോർട്ട് കുറച്ചുനാളുകളായി ഒഴിവുണ്ട് എ

ന്നറിഞ്ഞത്. നമ്മുടെ കൂടിച്ചേരൽ അവിടെ വച്ച് തന്നെയാകാം എന്ന് തീരുമാനിച്ചതങ്ങനെയാണ്..

ചക്കരയും പണ്ഡിറ്റുമടങ്ങുന്ന ബാംഗ്ലൂരിൽ നിന്നുള്ള ആദ്യ ടീം ഇപ്പോൾത്തന്നെ അവിടെ എത്തിച്ചേർന്നു കാണും. വയനാടൻ കുന്നുകയറിയ ശേഷം പാതിവഴിയിൽ എവിടെയോവെച്ച് സംഗീത് ജോർജിനെയും(92) കയറ്റി വണ്ടി യാത്ര തുടർന്നു. ഗൂഗിൾ മാപ്പ് കാണിച്ചുതന്ന വഴി തെറ്റിയിട്ടില്ല എന്ന് ഉറപ്പു വരുത്തുവാൻ വഴിവക്കിൽ ഇടയ്ക്കിടെ കാണുന്ന പെട്ടിക്കടക്കാരോട് വിജയരാജ് വഴി ചോദിച്ചുകൊണ്ടിരുന്നു.

ടാറിട്ട റോഡ് അവസാനിച്ചിടത്തുനിന്നും ചരൽറോഡിലൂടെയായി യാത്ര. വലിയയൊരു മഴ പെയ്തൊഴിഞ്ഞ കാരണം റോഡിലാകെ ചെളിവെള്ളം കെട്ടിക്കിടന്നു.

അരയ്ക്കുതാഴെ ഒരു ലുങ്കി മാത്രം ധരിച്ച് മേൽവസ്ത്രം ധരിക്കാതെ ചക്കര വാതിൽക്കൽ തന്നെ നിൽപ്പുണ്ട്. നമ്മളെത്തിക്കഴിഞ്ഞ് അധികം വൈകാതെ തന്നെ ബാംഗ്ലൂരിൽ നിന്നുള്ള അടുത്ത ബാച്ച് വന്നുചേർന്നു. ചൂത്തനും ചോട്ടുവും പാനുവും മിത്തൂട്ടും.

സ്കൂൾ വിട്ടതിന് ശേഷം മിത്തൂട്ടിനെ(75) കാണുന്നത് ആദ്യമായാണ്. നീണ്ട ഇരുപത് വർഷങ്ങൾക്കു ശേഷം.. അസംബ്ലിയിലും മെസ്സിലും എന്നും അവസാനക്കാരനായി എത്തുന്ന അവൻ തന്റെ വിവാഹക്കാര്യത്തിലും പതിവ് തെറ്റിച്ചില്ല. നാളിതുവരെയായി ഒത്ത പങ്കാളിയെ കണ്ടുകിട്ടിയില്ലപോലും.

കള്ളിയും ചിരിയും പാട്ടും പഴംകഥകളുമായി കുറേനേരം. അന്നൂ രാത്രി ഞങ്ങൾ കുറേപ്പേർ നിലത്ത് പായവിരിച്ച് നിരനിരയായി ചേർന്ന് കിടന്നുറങ്ങി. ഞാൻ, കാക്ഷൻ, വണ്ടി, കെ.സി., ചോട്ടു..

പണ്ട്, മാഷിന്റെ ചൂരലടി ഭയന്ന് ശബ്ദമുണ്ടാക്കാതെ ഉറങ്ങാൻ കിടന്ന അതേ കിടപ്പ്.. നാല്പതിനോടടുത്ത ശരീരങ്ങൾക്കകത്ത് ആ രാത്രിയിൽ പതിനൊന്നിന്റെ ബാല്യമായിരുന്നു.

49. തിങ്ക് ബിഗ്

വയനാട്ടിൽ നിന്ന് തിരിച്ചെത്തിയ ദിനം ഒരു ഫാദേഴ്സ് ഡേ ആയിരു
ന്നു. എൻറെ കുട്ടികൾ എനിക്കായി കരുതിവച്ച ചെറുസമ്മാനങ്ങൾ വാ
ങ്ങിയശേഷം ശേഷം ഞാൻ ആദ്യം ചെയ്തത് പഴയ ആ ഇരുമ്പ് പെട്ടി
തുറന്ന് 'തിങ്ക് ബിഗ്' പുറത്തെടുക്കുകയായിരുന്നു. ഏകദേശം ഒരു പ
തിനഞ്ച് വർഷം മുൻപായിരിക്കും അത് അവസാനമായി ഒന്നു തുറന്നു
നോക്കിയത്. കാലപ്പഴക്കം കൊണ്ട് അതിന്റെ പല താളുകളുടെയും അ
രികുകൾ ദ്രവിച്ചു പോയിരിക്കുന്നു. എന്നിരുന്നാലും പാനുവിന്റെയും(114)
ചൂത്തന്റെയും(113) കൈപ്പടങ്ങൾ അതിനുള്ളിൽ ഇപ്പോഴും ഭദ്രമാണ്.

ഒരു വേനലവധി കഴിഞ്ഞ് വീട്ടിൽ നിന്നും സ്കൂളിലേക്ക് തിരിച്ചു വ
രുമ്പോൾ കൂടെ കൊണ്ടു വന്നതാണ് ആ പുസ്തകം. കഥകളും കവിത
കളും എഴുതുവാൻ ആഗ്രഹിക്കുന്നവർക്ക് വേണ്ടുവോളം എഴുതി നിറ
ക്കാൻ മാത്രം പേജുകളുള്ള വരയുള്ള ഒരു നീളൻ പുസ്തകം. ക്ലാസ്സി
ലോ ഹോസ്റ്റലിലോ എവിടെവെച്ച് വേണമെങ്കിലും എഴുതാം. ആർ
ക്കും എന്തും ഏതു സമയത്തും എഴുതാം.. ഇങ്ങനെയൊക്കെ മനസ്സിൽ
കണ്ടാണ് ഞാൻ അതിൽ ആദ്യ പംക്തി എഴുതി തുടങ്ങിയത്.

കണ്ണു കാണാൻ വയ്യാത്ത ഒരു കാക്കയുടെ കൂടും അതിലെ മുട്ടക
ളും മരത്തിൽനിന്ന് താഴെവീണ് എനിക്ക് കിട്ടി. മുട്ടകൾ നഷ്ടപ്പെട്ട കാ
കന്റെ രോദനം മഹായുദ്ധാനന്തരം ശതപുത്രന്മാരെ നഷ്ടപ്പെട്ട ധൃതരാ
ഷ്ട്രരുടെ വിലാപത്തിന് തുല്യമെന്ന ചിന്താശകലമാണ് അതിലെ ആദ്യ
ത്തെ കഥ.

'ശേഷിക്കുന്ന പേജുകളിൽ ആർക്കുവേണമെങ്കിലും എഴുതാം..'

ഞാൻ ക്ലാസ്സിൽ എല്ലാവരോടുമായി പറഞ്ഞു. ഇടയ്ക്കിടെ കിട്ടുന്ന
ഒഴിവുനേരങ്ങളിലൊക്കെ പലരോടായി പല തവണ പറഞ്ഞിട്ടും ആരും
എഴുതുവാൻ കൂട്ടാക്കിയില്ല. ആരെയും കുറ്റപ്പെടുത്താൻ പറ്റില്ല. 'എഴു
തു..' എന്നു പറയുമ്പോൾ ചെയ്യാൻ കഴിയുന്ന കാര്യമല്ലല്ലോ അത്. സർ
ഗ്ഗാത്മകതയ്ക്ക് ഒരു നേരവും കാലവുമൊക്കയില്ലേ..

നിഷ ടീച്ചർ തന്റെ ഊർജ്ജതന്ത്ര ക്ലാസിൽ ചലനനിയമങ്ങളെ കുറി
ച്ച് വാതോരാതെ പഠിപ്പിക്കുന്നതിനിടയിലാണ് പിൻബെഞ്ചിൽ മിത്തുട്ടി
ന്റെയും താച്ചറിന്റെയും ചൂത്തന്റെയും എന്റെയും അപ്പുറത്തിരിക്കുന്ന
പാനു എന്നോട് അത് പറഞ്ഞത്.

'നീയത് എടുക്ക്.'

'ഏത്?'

'നിന്റെറ ആ പുസ്തകം.'

ഞാൻ എന്റെ ഫിസിക്സ് ബുക്ക് അവനു കൊടുത്തു.

'ഇത് അല്ലടാ.. മറ്റേത്. നിന്റെ ആ എഴുത്തുപുസ്തകം.'

'ഇപ്പോഴോ..?'

'നീ എടുക്ക്..' പാനു ദേഷ്യപ്പെട്ടു.

തൊട്ടതിനും പിടിച്ചതിനുമൊക്കെ ന്യൂട്ടൺ നിയമങ്ങൾ ചോദിച്ച് ന
മ്മളെ ബുദ്ധിമുട്ടിക്കുന്ന നിഷ ടീച്ചർ കാണാതെ താച്ചർ വഴി പുസ്തകം
പാനുവിന്റെ കയ്യിലെത്തി.

ചലനനിയമങ്ങളുടെ സമവാക്യങ്ങളും പ്രശ്നോത്തരികളും അവസാ
നിപ്പിച്ച് ടീച്ചർ ക്ലാസിൽ നിന്ന് ഇറങ്ങിയ ഉടൻ അവൻ പുസ്തകം തിരി
ച്ചേൽപ്പിച്ചു. അതിൽ 'ശാസ്ത്രജ്ഞൻ' എന്ന തലക്കെട്ടിൽ അവൻ ഇ
ങ്ങനെ എഴുതിയിരുന്നു.

'അവന്റെ വലിയ കണ്ണുകളിൽ കൃഷ്ണമണികൾ ഇല്ലായിരുന്നു. പ
ക്ഷേ അവന് എല്ലാം കാണാം. ഒരു മഞ്ഞ ഈർക്കിൽ കൊണ്ട് ആരോ
കുത്തിയെടുത്തതായിരുന്നു അവന്റെ കൃഷ്ണമണികൾ. തുവെള്ള
വസ്ത്രത്തിൽ അങ്ങിങ്ങായി ചെളി തെറിച്ചിരുന്നത് അവനെ ഒട്ടും സങ്ക
ടപ്പെടുത്തിയിരുന്നില്ല. ഒരു പക്ഷി ആകാശത്തേക്ക് പറന്നുയരുന്ന കാഴ്
ച അവന് തികച്ചും ഭീകരമായി തോന്നി. മനസിന്റെ ഭാരവും പേറി അ
ത്രിന് എങ്ങനെ ഇത്ര ഉയരത്തിൽ പറക്കാൻ കഴിയുന്നു..? കൈകൾ പൊ
ക്കാൻ പോലും കഴിയാത്ത അവൻ ആ ദൃശ്യം കണ്ട് അട്ടഹസിച്ചു.

അവൻ ശാസ്ത്രജ്ഞൻ. നാളെ ഒരു തെണ്ടി. അവന്റെ കാലചക്രം
പിറകോട്ടാണ് ചലിച്ചത്. എറുമ്പ് കടിച്ച അവന്റെ കാലിലെ മുറിവിൽനി
ന്നും വെള്ളം ഒഴുകി. അത് അവൻ നടന്ന വഴിയിലെ കുഴികളിൽ നിറ
ഞ്ഞു. അതുവഴി നടന്ന ആൾക്കാരൊക്കെയും അതിൽ ചവിട്ടി പിറകോ
ട്ട് ഓടാൻ തുടങ്ങി. പക്ഷേ അവരാരും തന്നെ മഹാവിസ്ഫോടനത്തിൽ
എത്തിയില്ല.'

ഇങ്ങനെ തുടങ്ങുന്നു എഴുത്ത്. വായിച്ചിട്ട് എന്തു മറുപടി പറയണം
എന്നറിയില്ല. എന്തും എഴുതാം എന്ന് പറഞ്ഞത് അവൻ മുറുകെ പിടി

ച്ച മട്ടുണ്ട്. പതിനാറുകാരനായ പാനുവിൽനിന്നും ഒരു ഒ. വി. വിജയനെ ഞാൻ പ്രതീക്ഷിച്ചതേയില്ല.

സ്റ്റഡി ടൈം നേരത്താണ് ചൂത്തന് സർഗാത്മകത ഉണരുക. അന്നു രാത്രി സ്റ്റഡി ടൈം നേരത്ത് ചൂത്തൻ പുസ്തകം വാങ്ങി. അവൻ അ തിൽ ഇങ്ങനെ എഴുതി.

'കാലമൊരു കോമരം

പലകോലത്തിൽ തുള്ളവേ

കാലിൽ ഒരു മുള്ളുമായ് ഞാനും

പിന്നാലെ തുള്ളുന്നു.

കഴുത്തിലൊരു മാല്യമണിഞ്ഞ്

നീ വിടചൊല്ലി നിൽക്കേ

കഴുത്തിലൊരു ചരടിട്ട്

ഞാനും വിട ചൊല്ലട്ടെ'

നൈരാശ്യബോധം അങ്ങേയറ്റം പ്രതിഫലിച്ചു നിൽക്കുന്ന കാൽപ നികതയാർന്ന ആ നാലുവരികൾക്ക് അവനൊരു പേരുമിട്ടു.

'ആത്മഹത്യ'.

ചൂത്തന്റെ കവിതയ്ക്ക് മറുപടിയെന്നോണം തൊട്ടടുത്ത ദിവസം പാ നുവും എഴുതി ഒന്ന്.

'ചിന്ത..'

'കാണുന്നു കാതങ്ങളൊരു ബിന്ദുവിൽ ഞാൻ

ശതഹസ്തങ്ങളൊരു വിരലാലേ, ഞാൻ

തേടുന്നു തിരുമധുരമൊരുതുള്ളിയുമിനീരിൽ

കാണുന്നു കറിയുപ്പെരു കണ്ണീരിൽ.'

ഫിസിക്സ് ക്ലാസിലെ എഴുത്ത് പാനു പിന്നെയും തുടർന്നു.

ഒരിക്കൽ. പുസ്തകം വായിച്ചു നോക്കിയ രാവണൻ(94) ഒരു പേന യെടുത്ത് മുൻപേജിൽ ഇങ്ങനെ എഴുതി.

'Think BIG -yes pee yaar'

എസ്. പി. ആർ. എന്നത് അവന്റെ ചുരുക്കപ്പേര് തന്നെ. അതിനുശേ ഷം ആ പുസ്തകത്തിന് 'തിങ്ക് ബിഗ്' എന്ന വിളിപ്പേര് വന്നുചേർന്നു. തിങ്ക് ബിഗ് എല്ലാവരുടെ കയ്യിലും എത്തി. വായിച്ചുനോക്കിയവരോട് എന്തെങ്കിലുമൊക്കെ എഴുതുവാനും ഞാൻ ഓർമ്മിപ്പിച്ചു.

'പിന്നെ എഴുതാം..' എന്നു പറഞ്ഞു പലരും വായിച്ചു രസിക്കുക മാത്രം ചെയ്തു.

ഒരുനാൾ ഗിരിബാബു(140) തിങ്ക് ബിഗ് എടുത്തുകൊണ്ടുപോയി.

ക്ലാസ് മുറിയിലെ ഒരു കോണിലിരുന്ന് ആരെയും കാണിക്കാതെ എ ന്തൊക്കെയോ കുത്തിക്കുറിക്കുന്നത് കണ്ടു. അന്ന് രാത്രി നേരമേറെ വൈകിയിട്ടും അവൻ അത് തിരികെ തന്നില്ല.

'നാളെ തരാം.. എഴുതി കഴിഞ്ഞില്ല.' എന്നു പറഞ്ഞു.

അത് നല്ല കാര്യം തന്നെ. എഴുതുവാൻ ആഗ്രഹിക്കുന്നവന് എല്ലാ സ്വാതന്ത്ര്യവും കൊടുക്കണം. അതിനുവേണ്ട സമയവും അന്തരീക്ഷ വും കൊടുക്കണം.

അടുത്ത ദിവസം ഉച്ചനേരം കണ്ടപ്പോഴും അവൻ പറഞ്ഞു.

'ഒന്നുകൂടി ശരിയാക്കാൻ ഉണ്ട്. പിന്നെ തരാം.'

'ഓക്കെ. ഇഷ്ടമുള്ള സമയം എടുത്തോളൂ.' എന്നായി ഞാൻ.

മൂന്നാം ദിവസം രാവിലെ തികച്ചും നാടകീയമായി തിങ്ക് ബിഗ് എന്റെ കയ്യിൽ തന്നിട്ട് അവൻ പറഞ്ഞു.

'ഇത് എന്റെ മനസ്സാണ്. നാളിതുവരെ എന്നെ അലട്ടിക്കൊണ്ടിരുന്ന ചിന്തകളാണ് ഇതിൽ.'

വളരെ സന്തോഷത്തോടെ ഞാൻ അത് വായിച്ചു നോക്കി. 'വിചാരം' എന്നാണ് പേരിട്ടിരിക്കുന്നത്. കഷ്ടിച്ച് ഒന്നര പേജ് മാത്രം വരുന്ന ഒരു ഗ ദ്യക്കുറിപ്പ്. അവൻ പറഞ്ഞതുപോലെ തന്നെ അവന്റെ ചില ചിന്തകളാ ണ് അതിൽ നിറയെ.

ഗിരിബാബുവിൻറെ ആ എഴുത്തിനുശേഷം തിങ്ക്ബിഗ് വായിക്കു വാൻ ആവശ്യക്കാർ ഏറി. അതിനിടെ ക്ലാസിലോ ഹോസ്റ്റലിലോ എവി ടെയോവെച്ച് അവന്റെ 'വിചാരം' എന്ന തലക്കെട്ട് ആരോ വെട്ടിത്തിരു ത്തി 'വികാരം' എന്നാക്കി മാറ്റി.

ഈ സംഭവം അറിഞ്ഞയുടൻ ഗിരിബാബു അങ്ങേയറ്റം ദേഷ്യത്തോ ടെ ആ താളുകൾ പിഴുതെടുത്തു. അതോടെ അവന്റെ 'വിചാരം' വികാ രത്തിന് അടിമപ്പെട്ട് വാക്കുകൾ ഓർമിച്ചെടുക്കാൻ കഴിയാത്ത വിധം എ ന്നെന്നേക്കുമായി ഇല്ലാതായി.

'സുസ്മേരം.

നല്ലോല മെല്ലെ ചീകിയെടുത്ത്

പച്ചീർക്കിലിക്കോലെടുത്ത് ചാരേ

നാനൂറു പെറ്റൊരാ മുല്ലതൻ പൂമൊട്ട്

തെറുത്തീർക്കിലിൽ കോർത്തൊരു മാലയാക്കും.

പർണ്ണശാലയ്ക്കുള്ളിൽ

നിബിഡമാം ഹരിതവല്ലികൾപോലുള്ള,

നിൻ കുന്തലിൽ ചാർത്തിയൊരു പുളകമുണ്ണും.

വിരിയാത്ത മൊട്ടുകളുമാസുസ്മേരവും
വിരിയും വരെ ഞാൻ ഉപവസിക്കും.'

ചൂത്തന്റെ ഉള്ളിൽ വിപ്ലവചിന്തകളോടൊപ്പം കാൽപ്പനികത അങ്ങേ
യറ്റം തുളുമ്പിനിൽക്കുന്ന കാലമായിരുന്നു അത്. അതിന് നിറപ്പകിട്ടേ
കാൻ അവന്റെ ചുറ്റിലും അവൻ തന്നെ സ്വയം സൃഷ്ടിച്ചെടുത്ത ഒരു അ
ന്തരീക്ഷവുമുണ്ടായിരുന്നു.

ചൂത്തന്റെ ആ കവിതയ്ക്ക് തൊട്ടുതാഴെയായി മറ്റൊരു ഭൗതികശാ
സ്ത്ര ക്ലാസിൽ വെച്ച് പാനു തന്റെ തത്വചിന്താശകലങ്ങൾ എഴുതിപ്പിടി
പ്പിച്ചു.

മായ..

'താമരയിതളുകൾ കൂട്ടിപ്പിടിപ്പിച്ച ദിനത്തിന്റെ
അന്ത്യയാമത്തിലായുണരേണമർത്ത്യൻ
നാരായ വേരായ നാഴികക്കല്ലുകൾ നാലുകെട്ടു
കളായുയർത്തുന്ന മർത്ത്യന്റെ ജീവിത
യാത്രയും ഭേദമാമവന്റെ നേട്ടങ്ങളും
നിന്റെ മരണമീയന്ത്യയാമത്തിലാണെങ്കി
ലെല്ലാം മായയാവും
നിന്റെ നാളെയും
നാലുകെട്ടും
നാഴികക്കല്ലും
നാണമില്ലാത്ത നാരീവിലാപവും.'

'രാത്രിയിലെ സ്റ്റഡി ടൈമിൽ ആരും എഴുതരുത്. ഹോംവർക്കും ചെ
യ്യരുത്. ആ നേരം വായിച്ചു പഠിക്കാൻ വേണ്ടി മാത്രം ഉപയോഗിക്കു
ക..'

രാമനാഥൻ സാറിന്റെ ആ വാക്കുകൾ മാനിച്ച് ചൂത്തൻ ആ നേരങ്ങ
ളിലെ എഴുത്തു നിർത്തി. പതിവുപോലെ ഫിസിക്സ് ക്ലാസിൽ എഴു
താൻ മുതിർന്ന പാനുവിനെ അവൻ തടയുകയും ചെയ്തു.

'ഇങ്ങനെപോയാൽ നിന്റെ ഭൗതികശാസ്ത്രം ഭൂഗോളം പോലെ വട്ട
പ്പൂജ്യം ആയി പോകും മോനേ..'

നിഷ ടീച്ചർ പരീക്ഷ നടത്തിയ ദിവസം പാനു നല്ലകുട്ടിയായി പരീ
ക്ഷയെഴുതി. രണ്ടുദിവസം കഴിഞ്ഞ് ടീച്ചർ ഉത്തരക്കടലാസ് തിരികെ
തന്നപ്പോൾ എനിക്കും മിത്തൂട്ടിനും അമ്പതിൽ മുപ്പതിൽ താഴെമാത്രം
മാർക്ക്. ചൂത്തന് നാൽപ്പത്. ചലനതത്വങ്ങളിൽ ഗവേഷണം നടത്തുന്ന
താച്ചരിന് നാൽപ്പത്തിയഞ്ച്. പാനുവിന് നാല്പത്തിയെട്ട്..! അവനോടൊ

പ്പം മാർക്കുള്ളത് ജംബുകനും കുര്യാക്കോസിനും സന്ധ്യയ്ക്കും (82) മാത്രം.

എന്നാലും ഇവൻ ഇത് എങ്ങനെ ഒപ്പിച്ചു? എന്നതായിരുന്നു നമ്മുടെ ചിന്ത. എന്നാൽ അതിനുള്ള ഉത്തരം അവൻ തന്നെ തിങ്ക് ബിഗിൽ മുൻ കൂട്ടി എഴുതിവെച്ചിട്ടുണ്ടായിരുന്നു.

'എറുമ്പ് കടിച്ച അവന്റെ കാലിലെ മുറിവിൽനിന്നും വെള്ളം ഒഴുകി. അത് അവൻ നടന്ന വഴിയിലെ കുഴികളിൽ നിറഞ്ഞു. അതുവഴി നടന്ന ആൾക്കാരൊക്കെയും അതിൽ ചവിട്ടി പിറകോട്ട് ഓടാൻ തുടങ്ങി..'

50. വേട്ട

ഈ വരുന്ന ഡിസംബറിലെ വാർഷികദിനം നമ്മുടെ അവസാന ത്തേതായിരിക്കും. ഓർമ്മകൾ പലതുണ്ട്. സീനിയറായ സിറിലിന്റെയും സുജാതയുടെയും പാട്ടുകൾ. നവീൻ നായകനായി അഭിനയിച്ച 'ശില് പി' എന്ന നാടകം. സ്കൂൾ ക്യാപ്റ്റൻ രാജീവന്റെയും എബിയുടെയും ഇംഗ്ലീഷ് നാടകങ്ങൾ. മിനിയുടെയും ശുഭയുടെയും നൃത്തങ്ങൾ. സം ഘഗാനങ്ങൾ... ആഘോഷങ്ങളുടെ ഈ ഓർമ്മകൾക്ക് ആറു വർഷങ്ങ ളുടെ പഴക്കമുണ്ട്.

കഴിഞ്ഞ വർഷത്തെ വാർഷികാഘോഷത്തിലാണ് ഞങ്ങൾ 'ശവം നാറിപ്പൂക്കൾ' എന്ന നാടകം അവതരിപ്പിച്ചത്. ഇപ്രാവശ്യം നാടകം മാ ത്രം പോരാ. മറ്റു പല പരിപാടികളും വേണം. ഈ കുന്നിനു മുകളിൽ ഇനിയൊരു അവസരം കിട്ടിയെന്നുവരില്ല.

കലാശക്കൊട്ടിന് ഏതൊക്കെ വേഷങ്ങൾ കെട്ടിയാടണം എന്നതി നെ കുറിച്ചുള്ള ചർച്ചകളാണ് കഴിഞ്ഞ ഒരാഴ്ചയായി ഹോസ്റ്റലിലും ക്ലാ സ് റൂമിലും ആയി നടക്കുന്നത്. ഞാനും ഓ.സി.യും(146) കോച്ചിറുമൊ ക്കെ കൂടി ചില കോമഡി സ്കിറ്റുകൾ അവതരിപ്പിക്കണമെന്ന് പണ്ടേ തീരുമാനിച്ചു കഴിഞ്ഞതാണ്. അതിന് ഏതൊക്കെ സ്കിറ്റുകൾ ഉൾപ്പെ ടുത്തണം എന്ന കാര്യത്തിൽ മാത്രമാണ് സംശയം. കൊച്ചിൻ കലാഭവ ന്റെ ചില ഓഡിയോ കാസറ്റുകളും ഒരു വീഡിയോ കാസറ്റും വിജയകു മാർ(107) എവിടെനിന്നൊക്കെയോ സംഘടിപ്പിച്ചു തന്നു.

രാത്രി ഭക്ഷണശേഷം ഞങ്ങൾ ഈ കോമഡി ഷോ കാണാൻ ഇരി പ്പായി. ബസ് സ്റ്റോപ്പിൽ ബസ് കാത്തുനിൽക്കുന്ന ഒരു പാവം മനുഷ്യ നെ കബളിപ്പിച്ച് പണം കൈക്കലാക്കുന്നു ഒരു കള്ളൻ.. കള്ളനായി അ ഭിനയിക്കുന്നത് ദിലീപ് എന്ന ചെറുപ്പക്കാരനാണ്. ലളിതവും യുക്തിഭ ദ്രവും എന്ന് തോന്നിയതുകൊണ്ടാകാം ആ സ്കിറ്റ് ഞങ്ങൾ അവതരി പ്പിക്കാൻ തീരുമാനിച്ചു.

അതിർത്തിയിൽ യുദ്ധം ചെയ്യുന്ന ഇന്ത്യാ പാക്കിസ്ഥാൻ പട്ടാളക്കാ

രുടെ തമാശകൾ. അതുപോലെ കലാഭവൻ കാസെറ്റിലെ മണി എന്ന ഗായകന്റെ, പല പാട്ടുകൾ കോർത്തിണക്കിയ ഒരു ചെയിൻ സോങ്ങ് ക്ലാസ് മുറിയിലെ ചോദ്യോത്തരവേള, ഡോക്ടറെ കാണാനെത്തുന്ന പലതരം രോഗികൾ, കേടായ ഒരു മനുഷ്യ റോബോട്ടിനെ നന്നാക്കാൻ ശ്രമിക്കുന്ന രണ്ടു മെക്കാനിക്കുകൾ. സിനിമാ സംവിധായകന്റെ അടുത്തേക്ക് അഭിനയിക്കണം എന്ന മോഹവുമായി എത്തുന്ന ഒരു ചെറുപ്പക്കാരൻ.. അങ്ങനെ പോകുന്നു അവതരിപ്പിക്കാൻ വേണ്ടി തിരഞ്ഞെടുത്ത സ്കിറ്റുകളുടെ പട്ടിക. ഞാൻ, കോച്ചിർ, ഓസി, കൊച്ചി, പാനു, മാക്രി, രാവണൻ.. ഇങ്ങനെ ഞങ്ങൾ ഏഴോ എട്ടോ പേർ കാണും ഈ ഗ്രൂപ്പിൽ.

ചെയിൻ സോങ്ങിലെ എല്ലാപാട്ടുകളും മാക്രി(96) നിർത്താതെ പാടാൻ പഠിച്ചു. റോബോട്ടായി കൊച്ചിയും(90) മെക്കാനിക്കുകളായി രാവണനും ഓസിയും. ഡോക്ടർ ആയി അഭിനയിച്ചത് പാനുവാണ്. ഡോക്ടറെ കാണാൻ വരുന്ന അവസാനത്തെ രോഗിയായി ഞാനും.

'ഡോക്ടർ.. എന്റെ പേര് പ്രഭാകരൻ. എന്റെ പ്രശ്നം എന്താണെന്ന് വെച്ചാൽ എനിക്ക് പെട്ടെന്ന് ദേഷ്യം വരും. വീട്ടിലും ജോലിസ്ഥലത്തും വെളിയിൽ ബസ്സ്റ്റോപ്പിൽ നിൽക്കുമ്പോഴടക്കം എന്നോട് സംസാരിക്കാൻ വരുന്നവരോട് എനിക്ക് ഒരു നിയന്ത്രണവുമില്ലാതെ വെറുതെ ദേഷ്യം വരും. അത് കാരണം എനിക്ക് മാനസികമായും ശാരീരികമായും ഒരു പാട് ബുദ്ധിമുട്ടുണ്ട്. എനിക്കിത് എങ്ങനെയെങ്കിലും മാറ്റിത്തരണം സാർ.' ഒറ്റശ്വാസത്തിൽ പ്രഭാകരൻ പറഞ്ഞു തീർത്തു.

'അത്രയേ ഉള്ളൂ.. ഇതിന് പ്രഭാകരൻ ഈ ഗുളികകൾ കഴിക്കണം. രാവിലെ ഒന്ന്. രാത്രി ഒന്ന്. ദിവസേന കഴിക്കണം. ഒരിക്കലും മുടക്കരുത്.' ഡോക്ടർ പറഞ്ഞു.

'വളരെ ഉപകാരം സാർ. പക്ഷേ.. ഒരു സംശയം.'

'ചോദിച്ചോളൂ പ്രഭാകരൻ. സംശയങ്ങൾ മാറ്റാനല്ലേ ഞാൻ ഇവിടെ ഇരിക്കുന്നത്.'

'സാർ, വല്ല കാരണവശാലും ഞാനിത് കഴിക്കാതിരുന്നാൽ എന്ത് സംഭവിക്കും?'

'പ്രഭാകരൻ ദിവസേന ഇത് കഴിക്കണം.'

'അതല്ല സാർ. അഥവാ ഞാനിത് കഴിക്കാൻ മറന്നു പോയാൽ എന്തു സംഭവിക്കും..?'

'അങ്ങനെ പാടില്ല പ്രഭാകരൻ. നീ ഇത് കഴിക്കണം.'

'കഴിച്ചില്ലേൽ എന്തുസംഭവിക്കും?'

'കഴിക്കാതെ പറ്റില്ല. നിർബന്ധമായും കഴിക്കണം.'

'ഇല്ലേൽ താനെന്തു ചെയ്യും?' പ്രഭാകരന്റെ സ്വരം മാറി.

'കഴിക്കണം എന്ന് പറഞ്ഞല്ലോ പ്രഭാകരൻ..!'

'ഇല്ലെങ്കിൽ താനെന്തു ചെയ്യുമെടാ..!!'

'മരുന്ന് കഴിച്ചില്ലേൽ ഞാൻ ഇൻജെക്ഷൻ കുത്തും.'

'താനെന്നെ കുത്തും.. അല്ലെടാ പട്ടീ..!!' പ്രഭാകരൻ ഡോക്ടറെ കൈ കാര്യം ചെയ്യാനായി ചാടിയെഴുന്നേൽക്കുന്നു. ഇത് കണ്ട് ഡോക്ടർ ഇറ ങ്ങി ഓടുന്നു.

പാനുവും ഞാനും ചേർന്നു ഹോസ്റ്റലിലും ക്ലാസ് മുറിയിലും പണി തീരാത്ത ടെറസിനു മുകളിലും പാറപ്പുറത്തും വെച്ച് പലതവണ ഇത് അവതരിപ്പിക്കുകയും ചുറ്റുമുള്ളവരെ ഒരുപാട് രസിപ്പിക്കുകയും ചെയ് തിട്ടുണ്ട്.

സ്കിറ്റുകളുടെ കാര്യത്തിൽ ഏകദേശം ഒരു തീരുമാനമായി. അടു ത്തതായി ഞങ്ങൾ സ്ഥിരമായി പാടുന്ന പാട്ടുകളാണ്. ഞങ്ങൾ എന്നു പറഞ്ഞാൽ താച്ചർ, ഞാൻ, ചൂത്തൻ, കോശി. അപ്പാച്ചെ ഇന്ത്യന്റെ 'അ റേഞ്ച്ഡ് മാര്യേജ്', മൈക്കിൾ ജാക്സന്റെ 'ഡേർട്ടി ഡയ്നാ', ബാബ സയ്ഗാളിന്റെ 'ഇൻട്രൊഡക്ഷൻ', എ. ആർ. റഹ്മാന്റെ ഏറ്റവും പുതിയ പാട്ട് 'ഉർവശി ഉർവശി..' അങ്ങനെ പല പാട്ടുകൾ ചേർത്തുവെച്ച് 'രാഗാ മിക്സ്' എന്ന ഓമനപ്പേരിട്ട ഒരു ചെറിയ ഗാനമേള.

തീർന്നില്ല. തികച്ചും വ്യത്യസ്തമായ ഒരു ഇനം കൂടി കണ്ടെത്തണം. കോശിയാണ് അതിനുത്തരം കണ്ടെത്തിയത്. കോൽക്കളി. കോൽക്ക ളി അറിയാത്ത ഞങ്ങളെ അത് പഠിപ്പിക്കാൻ ഒരാളെയും അവൻ കണ്ടെ ത്തി. മെസ്സിലെ ചന്ദ്രേട്ടന്റെ അനുജൻ പ്രകാശൻ. ഇനി മുതൽ നമുക്ക് പ്രകാശൻ ഗുരുക്കൾ. ചെറുപ്പത്തിൽ നാട്ടിൽ കുറച്ചുകാലം കോൽക്കളി പഠിച്ചതുകൊണ്ട് എനിക്കും അതിൽ താല്പര്യം തോന്നി.

കോശി, ഞാൻ, ബാഹു, മാക്രി അങ്ങനെ പന്ത്രണ്ട് പേർ. കോൽക്ക ളി കളിക്കാൻ കാരക്കോൽ വേണം. അതായത് കാരമുള്ളിന്റെ കൊമ്പ്. അത് കൊത്തിയെടുത്ത് തോലു കളഞ്ഞ് വെയിലത്തിട്ടുണക്കണം. എ ന്നാലേ നല്ല ഉറപ്പും ശബ്ദവും കിട്ടുകയുള്ളൂ. പാറപ്പുറത്തെ കുറ്റിക്കാടു കൾക്കിടയിൽ കാരമുൾച്ചെടികൾക്ക് വലിയ ക്ഷാമമില്ല. എന്നാലും ഒ ത്ത വണ്ണമുള്ള മൂത്ത കോൽ തന്നെ വേണം എന്നുള്ളതുകൊണ്ട് ഞ ങ്ങൾ മെസ്സിലെ മജീദ്ക്കയുടെ കയ്യിൽനിന്ന് വാങ്ങിയ കത്തിയുമായി കുന്നിൻമുകളിലെ കാടുകൾക്കിടയിലേക്ക് കാരക്കോൽ വേട്ടയ്ക്കിറങ്ങി.

എന്നും വൈകുന്നേരം അങ്ങ് താഴെ മരപ്പാലം വഴി കുന്നുകയറി

കോൽക്കളി പഠിപ്പിക്കാൻ ഗുരുക്കൾ സ്കൂളിലെത്തും. ആദ്യമായി കോൽ ക്കളി കളിക്കുന്നവർക്ക് അത് പഠിച്ചെടുക്കാൻ സമയമെടുക്കും എന്നതു കൊണ്ട് ഉടൻ പരിശീലനം തുടങ്ങണം. കാരക്കോൽ പാകപ്പെടുത്തി യെടുക്കാനും സമയമെടുക്കും. അതുവരെ സാദാ മരക്കൊമ്പ് തൊലി കളഞ്ഞ് ഉണക്കിയെടുത്തു ഉപയോഗിക്കാൻ തുടങ്ങി.

'പണ്ടാണി പെൺകുഴൽ സീതയെ തന്നെയും
പാരാതെ രാവണൻ കട്ടോണ്ട് പോയെന്നാൽ
കാട്ടാത്തിലംകായൽ പൊട്ടുന്നതുപോലെ
പൊട്ടിയലറി കരയുന്നു രാഘവൻ...'

ഹോസ്റ്റലിനോട് ചേർന്നുള്ള പണിതീരാത്ത മുറികൾക്കുള്ളിൽ നി ന്ന് കോലടിയുടെ താളവും കോൽക്കളിപ്പാട്ടുകളും ഉയർന്നു കേട്ടു. കേ ട്ടവരൊക്കെ കൗതുകത്തോടെ കളി കാണാൻ വന്നു. നമ്മുടെ ലക്ഷ്യ വും മറ്റൊന്നായിരുന്നില്ല. ഇങ്ങനെയൊരു സംഭവം നടക്കുന്ന കാര്യം എ ല്ലാവരും അറിയണം. അത്രതന്നെ. സുധാകരൻ സാറിന്റെ ഭാഷയിൽ പ റഞ്ഞാൽ 'ആനന്ദലബ്ധിക്കിനി എന്തുവേണം..'

കാരച്ചെടി അന്വേഷിച്ചിറങ്ങിയ ഞങ്ങളുടെ മുന്നിലേക്ക് അപ്രതീക്ഷി തമായാണ് പറങ്കിമാവിൻ തോട്ടത്തിൽ പതുങ്ങിയിരുന്ന ചിലർ പ്രത്യ ക്ഷപ്പെട്ടത്. അവരുടെ കണ്ണുകളിലെ ഭയം നിമിഷാർദ്ധം കൊണ്ട് ഞങ്ങ ളിലേക്കും പടർന്നു. അവർ ആരാണെന്നോ എവിടെനിന്ന് വന്നതാണെ ന്നോ യാതൊരു പിടിയുമില്ല.

കുന്നിനു താഴെ ചെണ്ടയാട്ടിലും പത്തായക്കുന്നിലും മുത്താറിപ്പീടി കയിലും ഒക്കെയായി ബോംബേറും അക്രമവും നടക്കുന്നുണ്ടെന്ന് പറ ഞ്ഞത് മെസ്സിലെ പാച്ചനാണ്. അത് നേരിടാൻ അവിടമാകെ വൻപോ ലീസ് സന്നാഹം നിലയുറപ്പിച്ചിട്ടുണ്ട് പോലും. പൊതുമുതൽ നശിപ്പി ക്കുന്ന കുറ്റവാളികളെ മാത്രമല്ല നിരപരാധികളായ ചില നാട്ടുകാരെയും പോലീസുകാർ പൊതിരെ തല്ലി എന്നാണ് കേട്ടത്. പോലീസ് വേട്ട ഭയ ന്ന് കുന്നുകയറി അഭയം പ്രാപിച്ചവരാണിവർ.

കൂത്തുപറമ്പിൽ വെച്ചു നടന്ന പോലീസ് വെടിവെപ്പിൽ അഞ്ചു പേർ കൊല്ലപ്പെട്ട വാർത്ത ഞങ്ങൾ അറിയുന്നത് അടുത്ത ദിവസത്തെ പത്ര ത്താളുകളിൽ നിന്നാണ്.

51. യുഗങ്ങളേ
നിങ്ങൾക്കൊരു സാക്ഷി

നാടകം ഒഴിവാക്കിയുള്ള ഒരു പരിപാടിയും നമുക്കില്ല. കോൽക്കളി
യും സ്കിറ്റും പാട്ടുമൊക്കെ പ്രാക്ടീസ് ചെയ്യാൻ സമയം തികയാതെ വ
ന്നപ്പോഴും കളിക്കേണ്ട നാടകം ഏതെന്ന് കണ്ടെത്താനുള്ള തിരക്കിലാ
യിരുന്നു നമ്മൾ. ലൈബ്രറിയിൽ വിരലിലെണ്ണാവുന്ന നാടക പുസ്തക
ങ്ങൾ മാത്രമേയുള്ളൂ. അതൊന്നും തന്നെ നമുക്ക് സ്റ്റേജിൽ കളിക്കാൻ
കൊള്ളാവുന്നതല്ല. കഴിഞ്ഞ വെക്കേഷൻ കഴിഞ്ഞ് നാട്ടിൽ നിന്ന് വരു
മ്പോൾ കണ്ണൂരിൽ വാങ്ങിയ 'അഞ്ച് ഏകാങ്കങ്ങൾ' എന്ന നാടകപുസ്
തകം എന്റെ കയ്യിൽ ഉണ്ട്. അതിൽ ഏറ്റവും നല്ലത് എന്ന് തോന്നിയ
'കപോതം' കഴിഞ്ഞതവണ നർമദാ ഹൗസിന് വേണ്ടി ഞങ്ങൾ കളിച്ച
താണ്. മറ്റുള്ളവ ഒന്നും അത്ര പോരാ എന്നുതോന്നി. പിന്നെ ഒരു വഴി
ഇഷ്ടപ്പെട്ട കഥകളിൽ ഏതെങ്കിലും ഒന്ന് നാടകം ആക്കി മാറ്റുക എന്ന
താണ്. ഇംഗ്ലീഷ് പാഠപുസ്തകത്തിൽ പഠിച്ച ബ്രാഡ്ബറിയുടെ 'ദി ഫോ
ഗ് ഹോൺ' എന്ന കഥ വേദിയിൽ പുനരാവിഷ്കരിക്കണം എന്ന് എനി

ക്ക് പലവട്ടം തോന്നിയിട്ടുണ്ട്. പക്ഷേ ഈ ഒരവസരത്തിൽ അതിന് സാ
ധ്യതയില്ല.

'അതൊന്നും വേണ്ട. നമുക്ക് സ്വന്തമായി ഒരു നാടകം എഴുതാം.'
എന്ന് പറഞ്ഞത് രാവണനാണ്.

അങ്ങനെ ഞാനും രാവണനും ചൂത്തനും ചേർന്ന് എഴുതാൻ തീരു
മാനിച്ചു. ഒരു ലക്ഷ്യവുമില്ലാതെ വെറുതെ കുറെ സംഭാഷണങ്ങൾ എ
ഴുതുക. കഥ സാഹചര്യത്തിനനുസരിച്ച് താനെ വന്നുകൊള്ളും. ഇതാ
യിരുന്നു നമ്മുടെ മനസ്സിലിരിപ്പ്.

കാരക്കോൽ അന്വേഷിച്ച് നടന്ന ആ ദിവസം കുറ്റിക്കാടുകൾക്കിട
യിൽ കണ്ട മുഖങ്ങൾ മനസ്സിൽ നിന്ന് മാഞ്ഞിട്ടില്ല. അതിനുശേഷം പ
ത്രങ്ങളിൽ വന്ന വാർത്തകൾ.. നാട്ടിൽ പലയിടത്തായി നടന്ന കലാപ
ങ്ങൾ, തീവെപ്പ്.. എല്ലാം കൊണ്ട് കലുഷിതമായിരുന്നു മനസ്സ്. ആ വർ
ത്തമാന വിശേഷങ്ങൾ വെച്ച് തന്നെ എഴുതാൻ തുടങ്ങി.

'ചൂടുള്ള വാർത്ത.. ചൂടുള്ള വാർത്ത..

കൂത്തുപറമ്പിൽ വെടിവെപ്പ്.

അഞ്ച് മരണം.'

ഒന്നാമൻ, രണ്ടാമൻ എന്ന് പേരിട്ട രണ്ടുപേർക്കിടയിലേക്ക് സായാ
ഹ്ന പത്രക്കെട്ടുമായി ഒരു മൂന്നാമനെത്തുന്നു. ഭരണപ്രതിപക്ഷ കഴി
വുകേടുകളും കേമത്തരങ്ങളും പറഞ്ഞ് മൂന്നുപേരും കൂടി അർത്ഥശൂ
ന്യമായ ചരിത്രശകലങ്ങൾ നിറഞ്ഞ വാക്കുതർക്കത്തിൽ ഏർപ്പെടുന്നു.
ഈ ബഹളത്തിലേക്കാണ് നിശ്ശബ്ദനായി ഒരു നാലാമൻ എത്തുന്നത്.

'നീ ആരാണ്? നിനക്ക് എന്ത് വേണം'

'തും കോൻ ഹേ? ക്യാ ചാഹത്തെ ഹേ?'

'നിവു യാര്? നിമ്മ ദേശ എല്ലിടെ?'

പലഭാഷകളിൽ ചോദിച്ചിട്ടും അയാൾ ഒന്നും പ്രതികരിക്കുന്നില്ല..

ബാക്കി പിന്നീട് എഴുതാം. ഇതുവരെ എഴുതിയതത്രയും ഞാൻ ചൂ
ത്തനെയും രാവണനെയും കാണിച്ചു.

'സത്യത്തിൽ ആരാണയാൾ? ആ നാലാമൻ?'

ചൂത്തൻ ചോദിച്ചു.

'എനിക്കറിയില്ല.. ഞാൻ വെറുതെ ഒരു സീൻ ഇട്ടതാ.' ഞാൻ പറ
ഞ്ഞു.

'അതു നന്നായി. നമുക്കിയാളെ ആരായിട്ടു വേണമെങ്കിലും മാറ്റിയെ
ടുക്കാം. എല്ലാം അറിയുന്ന ഒരാൾ. ഒരു സാക്ഷി. അല്ലെങ്കിൽ ഭൂതകാല
ത്തിൽ നിന്നും പുനർജ്ജനിച്ചു വന്ന നമ്മുടെ പിതാമഹൻ. അതുമല്ലെ

ങ്കിൽ ഭാവിയിൽ നിന്നും ഒരു കിളിവാതിലിലൂടെ നിശബ്ദമായി വന്നു ചേർന്ന നമ്മുടെ വരും തലമുറ. ഏതു രീതിയിലും കൊണ്ടുപോകാം ഈ കഥാപാത്രത്തിനെ..'

പറഞ്ഞത് ചൂത്തനാണ്.

'നമുക്ക് ഇത് മൂന്നും കൂട്ടിക്കലർത്തിയാലോ.? അതായത് ഭൂതം, വർ ത്തമാനം, ഭാവി.. എല്ലാറ്റിനും സാക്ഷിയായ ഒരു ചിരഞ്ജീവി.'

'സൂപ്പർ..!'

ഞാനും ചൂത്തനും രാവണനെ പിന്താങ്ങി.

'അങ്ങനെയെങ്കിൽ ഈ ചിരഞ്ജീവിക്ക് ഒരു പേരുണ്ട്.' ചൂത്തൻ പ റഞ്ഞു.

'എന്ത് പേര്?'

'അശ്വത്ഥാമാവ്.. മഹാഭാരതയുദ്ധത്തിൽ മരിക്കാതെ അവശേഷിച്ച ചുരുക്കം ചില ചിരഞ്ജീവികളിൽ ഒരാൾ.'

'കൊള്ളാം. അശ്വത്ഥാമാവ്..! നല്ല കഥാപാത്രം. ത്രേതായുഗത്തിലെ മഹായുദ്ധത്തിൽ കൗരവപ്പടയുടെ സർവ്വസൈന്യാധിപൻ ആയിരുന്ന മഹാഗുരുവിനെ വീഴ്ത്തിയ കൃഷ്ണന്റെ ചതിപ്രയോഗം.. ഗുരുപുത്രനാ യ അശ്വത്ഥാമാവ് അത് എങ്ങനെ മറക്കാനാണ്.? അതുകൊണ്ട് ലോക രക്ഷകനായ ഭഗവാൻ കൃഷ്ണനെയും ഉൾപ്പെടുത്താം നമുക്ക്.'

അശ്വത്ഥാമാവായി അഭിനയിക്കാൻ കണ്ടാൽ സ്വാത്വികൻ എന്നു തോ ന്നിക്കുന്ന ജംബുകനെ തന്നെ തിരഞ്ഞെടുത്തു. ഒന്നാമൻ, രണ്ടാമൻ, മൂന്നാമൻ എന്നീ വേഷങ്ങളിൽ ചൂത്തനും ഓ.സി.യും ഞാനും.

രാവണനും ചൂത്തനും ചേർന്ന് ഞങ്ങൾ തുടങ്ങിവെച്ച നാടകരചന പൂർത്തിയാക്കി. പുരാണവും വർത്തമാനവും ഇടകലർന്ന കഥാതന്തു ആയതുകൊണ്ട് തന്നെ പ്രേക്ഷകരെ ആകർഷിക്കാൻ നല്ല രീതിയിലു ള്ള ഒരു ആമുഖം ആവശ്യമുണ്ട്. അതെഴുതാൻ ഏറ്റവും അഭികാമ്യൻ കുര്യാക്കോസ് (76) തന്നെ. ഞങ്ങൾ അവനെ സമീപിച്ചു.

'ഒരു ദുഷിച്ച കാലഘട്ടത്തിലൂടെയാണ് മനുഷ്യന്റെ പ്രയാണം..

കലിയുടെ താണ്ഡവം അതിന്റെ മൂർദ്ധന്യത്തിലെത്തി നിൽക്കുന്ന ഈ അവസ്ഥയിൽ നന്മയുടെയും സ്നേഹത്തിന്റെയും നീരുറവകൾ വറ്റിക്കൊണ്ടിരിക്കുന്നു.

മനുഷ്യനും മനുഷ്യനും, ദൈവവും മനുഷ്യനും തമ്മിലുള്ള ബന്ധം സ്വാർത്ഥതയുടെയും വിദ്വേഷത്തിന്റെയും മൂർച്ചയേറിയ വാളാൽ ഛേദി ക്കപ്പെടുന്നു.

പുരാണങ്ങളിൽ പ്രതിപാദിച്ചിരിക്കുന്ന അനിവാര്യമായ, സർവസംഹാ

രിയായ പ്രളയവും കാത്ത് തമ്മിലടിച്ചു മരിച്ചു വീഴുന്ന ഒരു ജനസമൂ
ഹം..

മനുഷ്യന്റെ കർമ്മങ്ങൾക്ക് എപ്പോഴും കടിഞ്ഞാണിടുന്ന ദൈവങ്ങൾ.

സമകാലീന രാഷ്ട്രീയത്തിലൂന്നിയ ഒരു പ്രമേയമാണ് ഈ നാടക
ത്തിന്റെ കേന്ദ്രബിന്ദു. കൂട്ടത്തിൽ, ദൈവത്തിനും മനുഷ്യനും ഇടയിൽ
വിധേയനാകേണ്ടി വന്ന ഒരു കഥാപാത്രവും കൂടി. വ്യാസന്റെ മൗന
ത്തിന് വാക്കുകൾ തേടി പോകുന്നു എന്ന് പറഞ്ഞാൽ തെറ്റില്ല.

ഇത് ഒരു അനിവാര്യതയാണ്.

യുഗങ്ങളേ.. നിങ്ങൾക്കൊരു സാക്ഷി..'

കുര്യാക്കോസിന്റെ ആമുഖം കൂടി ചേർന്നപ്പോൾ നാടകം അവതര
ണയോഗ്യമായി. ഇനി വേഷവിധാനങ്ങൾ തീരുമാനിക്കണം. അശ്വത്ഥാ
മാവിന് ഒരു കാവിമുണ്ട് ദേഹത്ത് ചുറ്റിയാൽ മതി. ഞങ്ങൾ മൂന്നു പേർ
ക്കും ഇളംനീല നിറത്തിലുള്ള കുർത്തയും കറുത്ത പാൻറും. നൈറ്റ്
ഡ്രസ്സായി ഇളംനീലയോ പിങ്ക് നിറത്തിലുള്ളതോ ആയ കുർത്ത ധ
രിക്കണമെന്ന് ഇടക്കാലത്ത് അധ്യാപകരിൽ ആരോ പറഞ്ഞിരുന്നു. കൊ
ച്ചിയോ മാക്രിയോ പോലുള്ള രണ്ടുമൂന്നു പേർ മാത്രമേ നമുക്കിടയിൽ
ഇത് ധരിച്ചിരിന്നുള്ളൂ. ജൂനിയേഴ്സിന് ഇടയിൽ ഒരുപാട് അന്വേഷണ
ത്തിന് ശേഷം രണ്ടെണ്ണം കിട്ടി. മൂന്നാമതൊരു കുർത്തയ്ക്ക് വേണ്ടി ഞ
ങ്ങൾ പലരോടും അന്വേഷിച്ചു. കിട്ടിയില്ല.

'പെൺകുട്ടികളും ധരിക്കുന്നുണ്ടല്ലോ ഇതുപോലുള്ള കുർത്തകൾ.
എന്തുകൊണ്ട് അവരോട് ചോദിച്ചുകൂടാ?' ഓസിയാണത് അഭിപ്രായപ്പെ
ട്ടത്.

പെൺകുട്ടികൾക്കിടയിൽ ഒരു കാര്യം നടക്കണമെങ്കിൽ ആദ്യം ബെ
ഡക്കിനെ(91) കാണണം. ഞങ്ങൾ ബെഡക്കിനോട് കാര്യങ്ങൾ ധരിപ്പി
ച്ചു. അടുത്ത ദിവസം തന്നെ അവൾ ഒരു ഇളംനീല കുർത്ത നമ്മുടെ
കയ്യിൽ ഏൽപ്പിച്ചു.

'ആരുടേതാണിത് ?'

'പറയില്ല..'

ബെഡക്ക് പേര് പറഞ്ഞില്ലെങ്കിലും ആളാരാണെന്ന് ഞാൻ ഊഹി
ച്ചു. മെസ്സ് ഹാളിൽ ടെലിവിഷൻ തൊട്ടുതാഴെ വാതിലിനോട് ചേർന്നു
നിൽക്കുന്ന ടേബിളിൽ, ഇടത്തുനിന്ന് രണ്ടാമതാണ് മായയുടെ ഇരിപ്പി
ടം. തൊട്ടടുത്തായി ബെഡക്കും. ഭക്ഷണനേരത്ത് ആ ഭാഗത്തേക്ക് നോ
ക്കിയാൽ ആൾക്കൂട്ടങ്ങൾക്കപ്പുറം പലപ്പോഴും കണ്ണുടക്കി നിൽക്കുന്ന
ത് ടി.വി.ക്കു തൊട്ടുതാഴെയുള്ള ആ ഭാഗത്തായിരിക്കും. അവിടുത്തെ

ചെറിയ മാറ്റങ്ങൾ പോലും തിരിച്ചറിയുമായിരുന്നു.

ഏതോ ഒരു ജൂനിയറിന്റെ കയ്യിൽ നിന്നും വേറൊരു കുർത്ത കിട്ടിയ തിനാൽ ബെഡ്ക്ക് തന്ന കുർത്ത ഉപയോഗിക്കേണ്ടി വന്നില്ല.

മിനിയും(123) സീനയും(122) മഞ്ജുവും(95) പൊടിക്കുപ്പിയുമൊ ക്കെ(131) അടങ്ങുന്ന വലിയൊരു പെൺസേന സിനിമാറ്റിക് ഡാൻസി ന് കോപ്പുകൂട്ടുന്നുണ്ട്. അതിന് പല വർണങ്ങളിലുള്ള പ്ലെയിൻ സാരി കൾ അവർ കരുതി വെച്ചു. അവ അവർക്ക് ധരിക്കാനുള്ളതായിരുന്നില്ല.

'ചിന്ന ചിന്ന ആശൈ.. ചിറകടിക്കും ആശൈ..'

ആ പാട്ടിന് അകമ്പടിയായി നാനാനിറങ്ങളിലുള്ള സാരികൾ വേദി യിൽ അങ്ങോട്ടുമിങ്ങോട്ടും വിലങ്ങനെ നിർത്തിയിട്ടു ചാഞ്ചാട്ടമാടി.

'കുളിച്ചാൽ കുത്താളം.. കുമ്പിട്ടാൽ പരമശിവം..'

എന്ന പാട്ടോടുകൂടി സാരികൾ അപ്രത്യക്ഷമായി. ദ്രുതതാളത്തിലു ള്ള നൃത്തം തുടങ്ങി. നൃത്താന്ത്യം കയ്യടിക്ക് ശേഷം നമ്മുടെ കോൽക്ക ളി. രാഗാമിക്സ്.. പിന്നെ കോമഡി സ്കിറ്റ്.. ഏറ്റവും ഒടുവിലായി നാട കവും. സദസ്സിൽ സ്കൂൾ അന്തേവാസികൾക്ക് പുറമേ താഴെ ചെണ്ട യാട്ടിൽ നിന്നും വള്ള്യായിയിൽ നിന്നും വന്ന നാട്ടുകാരും ഉണ്ട്.. നാട കാന്ത്യം നിറയെ കയ്യടികൾ..

ഒരുപാട് സന്തോഷിച്ച ആ രാത്രി അവസാനിച്ചത് ഉള്ളിൽ വല്ലാത്ത വിങ്ങലോട് കൂടിയാണ്. ഈ നാടകവും പാട്ടും കോമഡിയും എല്ലാം ഇ തോടെ ഇവിടെ അവസാനിച്ചു. ഇനി ഈ കുന്നിൻപുറത്ത് ഒരു വേദി ഇ ല്ല. വലിയൊരു മഴ പെയ്തു തോർന്ന പ്രതീതി.

അടുത്ത ദിവസം ഉപയോഗിച്ചിട്ടില്ലാത്ത കുർത്ത അതുപോലെതന്നെ ബെഡ്ക്കിന് തിരിച്ചുകൊടുത്തു. ആ നീല വസ്ത്രം അലക്കി ഉജാല മു ക്കിയാണ് ഞാൻ കൊടുത്തത് എന്ന് ചോട്ടു ഒരു കിംവദന്തിയുമിറക്കി. അങ്ങനെ ഹോസ്റ്റലിൽ 'ഉജാല' എന്ന വിളിപ്പേരും എനിക്ക് വന്നുചേർ ന്നു.

52. വാട്ടർ ടാങ്ക്

ഒരു വൈകുന്നേരം ഞാനും കോശിയും കുര്യാക്കോസും സബ്ജൂ നിയറായ ഷമീമും കൂടി കിഴക്കുഭാഗത്തുള്ള പറങ്കിമാവിൻ തോട്ടത്തി ലേക്ക് നടന്നു. കോശിയുടെ കയ്യിൽ ഒരു ക്യാമറ ഉണ്ട്. നല്ല കുറച്ച് ഫോട്ടോകളെടുക്കണം, അതായിരുന്നു ലക്ഷ്യം. കൂമന്റെ ഓലമേഞ്ഞ പഴയ ഹോട്ടൽപ്പുര കഴിഞ്ഞ് വീണ്ടും കുറച്ചു പറങ്കിമാവുകൾ താണ്ടി യാൽ, നീണ്ടുകിടക്കുന്ന മറ്റൊരു വലിയ ഓലപ്പുര കാണാം. അവിടെ യാണ് കെട്ടിടനിർമ്മാണ തൊഴിലാളികളായ തമിഴർ താമസിക്കുന്നത്. അതിനുമപ്പുറത്ത്, പലഭാഗത്തായി വലിയ കെട്ടിടങ്ങൾക്ക് വേണ്ടിയുള്ള അടിത്തറകൾ കെട്ടിക്കഴിഞ്ഞിരിക്കുന്നു. കുറച്ചകലെയായി കോൺക്രീ റ്റ് തൂണുകൾക്ക് മുകളിൽ വലിയൊരു വാട്ടർടാങ്ക്. ഇളം മഞ്ഞനിറത്തി ലുള്ള പെയിന്റടിച്ച്, നിർമാണം ഏതാണ്ട് പൂർത്തിയായ അതിന്റെ പ്ലം ബിങ് ജോലികൾ മാത്രമേ ഇനി അവശേഷിക്കുന്നുള്ളൂ. അതിന്റെ മുക ളിലെ ബീമുകളിൽ നിന്നുകൊണ്ട് ഒരു സാഹസിക ഫോട്ടോയെടുക്ക ണം. ഇതായിരുന്നു കോശിയുടെ മനസ്സിൽ.

'ടാങ്കിന്റെ പണി തീർന്നതുകൊണ്ട് ഇനി കെട്ടിടപ്പണികൾക്കുള്ള വെ

213

ളളം മുഴുവൻ ഇതിൽ നിന്നായിരിക്കും.' കുര്യാക്കോസ് പറഞ്ഞു.

'അതിന് വെള്ളമെവിടെ? അതിന് ഈ പാറയിൽ വലിയ ബോർവെൽ കുഴിക്കേണ്ടി വരും.' കോശി പറഞ്ഞു.

മൂന്നു നാലു വർഷങ്ങൾക്കു മുൻപ് നെൽസൺ സർ ഞങ്ങളെ എ ല്ലാവരെയും കൂട്ടി ഈ സ്ഥലത്ത് വന്നത് ഓർമ്മയുണ്ട്. പറങ്കിമാവിൻ തോപ്പുകൾക്കിടയിൽ കുറ്റിക്കാടുകൾ വെട്ടിമാറ്റിയ പ്രദേശത്ത് ഞങ്ങ ളെയെല്ലാം വട്ടത്തിൽ ഇരുത്തി. നമുക്ക് നടുവിലായി വലിയ യന്ത്രങ്ങ ളോട് കൂടിയ ഒരു ബോർവെൽ ലോറി. പാറപ്പുറത്ത് ഒരു കുഴൽക്കിണർ ഉണ്ടാക്കുന്നതെങ്ങനെയാണെന്ന് കാണിച്ചുതരാനാണ് സാർ ഞങ്ങളെ യെല്ലാവരേയും കൂട്ടികൊണ്ടുവന്നത്. ഭൂമിയിലേക്ക് ആഴ്ന്നിറങ്ങിയ ഇ രുമ്പുകുഴലിൽ നിന്നും ചെമ്മണ്ണ് പുറത്തേക്ക് തള്ളുന്നത് നമുക്കന്ന് ഒര ത്ഭുത കാഴ്ചയായിരുന്നു.

'പണ്ടത്തെ ആ കുഴൽക്കിണറിൽ നിന്നും വെള്ളം കിട്ടിയോ ആവോ?' എന്റെ ചോദ്യത്തിന് ആർക്കും ഉത്തരമില്ല.

'ഇതെന്തിനാ ഇത്രയും കെട്ടിടങ്ങൾ ഇവിടെ പണിയുന്നത്?' നീണ്ടു കിടക്കുന്ന കരിങ്കൽത്തറകൾ നോക്കി ഷമീം ചോദിച്ചു.

'എടാ.. ഇതൊക്കെ ഭാവിയിലെ ഹോസ്റ്റലുകളും ക്വാർട്ടേഴ്സുകളു മായിരിക്കും.' കോശി പറഞ്ഞു.

'അപ്പോൾ ഇപ്പോഴത്തെ നമ്മുടെ ഹോസ്റ്റൽ?'

'നമ്മൾ പന്ത്രണ്ടാം ക്ലാസ്സിൽ താമസിക്കുന്ന ഹോസ്റ്റൽ ഭാവിയിലെ അക്കാദമിക് ബ്ലോക്ക് ആണ്. അതായത് എല്ലാ ക്ലാസ്സുകളും അവിടെ യായിരിക്കും. ഇപ്പോൾ കാണുന്നതുപോലെ അവിടെയിവിടെയായി ചി തറി കിടക്കില്ല. ഹോസ്റ്റലിന്റെ മുകളിലെ നമ്മുടെ ജിമ്മും മറ്റും ക്ലാസ് മുറികളാകും. ഇപ്പോൾ ജൂനിയേഴ്സ് താമസിക്കുന്ന ഹോസ്റ്റൽ, പരിപാ ടികൾ നടത്താനുള്ള മൾട്ടിപർപ്പസ് ഹാൾ ആകും. നിനക്കറിയോ.. ആ കാണുന്ന സ്ഥലത്തുകൂടെ വലിയൊരു ചുറ്റുമതിൽ വരും. നമ്മുടെ പഴ യ ഓടുമേഞ്ഞ മെസ്സും നെതെർലാൻഡ് ഹൗസുമൊക്കെ മതിലിനു വെ ളിയിലായിരിക്കും.'

'നിനക്കെവിടുന്ന് കിട്ടി ഈ വിവരമൊക്കെ?'

'അതൊക്കെയുണ്ട് മോനേ..'

തള്ളാണോ സത്യമാണോ എന്നറിയില്ല. കോശി പറയുന്നതൊക്കെ പലപ്പോഴും ശരിയാകാറുണ്ടായിരുന്നു. മെസ്സിലെ പാച്ചനും ചന്ദ്രേട്ടനും ഒക്കെയാണ് അവനീ വിവരങ്ങൾ കൊടുക്കുന്നത്.

'ഇവിടെ ചുറ്റുമതിൽ വന്നാൽ എന്തായിരിക്കും അവസ്ഥ? ഞങ്ങൾ രാവിലെ കാര്യം സാധിക്കാനായി കാട്ടിൽ എത്ര ദൂരം പോയിട്ടുണ്ടാകും..

അതൊക്കെ നീയീ പറഞ്ഞ മതിലിന് പുറത്തല്ലേ വരിക? നമ്മുടെ പഴ
യ താമരക്കുളത്തിലേക്കുള്ള യാത്ര.. ചെണ്ടയാട്ടിലേക്കും മരപ്പാലത്തേ
ക്കും വള്ള്യായിലേക്കുമുള്ള രാവിലത്തെ ഓട്ടം.. എടാ, നെതെർലാൻ
ഡ് ഹൗസ് നമ്മുടെ സ്കൂൾ കോമ്പൗണ്ടിൽ പെടില്ല എന്നത് വിശ്വസി
ക്കാനേ പറ്റുന്നില്ല. നിനക്ക് ഓർമ്മയുണ്ടോ.. ഞങ്ങൾ വന്നപ്പോൾ ഇവി
ടെ ആകെ ഉണ്ടായിരുന്നത് മൂന്നു കെട്ടിടങ്ങളാണ്. നെതെർലാൻഡ്
ഹൗസ്, ഓടുമേഞ്ഞ ആ മെസ്സ്, പിന്നെ YVMFT എന്ന് എഴുതിവെച്ച
പ്രിൻസിപ്പാൾ കൃഷ്ണപ്പിള്ള സാറിന്റെ ക്വാർട്ടേഴ്സ്. ബാക്കി ഈ കാ
ണുന്ന ആസ്ബറ്റോസ് മേഞ്ഞ കെട്ടിടങ്ങളെല്ലാം അതിനുശേഷം വന്ന
താണ്.   നീ പറയുന്നത് ശരിയാണെങ്കിൽ ഞങ്ങൾ ജീവിച്ച പരിസര
ങ്ങൾ എല്ലാം ചുറ്റുമതിൽ വരുന്നതോടുകൂടി കോമ്പൗണ്ടിന് പുറത്ത്.
അല്ലേ?.. ഈ ഹോസ്റ്റൽ കെട്ടിടങ്ങൾ പൂർത്തിയായാൽ ഇവിടുത്തെ കു
ട്ടികളെല്ലാം ഏഴു വർഷം ഇവിടെ ഒരു ഹോസ്റ്റലിൽ മാത്രം താമസി
ക്കും. അവർക്ക് എവിടെയും പോകേണ്ടിവരില്ല. ഞങ്ങൾ കഴിഞ്ഞ ഏഴ്
വർഷമായി എവിടെയൊക്കെ താമസിച്ചു? വള്ള്യായിയിൽ.. നെതർലാൻ
ഡ് ഹൗസിൽ, ഓടുമേഞ്ഞ മെസ്സ് കെട്ടിടത്തിൽ, ക്ലാസ്സ് മുറികളോട്
ചേർന്ന് ആസ്ബറ്റോസ് മേഞ്ഞ ഹാളിൽ, എം.പി. ഹാളിൽ, വർക്
ഷോപ്പ് കെട്ടിടത്തിൽ.. ഇപ്പോഴിതാ, ഭാവിയിലെ ക്ലാസ് റൂമിലും. വ്യത്യ
സ്ത കാലങ്ങളിൽ, വ്യത്യസ്ത സ്ഥലങ്ങളിലായി എത്രയെത്ര അനുഭ
വങ്ങൾ.. കഴിഞ്ഞ ഏഴ് വർഷങ്ങൾക്ക് ഒരു പതിനേഴ് വർഷത്തെ അനു
ഭവങ്ങളുണ്ട്.' കുര്യാക്കോസ് പറഞ്ഞു.

'ശരിയാണ്. ഇനി വരുന്ന തലമുറയ്ക്ക് നമ്മുടെയത്രോ അനുഭവങ്ങൾ
ഉണ്ടാവില്ല. പാത്രം കഴുകാൻ ഒരു ഗ്ലാസ് വെള്ളത്തിന് വേണ്ടി ക്യൂ നി
ന്നതും, തുണി അലക്കാൻ കുന്നിറങ്ങി അരുവിയിലേക്ക് പോയതും, ഗ്യാ
സ് തീർന്നത് കാരണം ചോറിന് പകരം രാത്രി റവപ്പായസം കഴിച്ചതു
മെല്ലാം നമുക്ക് മാത്രമുള്ള അനുഭവങ്ങളാണ്. ഷമീമേ, നിനക്കുണ്ടോടാ
ഈ ഭാഗ്യങ്ങൾ?' ഞാൻ ചോദിച്ചു.

കോശി കയ്യിലുണ്ടായിരുന്ന കൂളിംഗ് ഗ്ലാസ് ധരിച്ചു. ടാങ്കിന്റെ ബീമി
ന്റെ മുകളിൽ കയറി ഇരുകൈകളും ഒക്കത്തുവെച്ചുകൊണ്ട് താഴെ നിൽ
ക്കുന്ന ഷമീമിനെ നോക്കി വിളിച്ചുപറഞ്ഞു.

'ഷമീമേ.. എടുക്കെടാ ഫോട്ടോ..!'

എടുത്ത ഫോട്ടോകളുടെ പ്രിൻറ് കിട്ടണമെങ്കിൽ പരമാവധി എടു
ക്കാൻ കഴിയുന്ന മുപ്പത്തിയഞ്ച് ഫോട്ടോകളും എടുത്തതിനുശേഷം ഫി
ലിം റോൾ തലശ്ശേരിയിലോ കൂത്തുപറമ്പിലോ ഉള്ള ലാബിൽ കൊണ്ടു
പോയി കൊടുക്കണം. ഒരു ഞായറാഴ്ച കിട്ടാതെ ചെണ്ടയാട് വഴി കു

ന്നിറങ്ങാനാവില്ല.

ഇനിയും പത്തോളം ഫോട്ടോകളെടുക്കാനുള്ള ഫിലിം ബാക്കിയുമുണ്ട്.

'കോശീ.. നമുക്ക് നാളെ പുലർച്ചെ താമരക്കുളത്തിന്റെ ഭാഗത്തേക്ക് പോകാം. ബാക്കിയുള്ള ഫിലിമിൽ സൂര്യോദയത്തിന്റെ വെളിച്ചത്തിൽ നല്ല കുറച്ച് ഫോട്ടോകൾ എടുക്കാം.'

'ഓക്കേ. നീയാണ് എന്റെ ഫോട്ടോഗ്രാഫർ. പക്ഷേ പ്രിയദർശന്റെ തേൻമാവിൻ കൊമ്പത്ത് സ്റ്റൈലിൽ വേണം ഫോട്ടോ എടുക്കാൻ..'

അതിരാവിലെ ക്യാമറയുമായി ഞാനും കോശിയും കിഴക്കോട്ട് തിരിച്ചു.

ഹോസ്റ്റലിൽ കോശിക്ക് പുറമേ വിജയകുമാറിനുമുണ്ട് ഒരു ക്യാമറ. കുവൈറ്റിൽ നിന്നും ചേട്ടൻ കൊണ്ടുവന്നതാണ്. ഫോട്ടോ എടുക്കുന്ന തീഷ്ണതിയും സമയവും ഒക്കെ ഫോട്ടോയിൽ പതിയും എന്നൊരു പ്രത്യേകതയുമുണ്ട് അതിന്.

കഴിഞ്ഞ കുറച്ചു ദിവസങ്ങളായി അവനും ഇറങ്ങിയിട്ടുണ്ട് ആ ക്യാമറയുമായി. ഈ കുന്നിന്മുകളിലുള്ള ജീവിതത്തിന് ഇനി ഏതാനും ആഴ്ച്ചകളേ ആയുസ്സുള്ളൂ എന്ന തിരിച്ചറിവ് നമ്മുടെ ഓരോ പ്രവർത്തിയിലും പ്രകടിപ്പിക്കാതിരിക്കാനുള്ള ശ്രമങ്ങളൊക്കെയും പരാജയപ്പെട്ടു പോകുന്നു എന്നു തോന്നുന്നു. രാമനാഥൻ സാറിന്റെ കൂടെയും ജൂനിയേഴ്സിന്റെ കൂടെയുമൊക്കെയുള്ള ഫോട്ടോയെടുപ്പിന്റെ ആവേശം അത് വ്യക്തമാക്കിയിരുന്നു. എല്ലാറ്റിനും ഒരു തിടുക്കമായിരുന്നു.

വയനാടൻ കുന്നുകൾക്കു മുകളിൽ നേരിയ മഞ്ഞ വെളിച്ചം ഉദിക്കേണ്ട താമസം, കൊണ്ടുവന്ന വെള്ളമുണ്ട് കോശി ഒരു മേൽമുണ്ടായി കഴുത്തിലൂടെ ദേഹത്തു ചുറ്റി. കൂളിംഗ് ഗ്ലാസ് ധരിച്ചു. ചെരിഞ്ഞു നിന്ന് ഒരു മുപ്പത് ഡിഗ്രിയിൽ മുകളിലേക്ക് നോക്കി പറഞ്ഞു.

'എടുക്ക് ഫോട്ടോ..!'

ഫിലിം തീരുന്നതുവരെ ഞാൻ ഫോട്ടോകളെടുത്തു. പലകോണുകളിൽ.. പല വേഷങ്ങളിൽ.. കൂളിംഗ് ഗ്ലാസ് ധരിച്ചും ധരിക്കാതെയും. കൂട്ടത്തിൽ അവൻ എന്റെ ഒരു ഫോട്ടോയും എടുത്തു.

'ഇത് പൊളിക്കും.' തിരിച്ചു വരുന്ന വഴിയിൽ കോശി പറഞ്ഞു.

പലരും പാതിബക്കറ്റിൽ വെള്ളവുമായി കുറ്റിക്കാടുകളിലേക്ക് കയറുന്നത് കണ്ടു.

'എടാ.. നമുക്കും എടുക്കാമായിരുന്നു ഒരു ബക്കറ്റും വെള്ളവും.'

53. പരീക്ഷ

പിന്നെയും ഒരു വേനൽക്കാലം.

വരണ്ട ഇരുണ്ട പാറകൾ വീണ്ടും കറുത്തു. പാറപ്പുറത്തെ പുൽനാ മ്പുകൾ പലതും കരിഞ്ഞുണങ്ങി. പിന്നീട് ഇളംമഞ്ഞ നിറമാർന്ന് അവ പൊടിഞ്ഞുപോയി. ശേഷിച്ച ഗാന്ധിമുള്ളുകൾക്ക് മൂർച്ചയേറി. കലയും കായികമത്സരങ്ങളുമെല്ലാം കഴിഞ്ഞ് അധ്യയനത്തിൽ മാത്രം ശ്രദ്ധ തി രിച്ചു. ക്ലാസ് മുറികളിൽ പഠിപ്പിച്ചു കഴിഞ്ഞ പാഠഭാഗങ്ങൾ വീണ്ടും വീ ണ്ടും അയവിറക്കുന്നു.

മൂന്നു വർഷം മുമ്പുവരെ 'ഈ സി.ബി.എസ്.ഇ. പരീക്ഷ എന്ന് പറ യുന്നത് ഒരു അന്ധവിശ്വാസമാണ്.. ഞങ്ങൾ നവോദയക്കാർക്ക് അങ്ങ നെയൊന്നില്ല. ഇത് ഞങ്ങളെ പേടിപ്പിക്കാൻ വേണ്ടി പറയുന്നതാണ്..' എന്നൊക്കെ പറഞ്ഞു നടന്ന ഒരു സീനിയർ ഉണ്ട്. പേര് പ്രതീഷ്. അവ രുടെ പത്താം ക്ലാസ് പരീക്ഷ കഴിഞ്ഞതോടുകൂടി ആ പറച്ചിൽ മാറിക്കി ട്ടി. പരീക്ഷക്കാലം ആകെ ഒരുതരം ഭയപ്പാട് ആയിരുന്നു. പുറത്തുനിന്ന് പരീക്ഷാ നടത്തിപ്പിനായി ആൾക്കാർ വരുന്നു.. ഇംഗ്ലീഷിലും ഹിന്ദിയി ലും ഉള്ള അവരുടെ കർശന നിർദ്ദേശങ്ങൾ, അച്ചടക്കലംഘനം നടത്തു ന്നവർക്കുള്ള ശിക്ഷാനടപടികൾ, ഇതെല്ലാം ഒരു സൈനിക ക്യാമ്പിൽ എന്നപോലെ കേട്ട് കഴിയുമ്പോഴേക്കും പഠിച്ചതെല്ലാം മറന്നു പോകുന്ന അവസ്ഥ.

അധ്യാപകരെല്ലാം പരീക്ഷയ്ക്ക് വേണ്ടിയുള്ള അവസാന വട്ട മിനു ക്ക് പണിയിലാണ്. ബയോളജിയിലെ ജനിതകശാസ്ത്ര ഭാഗങ്ങൾ പഠി പ്പിക്കാൻ പ്രിൻസിപ്പൽ രാമകൃഷ്ണയ്യ നേരിട്ടെത്തി. അദ്ദേഹത്തിന് ഡോ ക്ടറേറ്റ് കിട്ടിയിരിക്കുന്നത് ആ മേഖലയിൽ തന്നെയാണെന്ന് പഠിപ്പിക്കാ നുള്ള ആവേശം കാണുമ്പോൾ നമുക്ക് മനസ്സിലായി.

മാത്സ് മാധവനും ഇംഗ്ലീഷ് മാധവനും യാതൊരു പിരിമുറുക്കവും ഇല്ലാതെ ഇതൊക്കെ എത്ര കണ്ടതാ എന്ന ഭാവത്തിൽ വിലസി നടക്കു ന്നു. ബെന്നി സാറും പ്രിൻസിപ്പാളും ചേർന്ന് ബയോളജി ശിക്ഷണത്തി

217

ന്റെ അവസാന വട്ടത്തിൽ. വരാൻ പോകുന്ന നമ്മുടെ പരീക്ഷയിൽ ഒ രുപക്ഷേ ഏറ്റവും അധികം വേവലാതിപ്പെടുന്ന ഒരാളുണ്ട്. രാമനാഥൻ സാർ. അധ്യാപനത്തിന്റെ പരിചയക്കുറവ് കാരണമാകാം സാറിന് കെ മിസ്ട്രിയുടെ കാര്യത്തിൽ വലിയ ടെൻഷനായിരുന്നു. പാഠഭാഗങ്ങളുടെ വളരെ വിശദമായ നോട്ട് ക്ലാസ്സിൽ വെച്ച് തന്നതിനു പുറമേ, ഒട്ടനവധി ചോദ്യോത്തരങ്ങൾ പ്രത്യേകം തയ്യാറാക്കി ഫോട്ടോകോപ്പി എടുത്ത് സാർ നമുക്ക് തന്നു. അതിലെ സാറിന്റെ കയ്യക്ഷരം എടുത്തുപറയേണ്ട തു തന്നെയാണ്. ഇംഗ്ലീഷ് അക്ഷരമാലയിലെ 'd' എന്ന അക്ഷരത്തി ന്റെ നേർരേഖ നമ്മളെല്ലാം എഴുതുന്നത് നേരെ മുകളിലേക്ക് ആണ ല്ലോ. പക്ഷേ സാറിന്റെ 'd'യിൽ അത് ഒരു ഗർഭസ്ഥശിശുവിനെപ്പോലെ ഇടത്തോട്ട് ചെരിഞ്ഞ് വളഞ്ഞിരിക്കും. കെമിസ്ട്രിയിൽ പലപ്പോഴായി വരുന്ന ഓക്സിഡേഷനിലും റിഡോക്സ് റിയാക്ഷനിലും ഇത് വ്യക്ത മായി കാണാം. ചോദ്യോത്തരങ്ങൾ പഠിക്കേണ്ട സമയപ്പട്ടികയും സാർ പ്രത്യേകം തന്നു. വരാന്തകളിലും മെസ്സ് ഹാളിലും വെച്ച് പലപ്പോഴായി സാർ ഇതിനേക്കുറിച്ച് ഓർമിപ്പിച്ചു കൊണ്ടിരുന്നു.

ഉച്ചശേഷമുള്ള ക്ലാസുകൾ സ്റ്റഡി ടൈമുകളായി മാറി. രാത്രി ഭക്ഷ ണത്തിനു മുമ്പും ഭക്ഷണശേഷം പതിനൊന്ന് മണിവരെയും ക്ലാസ് റൂ മിൽ വെച്ച് തന്നെയുള്ള നിർബന്ധിത സ്റ്റഡി ടൈം നിലവിൽവന്നു. ഓ രോ ദിവസവും പഠിക്കാനുള്ള സമയ പട്ടികകളുമായി അധ്യാപകർ പി ന്നാലെ നടപ്പായി. മാത്സിലും കെമിസ്ട്രിയിലും പഠിക്കാൻ ബുദ്ധിമുട്ടു ള്ള ഭാഗങ്ങൾ താല്പര്യമുള്ളവർക്ക് മാത്രമായി വീണ്ടും വീണ്ടും പഠി പ്പിച്ചു.

പരീക്ഷകൾക്ക് രണ്ടാഴ്ച മുമ്പ് ഞങ്ങൾ പലരും കണ്ണൂർ ടൗണിലേ ക്ക് പോയി. ഓട്ടോഗ്രാഫ് ബുക്ക് വാങ്ങി. പരീക്ഷ എഴുതുവാൻ ഉള്ള പേന വാങ്ങി. ആനന്ദ് തിയേറ്ററിൽ കയറി മണിരത്നത്തിന്റെ ബോം ബെ സിനിമയും കണ്ടു. ഹോസ്റ്റലിൽ ആ സിനിമ കണ്ടവരും കാണാ ത്തവരും എന്ന രണ്ട് വിഭാഗങ്ങൾ ഉണ്ടായി. സാപ്ലിയുടെ കട്ടിലിനോട് ചേർന്ന് വെച്ച മേശപ്പുറത്തെ ടേപ്പ് റെക്കോർഡറിൽ 'ഉയിരേ.. ഉയിരേ' എന്ന പാട്ട് വെളിയിലേക്ക് മുഖംതിരിച്ച് മെസ്സിനുമപ്പുറത്തുള്ള ഗേൾസ് ഹോസ്റ്റലിൽ കേൾക്കാനെന്നവണ്ണം ഉച്ചത്തിൽ വെച്ചു. കോപ്പറും ചൂത്ത നും കണ്ണുകളടച്ച് പ്രണയചിന്താമഗ്നരായി കിടക്കമേൽ മലർന്നു കിട ന്നു.

പരീക്ഷാദിനങ്ങൾ നിർവികാരതയോടെ, തികച്ചും യാന്ത്രികമായി ക ടന്നുപോയി. കെമിസ്ട്രി പരീക്ഷാ വേളയിൽ ഹാളിന് പുറത്ത് വാതിൽ

ക്ലിൽ രാമനാഥൻ സാർ നിറകണ്ണുകളോടെ നമ്മളെ നോക്കിനിന്നത് ഓർമ്മയുണ്ട്. ആ വർഷത്തെ കെമിസ്ട്രി പരീക്ഷ സാർ പഠിപ്പിച്ചു തന്ന ചോദ്യോത്തരങ്ങൾ ഒക്കെയും വൃഥാവിലാവും വിധം തികച്ചും വ്യത്യസ്തമായിരുന്നു.

പരീക്ഷ കഴിഞ്ഞ് വെളിയിൽ വന്ന ഞങ്ങളോട് സാർ വേദനയോടെ പറഞ്ഞു.

'ഇറ്റ് വാസ് മൈ മിസ്റ്റേക്ക് ഡാ..'

പരീക്ഷ കടുപ്പമേറിയതിനേക്കാൾ ഞങ്ങളെ വേദനിപ്പിച്ചത് രാമനാ ഥൻ സാറിന്റെ ആ മനോവിഷമമമായിരുന്നു.

54. ഓർമ്മക്കുറിപ്പുകൾ

മാർച്ച് മാസത്തിലെ അവസാനത്തെ ആഴ്ച.

സ്വർണനിറമുള്ള കവറോടുകൂടിയ ഓട്ടോഗ്രാഫ് ബുക്കിന്റെ ആദ്യ പേജിൽ സ്വന്തം പേര് എഴുതി. അധ്യാപകരുടെ അടുത്തുചെന്ന് ആ ശംസാവാക്കുകൾ എഴുതി വാങ്ങി. എം.പി. ഹാൾ ഹോസ്റ്റലിൽ ഷമീ മും ഹരികിഷോറും അടങ്ങുന്ന ജൂനിയേഴ്സിന്റെ കൈകളിലൂടെ മറ്റു ള്ളവരുടേതെന്ന പോലെ എന്റെ ഓട്ടോഗ്രാഫ് പുസ്തകവും ഒഴുകിനട ന്നു. ക്ലാസിലെ പെൺകുട്ടികളുടെ കൈപ്പട ഓട്ടോഗ്രാഫിൽ പതിയണ മെന്നത് ഒഴിച്ചുകൂട്ടാനാകാത്ത ആഗ്രഹമായിരുന്നു. വിധുവും മഞ്ജു വും ബെടക്കുമൊക്കെ അതിൽ ഏഴുതി.

ഫിസിക്സ് ലാബിലെ ചെറുവഴക്കുകളെക്കുറിച്ചും, ഉർവശീ ഉർവ ശീ.. പാട്ടിനെക്കുറിച്ചുമൊക്കെയാണ് റീഷ(145) എഴുതിയത്.

ബെടക്ക്(91) ഇങ്ങനെയെഴുതി.

'സത്യസന്ധമായ ഒരു വാക്കുമതി, അർത്ഥശൂന്യമായ ശതകോടി ജൽ പനങ്ങൾക്ക് തടയിടാൻ.

നീയൊരു സത്യമാണ്.'

ഫോഗ് ഹോൺ കഥ ഒരു സിനിമയാക്കണമെന്നും താൻ അത് സം വിധാനം ചെയ്യണം എന്നൊക്കെയാണ് വിധു(143) എഴുതിയത്.

'പ്രണയം പ്രകാശസുരഭിലമാണ്.

ആനന്ദഭരിതവുമാണ്.

ചിലപ്പോൾ ബുദ്ധിശൂന്യവും.' എന്ന് മഞ്ജു(95).

'നമുക്കെന്നും ഒരേ അനുഭവമായിരുന്നു. കഥയിലെ ആജാനുവ്യാളി യെപോലെ ദൈന്യതയിലാഴരുത്.' പാമ്പ് (142).

മെസ്സിൽ ആദ്യമായി ബിരിയാണി വിളമ്പിയിട്ട് ഇന്നേക്ക് ഏതാണ്ട് ഒ രു വർഷം കഴിഞ്ഞു. ജൂനിയേഴ്സ് സീനിയേഴ്സിനായി കൊടുക്കുന്ന സെൻറ് ഓഫ് പാർട്ടിയിലാണത്.. ഇപ്രാവശ്യം നമുക്കുള്ള ഊഴമാണ്. നാളത്തെ പാർട്ടിക്ക് വരണമെന്ന് പറഞ്ഞ് ലൗലിനും പശുവും സീത

യുമടങ്ങുന്ന ജൂനിയേഴ്സ് നമ്മളെ ക്ഷണിക്കാൻ തുടങ്ങി.

അടുത്ത രാവിലെ എന്നെ ആരും ക്ഷണിച്ചിട്ടില്ല. അതുകൊണ്ട് ഞാൻ രാത്രി പാർട്ടിക്ക് വരുന്നില്ല എന്നും പറഞ്ഞ് താച്ചർ(135) ഉടക്കി ഇരിപ്പാ യി.

'എന്നെയും അങ്ങനെ ആരും കാര്യമായി ക്ഷണിച്ചിട്ടൊന്നുമില്ല. പ ക്ഷേ ഞാൻ പോകുന്നുണ്ടല്ലോ..'എന്ന് ചക്കര. പലരും പലതും പറഞ്ഞ് താച്ചറിനെ നിർബന്ധിച്ചു. പക്ഷേ അവൻ അയഞ്ഞില്ല. താച്ചറുടെ ഈ കുത്തിയിരിപ്പിന് പിന്നിൽ ഒരു കാരണമുണ്ട്.

നാലഞ്ച് മാസം മുമ്പ് അവന് ജൂനിയർ ആയ സൗമ്യ എന്ന പെൺ കുട്ടിയുമായി ഒരു ചെറിയ വഴക്കുണ്ടായിരുന്നു. കടുത്ത നിരാശയായി രുന്നു അവനിൽ ആ വഴക്കിന്റെ പരിണിതഫലം. പക്ഷേ ആ സംഭവം അവന്റെ ആത്മാഭിമാനത്തിന് ഇത്രമാത്രം ക്ഷതമേറ്റിരുന്നു എന്ന് ഇന്നാ ണ് എനിക്ക് മനസ്സിലായത്.

'അവൾ നേരിട്ട് ക്ഷണിച്ചാൽ മാത്രമേ താച്ചർ ഇനി വരികയുള്ളൂ..!' അവന്റെ മനസ്സ് തിരിച്ചറിഞ്ഞ് ഞാൻ പ്രഖ്യാപിച്ചു.

താച്ചർ എന്നെ തുറിച്ചു നോക്കി.

'നീ മുത്താണെടാ.. മുത്ത്..!'

അവൻ പറയാതെ പറഞ്ഞത് ആ കണ്ണുകളിൽ നിന്ന് വായിച്ചെടു ക്കാം. കാര്യം ജൂനിയേഴ്സിനെ അറിയിച്ചു. വൈകാതെ സൗമ്യയുടെ ചെവിയിലുമെത്തി.

ഉച്ചഭക്ഷണത്തിനുശേഷം മെസ്സ് ഹാളിൽ ഒരു ചെറിയ ആൾക്കൂട്ടം.

'വരുന്നില്ലെങ്കിൽ വരേണ്ട..! ഞാൻ ആരെയും ക്ഷണിക്കാനൊന്നും പോകുന്നില്ല..!'

അവൾ ഉറച്ച ശബ്ദത്തിൽ ഉറക്കെ പറഞ്ഞു. അവളുടെ അടുത്ത കൂ ട്ടുകാരികൾ അവളെ പിന്താങ്ങി. ആൺകുട്ടികളിൽ ചിലർ എതിരഭിപ്രാ യങ്ങൾ പറഞ്ഞു നോക്കി. പക്ഷേ അവൾ പിന്നോട്ടില്ല.

'ഇതു മതി. ഞാൻ വരാം.'

സംഭവം നാലുപേർ അറിഞ്ഞതോടുകൂടി താച്ചർ കാലുമാറി. അവ നും അത്രയേ ഉദ്ദേശിച്ചുള്ളൂ. നാലു പേർ അറിയണം! അല്ലെങ്കിൽ ഇനി യിപ്പോൾ എന്തുചെയ്യാനാണ്? പാർട്ടിക്ക് പോയില്ലെങ്കിൽ ഒരു ബിരിയാ ണി നഷ്ടം. അത്ര തന്നെ.

അതിനിടെ പെൺകുട്ടികളുടെ ഹോസ്റ്റലിൽ ചുറ്റിക്കറങ്ങി തിരിച്ചുവ ന്ന എന്റെ ഓട്ടോഗ്രാഫിൽ സൗമ്യ ഇങ്ങനെ എഴുതിയിരുന്നു.

'നിങ്ങൾ ആൺകുട്ടികൾ ഒരു തമാശയ്ക്ക് വേണ്ടി പലതും ചെയ്യും.

അത് മറ്റുള്ളവരെ എങ്ങനെ ബാധിക്കും എന്നുകൂടി ചിന്തിച്ചാൽ നന്ന്.'

താച്ചർ അത് പലകുറി വായിച്ച് ഊറിച്ചിരിച്ചു.

അന്നു രാത്രി ഹോസ്റ്റലിൽ കിട്ടിയ ഓട്ടോഗ്രാഫുകൾ മുഴുവൻ അ
ന്യോന്യം കൈമാറി വായിക്കുകയായിരുന്നു. വായനയുടെ ഒടുവിൽ ആ
രും കാണാതെ ഒരു പുതിയ താളിൽ അവനവന് എഴുതാനുള്ളത് എഴു
തിച്ചേർക്കാൻ ശ്രമിക്കും.

ആര് ആർക്കാണ് എഴുതുന്നത്? എന്താണ് എഴുതുന്നത്? ഏതു വാ
ക്കുകൊണ്ടാണ് എഴുതാൻ കഴിയുക? ഏഴുവർഷം എന്നത് ജീവിതയാ
ത്രയിൽ ചെറിയൊരു കാലഘട്ടം മാത്രമാണ്. ഇനിയും ഒരുപാട് സംവ
ത്സരങ്ങൾ മുന്നിൽ നിവർന്നു കിടക്കുകയാണ്. പക്ഷേ തുടക്കത്തിൽ
നാം നേരിട്ട അനുഭവങ്ങൾക്ക് പകരം വയ്ക്കാൻ ഇനി അതുപോലൊ
ന്ന് ഉണ്ടോ?

കണ്ണീരു വറ്റിയ വീർപ്പുമുട്ടലുകൾക്ക് നടുവിൽ പടിപടിയായി പിടി
ച്ചുനിന്നതിന് ഒരു കാരണമേ ഉള്ളൂ. നീ..!

നീയായിരുന്നു സുഹൃത്തേ എന്റെ പിടിവള്ളി. എന്റെ തേങ്ങലിനും
പരാതിപ്പെടലിനും കുസൃതികൾക്കും കളിയാക്കലിനും പിണക്കങ്ങൾ
ക്കും ഇണക്കങ്ങൾക്കും പൊട്ടിച്ചിരികൾക്കും മുറിവിനും സൗഖ്യത്തി
നും ഇരുളിനും പകലിനും ചെറുപ്രണയത്തിനും എല്ലാം.. നീ ആയിരു
ന്നു സാക്ഷി. ആ നിന്നോട് എന്തു പറയാൻ.. എന്തെഴുതാൻ.

പലരും ഒന്നും എഴുതാതെ സ്വന്തം പേര് മാത്രം എഴുതി.

'നിന്റെ ഉള്ളു നിറയെ സ്നേഹമായിരുന്നു എന്നോട്.

ആ കലയെ ഞാൻ ബഹുമാനിക്കുന്നു.

നിന്റെ കല സ്നേഹത്തിന്റേതാണ്.

ഉജ്ജയിനി..

നീന്നെ ആത്മാവിൽ വെച്ചാരാധിച്ചിരുന്നു ഞാൻ..

ഇപ്പോഴും നിന്നെ ഞാൻ സ്നേഹിക്കുന്നു.

നീ ഹൃദയഹാരിയായ്..'

ഈ അടുത്തിറങ്ങിയ ഒരു കവിതയുടെ വരികൾ എഴുതിയാണ് കു
ര്യാക്കോസ്(76) അവസാനിപ്പിച്ചത്.

'നിന്റെ മുഴുവൻ പേരുകൾ എഴുതാൻ ആവില്ലല്ലോ ഈ പേജിൽ. ഒ
രു രാത്രിയും ഒരു പകലും മുഴുവൻ നമ്മുടെ പ്രയത്നം.. നമുക്ക് ഈ
ചെറിയ ലോകത്തെ വലുതായി കാണിക്കാമെടാ.. ദേഷ്യം വരുമ്പോൾ
എന്റെ അടുത്ത് വരിക. ഇടി മേടിക്കാൻ തയ്യാറായി ഞാൻ ഭൂമിയുടെ ഒ
രു കോണിൽ എവിടെയെങ്കിലും ഉണ്ടാകും. എന്ന് പ്രഭാകരന്റെ ഡോ

കൂർ (പാനു).'

ജംബുകൻ(109) ഇങ്ങനെ എഴുതി.

'നമ്മുടെയൊക്കെ ഹൃദയം കവർന്ന എത്രയെത്ര മുഖങ്ങൾ..

ദുർനയങ്ങൾ പേറുന്ന മനുഷ്യർ..

നമുക്ക് മുന്നേറാം. ജീവിതമാകുന്ന മരീചികയിൽ. പക്ഷേ.. ഒന്നും മ
റക്കില്ല സുഹൃത്തേ..'

'ആ രാത്രിയിൽ അഭിനയിച്ച മൂകനാടകവും അരങ്ങത്തെ പരാജയ
വും എല്ലാം എങ്ങനെ മറക്കാനാണ്?' ചിണ്ടൻ (132)

'ചോർച്ച ഇല്ലാത്ത ഒരു മനസ്സ്. അത് നിന്റെ കൈമുതൽ. നീ എൻ
റെ നിഴലും ഞാൻ നിന്റെ നിഴലുമാകാൻ ഞാൻ പ്രാർത്ഥിക്കുന്നു.' എ
ന്ന് കോശി (74).

ചൂത്തൻ (113) ഓട്ടോഗ്രാഫിൽ ഒന്നും എഴുതിയില്ല. കുറേ ദിവസ
ങ്ങളായി തിങ്ക് ബിഗ് അവന്റെ കയ്യിലായിരുന്നു. അടുത്ത രാവിലെ അത്
തിരിച്ചു തന്നപ്പോൾ അതിൽ അവൻ ഗദ്യമായ് തുടങ്ങി ഒരു കവിതയാ
യ് അവസാനിപ്പിച്ച വരികളിൽ ഇങ്ങനെ എഴുതിയിരുന്നു.

'ഇരുമ്പഴിക്കുള്ളിൽ നിന്നും നിന്റെ മോചനം.

നിന്റെ സ്വപ്നങ്ങളുടെ താഴ്‍വരയിൽ

ഞാൻ എന്നുമൊരു മഞ്ജുഹാരവുമായി കാത്തുനിൽക്കും.

സുസ്മിതേ..

നിന്റെയീ മന്ത്രമധുരമീ രാത്രിയിൽ

സ്മേരവദനനായ് ഞാനും,

പിന്നെ വിസ്മൃതിയിലാണ്ടൊരു രാവും വിരുന്നു വരും.

തരിക നിന്നാ സ്നേഹാക്ഷയപാത്രത്തിൽ

നിന്നിത്തിരിതുള്ളിനീരെന്റെ

മോഹത്തിനു രൂപിപ്പാൻ..'

55. കുന്നിറക്കം

1995, ഏപ്രിൽ 2, ഞായറാഴ്ച.

ഇന്നലെ രാത്രി ഉറങ്ങിയതേയില്ല. പണ്ട്, കുന്നിറങ്ങി പൊടിയും പറ ത്തികൊണ്ട് തിരിച്ചുപോകുന്ന വാഹനങ്ങളെ ദൂരെ കൺമറയുംവരെ നോക്കി നിന്ന നാളുകളുണ്ടായിരുന്നു. അതിന്റെ ഓർമ്മകളിൽ വേദന യോടെ ഉറങ്ങാതെ കിടന്ന രാത്രികളും. ഇന്നലെ രാത്രിയിലും ആ ഓർ മ്മകളുടെ തികട്ടലായിരുന്നു ഉള്ളിൽ. അതേ വിങ്ങൽ.

രാവിലത്തെ കുളിയോടുകൂടി കൊണ്ടുപോകാനുള്ള സാധനങ്ങളൊക്കെ തയ്യാറാക്കി വെച്ചു. ബക്കറ്റ്, സോപ്പ്, തോർത്ത് എന്നിവ ഹോസ്റ്റലിൽ ത ന്നെ ഉപേക്ഷിച്ചു. ബക്കറ്റുമായി ബസ്സിൽ യാത്രചെയ്യുക എന്നത് സുഖ മുള്ള ഏർപ്പാടല്ല. പഴയ പുസ്തകങ്ങൾ, ബെഡ്ഷീറ്റുകൾ, ടൂത്ത് പേസ്റ്റ്.. അങ്ങനെ ഉപേക്ഷിക്കേണ്ട സാധനങ്ങളുടെ പട്ടിക വലുതായി കൊണ്ടിരു ന്നു. ഒരു ജോഡി യൂണിഫോം ഇന്നലെ രാത്രി തന്നെ പെട്ടിയിൽ അടു ക്കി വെച്ചു. ഇനിയൊരിക്കലും അണിയേണ്ടതില്ലാത്ത വെള്ള ഷർട്ടും ചാ രനിറത്തിലുള്ള പാന്റ്സും ബെൽറ്റും. ഇവിടുത്തെ അധ്യയനത്തിന്റെ ഓർമയ്ക്കായി രണ്ട് നോട്ട് ബുക്കുകൾ, ഇവിടെ നിന്ന് പഠിച്ചിറങ്ങുന്ന ഓ രോരുത്തരും ജീവിതം മുഴുവൻ പ്രകാശം പരത്തുമാറാകട്ടെ എന്നാശം സിച്ചുകൊണ്ട് ഇന്നലെ സന്ധ്യാനേരം പ്രിൻസിപ്പൽ നമുക്കോരോരുത്തർ ക്കും ആയി സമ്മാനിച്ച ചെറിയൊരു വെങ്കലവിളക്ക്.. അങ്ങനെ, ഓർമ്മക ളുടെ കൂമ്പാരം മുഴുവൻ ആ പെട്ടിയിലുണ്ട്. കുന്നിൻമുകളിലെ ജീവിത ത്തിന്റെ ഓർമ്മകൾ ഒന്നാകെ ഒരു പെട്ടിയിലൊതുക്കിവച്ച് പടിയിറങ്ങുക യാണ്.

കൊണ്ടുപോകാൻ കഴിയാത്തതും, വേണമെന്ന് ആഗ്രഹിക്കുകയും ചെയ്യുന്ന ചില വസ്തുക്കളുണ്ട്. കഴിഞ്ഞ ഏഴ് വർഷമായി ഉപയോഗിച്ച 138 എന്ന നമ്പർ കൊത്തിവച്ച എന്റെ പ്ലേറ്റും ഗ്ലാസും. പക്ഷേ അവയെ ല്ലാം ബ്രേക്ഫാസ്റ്റിനു ശേഷം മെസ്സിൽ തിരിച്ചേൽപ്പിച്ചു. ഇനി വരുന്ന തലമുറയ്ക്ക് ഉപയോഗിക്കുവാൻ.

ആസ്ബസ്റ്റോസ് മേഞ്ഞ ഗേൾസ് ഹോസ്റ്റലിന്റെ അടുത്ത് നടന്നു. ഒരുപാട് ഓർമ്മകളുണ്ടവിടെ. ക്ലാസ്സ്മുറികളായിരുന്ന കാലത്തു തുടങ്ങി മെസ്സ് ഹാളായും കലാവേദിയായുമൊക്കെ വിളയാടിയ ഇടം. ഇവിടു ത്തെ വരാന്തയിലെ ഓരോ തൂണിനും ഓരോ കഥ പറയാനുണ്ട്. വട ക്കേയറ്റത്തെ തൂണിൽ മറഞ്ഞു നിന്നാണ് ഞാനും കോശിയും ചന്ദ്രേ ട്ടൻ കാണാതെ മെസ്സിൽ നിന്നും കട്ടെടുത്ത ഉപ്പേരിവറവുകൾ തിന്നാറ്. മോണോആക്റ്റും മിമിക്രിയും അവതരിപ്പിക്കുവാനുള്ള ഊഴവും കാത്ത് വേദിക്കരികെ നെഞ്ചിടിപ്പോടെ നിന്നത് രണ്ടാമത്തെ തൂണിനടുത്ത്. ച ക്കരയും ഷിജു ടിഡിയും കൈ വിരലിൽ വടിയൂന്നി മത്സരിച്ചത് മൂന്നാ മത്തെ തൂണിനടുത്തുവെച്ച്. ഇങ്ങനെ ഓരോ തൂണുകൾക്കും കോണു കൾക്കും ഓരോ കഥ.

കോശിയുടെ ക്യാമറയിൽ അവസാനമായി ചില ഫോട്ടോകളെടുത്തു. ക്ലാസ് മുറികളും വരാന്തകളും മെസ്സും പാറക്കല്ലും ആകാശവും എല്ലാം ഓരോന്നായി ഒപ്പിയെടുത്തു. ഇങ്ങനെ ഒരു ദിവസം വന്നുചേരുമെന്ന് അറിയാമായിരുന്നിട്ടും അതേക്കുറിച്ച് കൂടുതൽ ചിന്തിച്ചുകൂട്ടുവാനോ അ ത് പങ്കുവയ്ക്കുവാനോ ഇഷ്ടമായിരുന്നില്ല നമുക്ക്. സംസാരത്തിനിടയിൽ അറിയാതെ പോലും അത്തരം കാര്യങ്ങൾ വന്നു കൂടാതിരിക്കാൻ ശ്ര ദ്ധിച്ചിരുന്നു ഞങ്ങൾ ..

വേർപാടിനേക്കാൾ വേദനയേറിയതൊന്നുമില്ല. എത്രത്തോളം ഹൃദ യത്തിൽ ചേർത്തുവെയ്ക്കുന്നുവോ, അത്രത്തോളം വേദനാജനകമാണ ത്. വേർപിരിയുന്ന അന്ത്യനിമിഷം വന്നുചേരുന്നതുവരെ ആ വേർപെട ലിന്റെ ആഴം നമുക്കറിയില്ലതാനും. പക്ഷേ ഒരു തിരിച്ചറിവിന്റെ തിക വിൽ രൂപപ്പെടുന്ന വല്ലാത്തൊരു യാന്ത്രികതയുണ്ട്. സാങ്കൽപ്പികമായ തിരക്കുകളാൽ ഇടനെഞ്ചുപൊട്ടുമാറ് സമയത്തെ കുത്തിനിറക്കുന്ന ഒ രു യാന്ത്രികത.

സ്നേഹമായിരുന്നു..
ഈ കുന്നിൻമുകളിലെ എല്ലാറ്റിനോടും.
നീണ്ടവരാന്തകളോടും
മൈതാനങ്ങളോടും
പറങ്കിമാവിൻതോപ്പുകളോടും
പൊടിപാറും ചെമ്മണ്ണിനോടും
ഇരുണ്ട പാറക്കല്ലുകളോടും
ഇളങ്കാറ്റിനോടും
ആകാശത്തോടും
പുൽനാമ്പുകളോടും

ഇവിടുത്തെ പുലരിയോടും
ഇരവിനോടും.

ഒരു നീർത്തുള്ളി മതിയെനിക്ക്
കൊഴിഞ്ഞുപോയ മഴക്കാലമത്രയും
ഒരു കൊടുംതിരയായെൻ
ഓർമ്മയിൽ ആർത്തണയുവാൻ.
ഒരു ചെമ്മണ്ണിൻതരി മതി
മേഞ്ഞുനടന്നൊരീ കരിമ്പാറയും
അതിലള്ളിപ്പിടിച്ച ചെറുനീലപ്പൂക്കളും
ഉറവയായൊഴുകുമാ നീർച്ചാലുകളും
ഒരു വസന്തമായെന്നും ഓർത്തീടുവാൻ.

നെതർലാൻഡ് ഹൗസിന്റെ കിഴക്കുവശത്ത് പിറകിലായി പരന്നുകി
ടക്കുന്ന ശിഖരങ്ങളുള്ള ഒരു പറങ്കിമാവുണ്ട്. തറയിൽ നിന്ന് ഇരിക്കാൻ
പാകത്തിൽ മാത്രം താഴ്ന്ന് കിടക്കുന്ന അതിന്റെ നീണ്ട കൊമ്പുകളിൽ
മൂർച്ചയേറിയ കല്ലുകളാൽ ഞാൻ കൊത്തിവെച്ചിട്ടുണ്ട്. എന്റെ പേര്. നാ
ലഞ്ചു വർഷം മുമ്പ് ആലേഖനം ചെയ്തത് ഇന്നും അവിടെ മായാതെ
കിടപ്പുണ്ട് എന്ന് ഉറപ്പു വരുത്തി.

സോക്സ് ബോൾ കൊണ്ട് ക്രിക്കറ്റ് കളിച്ച പറങ്കിമാവിൻ തോപ്പു
കൾക്കിടയിലെ ചെറുമൈതാനങ്ങൾ. പഴയ വർക്ഷോപ്പ് ഹോസ്റ്റൽ, അ
തിനടുത്ത് വെള്ളം മുക്കിയെടുത്ത് കോരി കുളിക്കാറുള്ള ചെറിയ വാ
ട്ടർടാങ്ക്.. അവസാനമായി ഒരുവട്ടം കൂടി എല്ലാം നോക്കി കണ്ടു. ഒരുകാ
ലത്ത് മനം മടുപ്പിക്കുന്ന, വൃത്തിഹീനമായ അസൗകര്യങ്ങളെല്ലാം ഇ
ന്ന് ഏതോ ചില കാരണങ്ങളാൽ പ്രിയമുള്ളതാവുന്നു. അതിന് ഒരുകാ
രണം മാത്രമേ കാണുന്നുള്ളൂ. ജീവിതത്തിൽ നമുക്ക് ഏറ്റവും പ്രിയപ്പെ
ട്ടത് ഏത് എന്ന ചിന്ത എപ്പോഴും ചെന്നെത്തുന്നത് നമ്മുടെ ഭൂതകാല
ത്തിലേക്കായിരിക്കും.

പാത്തിപ്പാലത്ത് നിന്നും എത്തിച്ചേരേണ്ട ജീപ്പുകളും കാത്ത് പെട്ടി
യും തൂക്കി കാത്തിരിപ്പാണ് ഞങ്ങളെല്ലാം. വാഹനങ്ങൾ വൈകുന്ന ഓ
രോ നിമിഷവും മനസ്സ് വല്ലാതെ വേവലാതിപ്പെട്ടിരുന്ന ഒരു കാലമുണ്ടാ
യിരുന്നു. നിർവികാരമായ മനസ്സോടുകൂടി എന്തൊക്കെയോ സംസാരി
ച്ചു സമയം തള്ളിനീക്കി. നിർണായകമായ നേരങ്ങളിലൊക്കെ ഈ നിർ
വികാരതയാണ് നമ്മുടെ ഏറ്റവും വലിയ മുതൽക്കൂട്ട്. ഏഴുവർഷം മു
മ്പ്, പടിഞ്ഞാറോട്ടുള്ള ജീപ്പിൽ കയറി അമ്മ ആദ്യമായി കുന്നിറങ്ങിയ

ദിവസവും ഇതേ നിർവികാരതയായിരുന്നു ഉള്ളിൽ.

ഇനിയും വൈകിക്കോട്ടെ.

ഒരു നിമിഷം കൂടി ഈ കുന്നിൻ മുകളിലെ ജീവവായു ശ്വസിക്കാ മല്ലോ എന്ന് മന്ത്രിക്കുകയായിരുന്നു മനസ്സ്.

ഒരു വേനലവധിക്ക് വീട്ടിൽ പോകുന്ന അതേ ലാഘവത്തോടെ ആ യിരുന്നു ഞങ്ങൾ ജീപ്പിൽ കയറിയത്. വന്നുചേർന്ന മൂന്നു നാലു ജീപ്പു കളിൽ പെട്ടികൾ അടുക്കിവെക്കുമ്പോഴും പരിമിതമായ സീറ്റുകൾ കു ത്തിനിറച്ച് ഇരിക്കുമ്പോഴുമൊക്കെ സാധാരണയെന്ന പോലെ ആവേശ ത്തിന് ഒരു കുറവുണ്ടായിരുന്നില്ല. സംഭവിച്ചുകൊണ്ടിരിക്കുന്നത് ഒരിക്ക ലും തിരിച്ചു പിടിക്കാൻ കഴിയാത്ത, ഒരുകാലത്തും മറക്കാൻ സാധി ക്കാത്ത നിമിഷങ്ങളാണെന്ന് മനസ്സ് പറയുന്നുണ്ടായിരുന്നു. ഒരു സൗ ഭാഗ്യത്തിനും ഒരു സമ്പാദ്യത്തിനും ഒരു പദവിക്കും യശസ്സിനും തിരി ച്ചുതരാൻ സാധിക്കാത്ത നിമിഷങ്ങൾ. മെസ്സിന് വെളിയിൽനിന്ന് പാച്ച നും ചന്ദ്രേട്ടനും കൈകൾ വീശി വിടപറഞ്ഞു. ഞങ്ങൾ തിരിച്ചും.

കുന്നിറക്കത്തിന്റെ തുടക്കത്തിലെ ആ ചെറുകയറ്റമെത്തിയപ്പോൾ ദൂ രെ, ചുവന്ന ചരൽ മൈതാനത്തിന് മുകളിലായി സർവ്വസാക്ഷിയായ കാവൽക്കാരനെ പോലെ വയനാടൻ മലനിരകൾ മുമ്പെങ്ങും കാണാ ത്തത്ര വലുപ്പത്തിൽ ഉയർന്ന് നിവർന്നു നിന്നു. അകലും തോറും അതി ന്റെ വലിപ്പമേറിവന്നു. ഒപ്പം, ഇടനെഞ്ചിൽ എന്തെന്നില്ലാത്ത ഒരു ഭാര വും.

കുന്നിറങ്ങുകയാണ്..

പലവഴി ഒഴുകുന്ന പുഴകളായ് നാം വേർപിരിയുകയാണ്. പലനാളു കൾ താണ്ടി, പലകാലങ്ങൾ താണ്ടി, ചുറ്റുമുള്ള സകലതിനെയും പു ളകമണിയിച്ചുകൊണ്ട് പുഴകളൊഴുകിക്കൊണ്ടേയിരിക്കും.

അതിന്റെ തെളിനീർ പകരുന്ന ഓരോ നനവിനും പറയാനുണ്ടാകും, ഉറവയോടുള്ള പ്രണയത്തിന്റെ കഥ..

56. ശേഷിപ്പ്

വേനലവധിയിലെ കൊടുംചൂടിൽ നിന്ന് തെല്ലൊരാശ്വാസം എന്ന നി ലയ്ക്കാണ് സജ്ജനയോടും കുട്ടികളോടുമൊപ്പം രണ്ടു ദിവസത്തെ ബാം ഗ്ലൂർ യാത്ര പ്ലാൻ ചെയ്തത്. ട്രെയിനിലായതുകൊണ്ട് അത്രകണ്ട് യാ ത്രാക്ഷീണം തോന്നിയില്ല. താമസം ചക്കരയുടെ ഫ്ളാറ്റിലാകാമെന്ന് നിർദേശിച്ചത് അവൻ തന്നെയായിരുന്നു.

നവോദയക്കുന്നിൽനിന്ന് ഇറങ്ങിയിട്ട് രണ്ടു പതിറ്റാണ്ട് കഴിഞ്ഞെങ്കി ലും ചെയ്യുന്ന ഓരോ കാര്യത്തിലും സംസാരത്തിലും ചിന്തയിലും അ തിന്റെ അവശേഷിപ്പ് വിടാതെ പിന്തുടർന്നുപോന്നു. നാട്ടിൻപുറത്തെ ഗൃ ഹാതുരത്വമുണർത്തുന്ന കുട്ടിക്കാലത്തേക്കാൾ, കുന്നിൻ മുകളിലെ ജീ വിതമാണ് എന്നും ഓർമ്മയിൽ മുഴച്ചുനിൽക്കുന്നത്. നാട്ടുകാരോടും ബ ന്ധുക്കളോടും അടുത്ത ഇടപഴകുമ്പോൾ അനുഭവിക്കുന്ന ഒരുതരം ജാ ള്യത. അതുപോലെ, അകന്ന ബന്ധുക്കളെ തിരിച്ചറിയുവാനും അവരു ടെ പ്രാധാന്യത്തെക്കുറിച്ച് ഓർത്തു വെയ്ക്കുവാനുമുള്ള ബുദ്ധിമുട്ട്. പ ക്ഷേ, ഈവക പ്രശ്നങ്ങളെക്കുറിച്ച് ഞാൻ തീരെ വേവലാതിപ്പെട്ടിരു ന്നില്ല എന്നതാണ് സത്യം. എന്നാൽ അതിന്റെ ദുഷ്ഫലങ്ങൾ ഏറെ അ നുഭവിക്കേണ്ടി വന്നത് ഇതൊന്നുമറിയാത്ത നിരപരാധിയായ ജീവിതപ ങ്കാളിയാണ്.

'നിങ്ങളെ എനിക്ക് മനസ്സിലാകുന്നേയില്ല..'

പല സംഭാഷണങ്ങളും അവസാനിക്കുന്നത് ഇങ്ങനെയാണ്. ചെറു പുഞ്ചിരി മാത്രമാണ് അതിനുള്ള മറുപടി.

എനിക്ക് തന്നെ എന്നെ മനസ്സിലായിട്ടില്ല. പിന്നെയല്ലേ നിനക്ക്.. മന സ്സ് മന്ത്രിക്കും.

'ഏറ്റവും ഇഷ്ടപ്പെട്ട കറിയേതാ?'

'അങ്ങനെയൊന്നുമില്ല. എന്തും കഴിക്കും.'

പുറമേ കേൾക്കുന്നവർക്ക് കേൾക്കാൻ സുഖമുള്ള മറുപടി. പക്ഷേ, ചോദിക്കുന്ന പ്രിയതമയ്ക്ക് വല്ലാതെ മനംമടുപ്പിക്കുന്നതാണത്.

'ഒന്നിനോടും പ്രത്യേക ഇഷ്ടം തോന്നാത്ത നിങ്ങളെ എനിക്ക് മന
സ്സിലാകുന്നേയില്ല.'

ഇഷ്ടപ്പെടുന്നത് കിട്ടുന്നതായിരുന്നില്ല അവിടുത്തെ ജീവിതം. കിട്ടിയ
ത് ഇഷ്ടപ്പെടുക എന്നതാണ്. അതാണ് ശീലം..

'കണ്ടോ, പിന്നെയും കാര്യങ്ങളും ചെന്നെത്തുന്നത് അവിടേക്ക് ത
ന്നെ. എന്തിനും ഏതിനും ഒരു നവോദയ.! ഞങ്ങൾ എല്ലാവരും സ്കൂ
ളിൽ പഠിച്ചിട്ടുണ്ട്. പഴയ സുഹൃത്തുക്കളുമുണ്ട്. പക്ഷേ നാഴികയ്ക്ക്
നാല്പത് വട്ടം എന്റെ സ്കൂൾ എന്നും പറഞ്ഞു നടക്കുന്നില്ലല്ലോ.'

അവൾ പറയുന്നതിലും കാര്യമുണ്ട്. ഒരിക്കൽ പണ്ഡിറ്റ് പറഞ്ഞതോർ
മ്മയുണ്ട്.

'നമ്മുടെയൊക്കെ മനസ്സ് വിരമിച്ച പട്ടാളക്കാരുടേതു പോലെയാണ്.'

എനിക്കെല്ലാം അറിയാം എന്ന ചിന്താഗതിക്കാരനായ ഒരു നവോദയ
ക്കാരന്റെ കൂടെ ജീവിക്കുക എന്നത് അങ്ങേയറ്റം ദുഷ്ക്കരമായിരിക്കും.
തുടക്കത്തിൽ വലിയ കുഴപ്പമില്ല എന്ന് തോന്നുമെങ്കിലും കാര്യത്തിലോ
ട്ടെടുക്കുമ്പോൾ ഒരു അസാധാരണത്വം തിരിച്ചറിയപ്പെടും. ഒരു കോണിൽ
ഒറ്റയ്ക്കിരുന്ന് ചിന്തിച്ചു കാടുകേറുന്ന അന്തർമുഖത്വം. ചില നേരങ്ങ
ളിൽ എന്തിനെക്കുറിച്ചും വാതോരാതെ സംസാരിക്കുന്ന ബഹുമുഖപ്ര
തിഭ. ജീവിതത്തിലെ സുഖവും ദുഃഖവുമെല്ലാം ആ നവോദയക്കുന്നി
ന്മേൽ ചുറ്റിപ്പറ്റി ഒതുങ്ങി നിൽക്കുന്നു. നാടുകണ്ടിട്ടില്ലാത്ത, ഇനിയും ക
ണ്ണു തുറക്കാത്ത, ദുഷ്ടന്റെ ഫലം ചെയ്യുന്ന ഒരു നിരുപദ്രവകാരി.

നവോദയയിലേതു പോലുള്ള പരിപ്പുകറി.. കൂടെ ചപ്പാത്തി. ഉപ്പുമാ
വിന്റെ കൂടെ കടലക്കറി. ചെറുപയറുകറിയിൽ മുട്ട പുഴങ്ങിയത് പൊട്ടി
ച്ച് കലർത്തുക.. ലോകത്തെവിടെയെങ്കിലും കാണുമോ ഇതു പോലു
ള്ള ശീലങ്ങൾ..?

നിമിഷങ്ങൾക്കുള്ളിൽ കാണാം പ്രിയതമേ, എന്നെപ്പോലെ മറ്റൊരു
അന്യഗ്രഹജീവിയെ.

ചക്കര അയച്ചുതന്ന ഗൂഗിൾ മാപ്പ് വഴി അവന്റെ ഫ്ളാറ്റിലെത്തി. അ
തേ ഫ്ളാറ്റിൽ, തൊട്ടു താഴെയാണ് ചോട്ടുവും പണ്ഡിറ്റും താമസിക്കു
ന്നത്. തൊട്ടടുത്ത ഫ്ളാറ്റിൽ സന്ധ്യ. അധികം ദൂരെയല്ലാതെ താച്ചരും
പാനുവും. ലഗേജ് റൂമിൽ വെച്ച് ഒരു ചായയും കുടിച്ച് താഴെയുള്ള പ
ണ്ഡിറ്റിന്റെ റൂമിലെത്തി. ചോട്ടുവിന്റെ കുടുംബം നാട്ടിലായതുകൊണ്ട്
കുറച്ചുകാലമായി അവൻ പണ്ഡിറ്റിനോടൊപ്പമാണ് താമസം. വൈകു
ന്നേരം കുടുംബസമേതം സന്ധ്യയുടെ ഫ്ളാറ്റിലേക്ക്. അവളുടെ ഭർത്താ
വ് രാജേഷും ഞാനും എഞ്ചിനീയറിംഗ് കോളേജിൽ ബാച്ച് മേറ്റ്സ് ആ

യിരുന്നു. സന്ധ്യ തലശ്ശേരിക്കാരി ആണെന്നറിഞ്ഞപ്പോൾ സജ്നയ്ക്ക് സംസാരിക്കാൻ മറ്റുവിഷയങ്ങൾ തേടേണ്ടിവന്നില്ല. തലശ്ശേരിവിശേഷ ങ്ങൾ പറഞ്ഞ് താഴെ ഇറങ്ങിയതും താച്ചർ പാനുവിനോടൊപ്പം അ വന്റെ പുതിയ ഇലക്ട്രിക് കാറിൽ കാത്തുനിൽക്കുന്നു. അധികം വൈ കാതെ ഓസിയും ചുത്തനുമെത്തി. കളിതമാശകൾ പറഞ്ഞ് സമയം പോയതറിഞ്ഞില്ല.

വർഷങ്ങൾക്കുശേഷവും ലോകത്തിന്റെ പലഭാഗങ്ങളിലായി ചെറു ഉറുമ്പിൻകൂട്ടങ്ങളെപ്പോലെ ഒരു വിളിപ്പാടകലെ ചേർന്നു ജീവിക്കുകയാ ണ് നമ്മിൽ പലരും. അതിൽ ഭൂരിപക്ഷം പേരും ബാംഗ്ലൂരിലാണ്. കോ ശി, കോച്ചിർ, പോഷ്കർ, മിനി, സിമി തുടങ്ങിയവർ ഗൾഫിൽ എപ്പോൾ വേണമെങ്കിലും കാണാൻ കഴിയുന്നത്ര ദൂരത്തിലാണ് കഴിയുന്നത്. ജം ബുകനും കുര്യാക്കോസും കോപ്പറും സീനയും അമേരിക്കയിലെ ഒരു കൂട്ടം. ചിലർ ആസ്ട്രേലിയയിൽ. കാക്ഷനും കെസിയും വണ്ടിയും ഞാ നുമടങ്ങുന്ന ചിലർ സംസ്ഥാന സർക്കാറിനെ സേവിച്ച് നാട്ടിൽ കഴിയു ന്നു. രാത്രി ഏറെവൈകിയപ്പോൾ ജംബൂകന്റെ ഒരു വീഡിയോകോൾ. കോശിയും ആനക്കുട്ടിയും പിന്നെ ഞങ്ങളെല്ലാവരും കൂടി ചേർന്ന് ന വോദയ ഹോസ്റ്റലിലെ ഒരു രാത്രി പുന:സൃഷ്ടിച്ചു.

ഉറങ്ങാൻ വൈകിയതുകാരണം രാവിലെ എഴുന്നേൽക്കാനും വൈ കി. ചക്കരയുടെ ഭാര്യ ലിജിയും സജ്നയും അടുക്കളയിൽ സംസാരിച്ചി രിക്കുന്നു. ഭർത്താക്കൻമാരെക്കുറിച്ചാണ് സംസാരമെങ്കിൽ നീളുവോളം അത് വിചിത്രമായിരിക്കും.

ഒരു പരിപ്പുകറിയിൽ ഒതുക്കാവുന്ന അത്താഴം.. റൊട്ടിപ്പീസ് കൊ ണ്ടുള്ള ബ്രേക്ഫാസ്റ്റ് കോമ്പിനേഷനുകൾ.. മുന്നൂറു രൂപയുടെ ഷർട്ടും മൂവായിരം രൂപയുടെ ബ്രാൻഡഡ് ഷർട്ടും ഒരുപോലെ കാണുന്ന ആ വിശാലമനസ്സ്.. പണ്ടെങ്ങോ പരത്തി എന്നു പറയപ്പെടുന്ന ചപ്പാത്തിക്ക ണക്ക്. ചപ്പാത്തിയുടെ ഷേപ്പിലല്ല ടേസ്റ്റിലാണ് കാര്യം എന്ന തോൽവി സമ്മതിക്കാത്ത വീമ്പുപറച്ചിൽ.. ഷർട്ട് കഴുകുമ്പോൾ ഒരിക്കലും ബ്രഷ് ഉപയോഗിക്കരുത്. കോളറയുടെ രണ്ടറ്റങ്ങൾ തമ്മിൽ ഉരച്ചാൽ മാത്രം മ തി.. ആദ്യം ഇന്ത്യാക്കാരനാകൂ.. പിന്നെമതി മലയാളിയും മതവുമൊ ക്കെ.

ഇവരെല്ലാവരുമെന്താ ഇങ്ങനെ? ഒരമ്മപെറ്റ മക്കളെപ്പോലെ..

'ഉച്ചക്ക് ശേഷം ഞങ്ങളും നാട്ടിലേക്കുണ്ട്. നമുക്കൊന്നിച്ച് കാറിൽ പോകാം.' ചക്കര പറഞ്ഞു.

ചക്കര തന്നെയാണ് കാർ ഡ്രൈവ് ചെയ്തത്. മുൻസീറ്റിൽ ഞാൻ.

എൻറെ മടിയിൽ മകൾ ദിയ. പിറകിൽ സൃജന. അവളുടെ മടിയിൽ സാ
തിക്, ലിജി, മകൻ ഗുരുദേവ്, അവന്റെ മടിയിൽ പുതുതായി വാങ്ങിയ
ഒരു ഫുട്ബോൾ. യാത്രയുടെ ബോറടി മാറ്റാൻ ചക്കര കുട്ടികൾക്കായി
ഒരു അന്താക്ഷരി വേഡ് ഗെയിം തുടങ്ങി. APPLE.. അവസാന അക്ഷ
രം E.

ELEPHANT.. T.. TIME..

ബാംഗ്ലൂർ സിറ്റിയുടെ പുറത്തിറങ്ങിയിട്ട് ഒരു മണിക്കൂർ കഴിഞ്ഞുകാ
ണും. ഇടതുവശത്ത് കണ്ട ആര്യഭവൻ ഹോട്ടലിൽ കയറി ചായയും
പാവ് ബജിയും കഴിച്ച് യാത്ര തുടർന്നു. തന്റെ പുതിയ ബിസിനസ്
പ്ലാനുകളും അവിടെ വേണ്ട മാനവവിഭവശേഷിയെക്കുറിച്ചുമൊക്കെ ച
ക്കര വാതോരാതെ സംസാരിച്ചുകൊണ്ടേയിരുന്നു. ദിവസങ്ങളായി പറ
യാൻ കരുതിയ ഒരുകാര്യം പെട്ടെന്നാണ് അവന് ഓർമയിൽ വന്നത്.

'എടാ.. ഞാൻ പറയാൻ വിട്ടുപോയി. നമ്മുടെ ഷിജു ടി.ഡി.യെക്കുറി
ച്ച് വിവരം കിട്ടിയിട്ടുണ്ട്.'

'ആർക്ക്? എവിടെ? എങ്ങനെ?'

'പോഷ്കാർ കുറെ കാലമായി ഇതിന്റെ പിറകിലായിരുന്നല്ലോ. ഗൾ
ഫിലിരുന്ന് കൊണ്ട് അവൻ സോഷ്യൽ മീഡിയ മുഴുവൻ അരിച്ചു പെ
റുക്കി. ഒടുവിൽ ഫേസ്ബുക്കിൽ നിന്നു ലഭിച്ച ഒരു പേരിൽ ചെറിയ
സംശയം തോന്നി. ആ ചെറിയ വിവരം വെച്ച് നാട്ടിൽ അന്വേഷിക്കുക
യും ചെയ്തു. അവസാനം ആളെ കണ്ടെത്തി. രണ്ടുമൂന്നു പ്രാവശ്യം
അവനുമായി ചാറ്റ് ചെയ്തു. ഇപ്പോൾ തൃശ്ശൂരിലുണ്ട്. അവിടെ ഒരു ഹോ
ട്ടൽ ബിസിനസ്സുമായി കഴിയുന്നു. പക്ഷേ ഇതുവരെ ആർക്കും നേരിൽ
കാണാൻ കഴിഞ്ഞിട്ടില്ല.'

'അപ്പോൾ പട്ടിക പൂർത്തിയായി.

അങ്ങനെ പറയാൻ പറ്റുവോ..? ആളെ നേരിട്ട് കാണാതെ..'

വിരാജ് പെട്ട കഴിഞ്ഞു. ഇനി കാടുവഴി ചുരമിറക്കം. അതുവരെ ചെ
റുതായി മയങ്ങിയ കുട്ടികൾ എഴുന്നേറ്റു. പിന്നെയും ഉഷാറായി. വീ
ണ്ടും കളി തുടങ്ങി.

SCHOOL..

LIFE..

EDUCATION..

NATURE..

കോടമഞ്ഞു മൂടിയ കാടുകൾക്കിടയിലൂടെ യാത്ര തുടർന്നു. ഇടതു
വശത്തു താഴ്വരയിൽ ദൂരെയായി ഒരു പുഴയുടെ കുത്തൊലിപ്പിന്റെ ര

ബ്ദം പാതിമയക്കത്തിലും എനിക്ക് കേൾക്കാം. ആ നീരൊഴുക്കിലെവി ടെയോ നിയന്ത്രണം നഷ്ടപ്പെട്ട ഒരു തോണിക്കാരന്റെ അവ്യക്തദൃശ്യം കൊള്ളിയാൻ പോലെ മനസ്സിൽ മിന്നിമറയുന്നു. ആ അരണ്ട കാഴ്ച കൾക്കിടയിലൂടെ ഓർമ്മകളിൽ ചില വാക്കുകൾ പ്രതിധ്വനിച്ചു.

പള്ളിക്കൂടം..
ജീവിതം..
വിദ്യാഭ്യാസം..
പ്രകൃതി..

ശുഭം.

അനുബന്ധം

ഈ ഓർമ്മക്കുറിപ്പിലെ കഥാപാത്രങ്ങൾ ഇവരാണ്..

റോൾ നമ്പർ 73   സുനിൽ NTK ഹൈസ്കൂൾ അധ്യാപകനായി ജോലി ചെയ്യുന്നു.

74 കോശി (നൂറിഷ്) കുറച്ച് തള്ള് ഉണ്ടെന്നേ ഉള്ളൂ. ആളു പാവമാ. കമ്പ്യൂട്ടർ വിദഗ്ധൻ. സ്വപ്നങ്ങൾ സാക്ഷാത്കരിക്കാൻ നമ്മെ പഠിപ്പിച്ച കൗശലക്കാരനായ സംരംഭകൻ. ഇപ്പോൾ ഗൾഫിൽ കഴിയുന്നു.

75 മിത്തൂട്ട് (മിഥുൽ) എന്തിനും ഏറ്റവും അവസാനത്തെ ഊഴം തേടുന്നവൻ. അതുകൊണ്ടുതന്നെ ഇപ്പോഴും അവിവാഹിതൻ. ബാംഗ്ലൂരിൽ ഇൻഫോസിസ് കമ്പനിയിൽ ജോലി.

76 കുര്യാക്കോസ് (ദീപക്) തനിബുദ്ധിരാക്ഷസൻ. ഏറെകാലത്തെ മെഡിക്കൽ ഗവേഷണത്തിനുശേഷം ഇപ്പോൾ അമേരിക്കയിൽ ഡോക്ടറായി ജോലിചെയ്യുന്നു. അറിവാണ് ആയുധം.

77 സാജൻ ശാന്തൻ, സൗമ്യൻ. ഇപ്പോൾ സ്വാശ്രയസ്കൂൾ അധ്യാപകൻ.

78 ഷാജിത് എട്ടാം ക്ലാസ്സിനുശേഷം സ്കൂൾ വിട്ടുപോയി. ഇപ്പോൾ ഗൾഫിൽ.

79 വിനീഷ്യസ് കോടതിയിൽ ജോലി. ലീവെടുത്ത് ഗൾഫിൽ പോയി. ഇപ്പോൾ നാട്ടിലേക്ക് തിരിച്ചു വന്നു.

80 നവ്യ അദ്ധ്യാപകരുടെ കണ്ണിലുണ്ണി. ഞങ്ങളാരും അറിയാതെ നമ്മുടെ സീനിയറെ പ്രണയിക്കുകയും കല്യാണം കഴിക്കുകയും, ഇപ്പോൾ വിദേശത്ത് സുഖമായി ജീവിക്കുകയും ചെയ്യുന്നു.

81 ഡുബ്ബു (സംഗീൻ) പഠിക്കുന്ന കാലത്ത് കൊഴുത്തുരുണ്ട തടിയനായിരുന്നു. നമ്മുടെയൊക്കെ വയറുചാടിയപ്പോൾ അവൻ മെലിഞ്ഞ് സുന്ദരനായിരിക്കുന്നു. ഇപ്പോൾ ഗൾഫിൽ.

82 സന്ധ്യ പഠിപ്പിസ്റ്റ്. ശാലീനസുന്ദരി. എന്റെ കോളേജ് മേറ്റ് രാജേഷിന്റെ ഭാര്യയായി ബാംഗ്ലൂരിൽ ജീവിക്കുന്നു.

83 റിജുല ചേരാട്ടീ ലട്ക്കി. ഇടയ്ക്ക് കൂട്ടം തെറ്റി വേറെ നവോദയിൽ പൊയെങ്കിലും, ഞങ്ങളുടെ സ്വന്തം ബാങ്കുദ്യോഗസ്ഥ.

84 ആനക്കുട്ടി (ആനന്ദ്) പണ്ട് പെൺപിള്ളേരുടെ രാജകുമാരൻ. ഇം ഗ്ലീഷ് പാട്ടൊക്കെ പാടും. ഇപ്പോൾ ഓസ്ട്രേലിയയിൽ.

85 റിജിന അപാര നർമ്മബോധമുള്ള കൂട്ടുകാരി.

86 കാക്ക (സുനിൽ കെ കെ) സ്കൂളിൽ നിന്നിറങ്ങിയ ഉടനെ എയർ ഫോഴ്സസിൽ ജോലി. ഇപ്പോൾ റിട്ടയർ ചെയ്ത് ബാംഗ്ലൂരിൽ. വലിയ ഭൂകമ്പമുണ്ടാക്കി നമ്മുടെ തന്നെ സഹപാഠിയായ സലിനയെ സ്വന്തമാ ക്കി.

87 റെസ്ലിം ചിത്രകാരൻ. ബുദ്ധിമാനായ സരസൻ. ഇടയ്ക്ക് വച്ച് ന വോദയയോട് വിട പറഞ്ഞെങ്കിലും പഴയ ബന്ധം കാത്തുസൂക്ഷിക്കു ന്നവൻ. ഇപ്പോൾ ക്യാനഡയിൽ.

88 കുറുക്കൻ (വികാസ്) ഏതു അലമ്പിനും വിശ്വസിച്ച് കൂടെ കൂ ട്ടാം. ഇപ്പോൾ ആളാകെ മാറിപ്പോയി അച്ചടക്കമുള്ള പട്ടാളക്കാരനായി.

89 തോട്ത്തി (ഷൈജു) ശുഷ്കിച്ച ശരീരമായിരുന്നു. സരസപ്രിയൻ. ഇപ്പോൾ LIC ഓഫീസിൽ ജോലി.

90 കൊച്ചി (അരുൺ) നമ്മുടെ സ്പോർട്സ് ക്യാപ്റ്റൻ. പെൺകുട്ടി കൾക്ക് ജെന്റിൽമാൻ. ഇന്ത്യൻ നേവിയിൽ നിന്നും വിരമിച്ച് ഇപ്പോൾ തൃശ്ശൂരിൽ സസുഖം ജീവിക്കുന്നു.

91 ബെടക്ക് (സലിന) ഇവളാണ് താരം. എല്ലാവരെയും ഒന്നിപ്പിക്കു ന്ന കേന്ദ്രബിന്ദു. എഴുതിക്കൊണ്ടിരിക്കുന്ന ഈ വിവരങ്ങളത്രയും കിട്ടി യത് അവളിൽ നിന്ന്. നഴ്സിങ് കോളേജ് അധ്യാപികയായി തലശ്ശേരി യിൽ. കെ കെയുടെ മനസ്സ് കീഴടക്കിയവൾ.

92 മുള്ളൻ (സംഗീത് ജോർജ്) ഒതുങ്ങിയ സ്വഭാവക്കാരനായിരുന്നു. പക്ഷേ ഇപ്പോൾ എന്തിനെക്കുറിച്ചും വ്യക്തമായ അറിവും അഭിപ്രായ മുള്ളയാൾ. ബാംഗ്ലൂരിൽ ഇലക്ട്രോണിക്സ് മേഖലയിൽ ജോലി.

93 പേഷ്കാർ (ഷിജി) ചിത്രകാരൻ. വല്ല്യ രാഷ്ട്രീയ വാദക്കാരൻ. ഗൾ ഫിൽ സ്ഥിരതാമസം.

94 രാവണൻ (സജീഷ്) അപാര നർമ്മബോധം. സർഗാത്മകതയുടെ തലതൊട്ടപ്പൻ. മനുഷ്യസ്നേഹി. ലണ്ടനിൽ റേഡിയോളോജിസ്റ്റായി ജോലി ചെയ്യുന്നു.

95 മഞ്ജു ബുദ്ധിജീവി, അതിനേക്കാൾ മടിയുടെ പാരമ്യതയിൽ സ ന്തോഷത്തോടെ വിലസുന്നവൾ. ചെന്നൈ പട്ടണത്തിൽ വാഴുന്നു.

96 മാക്രി (ജയകൃഷ്ണൻ). ഇവനും നമ്മളുടെ കൂടെയല്ലേ പഠിച്ചത്..?

ചർമ്മം കണ്ടാൽ പ്രായം തോന്നുകയേ ഇല്ല. ഗൾഫിൽ സിവിൽ എഞ്ചി നീയർ. ഇപ്പോൾ ഐഐടിയിൽ PhD ചെയ്യുന്നു.

97 കോപ്പർ (പ്രവീൺ) ഗായകനാണ്. പക്ഷേ പാടില്ല. ഹോസ്റ്റലിൽ ഫ്യൂസ് കെട്ടുന്നവൻ. ഇപ്പോൾ അമേരിക്കയിൽ.

98 ആർഷ വളരെ ഒതുങ്ങി ജീവിക്കുന്ന, കണ്ണൂർ യുനിവേഴ്സിറ്റി ഉ ദ്യോഗസ്ഥ.

99 ദിവ്യ മോളൂട്ടി എന്ന് ചെല്ലപേരുള്ള , എലാങ്കോടുകാരി. അധ്യാപി കയായി കുത്തുപറമ്പിനടുത്ത് താമസിക്കുന്നു.

100 സാപ്പിളി (സജു) നമ്മുടെ സൽമാൻഖാൻ. മെർച്ചന്റ് നേവിയിൽ വല്ല്യ ഉദ്യോഗസ്ഥനാ. ഉലകം ചുറ്റും മസിൽമാൻ.

101 സ്മിത വി പയ്യന്നൂർകാരി, കായിക താരം. രണ്ട് ചേച്ചിമാർ ഡോ ക്ടർമാർ ആയത് കൊണ്ട് ഡോക്ടർ ആവാൻ വേണ്ടി പരിശ്രമിക്കുകയും, അത് ആയിത്തീരുകയും ചെയ്തു.

102 വിജയരാജ് കമ്പ്യൂട്ടർ വിസാർഡ്. ഞങ്ങൾ പാക്മാൻ കളിക്കാൻ ബുദ്ധിമുട്ടുമ്പോൾ ബേസിക്കിൽ പ്രോഗ്രാം എഴുതി ഞെട്ടിച്ച ബുദ്ധിശാ ലി. ഇപ്പോൾ ആസ്ട്രേലിയയിൽ കമ്പ്യൂട്ടർ എഞ്ചിനീയർ.

103 ചോട്ടു (സതീഷ്) നാട്ടിലെ സ്കൂൾ കാലം മുതൽ ഞങ്ങൾ ഒന്നി ച്ചായിരുന്നു. പിന്നീട് എഞ്ചിനീയറിംഗ് കോളേജിലും. അന്നും ഇന്നും സ്മാർട്ട്. നർമ്മസ്നേഹി. ബാംഗ്ലൂരിൽ ഏറോനോട്ടിക്കൽ എഞ്ചിനീയർ.

104 രതീഷ് നാട്ടിൽ വിദ്യാഭാസ വകുപ്പിൽ ഓഫീസർ.

105 പണ്ഡിറ്റ് (മനോജ്) തികഞ്ഞ മനുഷ്യസ്നേഹി. ആരോഗ്യമാണ് യഥാർത്ഥ സമ്പാദ്യം എന്ന് കാണിച്ചു തരുന്നവൻ. അർപ്പണബോധത്തോ ടെ ബാംഗ്ലൂരിൽ ജോലിചെയ്യുന്നു.

106 മീനാക്ഷി മിതഭാഷിണിയായ ഒരു പാവം. ഇപ്പോൾ ഇംഗ്ലീഷ് അ ധ്യാപികയയാണ്.

107 ചീക്കു (വിജയകുമാർ) ഗായകൻ, കീബോർഡ് പ്ലേയർ, കോട്ടയ ക്കൽ ആര്യവൈദ്യശാലയിൽ ഉയർന്ന ഉദ്യോഗവുമായി കൊച്ചിയിൽ താ മസം.

108 ബാഹു (ശ്രീജിത്ത്) ഗൾഫിലെ ഓയിൽ കമ്പനിയിൽ എഞ്ചിനീ യറായി ജോലി ചെയ്യുന്നു.

109 ജംബുകൻ (ജിബോ ജോൺ) മൂത്ത ബുദ്ധിജീവി. ചിന്തകൻ. നമ്മ ളെ എന്നും കൂട്ടിയിണക്കുന്നവൻ. അമേരിക്കയിൽ ആപ്പിൾ കമ്പനിയിൽ ജോലിചെയ്യുന്നു.

110 ജിൽജിത്ത് ഇവനെക്കുറിച്ച് യാതൊരു വിവരവുമില്ലായിരുന്നു. ഇ

നാലെയാണ് ആളെ കണ്ടത്തിയത്. പഠനകാലത്ത് മഹാസാഹസികൻ.

111 **പപ്പൂസ് (ബൈജു)** കുറച്ചുകാലം ജനസേവകനായിരുന്നു. ഇപ്പോൾ പ്ലസ് ടു അധ്യാപകനായി തലശ്ശേരിയിൽ.

112 **കോച്ചിൽ (ഷാജിൽ)** ക്രിയേറ്റിവിറ്റിയാണ് കൈമുതൽ. ഇപ്പോൾ ഒരു സംരംഭകനായി ഗൾഫിൽ.

113 **ചൂത്തൻ (സുധീപ്)** എന്റെ പ്രിയപ്പെട്ട എഴുത്തുകാരനായ സുഹൃത്ത്. ഇപ്പോൾ ബാംഗ്ലൂരിൽ ഐടി കമ്പനിയിൽ.

114 **പാനു (മനു)** തീയിൽ കുരുത്തവൻ. ധിഷണാശാലി. ചക്കരയൊടൊപ്പം സ്മോട്ട്പ്രോ കമ്പനിയിൽ പങ്കാളിയായി ബാംഗ്ലൂരിൽ.

115 **കാക്ഷൻ (കമൽ)** ഗണിതത്തിൽ ബഹുകേമൻ. ഇപ്പോൾ പൊലീസ് ഡിപ്പാർട്മെന്റിൽ ഓഫീസർ.

116 **സീഷ** ഭയങ്കര സെൻസിറ്റീവ്. എന്നിരുന്നാലും എല്ലാരോടും വല്യ സ്നേഹം.. കേന്ദ്രീയ വിദ്യാലയത്തിലെ അധ്യാപിക.

117 **റീന** സമചിത്തതയുടെ പര്യായം. ഫിസിക്സിൽ അഗ്രഗണ്യ, അധ്യാപിക.

118 **അർച്ചന** കായിക താരം. കൈകളും കാലുകളും എപ്പോഴും നനച്ച് കൊണ്ടിരിക്കുന്ന ഒരു സ്വഭാവം ഉണ്ടായിരുന്നു. ഇപ്പോ ഉണ്ടോ ആവോ? കോളേജ് അധ്യാപിക, താമസം കോട്ടയം ജില്ലയിൽ.

119 **ഷാബു** സ്കൂളിൽ ഏത് സഹായത്തിനും കൂടെ നിന്നവൻ. ഇപ്പോൾ കുവൈറ്റിൽ എഞ്ചിനീയർ.

120 **എനിയെനി (ഷാജി എനിയെനി)** ഗായകൻ. സ്പോർട്സ്മാൻ. ഇപ്പോൾ നാട്ടിൽ സ്കൂൾ അധ്യാപകൻ.

121 **മോഹൻദാസ്** അകാലത്തിൽ നമ്മെ വിട്ടുപോയ എന്തിനും പോന്ന തോന്ന്യവാസി. ഗായകൻ.

122 **സീന** കൂട്ടത്തിൽ ആദ്യം കല്യാണം കഴിച്ച പെൺതരി. ഇപ്പോൾ അമേരിക്കയിൽ.

123 **മിനി** നർത്തകി. മികച്ച സംഘാടക. ചടുലമായ സാംസാരരീതി. ഇപ്പോ ദുബായിൽ ബിസിനസ്സ് ലോകത്ത്.

124 **ശിവപ്രകാശ്** നാടകം, എഴുത്ത്, ചിത്രരചന. നാട്ടിൽ സാമൂഹ്യ പ്രവർത്തനം.

125 **ബിജു** ആദ്യ വർഷം കഴിഞ്ഞ് സ്കൂൾ വിട്ടുപോയവൻ.

126 **സ്മിത സി വി** കണ്ണാടിപറമ്പുകാരി. കേന്ദ്രീയ വിദ്യാലയത്തിൽ അധ്യാപികയായിരുന്നു. ഇപ്പോൾ സസുഖം വീട്ടമ്മയായി കണ്ണൂരിൽ.

127 **ചക്കര (ഷാജി കെ)** റിസ്ക് ഏറ്റെടുക്കാനുള്ള അപാര ചങ്കൂറ്റം.

സ്മോട് പ്രോ എന്ന സ്റ്റാർട്ടപ്പ് സംരംഭവുമായി ബാംഗ്ലൂരിൽ.

128 നിഷ ഗൃഹാതുരത്വം ഉണർത്തുന്ന കവിതകളുമായി ഞങ്ങളുടെ കുട്ടിക്കാലം നിറച്ചവള്. പാതിവഴിയിൽ സ്കൂൾ വിട്ടുപോയി.

129 പിഷ്കു (ഷിജു പി കുമാർ) ചെറിയ പയ്യനായിരുന്നു. പെട്ടെന്നങ്ങ് വളർന്ന് പന്തലിച്ചുപോയി. കേരള സെക്രട്ടറിയേറ്റിൽ ഓഫീസർ.

130 വണ്ടി (രാജീവൻ) പാട്ടുകാരൻ, വേണ്ടുവോളം നർമ്മബോധം. ഇപ്പോൾ പോലീസുകാരൻ.

131 പൊടിക്കുപ്പി (ബിന്ദു) അന്നും ഇന്നും ഒരു കുഞ്ഞിപ്പെണ്ണ്. പയ്യന്നൂരിൽ സ്കൂൾ ടീച്ചർ.

132 ചിണ്ടൻ (ജിന്റോ) ബുദ്ധിമാൻ. ഇലക്ട്രോണിക്സ് എഞ്ചിനീറായി ബാംഗ്ലൂരിൽ.

133 രാജേന്ദ്രൻ എവിടെയാണെന്ന് ഒരു വിവരവുമില്ലായിരുന്ന ഈ വല്യേട്ടനെ അടുത്ത കാലത്താണ് കണ്ടെത്തിയത്. എംപ്ലോയ്മെന്റ് എക്സ്ചേഞ്ച് ഓഫീസിൽ ക്ലാർക്കായി ജോലി ചെയ്യുന്നു.

134 സിമി നഴ്സ് ആവണമെന്നായിരുന്നു മോഹം. പറഞ്ഞ് പറഞ്ഞ്, ഇപ്പോൾ ദുബായിൽ ഫിസിയോതെറാപ്പിസ്റ്റ്. .

135 താച്ചർ (രഞ്ജിത്ത്) തത്വചിന്തകനാണെന്നാണ് ഭാവം. പ്രതിരോധ സാങ്കേതിക വിദഗ്ധനായി ബാംഗ്ലൂരിൽ.

136 കെ സി (മഹേഷ് കെ സി) ആസ്ഥാന ഗായകൻ. ഇപ്പോൾ ആയുർവേദ വകുപ്പിൽ ഓഫീസർ.

137 ഷിജു ടി ഡി തൃശൂരിൽ ഹോട്ടൽ ബിസിനസ്സുമായി കഴിയുന്ന ഇവനെ അടുത്ത കാലത്താണ് കണ്ടെത്താൻ കഴിഞ്ഞത്.

138 കെക്ര (വിനോദ്) ഞാൻ.

139 ലിജാ സധൈര്യം ഉത്തർപ്രദേശിൽ പോയി പഠിച്ചവൾ. ആ മുടിയുടെ സൗന്ദര്യം എന്താണോ ആവോ.

140 ഗിരിബാബു (ഗിരീഷ് ബാബു) നമ്മുടെ സ്വന്തം വല്യേട്ടൻ. ഹോസ്റ്റലിലെ ഹീറോ. തലശ്ശേരിയിൽ സ്ഥിരതാമസം.

141 വിമൽദാസ് ഫുട്ബാൾ, ക്രിക്കറ്റ്, എല്ലാം വഴങ്ങും. ഇപ്പോൾ ഗൾഫിൽ.

142 പാമ്പ് (ഷബ്നം) ബുദ്ധിമതി. പക്ഷേ എല്ലാ കുരുത്തക്കേടിനും ഉണ്ടാകും. ബാംഗ്ലൂരിൽ BSNLൽ എഞ്ചിനീയറായി ജോലി ചെയ്യുന്നു.

143 കൊതു (വിധു) ഏവരെയും കൂട്ടിയിണക്കുന്ന കണ്ണി. ഞങ്ങളുടെ സീനിയറെ കല്യാണം കഴിച്ച്, ഡെൽഹിയിൽ വാഴുകയാണ്.

144 ഹീര ഞങ്ങടെ ആദ്യ പ്രിൻസിപ്പലിന്റെ മകൾ. ഞങ്ങളൊക്കെ

ഹോസ്റ്റലിൽ കഴിയുമ്പോൾ വീട്ടിൽ നിന്ന് ഞങ്ങളോടൊപ്പം പഠിച്ചവൾ. ഇടയ്ക്ക് വച്ച് ഞങ്ങളോട് ബൈ പറഞ്ഞ് പോയി. അമേരിക്കയിൽ എവിടെയോ ഉണ്ട്.

145 റീഷ. നർത്തകി, പാട്ടുകാരി. NIT കാലിക്കറ്റിലെ പ്രൊഫസർ.

146 ഓസി (സന്തോഷ്) എന്തൊരു തമാശയാണ് ചെക്കന്. കാഞ്ഞ ബുദ്ധിയും. ബാംഗ്ലൂരിൽ ജോലിയും താമസവും.

***